I0259406

INSIGHT PUBLICA®

Nadakkave, Kozhikode, Kerala
www.insightpublica.com
e-mail: insightpublica@gmail.com
**Malayala Nadakarangam
Pramanavum Prayogavum**
(Malayalam)
Dr. L. Thomaskutty
First Edition : March 2018
Second Edition: October 2021
Copyright©Reserved
All rights reserved. No part of this publication may be reproduced,
stored in a retrieval system, or transmitted, in any form, or by any means,
electronic, mechanical,photocopying recording or otherwise,
without the prior permission of the publisher.
ISBN 978-93-85899-97-3

മലയാളനാടകരംഗം
പ്രമാണവും പ്രയോഗവും

ഡോ. എൽ. തോമസ്കുട്ടി

INSIGHT PUBLICA®

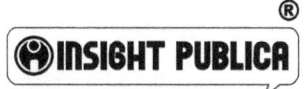

കൊല്ലം ജില്ലയിൽ കിഴക്കേകല്ലട ജന്മദേശം. കെ.പി. ലാസർ, സിലസ്റ്റീന എന്നിവരുടെ പുത്രൻ. ഭാര്യ മേരിസുജ, മക്കൾ മിലൻ എസ് ടോം, മിലീന എസ് ടോം. കേരള സർവ്വകലാശാലയിൽ നിന്നും 'പരീക്ഷണ പ്രവണതകൾ മലയാള നാടകത്തിൽ' എന്ന വിഷയത്തിൽ ഡോക്ടറേറ്റ് നേടി. ശ്രീശങ്കരാചാര്യ സർവ്വകലാശാലയിൽ അദ്ധ്യാപകനായിരുന്നു. ഇപ്പോൾ കാലിക്കറ്റ് സർവ്വകലാശാലയിൽ മലയാളം വിഭാഗം പ്രൊഫസർ (മുൻ വകുപ്പധ്യക്ഷൻ). കവി, ചിത്രകാരൻ, നാടക പ്രവർത്തകൻ എന്നീ നിലകളിൽ പ്രവർത്തിക്കുന്നു.

കറുത്ത ചിരിയുടെ അരങ്ങ്, ഫോക് ലോറും മലയാള നാടകവും, പരീക്ഷണ പ്രവണതകൾ മലയാളനാടകത്തിൽ, നവനാട്ടരങ്ങിനൊരാട്ടപ്രകാരം, ജൈവനാടകവേദി, പരീക്ഷണനാടകം: സിദ്ധാന്തം പ്രയോഗം പരിശേഷം, പരിസരകവിത, നോട്ടങ്ങൾ, ക്ഷ-റ., ഭൂപടംഭ്രമിയല്ല, വരുന്ന, ഉയിർപ്പ്, ഇൻസിലിക്ക, തിരഞ്ഞെടുത്ത കവിതകൾ മലയാളനാടകം ചരിത്രവും വർത്തമാനവും എന്നിവ കൃതികൾ. 'ഭാരതക്കളി'യെന്ന നാടോടിനാടകത്തെക്കുറിച്ച് ഡോക്യുമെന്ററി തയ്യാറാക്കിയിട്ടുണ്ട്.

അമേരിക്കയിലെ കാലിഫോർണിയ, പമോണ കോളേജിൽ ഫുൾബ്രൈറ്റ്സ്കോളറായി സീനിയർ റിസേർച്ച് പ്രോഗ്രാം നിർവഹിച്ചു.

ഡോ. എൽ. തോമസ്കുട്ടി

ആമുഖം

മലയാള നാടകരംഗത്തെ പ്രവണതകളെയും അവതരണങ്ങളെയും ചരിത്രദൃഷ്ട്യാ അവലോകനം ചെയ്യാനാണ് ഈ ഗ്രന്ഥത്തിൽ ശ്രമിക്കുന്നത്. നാഴികക്കല്ലുകളായ നാടകങ്ങളെയും അവ രംഗവേദിയിലും നാടകസമീപനത്തിലും ചെലുത്തിയ സ്വാധീനങ്ങളെയും ആലോചനയ്ക്കെടുക്കുന്നു. കെ ദാമോദരൻ, എൻ കൃഷ്ണപിള്ള, ജി ശങ്കരപ്പിള്ള, കാവാലം നാരായണപ്പണിക്കർ, അസീസ്, കെ.ജെ. ബേബി, പി.എം. താജ് തുടങ്ങി ശ്രീജിത്ത് രമണൻ വരെയുള്ള സമകാലികരായ നാടകപ്രവർത്തകരെവരെ നോക്കികാണാൻ ശ്രമിക്കുന്നുണ്ട്. അമച്വറും കൊമേഴ്സ്യലുമായ നാടകങ്ങളെ പരാമർശിക്കുന്നു.

പാശ്ചാത്യ നാടകരംഗത്തെ പ്രമുഖ ചിന്തകരേയും പരിചയപ്പെടുത്തുന്നു. പ്രമാണവും പ്രയോഗവും വിശകലനം ചെയ്യുന്ന ഈ ഗ്രന്ഥം നാടകാവതാരകർക്കും പഠിതാക്കൾക്കും സഹായകരമാകുമെന്ന് വിശ്വസിച്ചുകൊണ്ട് നിറുത്തട്ടെ.

ഡോ. എൽ. തോമസ്കുട്ടി

ഉള്ളടക്കം

മലയാള നാടകം 9

സമകാല മലയാളരംഗവേദി-പ്രശ്നങ്ങളും സാധ്യതകളും 19

മലയാള നാടക വിമർശനം 27

'പാട്ടബാക്കി'യുടെ പ്രതീക്ഷകൾ 38

എൻ. കൃഷ്ണപിള്ളയുടെ സുഘടിത യത്നങ്ങൾ 49

ധിക്കാരിയുടെ സാഫല്യം 61

'ആ മനുഷ്യൻ നീ തന്നെ': പാഠനിർമ്മിതി 68

ദൈവത്തിന്റെ സർഗാന്വേഷണ പരീക്ഷണങ്ങൾ 84

അവനവൻ കടമ്പയും നാട്ടുതാളവും 95

ഒറ്റയാനെന്നും ഒറ്റയ്ക്കുനില്ക്കുന്നു 105

കാലനെത്തീനി 112

ചാവേർപ്പടയും നാട്ടരങ്ങും 117

ചിന്നംവിളിച്ച തേവരും തിടമ്പെറിഞ്ഞ ആനയും 125

കീഴാളന്റെ നാട്ടുഗദ്ദിക 137

ദളിതമഹാഭാരതം 152

അരങ്ങ്പടർച്ചകളുടെ കാണിമൂല്യം 157

ശരീരഭാഷയും മലയാള നാടകവും 174

'എം.ടി' അരങ്ങിലും സദസ്സിലും 189

ബ്രെഹ്ത്: വിചാരം, നടനം, വിമോചനം 192

അന്റോണിൻ അർത്തോയുടെ ക്രൂരതയുടെ നാടകവേദി 197

അരങ്ങാഴങ്ങളിലേയ്ക്ക് ചൂണ്ടുന്ന ഉടലുകൾ 205

എറ്റിനി ഡിക്രോ (Etienne Decroux) 211

മലയാള നാടകം

മലയാളനാടകങ്ങളെക്കുറിച്ച് വിചാരിക്കുവാനൊരുമ്പെടുന്നവരെല്ലാം ഭരതസൂത്രങ്ങളുദ്ധരിക്കുകയും ഭാരതീയ-സംസ്കൃത നാടകപാരമ്പര്യത്തിൽ അഭിമാനംകൊള്ളുകയും ചെയ്യുന്നത് തെറ്റായ ചരിത്രബോധം ഒന്നുകൊണ്ടുമാത്രമാണ്. ഭാരതത്തിലെ ഒന്നാംചക്രവർത്തിയെന്നു കരുതാവുന്ന മൗര്യസാമ്രാജ്യസ്ഥാപകനായ ചന്ദ്രഗുപ്തമൗര്യനും പിന്നീട് സാമ്രാജ്യങ്ങൾ പടുത്ത മുഗളന്മാരും മറാഠാശക്തികളുമൊക്കെ തങ്ങളുടെ ഭരണത്തിൻ കീഴിൽ കൊണ്ടുവന്നത് ഭാരതത്തിലെ ഉത്തരപ്രദേശം മാത്രമായിരുന്നു. പ്രാഗ്ചരിത്രത്തിലൊരിക്കലും ഒരിന്ത്യൻ ഭരണത്തിൻ കീഴിൽപെടാതെ, ഭൂമിശാസ്ത്രപരമായ സവിശേഷതകളാൽ ഒറ്റപ്പെട്ടുകിടന്ന ജനതയായിരുന്നു നമ്മുടേത്. ശക്തമായ വിദേശീയാക്രമണങ്ങളൊന്നുംതന്നെ - ചേരചോള സംഘട്ടനങ്ങൾ വൈദേശീയമല്ല - ഏൽക്കേണ്ടിവരാത്ത, അതിനാൽത്തന്നെ സാംസ്കാരിക വിസ്ഫോടനങ്ങൾക്കൊന്നും വിധേയമാകേണ്ടിവരാത്ത ഒരു ജനതയായിരുന്നു നമ്മുടെ പൂർവികർ. നാമമാത്രമായി കേരളപരാമർശമുണ്ടെന്ന് കരുതുന്ന അശോകശാസനം പോലും ഇവിടെനിന്നുമല്ല കണ്ടെടുത്തിട്ടുള്ളത്. ടിപ്പുവിന്റെ ആക്രമണം ഭാഗികവും താല്കാലികവുമായിരുന്നുവല്ലോ? യൂറോപ്യൻ ശക്തികൾ ആധുനിക ഇന്ത്യ രൂപപ്പെടുത്തുമ്പോൾപോലും ഇന്നത്തെ കേരളത്തിന്റെ സിംഹഭാഗവും അവരുടെ നേരിട്ടുള്ള ഭരണത്തിൻകീഴിലുമല്ലായിരുന്നു. അങ്ങനെ ഭരണപരമായ ഏകീകരണമൊരിക്കലും ഉണ്ടായിട്ടില്ലാത്തതും വളരെ ലോലമായ സാംസ്കാരികവിപണനം മാത്രം ലോകസംസ്കാരങ്ങളോടുണ്ടായതിനു സമാനമായി മാത്രം ഇതര ഭാരതീയ ജനതകളോടുണ്ടയിരുന്നതുമായ സവിശേഷ ജനതയായിരുന്ന

നമ്മുടേത്. അതിനാൽ മലയാളനാടകത്തെകുറിച്ച് ചർച്ചചെയ്യുമ്പോൾ തിരുവട്ടാർ നാരായണപിള്ളയുടെ (മനോമോഹനം കമ്പനി) നാടക സംരംഭങ്ങൾ മുതൽ മാത്രമേ ആലോചിക്കേണ്ടതുള്ളൂ. ജനസാമാന്യത്തിനപ്രാപ്യമായിരുന്ന കൂത്തമ്പലനാടകങ്ങളും കാവ്യാസ്വാദനം മാത്രം ഉന്നംവച്ചുള്ള വിദ്വത് സദസ്സിന്റെ സംസ്കൃത നാടകസാഹിത്യ വിവർത്തനങ്ങളും തല്ക്കാലം പരിഗണിക്കേണ്ടതില്ല. നാടോടിനാടകങ്ങളെ പശ്ചാത്തലമായുംഗണിക്കാം.

ഇറക്കുമതി ചെയ്യപ്പെട്ട രംഗബോധത്തിൽ (തമിഴ്-പാഴ്സി) ഏതുതരം നാടകസാഹിത്യവും തിരുകിക്കയറ്റിയുള്ള വളർച്ചയായിരുന്നു സംഗീതനാടകങ്ങളുടെ പെരുവെള്ളപ്പാച്ചിലിനോടനുബന്ധിച്ച് നമുക്കുണ്ടായത്. ഇതിനെ അല്പമെങ്കിലും തടഞ്ഞുനിറുത്തുവാൻ 'ഗദ്യ'ത്തെ നാടകലോകത്തേക്കാനയിച്ച ഇവിടുത്തെ പ്രഹസനകാരന്മാർക്ക് (സി.വി, ഇ.വി. പ്രഭൃതികൾക്ക്) കഴിഞ്ഞത് അവരുടെ അമച്വർ കലാസംഘടനയിലൂടെയാണ്. കച്ചവട നാടകവേദിയായ അന്നത്തെ സംഗീതനാടകകമ്പനികൾക്ക് നടത്താനാകാതിരുന്ന ഒരു പരിഷ്കരണം ധീരമായേറ്റെടുത്തത് ഈ കൗതുകനാടകവേദിയാണ്. മാത്രമല്ല ആ പ്രസ്ഥാനത്തിന്റെ മുഴുവൻ ആദാനപ്രദാനങ്ങളിലൂടെയാണ് പിന്നീടുള്ള നാടകവികാസം പ്രാവർത്തികമായതും. നമ്മുടേതുമാത്രമായതും വേദീബന്ധമുള്ള ആദ്യനാടകവുമായ കൊച്ചീപ്പൻ തരകന്റെ മറിയാമ്മ നാടകത്തെ വേണ്ടവിധം പരിഗണിക്കുവാനോ അതിന് ആരോഗ്യകരമായ തുടർച്ചയുണ്ടാക്കുവാനോ കഴിഞ്ഞില്ല എന്നതും മലയാളനാടകത്തിന് ആദ്യകാലത്ത് സംഭവിച്ച ദുരന്തങ്ങളിലൊന്നാണ്. ഇടശ്ശേരിയുടെ കൂട്ടുകൃഷിയ്ക്കും പിന്നീട് ഇതേഗതി വന്നു.

പ്രത്യേക ലക്ഷ്യത്തിനുവേണ്ടി പ്രവർത്തിച്ച പ്രചരണ നാടകങ്ങൾ, അതിന്റെ പ്രചരണാംശത്തിൽ ഊന്നുമ്പോൾത്തന്നെ നാടകത്തെ കേവലവിനോദമെന്നതിൽ കവിഞ്ഞ് ഗൗരവതരമായൊരു മാധ്യമമെന്നവിധം നോക്കിക്കാണാൻ തുടങ്ങിയിരുന്നു. 'പാട്ടബാക്കി'യും 'മറക്കുടയ്ക്കുള്ളിലെ മഹാനരക'വും മറ്റും നാടകോന്മുഖ ഗൗരവത്തെക്കാൾ അന്നത്തെ തിളയ്ക്കുന്ന രാഷ്ട്രീയ സാമൂഹ്യ പ്രശ്നങ്ങളവതരിപ്പിക്കാനാണ് ശ്രമിച്ചത്. ഇതിൽ നിന്നും ഭിന്നമായി നാടകത്തെ ഒരു കലാരൂപമെന്നനിലയിൽ ഗൗരവമായി വീക്ഷിക്കാൻ ശ്രമിച്ചതിന്റെ ഫലമാണ് എൻ. കൃഷ്ണപിള്ളയുടെ നാടകങ്ങൾ.

അതിഭാവുകത്വത്തിന്റെ ദീർഘഭാഷണമായി മാറിക്കഴിഞ്ഞ മലയാള നാടകത്തെ കാര്യമാത്രപ്രസക്തമായ ഗൗരവസന്ദർഭങ്ങൾക്കനിവാര്യമായ സംഭാഷണ, രംഗചര്യകൾ മാത്രം ഉള്ള നാടകമാക്കുകയായിരുന്നു, സുഘടിത നാടകസങ്കല്പങ്ങളെ

അനുകരിക്കുവാനൊരുമ്പെട്ടപ്പോൾ എൻ. കൃഷ്ണപിള്ള ചെയ്തത്. അതി ഭാവുകത്വത്തിന്റെ ചെറിയൊരംശം അദ്ദേഹത്തെയും പിൻതുടർന്നു കൊണ്ടിരിക്കുന്നതും നാടകത്തിൽ സാഹിത്യത്തിന് അമിതപ്രാധാന്യം നൽകിയതും അദ്ദേഹത്തിന്റെ വീഴ്ചയായി കരുതാവുന്നതാണ്. എന്തൊക്കെയാണെങ്കിലും നമ്മുടെ നാടക ചരിത്രത്തിൽ നാടകീയ അവബോധത്തിന്റെ ഘട്ടാരംഭം കുറിക്കുന്നതിൽ കൃഷ്ണപിള്ളയ്ക്കുള്ള സ്ഥാനം അദ്വിതീയമത്രെ. പിന്നീട് തിക്കുറുശ്ശിയിലെത്തുമ്പോഴേയ്ക്കും ചവിട്ടുഹർമ്മോണിസ്റ്റിനെയും മറ്റും അദ്ദേഹം പിന്നണിയിലേയ്ക്ക് മാറ്റുന്നുണ്ട്. കൃഷ്ണപിള്ളയുടെ സമകാലികനായിരുന്ന പുളിമാന പരമേശ്വരൻപിള്ളയുടെ 'സമത്വവാദി'യിലൂടെയാണ് എക്സ്പ്രഷണിസം മലയാളിക്കു പരിചിതമാകുന്നത്. ജർമൻ ചിത്രകലയിൽ നിന്ന് അതിന്റെ റാഡിക്കൽ സ്വഭാവവിശേഷത്തോടൊപ്പം നാടകത്തിലേക്ക് കടന്നുവന്ന ഭാവാത്മകപ്രസ്ഥാനത്തെ, പക്ഷേ മലയാള നാടകവേദി നിരുപാധികം നിരസിക്കുകയും പുളിമാനയെ മറവിയുടെ ലോകത്തിലേക്ക് തള്ളിനീക്കുകയും ചെയ്തു. അതിഭാവുകത്വത്തിന്റെ കളിയരങ്ങിൽ ഏകാഗ്രതയുടെ ഭാവതലം വിടർത്തുന്ന അത്തരമൊരു സൃഷ്ടിയുണ്ടാകുന്നതുതന്നെ അദ്ഭുതമാണ്. സ്ത്രീ സമത്വത്തെക്കുറിച്ചുള്ള നമ്മുടെ ആദ്യ നാടകവും ഇതാണ്. എങ്കിലും അതിനെ അംഗീകരിക്കുകയോ അവതരിപ്പിക്കുകയോ ചെയ്തില്ല എന്നുമാത്രമല്ല അത് അവതരണ യോഗ്യമല്ലെന്നു വിലയിരുത്തുകയുമുണ്ടായി.

ഗ്രീക്കുനാടകങ്ങളുടെ ആന്തരികപ്രഭ ചുരത്തിയ അതികായന്മാരും ഗംഭീരസത്വന്മാരുമായ ബൈബിൾ കഥാപാത്രങ്ങളെ സൃഷ്ടിച്ച (ആ മനുഷ്യൻ നീ തന്നെ) സി.ജെ. തോമസ് മലയാള നാടകാന്വേഷകന് എന്നെന്നും ഒരു വിസ്മയമാണ്. സി.ജെ.യുടെ ആദ്യനാടകത്തിൽ തളിരിട്ടു തുടങ്ങിയ എപിക് സ്വഭാവം (ഉപദേശി) അദ്ദേഹത്തിന്റെ 'ക്രൈം' നാടകത്തിൽ പൂർണവികാസം പ്രാപിക്കുന്നതോടെ മലയാള നാടകം യഥാർത്ഥത്തിൽ ലോകനാടകത്തിന് സമശീർഷമാവുകയാണുണ്ടായത്. നിഷ്പന്ദമായ നമ്മുടെ വേദി '1128ൽ ക്രൈം 27' പോലുള്ള നാടകത്തിനുനേരെ മുഖംതിരിഞ്ഞുനിൽക്കയാൽ ആരോഗ്യകരമായൊരു വികാസവും തടയപ്പെട്ടു. അപ്പോഴേക്കും നാടകത്തിനംഗീകൃതമായ സുഘടിതസങ്കല്പവും മേമ്പൊടിഹസ്യവും ചേർത്ത മെലോഡ്രാമ നമ്മുടെ കമ്പോള-ഉത്സവ നാടകവേദികളെ കീഴടക്കിക്കഴിയുകയും ബീഭത്സമാംവിധം വളരുകയും ചെയ്യുന്നുണ്ടായിരുന്നു.

ഏറ്റവുമധികം നാടകമുണ്ടായ ഏഴാംദശകത്തിൽ എൻ. എൻ. പിള്ളയും തോപ്പിൽ ഭാസിയും പിജെ ആന്റണിയും കെ.ടി. മുഹമ്മദും വൈക്കം ചന്ദ്രശേഖരൻനായരുമൊക്കെ ഭാഗികമായ

പരിഷ്കരണശ്രമങ്ങൾ നടത്തുന്നുണ്ടായിരുന്നു. അതോടൊപ്പം, ഗൗരവതരമായ പരീക്ഷണങ്ങൾ നടത്തിയവർ പ്രൊസിനിയം സ്റ്റേജിൽ മാത്രമൊതുങ്ങാതെ ജൈവവികാസം അനിവാര്യമായ നാടകബോധത്തെക്കുറിച്ചുള്ളഅന്വേഷണങ്ങളും നടത്തുന്നുണ്ടായിരുന്നു. സ്യൂഡോ-പ്രൊഫഷണൽ/കൊമേഴ്സ്യൽ മിശ്രിതമായി പരിണമിച്ചിരുന്ന നമ്മുടെ രംഗവേദിയെ ആശാസ്യമല്ലാത്ത ചില്ലറ അവതരണ പരിഷ്കരണശ്രമങ്ങളിൽനിന്നു മാറിനിന്നു നോക്കിക്കാണാൻ ശ്രമിച്ചവരിൽ പ്രധാനികൾ എം. ഗോവിന്ദനും സി.എൻ. ശ്രീകണ്ഠൻനായരും ജി. ശങ്കരപ്പിള്ളയും കാവാലവും മറ്റുമായിരുന്നു.

സി.എൻ. ശ്രീകണ്ഠൻനായരുടെ രാമായണ നാടകത്രയ (കാഞ്ചനസീത, ലങ്കാലക്ഷ്മി, സാകേതം)ത്തിലൂടെ ഉയർന്നുവന്ന ദുരന്തനായകൻമാർക്ക് മുൻഗാമിയായി ദാവീദുണ്ട്. എന്നാൽ ദാവീദിന്റെ ആന്തരികസംസ്കാരം ഗ്രീക്കു ദുരന്തപാത്രങ്ങളോടടുത്തു നില്ക്കുമ്പോൾ, ശ്രീരാമനും രാവണനും ദശരഥനുമെല്ലാം തികച്ചും നമ്മുടെ പാരമ്പര്യത്തിലുറച്ചു നിൽക്കുന്നുവെന്ന നേട്ടംകൂടി സി.എന്നിനവകാശപ്പെടാം. തീവ്രമുഹൂർത്തങ്ങൾ ഇതിഹാസത്തിൽ നിന്നുമടർത്തിയെടുത്ത് നാടകീയതയ്ക്കുതകുംവിധം വ്യതിയാനം വരുത്തി, മാനവികതാവാദത്തിനും മനോസംഘർഷങ്ങൾക്കും ഊന്നൽ നല്കി അവതരിപ്പിക്കപ്പെടുന്ന ഇതിലെ രാമായണ കഥാപാത്രങ്ങൾ അറിഞ്ഞുകൊണ്ടുതന്നെ, തങ്ങളെ ഭരിക്കുന്ന ആന്തരികപാപബോധത്താൽ, അനിവാര്യമായ ശിക്ഷയ്ക്ക് കീഴ്പ്പെടുന്നതാണ് ചിത്രീകരിക്കപ്പെടുന്നത്. തികച്ചും പൗരാണികവും ഇതിഹാസോചിതവുമായ പ്രമേയം ആധുനികമനോവിശ്ലേഷണങ്ങളെ ആധാരപ്പെടുത്തി എത്ര നിഷ്കർഷയോടെയാണ് സി.എൻ. നിർവഹിച്ചിരിക്കുന്നതെന്നതും പ്രത്യേകം സ്മരണീയമാണ്. ഇവയ്ക്കൊക്കെപ്പുറമെ ആദ്യാവതരണത്തിൽ തന്നെ 'പ്രൊസീനിയം സ്റ്റേജിൽ നിന്നും ആട്ടിയിറക്കപ്പെട്ട 'കലി' യാണ് യഥാർത്ഥത്തിൽ സി.എന്നി-ലെ ക്രാന്തദർശിയായ നാടകകാരന്റെ മുഖം നമുക്ക് കാട്ടിത്തരുന്നത്. 'കലി' അതിന്റെ അസംബന്ധസ്വഭാവം കൊണ്ടുമാത്രമല്ല വേദീപരമായ ഒരന്വേഷണത്തിന്റെ ഭാഗം എന്നതുകൊണ്ടുകൂടിയാണ് ശ്രദ്ധിക്കപ്പെടേണ്ടത്.

ഒരു നാടകകൃത്തെന്നതിലുപരി മുഴുസമയ നാടകപ്രചാരകനും സംഘാടകനുമായിരുന്ന ജി. ശങ്കരപ്പിള്ളയുടെ ശ്രമങ്ങളെ ചരിത്രാന്വേഷിക്ക് അവഗണിക്കാനേ ആവില്ല. ഗുരുവായ എൻ. കൃഷ്ണപിള്ളയുടെ മാതൃക പിൻതുടർന്ന് 'സ്നേഹദൂത'നിലൂടെ സർഗാന്വേഷണം ആരംഭിച്ച ആ നാടകപ്രതിഭ നിരന്തരം ചലനാത്മകമായിരുന്നു. ഫാഴ്സും കോമഡിയും സുഘടിതനാടകവും നാടകവിരുദ്ധനാടകവും

അസംബന്ധനാടകവും ഒന്നും അന്യമായി കരുതാതെ ജൈത്രയാത്ര നടത്തിയ ശങ്കരപ്പിള്ളയുടെ പ്രഥമലക്ഷ്യം വൈവിധ്യമാർന്ന നാടകശാഖകളെ മലയാളിക്കു പരിചയപ്പെടുത്തുക തന്നെയായിരുന്നു. 'പൂജാമുറി'യുടെ ഭാവാത്മകതയിൽ നിന്നും 'മണൽത്തരിക'ളുടെ പ്രജ്ഞാപരത (അസംബന്ധ(?)യിലൂടെ 'കറുത്ത ദൈവത്തെത്തേടി'യുടെ ആന്തരിക സൗഭഗത്തിലേക്കും ദൃശ്യചാരുതയിലേക്കും ആ മേധാവ്യപനമുണ്ടായി. അറുപതുകളുടെ അന്ത്യപാദത്തിലുണ്ടായ സുഘടിത-ലക്ഷ്യോന്മുഖ- നാടകപ്രവർത്തനമായ നാടകക്കളരിയിലെ പ്രവർത്തനങ്ങളും 'കറുത്ത ദൈവത്തെത്തേടി' പോലൊരു കൃതിക്ക് പ്രേരകമായിട്ടുണ്ട്. ശങ്കരപ്പിള്ളയിൽ അന്തർലീനമായിരുന്ന അമ്മസങ്കല്പത്തിന് പാരമ്പര്യബന്ധിത പശ്ചാത്തലം കൂടുതൽ ഓജസ്സേകുന്നത് ഇതിൽ കാണുവാനാകും. ആത്മാവിഷ്കാരം പോലെ - അസ്വാതന്ത്ര്യം പോലെ - പിന്തുടരുന്ന ഊമയും 'ബന്ദി'യിലേക്കാൾ എത്രയോ തീവ്രമായി ഇവിടെ ജ്വലിച്ചു നിൽക്കുന്നു. രംഗത്തെ പല തലങ്ങളായി ഗുണപരമായി തിരിച്ചതിലും സ്പേസിനെയും ടൈമിനെയും യഥാതഥ ഭിന്നമെങ്കിലും അർഥപൂർണമായി ഉപയോഗപ്പെടുത്തുന്നതിലും നടനും പ്രേക്ഷകനും തമ്മിലുള്ള സംവേദനത്തിന് പുതിയ ചിട്ടവട്ടങ്ങളും ചിഹ്നങ്ങളും രൂപപ്പെടുത്തുന്നതിലും ശങ്കരപ്പിള്ള വിജയിക്കുന്നുണ്ട്. ബോധപൂർവമായ പരിശ്രമങ്ങളിലൂടെ മാത്രമേ പ്രേക്ഷകനും നാടകവേദിയും പരിവർത്തിപ്പിക്കപ്പെടൂ എന്നു കണ്ടറിഞ്ഞ അദ്ദേഹം അതിനുള്ള മുന്നുപാധിയെന്ന നിലയിലാവാം ഏകാങ്ക നാടക ശാഖയുടെ വികാസത്തിലും അവയുടെ ജനകീയാംഗീകാരാർജനത്തിലും വിലപ്പെട്ട പങ്കുവഹിച്ചത്. നാടക കളരിയുടെയും ശങ്കരപ്പിള്ളയുടെ യും പ്രവർത്തനങ്ങളുടെ തുടർപ്രേരണയെന്നനിലയിൽ ശക്തമായൊരു അമച്വർ ഗ്രാമീണനാടകവേദി കേരളത്തിലങ്ങോളമിങ്ങോളം ഉടലെടുത്തു. കുട്ടികളുടെ നാടകവേദിയും തെരുവുനാടകരംഗവും അതിന്റെ ഫലമറിഞ്ഞു. തൊണ്ണൂറുകളുടെ തുടക്കത്തിൽ, എം.ആർ. പി.നായർ എഴുതി സാജോപനയംകോട്ടും രാധൻകൈപ്പള്ളിയും ചേർന്ന് ചിട്ടപ്പെടുത്തിയ കേരളകലാസംഘം,കുണ്ടറ അരങ്ങേറിയ 'അന്വേഷണം' എന്ന നാടകത്തിന് ആയിരക്കണക്കിനുവേദികളിൽ കിട്ടിയ സ്വീകരണം തന്നെ ഇത് തെളിയിക്കുന്നു.

'വായിക്കാൻ വേണ്ടിയുള്ള നാടക'ങ്ങളെന്നു മുദ്രകുത്തിയ വിലപ്പെട്ട പല നാടകങ്ങളും അരങ്ങേറുന്നത് നാടകക്കളരിയുടെ പ്രവർത്തനങ്ങളുമായി ബന്ധപ്പെട്ടാണ്. 'സമത്വവാദി'യും '1128-ൽ ക്രൈം 27'-ഉം 'കലി'യുമൊക്കെ അങ്ങനെയാണ് പുനർജനിക്കുന്നത്. താത്വികമായും പ്രായോഗികമായും ക്രിയാത്മകതയിൽ നിന്നും നിഷ്ക്രിയത്വത്തിലേക്കുള്ള ഒളിച്ചോട്ടമായിരുന്ന സ്വജീവിതത്തിന്റെ

അർഥാനർഥങ്ങളെയും പൊള്ളയും ദുഷ്ടവുമായ ചട്ടങ്ങളാൽ ഹിംസിക്കപ്പെടുന്ന സ്വാതന്ത്ര്യത്തെയും മരണത്തെയും ജീവിതത്തെയും പറ്റിയുള്ള ദാർശനികമായ ആശയക്കുഴപ്പങ്ങളെയും ഒരൊത്തുതീർപ്പുമില്ലാതെ എല്ലാ സങ്കീർണതകളോടുംകൂടി വേദീമുഖത്തേക്ക് ഇറക്കിവയ്ക്കുക മാത്രമാണ് 'ക്രൈം'-ൽ സി.ജെ. ചെയ്യുന്നത്. അതീവ സങ്കീർണമായ കാലികജീവിതത്തിന്റെ കലാരൂപം മാത്രം അതിഋജുവാകുന്നതെങ്ങനെ എന്ന് ആ ധിഷണാശാലി ന്യായമായും സംശയിച്ചിരിക്കാം. നിലവിലുള്ള എല്ലാ മൂല്യങ്ങളെയും (മരണം, നിയമം, ദുഃഖം) ഹസിക്കുന്ന അത്തരമൊരു നാടകം ഘടനകൊണ്ട് നാടകമാകുമ്പോൾതന്നെ നാടകരൂപത്തെയും പരിഹസിക്കുന്നു. അതിനാൽമാത്രമാണ് നാടകവിരുദ്ധ (Anti-play) നാടകത്തിലേക്ക് സ്വാഭാവികമായും അത് എത്തിച്ചേരുന്നത്. ലൂയിപിരാന്തല്ലോയോ തൊറന്റർ വൈൽഡറോ മുൻഗാമിയോ പിൻഗാമിയോ എന്നത് സി.ജെ. യുടെ നാടക പ്രതിഭയളക്കുവാനുള്ള മാനദണ്ഡമേയല്ലെന്നും ഓർക്കേണ്ടിയിരിക്കുന്നു. അപ്പോഴേക്കും കച്ചവടനാടകമാകട്ടെ സ്വന്തം നിലനില്പിനുവേണ്ടി അമച്വർവേദികളിൽനിന്നും പലതും സ്വീകരിക്കാൻ സന്നദ്ധമാവുകയും ചെയ്യുന്നുണ്ടായിരുന്നു (ഉദാ: ഗോപുര നടയിൽ). സ്ക്രിപ്റ്റ് പറച്ചിലാണ് നാടകാവതരണമെന്ന തോന്നൽ മാറി. അരങ്ങിലെ നടന്റെ സജീവതയിൽ രംഗവസ്തുക്കളുടെ പൂർണസഹായത്തോടുകൂടി മാത്രമേ ഓരോ നാടകവും (Third Theatre ഉൾപ്പെടെ) പൂർണമാവുകയുള്ളൂ എന്ന് പുതിയ നാടകപ്രവർത്തകർ വിശ്വസിച്ചു തുടങ്ങി. സ്റ്റാനിസ്ലാവ്സ്കിയും ബ്രെഹ്തും അർത്തോയും ആപ്പിയയുംമേയർഹോൾഡുമൊക്കെ അവർക്ക് വഴികാട്ടികളായും നിന്നു. കാവാലവും നരേന്ദ്രപ്രസാദും, വയലാവാസുദേവൻപിള്ളയും ഓംചേരിയും അസീസുമൊക്കെ പരീക്ഷണോന്മുഖമായ വ്യത്യസ്ത പന്ഥാവുകളിലൂടെ യാത്രചെയ്തു. പി. ബാലചന്ദ്രനും പി.എം. ആന്റണിയും ജോയ് മാത്യുവും എൻ. പ്രഭാകരനും ഇ.പി. രാജഗോപാലും എൻ. ശശിധരനും സതീഷ് കെ. സതീഷും റഫീക്ക് മംഗലശ്ശേരിയും എ.ശാന്തകുമാറും ജയിംസ് പോളും ഗോപൻ ചിദംബരവും തുടങ്ങി ഒട്ടേറെ എഴുത്തുകാരുടേയും രഘൂത്തമൻ, നരിപ്പറ്റരാജു, ശങ്കർവെങ്കിടേഷ്, ദീപൻശിവരാമൻ, സുനിൽകുമാർ, പുരുഷോത്തമൻ, രാജീവ്കൃഷ്ണൻ, സൂര്യകൃഷ്ണമൂർത്തി, ഷൈജു അന്തിക്കാട്, ജയിംസ് ഏലിയ, ശശിധരൻ നടുവിൽ, അഭിലാഷ് പിള്ള, കണ്ണനുണ്ണി, അരുൺലാൽ, ജ്യോതിഷ്, സുധി, രാജൻപൂത്തറയ്ക്കൽ, ജിനോജോസഫ്, ശ്രീജ ആറങ്ങോട്ടുകര പി.ജെ. ഉണ്ണികൃഷ്ണൻ, രാജേഷ്ശർമ്മ, തുടങ്ങി ഒട്ടേറെ നാടകപ്രവർത്തകരുടെയും മുൻകയ്യിൽ സജീവമാണ് ഇന്നത്തെ നാടകലോകം. രാമചന്ദ്രൻമൊകേരി

(നായ്ക്കളി)യുടേയും വി.സി. ഹാരിസി (The Krapp's last tape)ന്റെയും ഏകാഭിനയങ്ങളും സ്മരണീയമാണ്.

അവിടെ എടുത്തുപറയേണ്ടുന്ന മുഖ്യമായ പ്രവണത, നാടക സാഹിത്യത്തിന് പ്രാമുഖ്യം താരതമ്യേന നഷ്ടമായി എന്നതാണ്. കഥകളോ നോവലുകളോ എന്തിന് രാഷ്ട്രീയ സംഭവങ്ങൾ തന്നെയോ ആധാരമായി സ്വീകരിച്ചുകൊണ്ടുള്ള അഡാപ്റ്റേഷനുകളും അവയുടെ അടിസ്ഥാനത്തിലുള്ള മനോധർമ്മാവതരണങ്ങളുമാണ് ഇന്നേറെയും. സൂര്യകൃഷ്ണമൂർത്തിയുടെ സൂര്യ തിയേറ്റർ ബഷീർ കൃതികളുടെ (പ്രേമലേഖനം) അനുവർത്തനം, ഒഎൻവിയുടെ കവിത (കരകൗശലം; തൃശ്ശൂർ ഇതിഹാസ), ആനന്ദിന്റെ (ഗോവർധനന്റെ യാത്രകൾ) മുകുന്ദന്റെയും സാറാജോസഫിന്റേ(ഊരുകാവൽ:വടകര വരദ)യും മീരയുടെയും (ആരാച്ചാർ; യുവശക്തിനാടകകല) ജയമോഹന്റെയും (100 സിംഹാസനങ്ങൾ; വെള്ളാങ്കല്ലൂർ ഹശ്മി തിയേറ്റേഴ്സ്) നോവലുകളുമുൾപ്പെടെ നിരവധികൃതികൾ അരങ്ങിലെത്തി. നാടകാവതരണത്തെയും ആസ്വാദനത്തെയും അവയുടെ പ്രേക്ഷകപ്രതികരണങ്ങളെയും കുറിച്ചുള്ള മാറിയ കാഴ്ചപ്പാടുകൾ ഇന്നത്തെ മലയാളനാടകത്തെ അടിമുടി പരിവർത്തിപ്പിച്ചിട്ടുണ്ട്. എങ്കിലും, ആകാശത്തിൽ തനിയെ (ചങ്ങനാശ്ശേരി അണിയറ), മഞ്ഞിൽ വിരിഞ്ഞ സ്നേഹം (കൊല്ലം ആശ്രയ), ആ നെഞ്ചിൽ ചേർത്തുവച്ചത് (കൊല്ലം ചൈതന്യ), നഗ്നനായ തമ്പുരാൻ(കോഴിക്കോട് തിയേറ്റർസ്കൂൾ), വിശുദ്ധഗീവർഗീസ്(കൊച്ചിൻ ദൃശ്യമേഖല), മേരാനാംജോക്കർ (തിരുവനന്തപുരം സംസ്കൃതി), എന്തരോ മഹാനുഭാവുലു (കോഴിക്കോട് പൂക്കാട് കലാലയം), ആ ദിവസം നാളെയാണ് (അങ്കമാലി അഞ്ജലി), കണ്ണാടിക്കാഴ്ചകൾ (ശ്രീനന്ദനതിയേറ്റേഴ്സ് തിരുവനന്തപുരം, തീക്കനൽ (കോഴിക്കോട് നവചേതല), അമ്മദൈവം (കോഴിക്കോട് അക്ഷരഗുരു), ഭാഗവത സപ്താഹം (കേരളകലാഅക്കാദമി), അധ്യാപിക (കൊല്ലം ചൈതന്യ), നിഴലാട്ടം (വേദവ്യാസകലാകേന്ദ്രം), കചൻ (കഴിമ്പ്രംകാവ്യകേളി), നിഴലാട്ടപ്പെരുമ (ഗയിം എന്റർടൈനേഴ്സ്, കൊച്ചി)തുടങ്ങിയ നിഷ്പ്രഭമായ കച്ചവട നാടകങ്ങളുമവയ്ക്കൊപ്പമുണ്ട്. സൂത്രവാക്യനാടകങ്ങളായ ഇവ മിക്കപ്പോഴും അതിഭാവുകത്വത്തിന്റെ എഴുപതുകളെയാണ് ഓർമ്മിപ്പിക്കുന്നത്. എന്നാലവയ്ക്കിടയിലും സോഫോക്ലിസ്സിന്റെ 'ഈഡിപ്പസി' (കോങ്ങാട് നാടകസംഘം)നും എൻ.എൻപിള്ളയുടെ 'ഗ്രൂപ്പ്ഫോട്ടോ'യ്ക്കും എ.ശാന്തകുമാറിന്റെ 'ഒരുദേശം നുണപറയുന്ന'വിനും അരങ്ങൊരുക്കുവാനും ചില കൊമേഷ്യൽ സംഘങ്ങളുണ്ട് എന്നതും പ്രസ്താവ്യമാണ്. തൃശ്ശൂർ രംഗചേതന (ഞഞ്ഞാപിഞ്ഞ അഥവാ സ്ത്രീധനം, കിഴവനും കടലും) ലിറ്റിൽ എർത്ത് തിയേറ്റേഴ്സ് (കെന്റോണിയൻസ്, ചില്ലറസമരം, ആറങ്ങോട്ടുര കലാപാഠശാല

(ശ്ലശ്രൂഷ്ണളം) തുടങ്ങിയ ഗ്രാമീണ അമച്വർ സംഘങ്ങളുടെ ലഘുനാടകങ്ങളും ചേർന്നൊരുക്കുന്നതാണ് ഇന്നത്തെ മലയാള നാടകരംഗം. ചുരുക്കത്തിൽ വൈവിധ്യം അതിന്റെ മുഖമുദ്രയാകുന്നു. സ്വദേശിയവും വൈദേശീയവുമായ രസനകൾക്ക് ഇന്നതിലിടമുണ്ട്, പ്രത്യേകിച്ചും ആഗോളവത്ക്കരണകാലത്ത്. യാഥാസ്ഥിതികവും വിപ്ലവാത്മകവുമായ വിഭവങ്ങൾ അവിടെ കൂടിക്കുഴയുന്നു.

2017

●

സമകാല മലയാളരംഗവേദി-പ്രശ്നങ്ങളും സാധ്യതകളും

നാടകം ഒരു സംഘക്രിയയാണ്. ആയതിനാൽതന്നെ തല-കാലങ്ങളും സാംസ്കാരികവിവക്ഷകളും ഇവിടെ പ്രധാനമാകുന്നു. എഴുതപ്പെട്ട കൃതി (Drama)യിലൂടെ നാടകം (Play) നമുക്കു ലഭ്യമാകുമ്പോൾ അതിന്റെ തല-കാല-സാംസ്കാരികതകളുടെ ജൈവവിവക്ഷകൾ അലഭ്യമാകുന്നു. അത് സംഭവിക്കുന്ന സജീവാന്തരീക്ഷവും അത് അർഥം സൃഷ്ടിക്കുന്ന സാംസ്കാരിക സന്ദർഭവും അന്യമാകുന്നു. വേദി അറ്റുപോയ നാടകം അർഥം വറ്റിപ്പോയ പുറന്തോടു മാത്രമാകുന്നു. അരങ്ങിലെ നടനെപ്പോലെ ഒരു ഘടകം മാത്രമാണ് നാടകകൃതിയും അതിന്റെ സാഹിത്യവും എന്ന് ഗണിക്കേണ്ടിവരുന്ന ഘട്ടമിതാണ്. അരങ്ങിലെ (Acting area) സജീവതയിൽ അർഥാനുഭൂതികൾ സംവദിപ്പിക്കുന്ന ദൃശ്യശ്രുപമായ ഈ കലാപ്രവർത്തനത്തെ അറിയുവാൻ കാഴ്ചയുടെ ഭാഷ (Visual language)യും ശ്രവ്യഭാഷ (Audio language)യും അനിവാര്യമാണ്. സാഹിത്യത്തിന്റെ രമണീയ സിദ്ധിവിശേഷങ്ങൾ ഇവിടെ ഒരു ഘടകമേ ആകുന്നുള്ളൂ. നിർഭാഗ്യവശാൽ നമ്മുടെ ആദ്യകാല നാടക ചരിത്രപണ്ഡിതന്മാർ നാടകത്തെ സമീപിച്ചത് അതിന്റെ സാഹിത്യമൂല്യത്തെ നിർധരിക്കാനായിരുന്നു. അവരുടെ മൂല്യനിർണയത്തിനടിസ്ഥാനം സാഹിത്യപ്രമാണങ്ങളായിരുന്നു. കവിതാപക്ഷപാതികളായ അവരധികവും ഷേക്സ്പിയറുടെയും കാളിദാസന്റെയും നാടകത്തിലെ കാവ്യരസികത്വത്തെ മുൻനിറുത്തി ആസ്വാദനം നിർവഹിച്ചവരായിരുന്നു. എഴുതപ്പെട്ട നമ്മുടെ നാടകചരിത്രത്തിന്റെ ആരംഭദശയിൽ കവികളുടെ തർജമകളായി ലഭിച്ച

നാടകങ്ങളുടെ എണ്ണപ്പെരുപ്പം തന്നെ ഇതിനു സാക്ഷ്യമായിരുന്നു. അവിടെയെല്ലാം വാചിക ഭാഷാപ്രണയത്തിന്റെ ആധിക്യത്താൽ ദൃശ്യഭാഷാ നിരക്ഷരതയുടെ ഒരു വംശാവലി നാടകാസ്വാദകരായും നാടകപ്രവർത്തകരായും ജന്മംകൊണ്ടു. അവതരണ(Performance) ത്തിന്റെ ജൈവ(Organic) സ്വത്വത്തിൽ നിന്നും വായനമുറിയിലെ അവധാനതയിലേയ്ക്ക് ജഡവസ്തുകണക്കെ നാടകം മാറ്റിപ്രതിഷ്ഠി ക്കപ്പെട്ടു. സംഭവിക്കൽ (Happenings) എന്നതിൽ നിന്നും അയവി റക്കൽ (Rumination) എന്നനിലയിലേക്ക് പരിണമിച്ചു. അവതാരക രിൽ നിന്നും വ്യഖ്യാതാവിലേക്ക് പ്രാമാണ്യം വന്നുചേർന്നു. ഇത് ദൃശ്യനിരക്ഷരതയെ സ്വാഭാവികമെന്നവണ്ണം സാർവ്വത്രികമാക്കി. മലനാട്ടുചരിത്രത്തിന്റെ രാഷ്ട്രീയ പരിണാമവും നവോത്ഥാന-വിദ്യാ ഭ്യാസ സംരംഭങ്ങളും ഇതിനു സഹായകഅടിത്തറയായി വർത്തിച്ചു.

നമുക്കു സന്യസിക്കുവാൻ അവകാശം തന്നത് ബ്രിട്ടീഷുകാരാ ണെന്നുപറഞ്ഞ ശ്രീനാരായണഗുരുവും പാശ്ചാത്യസമ്പർക്കം ഭാരതീ യരുടെ ജീവിതസങ്കൽപ്പത്തിന്റെ ചക്രവാളത്തിന്റെ വിപുലീകരണം സാധ്യമാക്കിയെന്നുപറഞ്ഞ ജവഹർലാൽ നെഹ്റുവും മറ്റനവധി സാമൂഹിക പ്രവർത്തകരും പുത്തൻ രാഷ്ട്രീയാഭിലാഷങ്ങളും മാനവി കതയും ഇന്ത്യയിലെമ്പാടും സൃഷ്ടിക്കുന്ന വേളയിലാണ് കേരളീയ ജീവിതത്തിൽ സൗന്ദര്യശാസ്ത്രപരമായ പുതിയ വിച്ഛേദം സംഭവിക്കു ന്നത്. ഏകശിലാരൂപമില്ലാതെ പ്രതിദേശഭിന്നമായ സാംസ്കാരിക വൈവിധ്യത്തിൽ പുലർന്ന ഒരു ജനത സൗന്ദര്യ (Aesthetics) ബാഹ്യമായ കാരണങ്ങളാൽ ഏകീകരിക്കപ്പെട്ടുകയായിരുന്നു. ജാത്യാചാരങ്ങളാലും കീഴ്നടപ്പുകളാലും ഒരു പൊതു സാംസ്കാരികമണ്ഡ ലമില്ലാത്ത സമൂഹം അവർക്കന്യമായ പുതിയൊരു പൊതുമണ്ഡലം (Public sphere) തേടുകയായിരുന്നു. ദേശവർഗഭേദങ്ങൾ സംഘജീ വിതത്തിൽ പരിരക്ഷിച്ച കലകൾ അതിന് പര്യാപ്തമല്ലായിരുന്നു. ആ കാലങ്ങളിൽ കല ഏറെയും അനുഷ്ഠാനാത്മകം (Rituals) ആയി രുന്നുവെന്നതും ഇവിടെ ഓർക്കേണ്ടതുണ്ട്. തന്മൂലം അവർക്കാദർശ മായിത്തീർന്നത് യൂറോപ്യൻ റാഷണൽ രംഗമര്യാദകളായിരുന്നു. സയുക്തികമായൊരു ഭരണക്രമത്തിനും അതിലൂടെ ലഭ്യമാകുന്ന ഭൗതികസ്വാതന്ത്ര്യത്തിനും വേണ്ടി സമരം നയിക്കുന്ന ജനതയുടെ സാംസ്കാരിക ഇച്ഛയും തദനുസാരിയായിത്തീരുക സ്വാഭാവികമാണ്. ഈ പ്രതിസന്ധികളുടെ പ്രായോഗിക പ്രതിവിധിയായിട്ടാണ് ഇബ്സനിസവും മറ്റും ഇവിടെ സ്ഥാപിതമാകുന്നത്. യൂറോസെൻ ട്രിക് ആയ വിശ്വമാനവനെക്കുറിച്ചുള്ള പരികൽപ്പനയും സുഘടിത മായ ജീവിതമെന്ന സങ്കൽപ്പനവും സൃഷ്ടമാക്കുന്ന സാമൂഹികമനസ്സ് ഇതാണ്. കെട്ടുറപ്പുള്ള ഭരണവും സയുക്തികമായ ശിക്ഷാവിധികളും

കേരളീയ ജീവിതം അനുഭവിക്കുന്ന രാഷ്ട്രീയ സന്ദർഭവും ഇതത്രേ! എല്ലാ അറിവും ജയിലിൽനിന്നും ആരംഭിക്കുന്നെന്ന ഫൂക്കോയുടെ വാക്കുകൾ ഇവിടെയും സംഗതമാകുന്നു. ശ്രീചന്ദ്രം കൈമുക്കിന്റെ സൗന്ദര്യവിചാരം 'കാക്കാരിശ്ശി'യേയും ജുഡിഷ്യറിയുടേത് 'നാട്ടുഗദ്ദിക'യേയും സൃഷ്ടിക്കും.

ദൃശ്യനിരക്ഷരതയുടെ വിളംബരമായിത്തീർന്ന നമ്മുടെ നാടകചരിത്രത്തെക്കുറിച്ച് പുനരന്വേഷണം നടന്നത് നാടകക്കളരിയുടെ പ്രവർത്തനവുമായി ബന്ധപ്പെട്ടാണ്. കേരളവർമയുടെ ശാകുന്തളം തർജമയ്ക്കു മുമ്പേതന്നെ ഇവിടെ ജനതയുണ്ടെന്നും അതിനാൽ അവരുടെ ദൃശ്യസംവേദനതൃഷ്ണകൾ രംഗകലകൾക്ക് ജന്മം നൽകിയിട്ടുണ്ടെന്നും വിപുലമായ അർഥത്തിൽ അവയും നാടകവിചാരത്തിൽ ഇടം കിട്ടേണ്ടവയാണെന്നും അക്കാലത്ത് സ്ഥാപിക്കപ്പെടുകയുണ്ടായി. തമിഴ് സംഗീത നാടകങ്ങളിലൂടെ മലയാളിമനസ്സിലേക്ക് കടന്നുകയറിയ പാഴ്സി രംഗാനുശീലങ്ങളെയും ആവിഷ്കാരവിധികളെയും അവയ്ക്കടിസ്ഥാനമായിരുന്ന കച്ചവട താൽപര്യത്തെയും കുറിച്ച് അപ്പോൾ അന്വേഷണം ആരംഭിച്ചു. തമിഴ് സംഗീതനാടകങ്ങളുടെ ആവിഷ്കാരത്തിലുള്ള അവ്യവസ്ഥിതത്വവും അതിഭാവുകത്വവും സംഗീതത്തിനു അവ കൽപ്പിച്ച മുൻകൈയുമൊക്കെ അതിന്റെ സവിശേഷതകളായി ഗണിക്കപ്പെട്ടു. മാത്രമല്ല സ്വാതിതിരുനാളെന്ന മഹാപ്രതിഭയുടെ സാരഥ്യത്തിൽ കേരളാന്തരീക്ഷത്തിൽ സംഗീതത്തിനു ലഭിച്ച സാർവത്രിക പ്രോത്സാഹനവും ഇവിടെ പ്രചോദനമായിത്തീർന്നു. മലയാള സംഗീത നാടകപ്രസ്ഥാനത്തിന്റെ അതിദ്രുതവേരോട്ടത്തിന് ഇതുകാരണമായി. ഒരു ജനകീയ കലാന്തരീക്ഷത്തിന്റെ പ്രാഗ്പൊടിപ്പുകൾ ഈ വ്യാപാരക്കമ്പനികളിൽ ഉപദർശിക്കാമെങ്കിലും പ്രഹസനാവതാരകരായ ആനുഷംഗിക നാടകപ്രവർത്തകരാണ് പിന്നീട് അതിനെ വളർത്തിയത്. വായനശാലാവാർഷികങ്ങളെന്ന പുതുസമ്മേളനക്കൂട്ടങ്ങളുടെ പുതുആവശ്യത്തിന്റെ ഭാഗമായിരുന്നു അത്. (മറ്റാർക്കുംവേണ്ടിയല്ലാതെ കുടുംബാംഗങ്ങളൊന്നിച്ച് തിരുവനന്തപുരം ഗൃഹസദസ്സുകളിൽ അപൂർവ്വമായി നാടകമവതരിപ്പിച്ചിരുന്നു!) മുഖ്യധാരയായി 'ഉലേബക്കാവലി'യുടെ അരങ്ങ് വ്യാപിക്കുമ്പോൾ, അതിന്റെ വേദീസജീവതയിലേക്ക് സംസ്കൃത നാടകമായാലും ഷേക്സ്പിയർ നാടകമായാലും ഇറക്കിവയ്ക്കുന്ന അനാരോഗ്യശീലങ്ങൾ സ്ഥാപിതമാവുകയായിരുന്നു. സംസ്കൃതനാടകാവതരണത്തിന്റെ രംഗവേദി ഇന്ത്യയിൽ അന്നും നിലനിൽക്കുന്നത് കൂടിയാട്ടത്തിൽ മാത്രമാണെന്നും ഇവിടെ ഓർക്കണം. എന്നാലതൊന്നും മുഖ്യധാരയിലെ ആസ്വാദനവൃന്ദത്തിന് ഗമ്യമായിരുന്നില്ല. ചുരുക്കത്തിൽ ഈ വൈപരീത്യത്തിന്റെ ഫലമായി നമ്മുടെ നാടകസാഹിത്യം

ഒരുവഴിക്കും നാടകവേദി മറ്റൊരുവഴിക്കും യാത്രയായി. തന്മൂലം ജൈവവികാസമറ്റ സമഗ്രതയുടെയും സാംസ്കാരികവിവക്ഷകളുടെയും 'സംഭവിക്കൽ' നഷ്ടമായ ഒരു നാടകരംഗം ഇവിടെ സ്രഷ്ടമായി. ജന്മനാ വികൃതമായ ഈ കാലസൃഷ്ടിയെ തല-കാല നിരപേക്ഷമായി നാം പരിപാലിച്ചു. നമ്മുടെ സാംസ്കാരികജീവിതത്തിനു സംഭവിച്ച വിച്ഛിത്തി അതിനു നിമിത്തവുമായി.

ജൈവവികാസമുള്ള ഒരു നാട്ടരങ്ങിന്റെ വേരുതേടിപ്പോയ നമ്മുടെ നാടകപണ്ഡിതന്മാരിൽ പ്രമുഖർ സി.എൻ. ശ്രീകണ്ഠൻ നായർ, എം. ഗോവിന്ദൻ, അയ്യപ്പപ്പണിക്കർ, കാവാലം, എം.വി. ദേവൻ, ജി. ശങ്കരപ്പിള്ള, അരവിന്ദൻ മുതൽ പേരായിരുന്നു. ജി. ശങ്കരപ്പിള്ളയും കാവാലവും സർഗക്രിയയിലൂടെ ഈ അന്വേഷണത്തിന് സാർഥമാനം തേടി (കൊളോണിയൽ സൗന്ദര്യസങ്കൽപ്പങ്ങൾക്കെതിരെ ലോകവ്യാപകമായി നടന്ന ഒരന്വേഷണത്തിൽ മലയാളനാടകവും ഇതിലൂടെ അറിഞ്ഞോ അറിയാതെയോ കണ്ണിചേരുകയാണ് ഉണ്ടായത്). കേരളത്തിലെ സംഘടിതമായ പ്രഥമ കോളനിവിരുദ്ധ (Anti-colonial) സർഗാന്വേഷണമായിരുന്നു തനത് നാടകവേദിയിൽ അരങ്ങേറിയത്.

'സാക്ഷി'യിലൂടെയും 'കിരാത'ത്തിലൂടെയും അവർ അരങ്ങറിഞ്ഞു. സമൃദ്ധമായ നമ്മുടെ നടന പൈതൃകത്തിലേക്കിറങ്ങിയ അവർ അരങ്ങിന്റെ അൽഭുതകരമായ സിദ്ധിവിശേഷങ്ങൾ നേരിട്ടറിഞ്ഞു. ദൈവത്തിന്റെ നാട്ടിലെ കലകളിലേറെയും അനുഷ്ഠാനങ്ങൾ നിറഞ്ഞുനിൽക്കുന്നു. മുടിയേറ്റ്, കാളിയൂട്ട്, വേലവരവ്, തുടങ്ങിയ എണ്ണമറ്റ അനുഷ്ഠാനങ്ങൾ അവിടെ ഉയിരെടുക്കുന്നു. കഥകളി, കൂടിയാട്ടം, കൂത്ത് തുടങ്ങി ധന്യമായ ഒരു ക്ലാസിക്കൽ നടനക്രമം ഇവിടാടുന്നു. സങ്കരസൃഷ്ടിയായ ചവിട്ടുനാടകം ജനപ്രിയമായിത്തീരുന്നു. ഇവയ്ക്കുപുറമെ ജനകീയ കലകളുടെ സ്വാഭാവിക അരങ്ങായി ഏകനടാഭിനയമുള്ള (one man show) തുള്ളലെന്ന മഹാസംരംഭം കേരളീയജീവിതത്തെ ഭാസുരമാക്കിയിരുന്നു. ദഫ് മുട്ടും, റാത്തീബും, ഒപ്പനയും സജീവതയാളുന്നു. എന്തുകൊണ്ടിവ ഗുണാത്മകമായി വർത്തമാനരംഗവേദിയിലേക്ക് സ്വാംശീകരിച്ചുകൂടാ. തനതടയാളമുള്ള ഒരു നാടകവേദി രൂപീകരിച്ചുകൂടാ. രവിവർമയിൽ നിന്നും കെ.സി.എസ്. പണിക്കരിലേക്കും റിയലിസത്തിൽനിന്നും താന്ത്രിക ചിത്രകലയിലേക്കും നമ്മുടെ ചിത്രകല പരിണമിക്കുന്ന ഘട്ടവും ഇതുതന്നെയാണ് (ചുവർ ചിത്രങ്ങളുടെ വാർത്തുളരേഖകളും ശ്രീചക്രവും മറ്റും രാജൻ കാക്കനാടൻ കോപ്പർപ്ലേറ്റിൽ എച്ചിംഗ് ആയി പകർത്തുന്ന ഘട്ടവും ഇതാണ്). ഇതിലൂടെ കേരളത്തിന്റേതുമാത്രമായ, ലോകനാടക വേദിയിൽ

സ്വന്തം അസ്ഥിത്വം സ്ഥാപിക്കുവാൻ പര്യാപ്തമായ ഒരു രംഗവേദി സൃഷ്ടിക്കാമെന്നവർ വിശ്വസിച്ചു.

നിർഭാഗ്യവശാൽ ആ ഉദ്യമം നൂറുശതമാനം വിജയംവരിച്ചില്ല. എങ്കിലും നമ്മുടെ നാടകഭാവുകത്വത്തെ നവീകരിക്കുവാനും പരീക്ഷണോന്മുഖവും അതിനാൽത്തന്നെ വികാസകാംക്ഷയുള്ളതുമായ ഒരു നാടകസമീപനത്തെ സൃഷ്ടിക്കുവാനും ഇതിനായി. ഇതിന്റെ അലയൊലികൾ മുഖ്യധാരാനാടകങ്ങളായ ഉത്സവനാടകങ്ങളിൽ പോലും ശക്തമായ സ്വാധീനം സൃഷ്ടിച്ചു. മുഖ്യധാരാനാടകങ്ങളിൽ പ്രബലമായിത്തീർന്ന സൂത്രവാക്യപ്രയോഗങ്ങളിലും ആവിഷ്കരണവിധികളിലും പുനശ്ചിന്തയ്ക്കു കാരണമായി. തനത് നാടകാന്വേഷണങ്ങൾക്ക് തുടർച്ച നൽകിയത് നരേന്ദ്രപ്രസാദിന്റേയും വയലയുടെയും പി. ബാലചന്ദ്രന്റേയും ജോസ് ചിറമ്മേലിന്റേയും എൻ. പ്രഭാകരന്റേയും കാവാലത്തിന്റ തന്നെയും നാടക പ്രവർത്തനങ്ങളായിരുന്നു. എന്നാൽ വിപുലമായ അർഥത്തിൽ അവ വികസിക്കാതെ സ്വാത്മാവർത്തനങ്ങളായിത്തീരുകയോ ഉപേക്ഷിക്കപ്പെടുകയോ ആണുണ്ടായത്. ശങ്കരപ്പിള്ള അന്വേഷണത്തിന്റെ ഒരു ഘട്ടത്തിൽ അർഥപൂർണമായ നാടകവേദിയെന്ന സങ്കൽപ്പം മുന്നോട്ടുവയ്ക്കുകയും തനതുരംഗവേദിയുടെ പുതുമുഖത്തെ ആരായുകയും ചെയ്യുന്നുണ്ട്. സംവിധാന സങ്കൽപ്പത്തിൽ രാജു നരിപ്പറ്റയും സതീശനും സനലും മറ്റു മത്സരനാടക സംരംഭകരും നാടൻകലകളുടെ അരങ്ങിലെ പ്രയോഗത്തിന് ഇന്നും ഇടം നൽകുന്നുണ്ട്. യൂണിഫെസ്റ്റ് 1999-ലെ 'മൂകനർത്തകൻ' (dumb dancer) എന്ന നാടകം തന്നെയും നമ്മുടെ രംഗവേദിയുടെ പാരമ്പര്യാന്വേഷണം ഇന്നും സജീവമാണെന്നതിന് തെളിവ് നൽകുന്നു.

തനതുരംഗാന്വേഷണം ഫലവത്തായിത്തീരാതിരുന്നതിന്റെ പ്രധാന കാരണം അതിന്റെ തല-കാല-സാംസ്കാരിക വിവക്ഷകളുടെ പുനഃക്രമീകരണം തന്നെയാണ്. നമ്മുടെ നടനകലകളുടെ ഏറ്റവും മുഖ്യമായ അംശം അതിന്റെ തൗര്യത്രികം തന്നെ. സമകാലിക അരങ്ങിലേക്ക് ഇവയെ ആവാഹിക്കുമ്പോൾ കാല കൽപ്പനയില്ലുള്ള വിളംബബോധം സംവേദനത്തിനു വിഘാതമായി നിൽക്കുന്നു. വർധിതാകുലതകളുടെ വർത്തമാന പരിസരം സമയമില്ലായ്മയുടേതാണ്. ദ്രുതതാളത്തിന്റെ - ദ്രുതകർമത്തിന്റെ ഈ കാലബോധത്തിലാണ് വിളംബതാളത്തിന്റെ പുനഃപ്രവേശയത്നം. തത്തുല്യമാണ് അതിലെ ഗീതവും നൃത്യവും എല്ലാം. മാത്രമല്ല പുതിയ സിവിൽ സമൂഹത്തിനു പാകമായ ഏകരൂപമുള്ള സാംസ്കാരികരൂപങ്ങൾ ഇനിയും കേരളജനത സൃഷ്ടിക്കേണ്ടിയിരിക്കുന്നു എന്നതും ഇതിനു

കാരണമാണ്. അനുഷ്ഠാനകലകളുടെ സാംസ്കാരികവിവക്ഷ വിശ്വാസിയുടെതാണ്. അവിടെ നടനും പ്രേക്ഷകനും തമ്മിൽ അഭേദം. അവിടെ പങ്കാളികളേയുള്ളൂ. അത് നാട്യരസത്തെ ലക്ഷീകരിച്ചുള്ളതുമല്ല. തന്മൂലം അതിന്റെ കലാംശത്തെ മാത്രമേ (?)അരങ്ങിലേക്ക് പ്രതിഷ്ഠിക്കേണ്ടതുള്ളൂ (അതൊരു പക്ഷേ അസാധ്യമോ ശ്രമകരമോ ആയ ഒരു യത്നമാണ്). അവിടെ മാത്രമേ നാടകത്തിലെ സംഭവിക്കലും ദൃശ്യഭാഷാവിനിമയത്തിന്റെ സമയബന്ധിത ക്രിയയും പ്രയോഗക്ഷമമാവുകയുള്ളൂ. കേരളത്തിലെ വായനശാലാ പ്രവർത്തനം ചീട്ടുകളിസംഘങ്ങൾക്കു വഴിമാറിയതും കരിയറിസത്തിലേക്കു യൗവ്വനം എത്തപ്പെടേണ്ടിവന്നതുമൊക്കെ ഇത്തരമൊരു അർപ്പിതാന്വേഷണത്തിൽ പരിഗണിക്കപ്പെടേണ്ടതുണ്ട്. സംഘജീവിതം അനഭിലഷണീയമാകുന്ന ആദർശങ്ങൾ നമ്മെ ഭരിക്കുമ്പോൾ, നാൽക്കവലയിലെ ചന്തയിൽനിന്നും മുറിക്കുള്ളിലെ ടി. വി. യിലേക്ക് നമ്മുടെ കമ്പോളംപോലും പരിണമിക്കുമ്പോൾ നാടകം സംഭവിക്കുവാനുള്ള പൊതുഇടം കുറയുന്നു, അഥവാ വ്യതിയാനപ്പെടുന്നു.

തനതു രംഗാന്വേഷണത്തോടൊപ്പംതന്നെ എപിക് തീയേറ്ററിന്റെ നാടക മാതൃകകളും ഇന്ന് നമ്മുടെ അമച്വർ നാടകവേദിയെ പ്രചോദിപ്പിക്കുന്നുണ്ട്. സി.ജെ. തോമസിന്റെ '1128 -ൽ ക്രൈം 27' നാടകത്തിലൂടെ അന്യവൽകൃതനാടകവേദിയുടെ സ്വാഭാവവിശേഷങ്ങൾ സർഗാത്മകമായി നമ്മൾ പരിചയിച്ചത് 1954-ൽ ആയിരുന്നു. എന്നാൽ അന്നു നാം അതിനെ പുറംതള്ളുകയും സമാനമായൊരു രംഗവേദിയെ ബ്രെഹ്തിൽ കണ്ടെത്തുമ്പോൾ - ഒരുപക്ഷേ അതേറെ ചർച്ചചെയ്യപ്പെട്ടപ്പോൾ - നാമും അതു സ്വീകരിക്കുകയുമാണ് ചെയ്തത്. ബ്രെഹ്ത് ഉയർത്തുന്ന ആശയത്തിന്റെ പിൻബലവും സൗന്ദര്യശാസ്ത്രവിവക്ഷയിൽ ഉണ്ടായ ജ്ഞാനസിദ്ധാന്തപരമായ വിച്ഛേദവുമൊക്കെ ഇതിനു കാരണമായിട്ടുണ്ടാവാം. ഒരുപക്ഷേ നമ്മുടെ ക്ലാസിക്കൽ നാടോടി വേദികളിൽ ഉള്ള അന്യവൽകൃത നടന്മാരെക്കുറിച്ചും അവരുടെ അരങ്ങിലെ സാധ്യതയെ ക്കുറിച്ചും കൂടുതൽ അറിയുവാൻ ഇടവന്നതും ഈ സിദ്ധാന്തത്തിന്റെ പിൻബലത്തിൽ ആവാം. ബ്രെഹ്തിലും ദാരിയോഫോയിലും മാത്രമല്ല നമ്മുടെ സുന്ദരൻ കാക്കാനിലും പൊറാട്ടാശാനിലും ഈ അന്യവൽക്കരണ പ്രയോഗമുണ്ടെന്ന് ഇന്നു നാമറിയുന്നു. കെ.എസ്. ശ്രീനാഥിന്റെ ദേവശിലകളിലും, ദിവ്യയുടെ 'ജാനസി'ലും ജയപ്രകാശ് കുളൂരിന്റെ 'അപ്പുണ്ണികളിലും' അന്യവൽക്കരണ സ്പർശമുള്ള അവതരണരീതി വരുവാൻ കാരണമിതാണ്.

എന്തുതന്നെ പോരായ്മകളുണ്ടായിരുന്നാലും നാടകസമഗ്രത

യെക്കുറിച്ചും സംവേദനപ്രമാണങ്ങളെക്കുറിച്ചും നവീനമായൊരു മനോഭാവം സൃഷ്ടിക്കുവാൻ ഈ യത്നങ്ങൾക്കു കഴിയുന്നുണ്ട്. ലോക നാടകവേദിയിൽ കോമ്പോസിഷനിലൂടെ മാത്രം-വിവിധ പാറ്റേണുക ളിലുള്ള നൃത്യങ്ങളിലൂടെ മാത്രം - സംവദിക്കുന്ന നാടകങ്ങൾ കഴിഞ്ഞ ദശകങ്ങളിൽ ഉടലെടുത്തിട്ടുണ്ട്. നമ്മുടെ കണ്യാർകളിയിലും മറ്റും വാദ്യാരിയുടെയും അസംബന്ധ ഗാനാകമ്പടിയോടുള്ള സംഘചലന ത്തിലൂടെയും സൃഷ്ടിക്കുവാനാഗ്രഹിക്കുന്ന സൗന്ദര്യാത്മക സംവദന (Aesthetic Communication)വും ഇതിനു സമാനമാണ്. പക്ഷേ Context-ൽ നിന്നും അടർത്തിമാറ്റുമ്പോൾ, അനിവാര്യംവേണ്ടുന്ന ജാഗ്രത പാലിച്ചാൽ മാത്രമേ അവ ഇന്നത്തെ നാടകഅരങ്ങിന് ഉപയുക്തമാവുകയുള്ളൂ.

വസ്തുനിഷ്ഠ ഭൗതികസാഹചര്യങ്ങളും ജ്ഞാനസിദ്ധാന്തപരമായ (Epistemological) സമ്മർദങ്ങളും നമ്മുടെ അവതരണസമ്പ്രദായങ്ങ ളെയും മാറ്റിത്തീർക്കുന്നുണ്ട്. മുഖ്യധാരാനാടകങ്ങൾ അതിന്റെ സാമ്പ ത്തികലാക്കിൽ സാമ്പ്രദായിക മാർഗങ്ങളിലൂടെ ഭാവുകത്വപ്രീണനം നടത്തുകയും വിപണി തേടുകയും ചെയ്തുകൊണ്ടാണ് ഇവയെ മറി കടക്കുന്നത്. ചരിത്രപുരുഷൻമാരെക്കുറിച്ചുള്ള (ചെഗുവേര, ഇ. എം. എസ്....) ഫോർമുല നാടകങ്ങൾ ഇപ്പോഴും അവതരിപ്പിക്കപ്പെട്ടുവാ നുള്ള കാരണമിതത്രേ! അമേച്വർ, പരീക്ഷണ നാടകപ്രവർത്തകർ പുതിയ സങ്കേത(device)ങ്ങളിലൂടെയാണ് ഇതിനെ രോധിക്കുകയും സ്വാംശീകരിക്കുകയും ചെയ്യുക. ഭാവുകത്വവ്യതിയാനം വരുത്തുവാൻ അവരെ പ്രാപ്തമാക്കുന്ന ഘടകം സർഗാത്മകമായ ഈ ഉണർവാണു താനും. അരങ്ങിലെ അധികാർഭാടങ്ങൾ ഉപേക്ഷിച്ച പുവർ തീയറ്റ റിന്റെ സമ്പ്രദായങ്ങളും ചെറിയ സദസ്സിൽ ചെറിയ കളിയിടത്തിൽ അനാർഭാടമായി അരങ്ങേറുന്ന Cofetaria Theatre-ഉം തുറന്ന മണ്ണിൽ അവതരിപ്പിക്കുന്ന പാരിസ്ഥിതിക തീയേറ്ററും ഒക്കെ സൃഷ്ടമാകുന്ന തും അത്യന്ത നൂതനസംവേദനം സാധ്യമാക്കുന്നതും ഈ സമീപ നംമൂലമാണ്. ഇതൊക്കെ നമുക്കിന്നു പരിചിതമായിക്കഴിഞ്ഞു. മത്സരയിനങ്ങളിൽ വ്യാപനം നേടുന്ന മൈമും സ്കിറ്റും ഇന്നു നമ്മുടെ നാടകവേദിയിൽ സജീവമാണ്. മഞ്ജുളൻ അവതരിപ്പിച്ച 'കുനൻ' പോലുള്ള ഒറ്റയാൾ അവതരിപ്പിക്കുന്ന One man/women Showകളും ഇന്ന് നമ്മുടെ ദൃശ്യകലാമണ്ഡലത്തിൽ സജീവമാണ്.

ഫെമിനിസം പോലുള്ള നവവിചാരശീലങ്ങളും സ്ത്രീ നാടക വേദിയുടെ അന്വേഷണത്തിന് ഇന്ന് വഴിയൊരുക്കിയിട്ടുണ്ട്. സ്ത്രീയുടെ ശരീരഭാഷയുടെ സാധ്യതകൾ അരങ്ങിൽ ആരായുന്ന സജീവ പ്രവർത്തകരും സ്ത്രീപക്ഷ സൗന്ദര്യസങ്കൽപ്പത്തെ മുന്നോട്ടുവയ്ക്കുന്ന

ആർട്ടിസ്റ്റുകളും അവരുടെ അരങ്ങിന്റെ ക്ഷോഭസംവേദനങ്ങളുമെല്ലാം സർഗാത്മകതകൊണ്ടു തിളക്കമുള്ള ഒരു സമകാലിക പ്രശ്നപരിസരം നമ്മുടെ നാടകമണ്ഡലത്തിനു പ്രദാനം ചെയ്യുന്നുണ്ട്.

എങ്കിലും, നടന്മാരായി മാത്രം ജീവിച്ച ഒരു സമൂഹമുണ്ടായിരുന്ന, അരങ്ങിലെ ദൃശ്യഭാഷയ്ക്കു മാത്രം ഹസ്തലക്ഷണദീപികയെന്ന വ്യാകരണ ഗ്രന്ഥമുണ്ടാക്കിയ, ആട്ടക്കഥയും കഥകളിയും രണ്ടെന്നറിയുന്ന നമ്മുടെ നാടകവേദി ഇന്നും കൃതിപാഠത്തെ(Drama)യും രംഗപാഠ(Play)ത്തെയും കൂട്ടിക്കുഴയ്ക്കുന്നു. കാഴ്ചയുടെ നിരക്ഷതമൂലം രണ്ടാമത്തേതിലെ 'സംഭവിക്കൽ' എന്ന രാസപരിണാമത്തെ വിഗണിക്കുന്നു. തനതന്വേഷണത്തിന്റെ പിൻതുടർച്ചക്കാരായി, സ്വത്വാന്വേഷണ വ്യഗ്രരായി പുറപ്പെട്ടവരും നമ്മുടെ കേരളീയ 'കളി'കളിലെ തല-കലാ-സാംസ്കാരിക ഏകകങ്ങളെ സമകാലികമാക്കി സംവദിപ്പിക്കുന്നതിൽ പരാജയപ്പെടുകയായിരുന്നു. അങ്ങനെയല്ലാതാകുമ്പോൾ മാത്രമേ 'കളി'കാര്യമാവുകയുള്ളൂ. നമ്മുടെ 'നാടകം കളി' 'സംഭവി'ക്കുകയുള്ളൂ.

2001

മലയാള നാടക വിമർശനം

മലയാള നാടകനിരൂപണശാഖ താരതമ്യേന ശുഷ്കമാണ്. കേരളത്തിലെ കലാനിരൂപണത്തിന് സാമാന്യമായും നാടകത്തിന് സവിശേഷമായും ഈ പ്രസ്താവം ബാധകമാണ്. ചിത്രകല, സംഗീതം, ശിൽപ്പം, നൃത്തം എന്നിവ അവതരിപ്പിക്കപ്പെടുന്നതിന് ആനുപാതികമായ അപഗ്രഥനപഠനങ്ങൾ നടക്കുന്നില്ല. സംഗീത -നൃത്ത- ചിത്ര-ശില്പ്പങ്ങളെക്കുറിച്ച് എഴുതപ്പെടുന്നതിൽ കൂടുതലും 'റിവ്യൂ' മട്ടിലാണ്. പത്ര-മാധ്യമങ്ങളിലെ തൊഴിലിന്റെ ഭാഗമായുള്ള പ്രവർത്തനമാണത്. പണ്ഡിതോചിതവും അനുധാവനാപൂർണ്ണവുമായ അപൂർവ്വം പഠനങ്ങൾ ഉണ്ടായിട്ടുണ്ട്. ലീലാ ഓംചേരിയുടെയും രവീന്ദ്രനാഥിന്റെയും സംഗീതപഠനങ്ങളും വിജയകുമാർ മേനോന്റെയും എ. രാമചന്ദ്രന്റെയും ചിത്രകലാപഠനങ്ങളും വേണുജിയുടെ മോഹിനിയാട്ടത്തെക്കുറിച്ചുള്ള ഗ്രന്ഥവും ഇതിനുള്ള ഉദാഹരണങ്ങളാണ്. എന്നിരുന്നാലും സമകാലിക രംഗാവിഷ്കാരങ്ങളെ അളക്കുവാനും വിലയിരുത്തുവാനും പാകമായ സൗന്ദര്യശാസ്ത്ര ഉപാധികൾ ഇനിയും വികസിച്ചിട്ടില്ല എന്നും കാണുവാൻ കഴിയും. പ്രയോഗിക കല (Applied Art)യുടെ വൈപുല്യത്തിലൂടെ ദൈനംദിന കലേതര പ്രവർത്തനങ്ങൾ വളരെയധികം സ്വാധീനിക്കപ്പെടുന്നു. കെട്ടിട -വസ്തുനിർമ്മാണത്തിലെ ഡിസൈനിങ്ങും ഫാഷൻ വ്യവസായവും പ്രായോഗികകലയുടെ വ്യാപനത്തെ ത്വരിതപ്പെടുത്തുന്നു. 'ഗുളിക' മുതൽ 'കൊലക്കത്തി' വരെ അത് നിണ്ടുകിടക്കുന്നു. പ്രായോഗികകല (Applied Art)യും ഫാഷൻഡിസൈനിങ്ങും മറ്റും പാഠ്യവിഷയമായിട്ട് കാലമേറെയായി. അവ വിജയകരമായി പ്രയോഗിക്കപ്പെടുന്നുമുണ്ട്. എന്നാൽ ഇവകളെ വിലയിരുത്തുവാനും അവയുടെ കലാത്മകമൂല്യം

വ്യവച്ഛേദിക്കുവാനുമുള്ള ഉപാധികൾ ഇനിയും രൂപപ്പെടേണ്ടിയിരിക്കുന്നു.

നാടകം, സിനിമ, തുടങ്ങിയവയുടെ പഠനം കവിത, നോവൽ, കഥ തുടങ്ങിയ സാഹിത്യരൂപങ്ങളുടെ പഠനങ്ങളെ അപേക്ഷിച്ച് കുറയാനുള്ള ഒരുകാരണം മാധ്യമപരമായ സവിശേഷതയാണ്. പത്തൊമ്പതാം നൂറ്റാണ്ടുമുതൽ മലയാളത്തിൽ വികസിച്ചുവന്ന നാടകധാര പാശ്ചാത്യ നാടകരീതികളെ പിൻതുടരുന്ന ഒന്നായിരുന്നു. അവയുടെ സാഹിത്യാഭിമുഖ്യമായിരുന്നു- എഴുതപ്പെട്ട കൃതിയോടുള്ള മമതാബന്ധമായിരുന്നു- ഇതിനാധാരം. സംസ്കൃത നാടകതർജ്ജമകളും പ്രചരിച്ചത് ഈ മനോഭാവത്തിൽ അടിയുറച്ചായിരുന്നു. ആദ്യകാലത്തെ നാടക വിമർശനങ്ങളേറെയും സാഹിത്യാസ്പദങ്ങളായിരുന്നു. കഥയും കവിതയും വിലയിരുത്തുന്നമട്ടിൽതന്നെ അവയും വിലയിരുത്തപ്പെട്ടു. അവതരണാംശത്തെ വേണ്ടവിധം പരിഗണിച്ചില്ല. നാടകം ആട്ടത്തറയിൽ പൂർണ്ണമാക്കപ്പെടുന്ന ഒന്നാണെന്നും സാഹിത്യമാനദണ്ഡങ്ങളോടൊപ്പമോ ഒരുപക്ഷേ അതിലേറെയോ നടനകലയുടെ നിയമാകങ്ങളാണ് ഇവിടെ ആധാരമായിരിക്കേണ്ടതെന്നുമുള്ള കാര്യം വളരെ വൈകിയാണ് നാം ധരിച്ചത്. ജി. ശങ്കരപ്പിള്ളയുടേയും നാടകക്കളരിയുടേയും പ്രവർത്തനങ്ങൾ അതിനു അടിത്തറയിട്ടു. എങ്കിലും ഇന്നും നാടകനിരൂപകർ അവയെ വേണ്ടവിധം പ്രയോഗിക്കുന്നുണ്ടോ എന്നത് സന്ദേഹാർഹമാണ്.

'മാധ്യമമാണ് സന്ദേശം' എന്ന വാദം ഇവിടെ പരാമർശമർഹിക്കുന്നു. ഒരേ പ്രമേയത്തെ വ്യത്യസ്ത മാധ്യമങ്ങളിലൂടെ അവതരിപ്പിക്കുമ്പോൾ അവ ഭിന്നമാകും. അതത് മാധ്യമങ്ങളുടെ ഭാഷ അതിനെ നിയന്ത്രിക്കും. 'യുദ്ധം' പ്രമേയമായി സ്വീകരിക്കുമ്പോൾ ടോൾസ്റ്റോയിയും കുറസോവയും നെരൂദയും പിക്കാസോയും ആശ്രയിക്കുന്നത് യഥാക്രമം നോവലിന്റെയും സിനിമയുടെയും കവിതയുടെയും ചിത്രകലയുടെയും ആഖ്യാനരീതികളാകുന്നു. 'നീ മനുഷ്യനെ കൊല്ലരുത്' എന്ന നാടകത്തിൽ എം. ഗോവിന്ദനും 'ലങ്കാലക്ഷ്മി'യിൽ സി.എൻ. ശ്രീകണ്ഠൻനായരും സ്വീകരിക്കുന്ന ആവിഷ്കരണോപാധികൾ അവയിൽ നിന്നും പാടേ ഭിന്നമാണ്. സർക്കസ് പോലുള്ള കായികപ്രകടനങ്ങൾ പ്രമേയത്തെ അടിസ്ഥാനമാക്കി വിലയിരുത്തപ്പെടുന്നില്ല എന്നും നമുക്കറിയാം. പ്രമേയത്തെ അതിവർത്തിച്ചു നിൽക്കുന്ന പ്രകടനാംശത്തിലൂടെയാണ് അവിടെ സംവേദനം. ഇതിനു സമാനമായ ഒരംശം എല്ലാ പ്രകടന - അവതരണ കലകൾ (Performing art)ക്കുമുണ്ട്. നാടകവും ഇതിനൊരപവാദമല്ല. അതിനാൽ നാടകപഠനം സാർഥമാകണമെങ്കിൽ അവതരിപ്പിക്കുന്ന മാധ്യമത്തിന്റെ

ശക്തിദൗർബല്യങ്ങളെ കണക്കിലെടുത്തേ മതിയാവൂ.

പാശ്ചാത്യർക്ക് ഇല്ലാത്തത്ര വിപുലവും സമൃദ്ധവുമായ ഒരു നടന പാരമ്പര്യം ഭാരതീയർക്ക് ഉണ്ടായിരുന്നു. ഭരതന്റെ നാട്യശാസ്ത്രം മാത്രംമതി തെളിവ്. നാടകത്തെ ദശരൂപകമെന്നു വിളിക്കണമെങ്കിൽ, പത്തുവിധം വ്യവച്ഛേദിച്ച് അപഗ്രഥിക്കണമെങ്കിൽ, അന്നത്തെ നാടകരംഗം എത്ര സമൃദ്ധമായിരുന്നെന്ന് ഊഹിക്കാവുന്നതേയുള്ളൂ. ആംഗിക-വാചിക-സാത്വിക- ആഹാര്യാഭിനയങ്ങളെക്കുറിച്ച് സവിസ്തരം പ്രതിപാദിക്കുന്നുവെന്നത് മാത്രമല്ല അഭിനയാധാരങ്ങളായ 108 കരണങ്ങളെക്കുറിച്ചും നടന്റെ 'ചാരി'കളെക്കുറിച്ചും കണിശ നിർദേശങ്ങളും ഇതിൽ കാണാം. നാട്യമണ്ഡപനിർമ്മാണത്തെയും അരങ്ങിലെ ഗന്ധത്തെയുംകുറിച്ചുവരെ ഭരതൻ വിവരിക്കുന്നുണ്ട്! പതഞ്ജലിയുടെ മഹാഭാഷ്യത്തിൽ ഗ്രന്ഥികയെയും ശോഭനികയെയും കൃത്യമായി വ്യവച്ഛേദിക്കുന്നു. ആംഗികാഭിനയവിധികൾ തുടർന്നും ഭാരതീയനടന് ആലോചനാവിഷയമാകുന്നുണ്ട്. ഹസ്തലക്ഷണദീപികയും അഭിനയദർപ്പണവും അതിന്റെ നിദർശനങ്ങളാകുന്നു. അവതരണ സങ്കേതങ്ങൾ സവിസ്തരം നിർദേശിക്കുന്ന ആട്ടപ്രകാരങ്ങളും ക്രമദീപികകളും കേരളത്തിലെ രംഗനിർദേശങ്ങളുടെ സാക്ഷ്യങ്ങളാകുന്നു. കുലശേഖരന്റെ കൂടിയാട്ടത്തിന് അവതരണനിർദേശങ്ങൾ ഒരുക്കുന്ന തോല ശിഷ്യൻമാർ മുൻഗണന നല്കിയത് കൃതിപാഠത്തെക്കാൾ രംഗ പാഠത്തിനായിരുന്നു, നാട്യപരത(Performativity)ക്കായിരുന്നു. ഹസ്തമുദ്രകളും കണ്ണുസാധകവും പദചലനങ്ങളും ക്രമീകൃതവും സുശിക്ഷിതവുമായി അവർ അഭ്യസിച്ചു. അഭ്യാസത്തിലൂടെ നടശരീരത്തിലെ ഊർജകേന്ദ്രങ്ങളെ പ്രകാശനസന്നദ്ധമാക്കി. ശരീരമനസ്സുകളെ ഒന്നായിഗണിക്കുന്ന 'യോഗ'സാധന ശിക്ഷണാടിത്തറയാക്കി. സത്തും സ്വത്വവും നാട്യത്തിലെ വിനിമയാധാരമാക്കി. ഭരതരസസൂത്രത്തിലെ സം'യോഗം' സാധ്യമാക്കുന്ന അവതരണത്തിന്റെ വിപുലപാരമ്പര്യം പടുത്തുയർത്തി. ചാക്യാർ എന്ന ഒരു ജാതിസമൂഹം 'നടകുല'മായി നിലനിന്നു എന്നതിൽ നിന്നും രംഗപ്രസാധനത്തിനു നമ്മുടെ സമൂഹം കല്പിച്ചു നൽകിയ പ്രധാന്യം ഗണിക്കാം.

കഥകളി, കൂടിയാട്ടം തുടങ്ങിയ ആഢ്യകലകളിൽ മാത്രമായിരുന്നില്ല നടനത്തിനു പ്രാധാന്യം ലഭിച്ചിരുന്നത്. കേരളത്തിലെ ആദിമ അവതരണകലയായ ഭാരതക്കളി വാഗതീതാവിഷ്കാരമാണ്. എണ്ണമറ്റ അനുഷ്ഠാന- അനുഷ്ഠാനേതര രംഗകലകളുടെയും ആയോധനകലകളുടെയും സ്ഥിതിയും ഇവ്വിധമായിരുന്നു. സർപ്പം തുള്ളലും തീയാട്ടും കോൽക്കളിയും പുലികളിയും ശരീരചലനങ്ങൾക്ക് മുൻതൂക്കം നല്കുന്നു. ഓട്ടൻതുള്ളലും മലവായിയാട്ടവും തെയ്യം തിറകളും അറബനമുട്ടും

ചവിട്ടുനാടകവും ചിമ്മാനക്കളിയും വാചികത്തെ അകമ്പടിയാക്കുന്നു വെന്നു മാത്രം. നടന്റെ ശരീരഭാഷയും അവനെ ചൂഴ്ന്നുനില്ക്കുന്ന അന്തരീക്ഷവും തീയും നിറങ്ങളും അരങ്ങിന്റെ ഭാഷാരൂപീകരണത്തിൽ പങ്കുവഹിക്കുന്നു. സംവേദനോർജ്ജം അഭിനേതാവിൽ സംഭൃതമാക്കുവാനും വിനിമയം ചെയ്യുവാനുമുള്ള രാസക്രിയ ഇവിടെയും നടക്കുന്നു. വ്രതവും ശീലങ്ങളും അഭ്യാസത്തിന്റെ ഭാഗങ്ങളാകുന്നു. നടനം കൃതിക്കതീതമായ ഒരു ബൃഹത്കർമ്മമായി പരിണമിക്കുകയാണിവിടെ. അവതരണ പ്രധാനമായ ഈ സമീപനം തുടർച്ചയില്ലാതെ പോവുകയും ആധുനിക വിവക്ഷയിലുള്ള നാടകം മറ്റൊരു വഴിക്കു വളരുകയും ചെയ്തതിനാലാണ് നവീന ആട്ടപ്രകാരങ്ങൾ രചിക്കപ്പെടാതെ പോയത്. ഈ കുറവ് കൃതിപാഠാസ്പദ പഠനങ്ങളിലൂടെ നിവാരണം ചെയ്യാനാണ് മുൻകാലങ്ങളിൽ ശ്രമിച്ചിരുന്നത്. അന്നത്തെ നിരൂപകർക്ക് കൈമുതലായിരുന്ന സാഹിത്യശിക്ഷണം ഒരുപരിധിവരെ അവരെ അതിനു പ്രേരിപ്പിച്ചിരുന്നു എന്നുപറയുന്നതാവും ശരി. ആദ്യമായി അരങ്ങുമായി ചേർത്ത് നാടകരൂപത്തെ വിലയിരുത്തുവാൻ മുതിർന്നവരിൽ ഏറിയകൂറും നാടകകൃത്തുക്കളായിരുന്നു എന്ന കാര്യവും ഇവിടെ പ്രസ്താവയോഗ്യമാണ്.

സി.ജെ. തോമസിന്റെ ഉയരുന്ന യവനിക നാടകലക്ഷണ ചർച്ച നടത്തുന്ന ശ്രദ്ധേയമായ ആദ്യകാല കൃതിയാണ്. മേക്കൊല്ല പരമേശ്വരൻ പിള്ള (നവീന നാടക ദർശനം), പുളിമാന പരമേശ്വരൻ പിള്ള (ലേഖനങ്ങൾ), കൈനിക്കര കുമാരപിള്ള (നാടകീയം), എൻ.എൻ. പിള്ള (കർട്ടൻ), എം.എൻ. എൻ. നമ്പൂതിരി (നാടകത്തിലേയ്ക്കൊരു നടപ്പാത), എൻ. കൃഷ്ണപിള്ള (കൈരളിയുടെ കഥ), കാട്ടുമാടം നാരായണൻ (നാടകരൂപ ചർച്ച), ചേലങ്ങാട് ഗോപാലകൃഷ്ണൻ (മലയാള സംഗീതനാടകങ്ങൾ), കെ. അശോകൻ (നാടകാസ്വാദനം), ടി.പി. സുകുമാരൻ (നാടകം കണ്ണിന്റെ കല), മടവൂർ ഭാസി (നാടകവേദി), എം.കെ. സാനു (ലേഖനങ്ങൾ), പി.കെ. ബാലകൃഷ്ണൻ (മായാത്ത സന്ധ്യകൾ), വിജയരാഘവൻ (സി.ജെ. മുതൽ സി.എൻ. വരെ), അയ്യപ്പപണിക്കർ (ലേഖനങ്ങൾ), പി.ജെ. ആന്റണി (നാടകസ്മരണകൾ), സെബാസ്റ്റ്യൻ കുഞ്ഞുകുഞ്ഞു ഭാഗവതർ (നാടക സ്മരണകൾ), ജി. ശങ്കരപ്പിള്ള (നാടക ദർശനം), വയലാവാസുദേവൻ പിള്ള (സൂത്രധാരാ എതിലേ എതിലേ), വി.എം. കുട്ടികൃഷ്ണമേനോൻ (കലയും ജീവിതവും കാഴ്ചപ്പാടുകളിലൂടെ) എൻ. ആർ. ഗ്രാമപ്രകാശ് (തെരുവ് നാടകം), സെയ്ത്താൻ ജോസഫ് (എന്റെ നാടാകാനുഭവങ്ങൾ), ഡോ. എൽ. തോമസുകുട്ടി (കറുത്ത ചിരിയുടെ അരങ്ങ്), ഭരത്ഗോപി (നാടകനിയോഗം,) കെ. ശ്രീകുമാർ (മലയാള സംഗീത നാടകങ്ങൾ), ഗോപൻ ചിദംബരം (തെരുവു യുദ്ധത്തിന്റെ നാടകവേദി),

രാജുവള്ളിക്കുന്നം (അഭിനയത്തിന്റെ അർഥങ്ങൾ), ഡോ. കെ. ജോയ് പോൾ (സി.എൻ. ശ്രീകണ്ഠൻ നായർ മലയാളത്തിന്റെ ഇബ്സൻ), സി.എസ്. ബിജു (നാട്യസിദ്ധാന്തം) തുടങ്ങിയവർ പല നിലകളിൽ മലയാള നാടക പഠനത്തിൽ വ്യാപരിച്ചവരാണ്. ആദ്യകാല നാടക പഠനങ്ങളിൽ നിന്നും പിൽക്കാല ങ്ങളിലേത് വ്യത്യാസപ്പെടുന്നത് അവ അവതരണത്തിനു നൽകുന്ന ഊന്നലിലാണ്. കൃത്യമായിപ്പറ ഞ്ഞാൽ, നാടകക്കളരി തൊടുത്തുവിട്ട വിചാര വിപ്ലവത്തിനുശേഷ മാണ് ഈവിധം സമീപനം വീണ്ടെടുക്കപ്പെട്ടത്.

നാടകത്തിലെ ഭാഷയും നാടകത്തിന്റെ ഭാഷയും ഭിന്നമാണെന്നും ഇരുഭാഷാപ്രയോഗങ്ങളുടെയും ആഴക്കാഴ്ചയുള്ളവർക്കേ ഗുണപര മായ നാട്യപ്രയോഗം സാധ്യമാവുകയുള്ളൂ എന്നും ജി. ശങ്കരപിള്ള ആവർത്തിച്ചു. തനതന്വേഷണങ്ങളോടൊപ്പം പ്രചാരം സിദ്ധിച്ച ഈ സമീപനം ദൂരവ്യാപകഫലങ്ങളുളവാക്കി. നാടകക്കളരിയും സി.ജെ. സ്മാരക സമിതിയുടെ പ്രഭാഷണങ്ങളും 'ദൈവത്താർ', 'അവനവനൻ കടമ്പ' എന്നീ നാടകങ്ങളിലെ ആമുഖ സംവാദങ്ങളും 'അരങ്ങി'ലെ ലേഖനങ്ങളും അതിനു പിന്തുണയേകി. പൂർവ്വകാലത്തെ നടനശ രീരം വീണ്ടും അരങ്ങിലെത്തി. സംവിധായകൻ ഒരു സജീവ സർഗ സാന്നിധ്യമായി. കൃതിപാഠത്തിന്റെ കേവല വ്യാഖ്യാതാവ് എന്ന നിലയിൽ നിന്നും ഏറെ മുന്നോട്ട്പോയി. അയാളുടെ കർമമേഖല അത്യധികം ശ്രദ്ധയർഹിക്കുന്ന ഒന്നായി. അരങ്ങിന്റെ ഭാഷയുടെ നാനാവശങ്ങളും വിഗണിക്കാനാവത്തതായി. നാടകാവതരണം ഗൗരവമായ പ്രവർത്തനമാണെന്ന് അവബോധമുണ്ടായി. നാടകേതര കൃതികൾ അരങ്ങിലേക്ക് വ്യാപകമായി അനുവർത്തിക്ക(Adopt) പ്പെട്ടു. അവതരിപ്പിക്കപ്പെടുന്ന ഭാഷയിലെ ഒരു ഉപഘടകമെന്ന നിലയിൽ നാടകകൃതി നിജപ്പെട്ടു. വെളിച്ച-ചലന-ചമയങ്ങളട ങ്ങിയ ബൃഹത്സഞ്ചയത്തിലൂടെ സ്രഷ്ടമാകുന്ന അരങ്ങിന്റെ ഭാഷ സംവേദനത്തിന്റെ ഉപാധിയായി. രംഗഭാഷാ രൂപീകരണത്തിലെ ഓരോ ഘടകവും പ്രധാന്യമുള്ളതായിച്ചമഞ്ഞു. നാടകത്തിലെ വാക്ക്-സംഭാഷണം-നിത്യവ്യവഹാരത്തിലേതിൽ നിന്നും ഏറെ ഭിന്നമാണെന്നും, സവിശേഷമായ തിരഞ്ഞെടുപ്പുകളിലൂടെ കണ്ടെ ത്തുന്നതാണെന്നും അതിനാൽതന്നെ സാമാന്യവ്യവഹാരത്തിന പ്പുറം ദ്യോതനശേഷിയുള്ള ഒരു ചിഹ്നമാണ് അതെന്നും വന്നുകൂടി. ശബ്ദ-ചലന- വേഷങ്ങളെല്ലാം തന്നെ ഇമ്മട്ടിലാകയാൽ അവയുടെ പ്രയോഗം അവധാനത്തോടുകൂടിയതാവണം. അതിലൂടെ മാത്രമേ അരങ്ങിന്റെ ഭാഷ പ്രയോഗക്ഷമമാവൂ.

മുകളിൽ കാണിച്ച ഓരോ അംശത്തെയും ഇഴപിരിച്ച അപഗ്രഥിക്കുന്നതിലൂടെയാണ് നാടകനിരൂപണം സാധ്യമാവുക. അവതരണത്തിനുസാക്ഷ്യംവഹിക്കുമ്പോഴാണ് ഇതിനു കഴിയുക. അച്ചടിക്കപ്പെട്ട നാടകകൃതിയെ അപഗ്രഥിച്ചാൽ നാടകത്തിന്റെ സചേതനാംശം നഷ്ടമാകും. അരങ്ങും പ്രേഷകനുമടങ്ങുന്ന, തല-കാലങ്ങളിൽ ആരംഭിച്ചൊടുങ്ങുന്ന ക്ഷണികവും ജൈവവുമായ കലാരൂപമാണിത്. കൃതിപാഠത്തിൽ നടന്റെയും പ്രേക്ഷകന്റെയും സാന്നിധ്യം ഇല്ല. ശബ്ദസംഗീത വെളിച്ചപ്രയോഗങ്ങളില്ല, ചലനവേഗങ്ങളാൽ, ശബ്ദ വ്യാപ്തിയാൽ, രംഗശില്പങ്ങളാൽ തെഴുത്തുണരുന്ന നാടാകാനുഭവം ഇല്ല. ആകയാൽ കൃതിമാത്രപഠനം, വിശാലാർഥത്തിൽ നാടകപഠനത്തിന്റെ ഭാഗിക സാക്ഷാത്കാരം മാത്രം. നാടകപഠിതാവിന്റെ മുഖ്യവെല്ലുവിളി ഇതാണ്.

അച്ചടിക്കപ്പെടുന്ന മലയാളനാടകങ്ങൾ പൊതുവേ കുറവാണെന്ന കാര്യം ആനുഷംഗികമായി പറയട്ടെ. ആനുകാലികങ്ങളിലും മറ്റും ഇതരസാഹിത്യരൂപങ്ങൾക്ക് അനുവദിക്കുന്ന ഇടം നാടകകൃതിക്ക് നൽകാറില്ല. അവതരിപ്പിക്കുന്ന നാടകങ്ങളിലേറെയും പ്രസിദ്ധീകരിക്കാറുമില്ല. നമ്മുടെ മുഖ്യധാരാനാടകവേദി എല്ലാവർഷവും നൂറുകണക്കിന് നാടകാവതരണങ്ങൾ നടത്താറുണ്ട്. ഇതിനുപയോഗിക്കുന്ന

സ്ക്രിപ്റ്റുകൾ ഏറിയപങ്കും പ്രസിദ്ധീകരിക്കാതെ പോവുകയാണ് പതിവ്. പ്രൊഫഷണൽ നാടകരംഗത്തിന്റെ വളർച്ചയ്ക്കും പ്രോത്സാഹനത്തിനുമായി ഗവൺമെന്റ് തലത്തിൽ ആണ്ടോടാണ്ട് മത്സരം സംഘടിപ്പിക്കാറുമുണ്ട്. സമ്മാനിതങ്ങളായ നാടകങ്ങൾ പോലും അച്ചടിക്കാൻ ശ്രമങ്ങളില്ല. ഒരു സമൂഹത്തിന്റെ സജീവപങ്കാളിത്തത്തിൽ സംഭവിക്കുന്നതും ക്ഷിപ്രവും നേരിട്ടുള്ളതുമായ സംവേദനത്തെ അടിസ്ഥാനപ്പെടുത്തുന്നതുമായ ഒട്ടേറെ കലകളുടെ സാകല്യമായ നാടകകലയോട് ആ സമൂഹത്തിനുള്ള മനോഭാവമാണ് ഇവിടെ കാണാനാവുക. നാം നാടകപ്രവർത്തനങ്ങളോട് എത്രമാത്രം വിമുഖരാണെന്നറിയാൻ നമ്മുടെ മുഖ്യധാരാപ്രസാധകരുടെ കാറ്റലോഗ് പരിശോധിച്ചാൽ മതി.

പോയവർഷങ്ങളിൽ അപൂർവ്വങ്ങളായി നാടകങ്ങൾ അച്ചടിക്കപ്പെട്ടിട്ടുണ്ട്. ഇരയും ഇരപിടിയനും (വി.കെ. പ്രഭാകരൻ), കേളു (എൻ. ശശിധരൻ & ഇ.പി. രാജഗോപാൽ), മായാസീതാങ്കം (പി. ബാലചന്ദ്രൻ), ദേവശിലകൾ (കെ.എസ്. ശ്രീനാഥ്), സങ്കടൽ (ജോയിമാത്യു), റോസ് മേരി പറയാനിരുന്നത് (സതീഷ് കെ. സതീഷ്), ഓരോരോ കാലത്തിലും (ശ്രീജ കെ. വി.), ഏകാങ്കങ്ങൾ (2001-02, 03 എഡി., ഇ.ടി. വർഗീസ്), സത്യപാലൻ കൊല്ലപ്പെട്ടു (ടി.പി. അജയൻ), സോളിലോക്വി (സി.പി. രാജശേഖരൻ), കീറിമുറിച്ച കണ്ണ് (ടി.എം. എബ്രഹാം), എന്തരോ മഹാനുഭാവുലു (ടി.പി. ശങ്കുണ്ണി), കുരുടൻപൂച്ച (എ. ശാന്തകുമാർ), വിരൽപ്പാട് (ഡോ. എസ്. ജനാർദ്ദനൻ), തെണ്ടിക്കുത്ത് (രാമചന്ദ്രൻ മൊകേരി), സദൃശവാക്യങ്ങൾ (സി. ഗോപൻ) തുടങ്ങിയവ.

സമീപകാലത്ത് വ്യാപകമായിക്കാണുന്ന പ്രവണത നോവലിനെയോ കഥകളെയോ രംഗഭാഷ്യം നൽകി അവതരിപ്പിക്കുന്ന സമ്പ്രദായമാണ്. സംവിധായകനിഷ്ഠമായ വ്യാഖ്യാനപാഠങ്ങളാണ് മിക്കതും. ഏതെങ്കിലും ഒരു സമീപകാലസംഭവത്തെയോ പത്രവാർത്തയെയോ ആസ്പദമാക്കി മനോധർമ്മാഭിനയ (Improvise)ത്തിലൂടെ നാടകം ചിട്ടപ്പെടുത്തുന്ന (കലാജാഥകളധികവും ഇങ്ങനെയാണ്) രീതിയുമുണ്ട്. ജി. അജയന്റെ 'ദളിത് യുവതിയുടെ കദനകഥ', 'മന്റ കനവ്", രാജു നരിപ്പറ്റയുടെ 'വായോപാതാളം', 'കൊച്ചുസ്വപ്നങ്ങളുടെ തമ്പുരാൻ', സുവീരന്റെ 'ഭാസ്കരപട്ടേലരും തൊമ്മിയുടെ ജീവിതവും', മനോജ് കാനയുടെ 'ഉറാട്ടി', റോഷൻ സംവിധാനം ചെയ്ത 'മഞ്ഞിൽ പതിഞ്ഞ നിന്റെ ചോരപ്പാടുകൾ' മുതലായവ ആദ്യഗണത്തിൽപ്പെടുന്നു. ജയപ്രകാശ് കുളൂരിന്റെ 'അപ്പുണ്ണികളുടെ റേഡിയോ', 'സോപ്പ് ചീപ്പ് കണ്ണാടി', 'വെളിച്ചെണ്ണ', മഞ്ജുളന്റെ 'കൂനൻ', 'തുപ്പേട്ടന്റെ പപ്പടം'

തുടങ്ങിയവ മനോധർമ്മാഭിനയത്തിലൂടെ വികസിപ്പിച്ചെടുത്തവയാകുന്നു. പ്രദീപ് മണ്ണൂരിന്റെ 'അബ്ദുള്ള', 'ഫൂലൻ', 'പ്രജാപതി', 'മാട്ട്', 'ദ്വന്ദം' തുടങ്ങിയ ലഘുനാടകങ്ങൾ സമകാലിക സംഭവങ്ങളെ ആസ്പദമാക്കി സ്വരൂപിക്കുന്നവയാണ്. പ്രദീപൻ പാമ്പിരിക്കുന്നെഴുതി സുരേഷ്ബാബു സംവിധാനം നിർവ്വഹിച്ച 'ജീവിതം ഡോട് കോമും', കാവാലവും രഘൂത്തമനും പ്രേംപ്രകാശും ടി.എം. എബ്രഹാമും കലാധരനും കെ. മോഹനനും മറ്റും അരങ്ങേറുന്ന മിക്ക നാടകങ്ങളും ഇതുപോലെ അരങ്ങിൽ ക്ഷണികമായി പൊലിയുകയാണ്. പഴയ കൃതികളുടെ രംഗവ്യാഖ്യാനങ്ങളായ രാജു നരിപ്പറ്റയുടെ 'കൊടുങ്കാറ്റ്', 'ദൂത ഘടോൽക്കചം', സാം കുട്ടിയുടെ 'നിങ്ങളെന്നെ കമ്മ്യൂണിസ്റ്റാക്കി', സുവീരന്റെ 'അടുക്കള', 'സയനോര' മുതലായവ; സനലും ഗിരീഷ് കടന്നപ്പള്ളിയും മറ്റനവധി നാടകകാരന്മാരും അവതരിപ്പിക്കുന്ന സ്കൂൾ നാടകങ്ങൾ,

'പെരുംകൊല്ലൻ', 'ദ്വയം', 'ആമാശയം' തുടങ്ങിയ അമച്വർ കലാസമിതികളുടെ നാടകങ്ങളും 'അംഗുലീയാങ്കം' (ദേശി, കാമ്പസ് തിയേറ്റർ), 'മായാസീതാങ്കം' (തിയേറ്റർ ഗ്രൂപ്പ്), 'ഇരുളിൽ അലിയുന്ന സന്ധ്യ (ക്രിയാ സാംസ്കാരികവേദി, കാലിക്കറ്റ് യൂണിവേഴ്സിറ്റി), 'രാവുണ്ണി' (കൾട്ട്) തുടങ്ങിയ കാമ്പസ് നാടകങ്ങൾ എന്നിവയുടെ കാര്യവും തഥൈവ. സംവിധായകന്റെയും മേക്കപ്പ്മാന്റെയും വെളിച്ച വിധാതാവിന്റെയും നാനാവിധ പ്രവർത്തകരുടെയും സർഗാധ്വാനം ക്ഷിപ്രം അസ്തമിക്കുകയാണ്. ഈ സ്വഭാവവിശേഷമുള്ള രംഗാവതരണത്തെയാണ് നാടക ഗവേഷകർ അപഗ്രഥനവിധേയമാക്കേണ്ടത്.

ഈ പരിമിതികൾ ഉള്ളപ്പോൾതന്നെ കേരളത്തിലും പുറത്തും മലയാള നാടകഗവേഷണങ്ങൾ നടന്നിട്ടുണ്ട്, നടക്കുന്നുമുണ്ട്. കേരള സർവ്വകലാശാല ബിരുദം നൽകിയ ആദ്യകാല പ്രബന്ധങ്ങളിൽ ശ്രദ്ധേയമായവ; 'സി.ജെ. തോമസ്; ഒരു നാടകകാരന്റെ രൂപവൽക്കരണം' (ഡോ. ഏ. റസ്സലുദ്ദീൻ), 'സാമൂഹ്യപരിവർത്തനത്തിൽ ആദ്യകാല മലയാള നാടകങ്ങൾക്കുള്ള പങ്ക്' (ഡോ. സി. സ്റ്റീഫൻ), 'മലയാള നാടകവേദിയുടെ വികാസം നാടകസാഹിത്യത്തിന്റെ അടിസ്ഥാനത്തിൽ' (ഡോ. ജി. ഗംഗാധരൻ നായർ), 'യഥാതഥ വിരുദ്ധ നാടകങ്ങൾ മലയാളത്തിൽ' (ഡോ. വിജയരാഘവൻ) തുടങ്ങിയവയാണ്. 'തോപ്പിൽ ഭാസിയുടെ നാടകങ്ങൾ ഒരു പഠനം' (ഡോ. എസ്. ഷീലാകുമാരി) എൻ. കൃഷ്ണപിള്ളയുടെ നാടകങ്ങൾ (ഡോ. രാജലക്ഷ്മി) എൻ. എൻ. പിള്ളയുടെ നാടകങ്ങൾ (ഡോ. ഇന്ദ്രബാബു) പരീക്ഷണ പ്രവണതകൾ മലയാള നാടകങ്ങളിൽ (ഡോ. എൽ. തോമസുകുട്ടി), ചരിത്രപ്രമേയങ്ങൾ മലയാള നാടകത്തിൽ (ഡോ. എസ്. ഷാജി),

ബൈബിൾ സ്വാധീനം മലയാള നാടകത്തിൽ (ഡോ. ബിയാട്രിസ്) മുതലായവയാണ്.

കാലിക്കറ്റ് സർവ്വകലാശാലയിൽ പത്തോളം നാടകഗവേഷണങ്ങളും പതിനാലോളം രംഗകല-ഫോക് ലോർ-സിനിമ പഠന ഗവേഷണങ്ങളും ബിരുദാർഹങ്ങളായിട്ടുണ്ട്. 'മലയാള സാമൂഹിക നാടകങ്ങളുടെ വികാസം 1950 വരെ' (ഡോ. കെ. കാളി), 'മുഖാവരണങ്ങളുടെ രംഗപ്രയോജ്യതയും സാംഗത്യവും ആധുനിക നാടകത്തിൽ' (ഡോ. സി. ആർ. രാജഗോപാൽ), 'സി.എൻ. ശ്രീകണ്ഠൻനായരുടെ നാടകങ്ങൾ' (ഡോ. എൻ. രാജൻ), '1925 മുതൽ 1950 വരെയുള്ള മലയാളനാടകങ്ങളിലെ രാഷ്ട്രീയ സങ്കല്പം, പ്രേക്ഷകപ്രതികരണത്തെ അടിസ്ഥാനമാക്കിയ പഠനം' (ഡോ. ഭുവനചന്ദ്രൻനായർ എസ്), 'കേരളത്തിലെ സ്വാതന്ത്ര്യപൂർവ രാഷ്ട്രീയ നാടകവേദി' (ഡോ. പവിത്രൻ തവര), 'ചെറുകാടിന്റെ നാടകങ്ങളിലെ സാമൂഹ്യവീക്ഷണം' (ഡോ. കെ.കെ. മേരിക്കുഞ്ഞ്), 'ധ്വനിപാഠം ആധുനിക മലയാളനാടകത്തിൽ' (ഡോ. കെ. ജോയിപോൾ), 'പുരോഗമന സാഹിത്യപ്രസ്ഥാനവും മലയാളനാടകവേദിയും' (ഡോ. എം. മഹേഷ്), 'കേരളത്തിലെ ബോധന നാടകവേദി' (ഡോ. എൻ. ആർ. ഗ്രാമപ്രകാശ്), 'മലയാള സാമൂഹ്യനാടകങ്ങളിലെ സ്ത്രീകഥാപാത്രങ്ങൾ' (ഡോ. അന്നമ്മ ചാക്കോ) എന്നിവയാണ് ഇതുവരെ നടന്ന ഗവേഷണങ്ങൾ. 'കൂടിയാട്ടത്തിലെ ലോകധർമി, നാട്യധർമി തുടങ്ങിയ അഭിനയസങ്കേതങ്ങൾ' (ഡോ. രവിവർമ്മ സനൽകുമാർ തമ്പുരാൻ), 'തോൽപ്പാവക്കൂത്തിന്റെ രംഗപ്രയോഗവും സാഹിത്യവും' (ഡോ. കെ. ഉണ്ണിക്കൃഷ്ണൻ), 'തെയ്യത്തിലെ പരാതത്വ സങ്കല്പം' (ഡോ. രാഘവൻ പയ്യനാട്), 'മോഹിനിയാട്ടത്തിന്റെ ഉദയവികാസങ്ങൾ' (ഡോ. മാലരംഗനാഥ്), 'കഥകളിയിൽ ഇതരകലകളുടെ സ്വാധീനം' (ഡോ. കെ. ശശിധരൻ), 'കേരളീയ കലാപാരമ്പര്യം' (ഡോ. കെ.എസ്. ശ്രീകുമാർ), 'പടയണി; പ്രമേയവും അനുഷ്ഠാനവും' (ഡോ. കെ. വിദ്യാസാഗർ), 'കാളീസങ്കല്പത്തിന്റെ പ്രാദേശികഭേദങ്ങൾ' (ഡോ. ബാലചന്ദ്രൻ കീഴോത്ത്) തുടങ്ങി 'ചലച്ചിത്രഭാഷ' (ഡോ. ടി. ജിതേഷ്) വരെയുള്ള ഇതര കലാപഠനങ്ങൾകൂടി ഇവിടെ പരാമർശയോഗ്യമാണ്.

ശ്രീശങ്കരാചാര്യ സംസ്കൃത യൂണിവേഴ്സിറ്റിയിൽ അംഗീകൃതമായ പിഎച്ച്. ഡി. പ്രബന്ധങ്ങൾ ഡോ. കെ. ശ്രീകുമാറിന്റെ 'മലയാള സംഗീതനാടകങ്ങളും' ഡോ. ഹേമയുടെ '1960 വരെയുള്ള മലയാളത്തിലെ രാഷ്ട്രീയ നാടകങ്ങളു'മാണ്. എച്ച്. സദാശിവൻപിള്ളയുടെ കേരള നടന പാരമ്പര്യത്തെക്കുറിച്ചുള്ള ഗവേഷണം മഹാത്മാഗാന്ധി

സർവ്വകലാശാലയിലും അപൂർവ്വംചില നാടകഗവേഷണങ്ങൾ കണ്ണൂർ സർവ്വകലാശാലയിലും ഇന്ന് നടക്കുന്നുണ്ട്. ഇവയെ കൂടാതെ മദ്രാസ് സർവ്വകലാശാലയിലും പോണ്ടിച്ചേരിയിലും മലയാളനാടകങ്ങളെ ക്കുറിച്ചുള്ള പഠനങ്ങൾ അപൂർവ്വങ്ങളായി നടന്നിട്ടുണ്ട്. ഡോ. എസ്. കൃഷ്ണൻനായരുടെ 'കേരളത്തിലെ നാടോടിനാടകങ്ങൾ', ഡോ. കെ. എ. കലാവതിയുടെ (ജീവിതവിമർശനത്തെ ആധാരമാക്കിയുള്ള) 'കേരളത്തിലെ ക്ഷേത്രനാടകപഠനം', ഡോ. സി.ജി. രാജേന്ദ്രബാബുവിന്റെ 'തമിഴിലെയും മലയാളത്തിലെയും സാമൂഹ്യനാടകങ്ങൾ', ഡോ. ബി. അനന്തകൃഷ്ണന്റെ 'മലയാളനാടകവേദിയുടെ രൂപീകരണവും തനതു നാടകവേദിയും', ഡോ. സി. ഗോപന്റെ 'പാഠനം രംഗാവതരണത്തിൽ' തുടങ്ങിയ പഠനങ്ങൾ ഈ ഗണത്തിൽ പെടുന്നു. മുൻചൊന്ന ഗവേഷണങ്ങളിൽ ഏറെയും ചരിത്രാപഗ്രഥനങ്ങളോ, സാഹിത്യത്തെ ആധാരമാക്കിയുള്ള പ്രമേയപഠനങ്ങളോ ആണെന്ന കാര്യവും സവിശേഷശ്രദ്ധയർഹിക്കുന്നു.

ആധുനിക സാങ്കേതികവിദ്യയുപയോഗിച്ച് രംഗാവതരണങ്ങൾ സി. ഡി. റോമുകളിലാക്കുന്ന രീതി വിദേശങ്ങളിലും ഇന്ത്യയിലെ തന്നെ ഇതരഭാഗങ്ങളിലുമുണ്ട്. കാവാലം നാരായണപണിക്കരുടെ 'ഊരുഭംഗം' പോലുള്ള അടുത്തകാലത്തെ ചില നാടകങ്ങൾ മാത്രമാണ് ഈ വിധത്തിൽ പരിരക്ഷിച്ചിട്ടുള്ളത്. ഇതിലൂടെ തലകാലബദ്ധമായ നാടകത്തെ കാലനിരപേക്ഷമായ ജഡരൂപമാക്കി എന്ന് ആക്ഷേപിക്കാൻ വഴിവെയ്ക്കുമായിരിക്കാം. എന്നാലും പഠനാവശ്യത്തിന് അത് ഉപയോഗിക്കാം മനുഷ്യജീവൻ നിലനിർത്തുവാനായി ശവംകീറി പഠിക്കുന്നതുപോലുള്ള ഒരു സപ്രയോജനകർമ്മമാണത്. ഫോസിലുകൾക്കും അതിന്റേതായ സാംഗത്യമുണ്ട്. അവ രേഖപ്പെടുത്തുക മാത്രമല്ല സംരക്ഷിക്കുകയും പ്രചരിപ്പിക്കുകയും ചെയ്യുമ്പോഴാണ് അർത്ഥപൂർണ്ണമായ നാടകവിമർശനം സാധ്യമാവുക. ആധാരങ്ങളില്ലാതെ പഠനങ്ങൾ സാധ്യമല്ല. നടക്കുന്നവ പരിമിതപ്പെടും. നാടകനിരൂപണത്തിൽ ലൈറ്റ്ബോയിയുടെയും അണിയറപ്രവർത്തകരുടെയും ഇരുണ്ട ഭൂഖണ്ഡം നിലകൊള്ളും.

കേരള സംഗീതനാടക അക്കാദമി, സ്കൂൾ ഓഫ് ഡ്രാമ മുതലായ സ്ഥാപനങ്ങൾ ഇന്നും പ്രവർത്തിക്കുന്നുണ്ട്. ഫെമിനിസ്റ്റ് നാടക സെമിനാർ, ബ്രഹത് നാടകോത്സവം, കൾട്ടിന്റെ നാടകാവതരണങ്ങൾ തുടങ്ങിയവ അടുത്തകാലത്തായി സംഘടിപ്പിച്ചിട്ടുമുണ്ട്. അതൊക്കെ പ്രയോജനകരങ്ങളാണെന്താനും. എന്നാൽ മുൻപറഞ്ഞ വിധമുള്ള ആധാരങ്ങൾ സ്വരൂപിക്കുവാനും കേരളത്തിലെ നാടക പഠിതാക്കളെ സജ്ജരാക്കാനുമുള്ള ശ്രമങ്ങൾ തുലോംവിരളം.

'കേളി' പോലുള്ള ഒറ്റപ്പെട്ട പ്രസിദ്ധീകരണങ്ങൾ മാത്രമേ (രുചി നിലച്ചുപോയി) നാടകവിമർശനത്തിനായി നീക്കിവെച്ചിട്ടുള്ളു എന്ന കാര്യവും വിസ്മരിക്കാനാവില്ല.

ഈ സാഹചര്യത്തിലാണ് കഴിഞ്ഞ ജനുവരിയിൽ ഹൈദരാബാദിൽ വച്ച് ഇന്ത്യയിൽ ആദ്യമായി നാടകപ്രവർത്തകരുടെ രാഷ്ട്രാന്തര സെമിനാർ ISTRന്റെ നേതൃത്വത്തിൽ നടന്നത്. ഡോ. അനന്തകൃഷ്ണനായിരുന്നു അതിന്റെ സംഘാടകൻ. അവിടെ പങ്കെടുത്ത കേരളത്തിൽ നിന്നുള്ള നാടകഗവേഷകർ നമ്മുടെ നാടകരംഗത്തിന്റെ സമൂലവികസനത്തിനാവശ്യമായ ഭാവിപരിപാടികളെക്കുറിച്ച് ഗൗരവമായി ആലോചിച്ചു. ഞാനും ശ്രീനാഥും മഹേഷ് മംഗലാട്ടുമാണ് ഇതിന് തുടക്കംകുറിച്ചത്. അരങ്ങിന്റെ പഠനവ്യാപനത്തിനായി അനൗപചാരികമായൊരു പ്രവർത്തനമാണ് ആദ്യം ലക്ഷ്യംവച്ചത്. കേരളത്തിലെത്തിയശേഷം അന്വേഷണം തുടരുകയും KSTR (കേരള സൊസൈറ്റി ഫോർ തിയേറ്റർ റിസർച്ച്) എന്ന പേരിൽ സംഘടിത പ്രവർത്തനം നടത്താനായി തീരുമാനിക്കുകയും ചെയ്തു. കാലടി സംസ്കൃത സർവ്വകലാശാലയിൽ വച്ചായിരുന്നു ഈ ആലോചന. ഡോ. സി. ഗോപൻ, പ്രേംകുമാർ, രഞ്ജിത്, ആര്യാമാധവൻ എന്നിവരും ഇതിൽ പങ്കെടുത്തു. തുടർന്ന് എറണാകുളത്തും തിരുവനന്തപുരത്തും സെമിനാറുകൾ നടത്തുകയും കോഴിക്കോട് ഗുരുവായൂരപ്പൻ കോളേജിൽ വച്ച് തിയേറ്ററിനെക്കുറിച്ച് രാജ്യാന്തര സെമിനാർ നടത്തുകയും ചെയ്തു. പഠനം - പ്രചരണം, പ്രസിദ്ധീകരണം ഇവയൊക്കെ ഇതിന്റെ ലക്ഷ്യങ്ങളാണ്. ചുരുക്കത്തിൽ, സാംസ്കാരിക വിമർശനത്തിന്റെ കേന്ദ്രസ്ഥാനമായ നാടകപഠനത്തിൽ നാമേറെ മുന്നേറേണ്ടിയിരിക്കുന്നു. അതിനുള്ള പ്രധാന പ്രതിസന്ധി ആധാരരേഖ(Source)കളുടേതാകുന്നു. മാധ്യമസവിശേഷത ഗ്രഹിച്ചശേഷമുള്ള അപഗ്രഥനത്തിലൂടെ മാത്രമേ ഗുണപരമായ ഈ മുന്നേറ്റം സാധ്യമാവൂ. അതിനുള്ള താത്വികവും സർഗ്ഗാത്മകവുമായ ബൃഹത്സംരംഭങ്ങൾ ഉണ്ടായേ മതിയാവൂ; അത് ഉണ്ടാവുകതന്നെ ചെയ്യും.

●

റഫറൻസ്

രംഗാവതരണം - ജി. ശങ്കരപ്പിള്ള.

മലയാളനാടകസാഹിത്യചരിത്രം - ജി. ശങ്കരപ്പിള്ള.

നാട്യസിദ്ധാന്തം - സി. എസ്. ബാബു.

Theatre - Milly S. Barrager

Twentieth Century Performance - Mickal Huxley & Noel Wits.

2005

'പാട്ടബാക്കി'യുടെ പ്രതീക്ഷകൾ

'ഇനി നമുക്ക് അമ്പലങ്ങൾക്ക് തീകൊളുത്തുക'എന്ന് വി.ടി. നമ്പൂതിരിപ്പാട് ലഘുലേഖയിലൂടെപ്രഖ്യാപിക്കുന്നത് 1933-ലാണ്. അടുക്കളയിൽനിന്നും അരങ്ങത്തേയ്ക്ക് എഴുതിയതിനും (1929 ഡിസംബർ) മൂന്നു വർഷങ്ങൾക്കുശേഷം. കൊച്ചീരാജാവ് ലഘുലേഖയുടെപേരിൽ അദ്ദേഹത്തെ അറസ്റ്റുചെയ്യുകയുമുണ്ടായി. കേരളത്തിന്റെ നവോത്ഥാനപ്രസ്ഥാനങ്ങളധികവും ജാതിനവോത്ഥാനപ്രസ്ഥാനങ്ങളായിരുന്നുവെങ്കിലും അവ ഉണ്ടാക്കിയ സാമൂഹ്യചലനം അവഗണിക്കപ്പെടാവുന്നതായിരുന്നില്ല. നമ്പൂതിരിമാരുടെയിടയിലെ ദുരാചാരങ്ങൾക്കെതിരേ ശബ്ദമുയർത്തുന്നതിനായുള്ള പരിശ്രമങ്ങളിൽ സാഹിത്യ-കലാപ്രവർത്തനങ്ങൾക്കും സ്ഥാനമുണ്ടായി. ലോകത്തെവിടെയും ഇത്തരം ചലനങ്ങളുണ്ടാവുന്നുണ്ടായിരുന്നു. ഇ എം എസ് ഉൾപ്പെടെയുള്ള കമ്മ്യൂണിസ്റ്റു നേതാക്കളുടെ ആലോചന ഇതിനുപിന്നിലുണ്ടെന്നുമാത്രമല്ല, അദ്ദേഹം ഇതിൽ അഭിനയിക്കുകയും ചെയ്തിരുന്നു. നാടകാഭിനയമെന്നതേക്കാൾ ആശയപ്രചരണംതന്നെയായിരുന്നു ഉല്പതിഷ്ണുക്കളായ ആ ചെറുപ്പക്കാരെ പ്രേരിപ്പിച്ചത്. അത്തരം നവോത്ഥാന സംരംഭങ്ങൾ തങ്ങളുടെ ജാതിസമൂഹത്തെ കൂടുതൽ മനുഷ്യരാക്കാൻ ആത്മാർഥമായും ആഗ്രഹിച്ചിരുന്നുവെങ്കിലും അവയുടെ സാമ്പത്തിക ഉള്ളടക്കം ശൂന്യമായിരുന്നു. അന്ധവിശ്വാസങ്ങൾക്കും അനാചാരങ്ങൾക്കുമെതിരേയായിരുന്നു അവരുടെ സമരങ്ങൾ ഊന്നൽ കൊടുത്തിരുന്നത്. വിദ്യാഭ്യാസപരവും വ്യാവസായികവും സാമ്പത്തികവുമായ ഉന്നമനത്തിലൂടെ മാത്രമേ തങ്ങളുടെ പതിത്വങ്ങളിൽനിന്നും മോചനമുണ്ടാവുകയുള്ളുവെന്നു അല്പമെങ്കിലും പറഞ്ഞത് നാരായണഗുരുവും അയ്യങ്കാളിയുമാണ്.

(ലോക വ്യവസായ എക്സിബിഷൻ ഇന്ത്യയിലാദ്യമായി സംഘടിപ്പിക്കപ്പെട്ടത് നാരായണഗുരുവിന്റെ നേതൃത്വത്തിലാണെന്ന കാര്യം വിസ്മരിക്കുന്നില്ല.) എങ്കിലും അവയെ പ്രായോഗികമാക്കുവാനോ മുഴുവൻ സമൂഹത്തിനെയും അതിന്റെ അടിസ്ഥാനത്തിൽ വിശകലനംചെയ്ത് പോംവഴിതേടാനോയുള്ള കർമ്മപദ്ധതികൾ അവർക്കില്ലായിരുന്നു. ജാതിരഹിത സമൂഹത്തെക്കുറിച്ച് വിഭാവനചെയ്യുമ്പോൾ പോലും ശിവപ്രതിഷ്ഠ ഉപാധിയാക്കേണ്ടുന്ന പ്രായോഗികപരിമിതി മഹാഗുരുവിനുപോലുമുണ്ടായി. വൈരുദ്ധ്യാത്മക ഭൗതികവാദത്തെ അടിസ്ഥാനപ്പെടുത്തി സാമൂഹ്യവ്യവസ്ഥയെയും അതിന്റെ മൂലധന -ചൂഷണ ബന്ധങ്ങളെയും വിശകലനംചെയ്യുന്ന പുതിയൊരു രീതി ഇവിടെ ഉരുത്തിരിയുന്നത് കമ്മ്യൂണിസ്റ്റ് പ്രത്യയശാസ്ത്രത്തിന്റേയും രാഷ്ട്രീയ പ്രവർത്തനങ്ങളുടേയും കടന്നുവരവരവോടുകൂടിയാണ്. അത് മനുഷ്യനെ ജാതിസ്വത്വത്തിൽ നിന്നും മോചിപ്പിച്ചു. ഉള്ളവനെന്നും ഇല്ലാത്തവനെന്നും വേറിട്ടുകണ്ടു. തൊഴിലാളിയെന്നും മുതലാളിയെന്നും വർഗങ്ങളെ അടയാളപ്പെടുത്തി. വർഗസമരത്തിന്റെ ആവശ്യത്തെക്കുറിച്ചു പ്രഘോഷിച്ചു. തൊഴിലാളിയുടെ വിയർപ്പിനെ, അധ്വാനത്തെ മിച്ചമൂല്യമാക്കുന്ന മുതലാളിത്ത വ്യവസ്ഥ തകർക്കപ്പെടുമ്പോഴേ ചൂഷണം അവസാനിക്കുകയുള്ളുവെന്നും കൈവിലങ്ങുകളില്ലാത്ത സമത്വപൂർണമായൊരുലോകം ഉരുത്തിരിയുകയുള്ളുവെന്നും വിശ്വസിച്ചു. സർവരാജ്യത്തൊഴിലാളികളേ സംഘടിക്കുവിനെന്നും നഷ്ടപ്പെടുവാനില്ലൊന്നും കൈവിലങ്ങുകളല്ലാതെ.. കിട്ടാനുണ്ട് പുതിയൊരുലോകം, നമ്മൾ നമ്മെഭരിക്കുംലോകമെന്നും സ്വപ്നങ്ങൾ വിറ്റു. സോവിയറ്റ്യൂണിയനെന്നയാഥാർഥ്യവും ഒക്ടോബറിലെ നവംബർ വിപ്ലവവും ദൃഷ്ടാന്തങ്ങളായി അവരെ ആവേശപ്പെടുത്തി. നിസ്വരായ പീഡിതജനത അവർക്കുചോടേ അണിനിരന്നു. ഇത്തരം രാഷ്ട്രീയ വിദ്യാഭ്യാസം നല്കുന്നതിൽ കവിതകളും നാടകങ്ങളും വിപുലമായ പങ്കുവഹിച്ചു. പ്രത്യേകിച്ചും പൊതുവിദ്യാഭ്യാസമാധ്യമ(മാസ് പെഡഗോഗിക്കൽ ഇൻസ്ട്രുമെന്റ്)മായ നാടകത്തിന് അവിടെ വലിയ സ്വാധീനം ലഭിച്ചു. ആദ്യകാല കമ്മ്യൂണിസ്റ്റ് പ്രവർത്തകരിൽ പ്രധാനിയായിരുന്ന കെ. ദാമോദരൻ 'പാട്ടബാക്കി'യെഴുതിയതും ഇതേ ലക്ഷ്യത്തിലാണ്. 'പണിമുടക്ക(രക്തപാനം)'ക്കെന്ന രണ്ടാമത്തെനാടകത്തിന്റെ ലക്ഷ്യവും മറ്റൊന്നല്ല. രണ്ടാമത്തെ നാടകത്തിന്റെപേരിൽ ദാമോദരന് മൂന്നുവർത്തോളം ജയിൽവാസമനുഭവിക്കേണ്ടിവന്നു, പുസ്തകം നിരോധിക്കുകയും മുഴുവനും ബ്രിട്ടീഷ് സർക്കാർ കണ്ടുകെട്ടുകയും ചെയ്തു.

1935-ൽ ഗ്രൂപ്പ് തിയേറ്റർ അവതരിപ്പിച്ച ക്ലിഫോർഡ് ഓഡെറ്റ്സ് (Clifford Odets) എഴുതിയ വെയ്റ്റിംഗ് ഫോർ ലെഫ്റ്റി (Waiting for

Lefty), പ്രതിബദ്ധനാടകചരിത്രത്തിലെ ശ്രദ്ധേയമായ ഒന്നായി വർത്തിക്കുന്നു. 30കളിലെ കടുത്ത സാമ്പത്തികമാന്ദ്യ(Great depression)ത്തിനുശേഷമുള്ള അമേരിക്കയിലെ തൊഴിലാളികളുടെ ദാരിദ്ര്യവും ആശങ്കകളുമാണ് അതിൽ പ്രതിപാദ്യം. എഴുതുന്നകാലത്ത് കമ്മ്യൂണിസ്റ്റ് പാർട്ടിയുടെ ഔദ്യോഗിക അംഗമായിരുന്നു അദ്ദേഹം. പിന്നീട് അദ്ദേഹം അതിൽ നിന്നും അകന്നുപോയി. 1963-ൽ മരിച്ചു.

ഓഡെറ്റ്സിന്റെ നാടകം ആരംഭിക്കുന്നത് ഡ്രൈവർമാരുടെ പണിമുടക്കിനെക്കുറിച്ചുള്ള പാർട്ടിക്കമ്മിറ്റി ചർച്ച അവതരിപ്പിച്ചുകൊണ്ടാണ്. 'ഹാരിഫാറ്റി'യെന്ന കപടനേതാവിന്റെ നേതൃത്വത്തിലാണ് മീറ്റിംഗ്. പ്രേക്ഷകരും മീറ്റിങ്ങിനെത്തിയവരാണെന്ന നിലയിലാണ് നാടകം വിഭാവനചെയ്യുന്നത്. നേതാവിന്റെ തൊഴിലാളിവിരുദ്ധ മനോഭാവത്തെയും വഞ്ചനയെയും വെളിവാക്കുകയും അയാളുടെ കാപട്യം ചർച്ചയിൽ തുറന്നു കാട്ടുകയും ചെയ്യുന്നു. തോക്കുചൂണ്ടി നില്ക്കുന്ന കാവൽക്കാരന്റെ പിൻബലത്തിലാണ് നേതാവ് ഫാറ്റ്നെ നിലനില്ക്കുന്നത്. പണിമുടക്ക് മോശമാണെന്നും പാടില്ലെന്നും ശമ്പള നഷ്ടമുണ്ടാകുമെന്നുമൊക്കെ അയാൾ പറയുന്നു. അതിനോട് സദസ്സിലിരുന്നു വിയോജിക്കുന്നവരെ 'ചോപ്പനെ'ന്ന് പരിഹസിക്കുകയും ഭീഷണിപ്പെടുത്തുകയും ചെയ്യുന്നു. 'ജോ' എന്ന ഡ്രൈവർ അതിൽ പ്രകോപിതനായി പറഞ്ഞു തുടങ്ങുന്നു. ഞാൻ യുദ്ധത്തിൽ മുറിവേറ്റ പഴയൊരു പട്ടാളക്കാരനാണ്, വിപ്ലവകാരിയല്ല, എന്നാലിന്നത്തെ ടാക്സിയോട്ടം കൊണ്ട് എനിക്കുജീവിക്കാനാവുന്നില്ല. എന്റെ ഭാര്യ, എഡ്നയടങ്ങുന്ന കുടുംബം പുലർത്താനാവുന്നില്ല. കുട്ടികൾ പട്ടിണിയിലാണ്. വാടകകൊടുക്കാനില്ലാത്തതിനാൽ വീട്ടുപകരണങ്ങളെല്ലാം നഷ്ടമാകുമ്പോൾ കൂലിക്കൂടുതലാവശ്യപ്പെടാൻ അവളവനോട് പറയുന്നു. തൊഴിലാളികളുടെ ചോരയൂറ്റിക്കൊഴുക്കുന്ന മുതലാളിമാർക്കെതിരേ സമരംചെയ്തേപറ്റൂ എന്ന് 'എഡ്ന' നിലപാടെടുക്കുന്നു. അല്ലെങ്കിൽ കൂടുതൽ വരുമാനമുള്ള പഴയ ബോയ്ഫ്രണ്ടിനോടൊപ്പം തനിക്കുപോകേണ്ടിവരുമെന്നു താക്കീതുനല്കുന്നു. അവരുടെ ശരിയായ നേതാവായ 'ലെഫ്റ്റി കാസ്റ്റലോ'യുടെ വരവോടെ പരിഹാരമുണ്ടാകുമെന്ന പ്രതീക്ഷയിൽ തൊഴിലാളികൾ കാത്തിരിക്കുകയാണ്. 'ഫയത്തെ'യെന്ന വ്യവസായിയെയും രാസയുദ്ധത്തിനായി, അതിന്റെ ലാഭക്കൊതിയിൽ മാത്രം കണ്ണിട്ടിരിക്കുന്ന അയാളുടെ മനുഷ്യവിരുദ്ധതയെയും പിന്നീട് ചിത്രീകരിക്കുന്നു. 'ഡോ. ബർണറ്റ്'ടെ കണ്ടുപിടുത്തങ്ങളെ സ്വന്തമാക്കുവാനായി അയാൾ ലാബ് അസിസ്റ്റന്റായ 'മില്ലെറെ' ചട്ടംകെട്ടിയെങ്കിലും അയാളതിനുവഴങ്ങുന്നില്ല. കഴിഞ്ഞയുദ്ധത്തിൽ കൊല്ലപ്പെട്ട സഹോദരനെയോർക്കുന്ന മില്ലർ

ഇനിവരാനുള്ള (രണ്ടാംലോകമഹാ) യുദ്ധത്തിനെതിരാണെന്നതിനാൽ വാഗ്ദാനംചെയ്ത വലിയ പ്രതിഫലവും ജോലിയും നിരസിക്കുന്നു. സാമ്പത്തികഞെരുക്കം തന്നെയാണ് ഡ്രൈവറായ 'സിദിന്റെയും' 'ഫ്ലോറ'യുടേയും പ്രണയത്തിന് വിഘാതമാകുന്നതും. ഡ്രൈവർക്കുമാത്രമല്ല 'ഡോക്ടർബെഞ്ചമി'നും ജോലി നഷ്ടമായി. മാന്ദ്യമുള്ളതിനാലാണെന്ന് അധികാരികൾ പറഞ്ഞെങ്കിലും സീനിയർ ഡോക്ടറെക്കാൾ കുറഞ്ഞവേതനത്തിനു പണിയെടുക്കുവാൻ ചെറുപ്പക്കാരെത്തിയതും അയാളൊരു ജൂതനായതുമാണ് പിരിച്ചുവിടാനുള്ള യഥാർഥകാരണം. ഒടുവിൽ അയാളും കാബ്ഡ്രൈവറാകാൻ സന്നദ്ധനാകുകയാണ്. യുവനടനും അവസരങ്ങളെല്ലാം നഷ്ടമായി. എല്ലാത്തുറകളിലുമുള്ളവർക്കും ജോലിനഷ്ടമാകുന്നു. ദാരിദ്ര്യം മാത്രമല്ല വ്യക്തിബന്ധങ്ങളും പ്രണയംപോലും അത് വിലക്കുന്നു. വ്യക്തിയുടെ ആത്മാഭിമാനത്തെ നഷ്ടപ്പെടുത്തുന്നു. ഒടുവിലൊരുത്തരത്തിൽ അവരെല്ലാം എത്തിച്ചേരുന്നു. പണിമുടക്കം!

പണിമുടക്ക് മൂലം കൂടുതൽ നഷ്ടം മാത്രമേയുണ്ടാകൂ എന്നു പറയാൻ ഫാറ്റ്, 'ക്ലേറ്റൺ' എന്ന കങ്കാണിയെ കൊണ്ടുവരുന്നു. ഫിലാഡൽഫിയയിലെ സ്വാനുഭവമെന്നമട്ടിൽ അയാൾ കാര്യങ്ങളവതരിപ്പിക്കുമ്പോൾ അരങ്ങിൽ നിന്നും അവിടിരിയെടായെന്ന് ഒച്ചയുയരുന്നു. അവിടേയ്ക്ക് നോക്കി ഫാറ്റ് ഭീഷണിമുഴക്കുമ്പോൾ പ്രേക്ഷകൻ അരങ്ങിലെത്തി, കള്ളപ്പേരിൽ നിങ്ങളോട് സംസാരിക്കുന്ന ഇവൻ എന്റെ സഹോദരനാണെന്നും അവൻ യൂണിയൻകലക്കാനുള്ള ഫാറ്റിന്റെ ഏജന്റാണെന്നും പറയുന്നു. അവനെ ആട്ടിയോടിക്കുന്നു.

നാടകാന്ത്യത്തിലെത്തുന്ന 'അഗതെ'യാണ് ലെഫ്റ്റിയെ കാത്തിരുന്നിട്ടുകാര്യമില്ലെന്നും തൊഴിലാളിഐക്യമാണ് കാര്യമെന്നും നമ്മൾ തന്നെ നമ്മുടെ അവകാശങ്ങൾക്കായി സമരം ചെയ്യണമെന്നും പറയുന്നത്. അപ്പോഴെത്തുന്ന ഒരാൾ, തലയിൽ വെടിയുണ്ടയുമായി മരണപ്പെട്ടുകിടക്കുന്ന ലെഫ്റ്റിയെക്കുറിച്ച് അറിയിക്കുന്നു. സർവരാജ്യത്തൊഴിലാളികളും ഒരുമിച്ചുസമരം ചെയ്യാനുള്ള ആഹ്വാനം അഗതമുഴക്കുമ്പോൾ, സ്ട്രൈക്ക്, സ്ട്രൈക്ക് എന്നേറ്റുപാടി കോറസ്സായി എല്ലാവരും ഒത്തുചേരുന്നു. സദസ്സ്യരും വേദിയിലെത്തുന്നതോടുകൂടി നാടകം അവസാനിക്കുന്നു. കണിശമായ തൊഴിലാളിവർഗപ്രത്യയശാസ്ത്രം പറയുകയും ചൂഷണത്തെയും യുദ്ധത്തെയും വ്യാവസായിക-അധികാര ആർത്തികളെയും മാനവികമായപക്ഷം പിടിച്ചുകൊണ്ടെതിർക്കുകയും ചെയ്യുന്ന പ്രചരണ- പ്രതിബദ്ധരൂപമാണിത്. ആറു ബ്ലാക്കൗട്ട് രംഗങ്ങളിലായി, ശൂന്യമായ രംഗവേദിയിലാണത് ചിട്ടപ്പെടുത്തിയിരുന്നത്. ഭാവാത്മകനാടകത്തിന്റെ ഘടനയുള്ള ഈ

നാടകം പ്രേക്ഷകരുടെ ഇടപെടലുകൾക്കു അവസരമൊരുക്കിയിരു ന്നെങ്കിലും തോണ്ഡൻ വൈൽഡറുടേയും ബ്രെഹ്തിന്റേതിൽ നിന്നും വ്യത്യസ്തമായിരുന്നു.

പാട്ടബാക്കി, പതിനാലു ലഘുരംഗങ്ങളുള്ള നാടകമാണ്. കിട്ടു ണ്ണിനായർ, കുഞ്ഞിമാളു, അമ്മ, ബാലൻ, മുഹമ്മത്, മുതലാളി, ഭാര്യ, ഇൻസ്പെക്ടർ, സ്നേഹിതൻ, അത്തൻകുട്ടി, ജന്മി, രാമൻനായർ തുട ങ്ങിയവർ കഥാപാത്രങ്ങൾ. മിൽതൊഴിലാളിയാണ് കിട്ടുണ്ണി. എത്ര അധ്വാനിച്ചാലും ദാരിദ്ര്യത്തിൽ നിന്നും അയാൾക്ക് കുടുംബത്തെ രക്ഷിക്കാനാകുന്നില്ല. അമ്മയും അനുജത്തിയും അനുജനുമടങ്ങുന്ന കുടുംബം മുഴുപട്ടിണിയിലാണ്. ക്ലനിന്മേൽ കുരുവെന്നമട്ടിലാണ് പാട്ടം പിരിക്കാൻ അവിടേയ്ക്ക് മുഴക്കാട്ടിരി മനയിലെ കാര്യസ്ഥൻ രാമൻനായർ വരുന്നത്. അയാളോട് അമ്മ സങ്കടങ്ങൾ പറയുന്നു: ... ഉണ്ടായനെല്ല് മുക്കാലും; മുഴുവനംന്നുതന്നെ പറയാം മനയ്ക്കലെത്തി ച്ചില്ലേ ഞങ്ങള് പിന്നെ ഈ പറമ്പിന്റെ പാട്ടാണു-നാളീകേരത്തിനു വിലയില്ല പിന്നെ-

....

കിട്ടുണ്ണിങ്ങിട്ട് വന്നാട്ടെ കുറച്ച് കാശ് ഒരാളോടു കടം ചോദിച്ചി ട്ടുണ്ട്.

കിട്ടുണ്ണിവെറും കയ്യുമായാണ് വരുന്നത്. കുഞ്ഞിമാളുവിന് മാനം മറയ്ക്കാനൊരു ബ്ലൗസുവാങ്ങാനേ ശമ്പളം തികഞ്ഞുള്ളു. നെടുനാള ത്തെ ആവശ്യമായിരുന്നു അത്. അപ്പോത്തന്നെ പീടികക്കാരൻ അവറാൻ കടം തിരികെചോദിച്ചുകൊണ്ടുവരുന്നു. അവിടേയ്ക്കു കയറി വരുന്ന രാമൻ നായർ, പാട്ടക്കാര്യം പറയുകയും കുഞ്ഞിമാളുവിനെ ദുരർഥത്തിൽ സമീപിക്കുകയും ചെയ്യുമ്പോൾ കിട്ടുണ്ണിക്ക് അയാളെ തല്ലേണ്ടിവരുന്നു. ഭീഷണിമുഴക്കി അയാൾപോകുന്നു.

രാമൻനായർ: ...ഒരൊറ്റ മാസത്തിനുള്ളിൽ നിങ്ങളെക്കൊണ്ട് പിച്ച തെണ്ടിച്ചിട്ടില്ലെങ്കിൽ രാമൻനായരാണല്ല.

അവറാൻ: ...കിട്ടുണ്ണ്യാരെ അവനതുകിട്ടണം. ഞമ്മളേം വല്ലാതെ ഉപദ്രവിക്ക്ണുണ്ട്. എത്രകൊടുത്താലും തീരാത്തതാണീ പാട്ടം.

കഞ്ഞിക്കുകരയുന്ന ബാലന്റെയും കുടുംബത്തിന്റെയും പശിയ ടക്കാൻ അവൻ പലയിടത്തും കടംചോദിച്ചു. പണ സഞ്ചികൾക്ക് മുന്നിലിരുന്ന നാണയക്കുന്നയെണ്ണുന്ന മുതലാളി അവനെ ആട്ടിയിറ ക്കി. പണിമുടക്കുസമരം പ്രഖ്യാപിക്കുന്നതിനെയും അതിനെതിരേ പ്രചരണം നടത്താൻ തയ്യാറായ ഖദർധാരിയെയും അവർക്കുകമ്പ ടിസേവിക്കുന്ന പോലീസ് അധികാരിയെയും പരിചയപ്പെടുത്തിയ തിനുശേഷമുള്ള സീനാണത്.

മുതലാളിയവിടെ പ്രഖ്യാപിക്കുന്നത് '....സോഷ്യലിസമാണത്രേ, സോഷ്യലിസം. മുതലാളിത്വം നശിപ്പിക്കണം. സ്വത്തൊക്കെ പിടിച്ചുപറിക്കണം. ഇതാണത്രേ സോഷ്യലിസം.' എന്നാണ്.

തുടർന്നുള്ള അഞ്ചാം രംഗത്തെ ആത്മഭാഷണത്തിലൂടെയാണ് നാടകകൃത്തിന്റെ രാഷ്ട്രീയാദർശം പ്രഖ്യാപിക്കുന്നത്.

കിട്ടുണ്ണി:...ഒരുഭാഗത്ത് യാതൊരു പണിയുമെടുക്കാത്ത മുതലാളിമാർ സുഖിതന്മാരായി കൂത്താടുന്നു. മറുഭാഗത്ത് എല്ലുമുറിയെപണിയെടുക്കുന്ന എന്നെപ്പോലുള്ളവർ പിച്ചതെണ്ടുന്നു! ഇതന്യായമാണ്. ഇതക്രമമാണ്..!

....

ഒരു കുടുംബത്തെ മുഴുവൻ പട്ടിണികിടത്തുന്നതിലും ഭേദം കള്ളനാവുകയാണ്.. എങ്കിലും, അയാൾ പീടികക്കാരൻഅത്തൻ കുട്ടിയോട് കടം ചോദിക്കുകയായിരുന്നു. അയാൾ കയ്യൊഴിഞ്ഞു. ഒടുവിലവൻ ഴാങ് വാൽ ഴാങിനെപ്പോലെ വിശപ്പകറ്റുവാൻ, അരിമോഷ്ടിച്ചു. പിടിക്കപ്പെട്ടു. ജയിലിലുമായി.

അടുത്തരംഗത്തിൽ രാമൻ നായർ ലൈംഗികതാല്പര്യത്തോടുകൂടി, കുഞ്ഞിമാളുവിനെ കടന്നുപിടിക്കുന്നതും അവൾ ചൂലുകൊണ്ടടിച്ചിറക്കുന്നതും ചിത്രീകരിച്ചിരിക്കുന്നു. വീണ്ടുമയാൾ അവരെ ആട്ടിയിറക്കുമെന്ന് ഭീഷണിപ്പെടുത്തി സ്ഥലം കാലിയാക്കുന്നു.

മുക്കാട്ടിരിമനയ്ക്കലെ പത്തായപ്പുരയിലെ അടുത്തരംഗത്തിൽ അഫൻനമ്പൂതിരിയോട് ഏഷണിപറയുന്ന കാര്യസ്ഥനാണ്. കുഞ്ഞിമാളുവിനേയും കുടുംബത്തേയും കുടിയൊഴിപ്പിക്കുവാനുള്ള സമ്മതം അയാൾ നേടിയെടുക്കുന്നു. പാട്ടം മിച്ചവാരം, കുലിശ്ശീട്ട് മുതലായ സാങ്കേതികത്വങ്ങളെയും അവർക്ക് പിന്തുണയേകുന്ന നിയമവ്യവസ്ഥകളെയുമൊക്കെക്കുറിച്ചുള്ള പരാമർശം ഇവിടുണ്ട്.

പറങ്ങോടന്റെ സഹായത്തോടുകൂടി കേശവൻ നായർ അവരെ കുടിയിറക്കുന്നതാണ് അടുത്തരംഗം. തെരുവിലലയാൻ വിധിക്കപ്പെട്ട കുടുംബത്തെ ചിത്രീകരിക്കുന്ന പതിനൊന്നാംരംഗത്തിൽ. വഴിയിൽ വച്ച് അമ്മ മരിക്കുന്നു, ബാലനെ നോക്കിക്കൊള്ളണേയെന്ന അമ്മയുടെ അന്ത്യാഭിലാഷം അവളേറ്റെടുക്കുന്നു. പന്ത്രണ്ടാംരംഗം വ്യഭിചാരശാലയാണ്. അവിടെയെത്തപ്പെട്ട കുഞ്ഞിമാളുവും ബാലനും തമ്മിലുള്ള ആത്മബന്ധം ചിത്രീകരിക്കുന്നു.

അടുത്തരംഗം ജയിലാണ്. കുഞ്ഞുണ്ണി മാത്രമല്ല, സഹതൊഴിലാളിയായ മുഹമ്മദുൾപ്പെടെ മറ്റുപലരും കള്ളക്കേസുകളിലും അല്ലാതെയുമായി അവിടെയുണ്ട്. സാഹചര്യസമ്മർദ്ദത്താൽ ക്രിമിനൽ കേസിൽ

പെട്ടവരും കൂട്ടത്തിലുണ്ട്. നീതികേടിനെക്കുറിച്ചുള്ള യൂണിയൻപ്രവർത്തകരുടെ ചർച്ചയ്ക്കിടെ നാടകലക്ഷ്യം മുഹമ്മദിന്റെ വാക്കുകളായി പുറത്തുവരുന്നു.

മുഹമ്മദ്: എന്റെ അഭിപ്രായത്തിൽ ഈ മർദ്ദനത്തിൽ നിന്നെല്ലാം രക്ഷനേടാൻ ഒരൊറ്റ നിവൃത്തിയേയുള്ളൂ. ഇന്ന് എല്ലാ അധികാരങ്ങളും ധനികവർഗക്കാർക്കു മാത്രമാണ്. ആ അധികാരങ്ങളും, ആ ഭരണകൂടവുംനമ്മൾ തൊഴിലാളികളും കൃഷിക്കാരുംകൂടി സംഘടിച്ച് പ്രക്ഷോഭംനടത്തി പിടിച്ചെടുക്കണം.

അവസാനരംഗത്തിൽ കുഞ്ഞുണ്ണി സ്വതന്ത്രനായി. കുഞ്ഞിമാളുവിന്റെ ഇപ്പോഴത്തെയവസ്ഥ അറിഞ്ഞ് അവനവളെ ഭർത്സിക്കുകയും ശപിക്കുകയും വ്യഥിതനാവുകയും ചെയ്യുന്നു. തന്റെ നിവൃത്തികേടിനെപ്പറ്റി അവൾ തുറന്നു പറയുന്നു.

കു. മാ:ആർക്കുവേണ്ടിയെന്നോ? പറയാം. എന്റെ അനുജനുവേണ്ടി, എന്റെ പ്രിയപ്പെട്ട അനുജനുവേണ്ടി..... ഏട്ടൻ ആർക്കുവേണ്ടിയാണ് അന്നുമോഷണം നടത്തിയത്. ?ആർക്കുവേണ്ടിയാണ് ഏട്ടൻ ജയിലിൽ കിടന്നു കഷ്ടപ്പെട്ടത്?

മാനസാന്തരപ്പെട്ട കിട്ടുണ്ണി പുതിയൊരു പ്രസ്താവന നടത്തുന്നു, 'മോഷണവും വ്യഭിചാരവും ഇല്ലാതാകണമെങ്കിൽ ദാരിദ്ര്യം നശിക്കണം. ദാരിദ്ര്യം നശിക്കണമെങ്കിലോ ഇന്നത്തെ ഭരണസമ്പ്രദായം മാറണം. അതെങ്ങനെയെന്നു പറഞ്ഞുകൊടുക്കാമെന്നുപറഞ്ഞ് എല്ലാവരെയും കിട്ടുണ്ണി ക്ഷണിക്കുന്നതോടുകൂടി കർട്ടൻവീഴുന്നു.

കെ. ദാമോദരന്റെ 'പാട്ടബാക്കി' എഴുതുമ്പോൾ ലെഫ്റ്റി അദ്ദേഹത്തിന് മാതൃകയായിട്ടുണ്ടാവാം. അഥവാ രണ്ടിന്റെയും ഉദ്ദേശ്യം ഒന്നുതന്നെയായതിനാൽ സമാനതവന്നതാവാം. ചൂഷണാധിഷ്ഠിതമായ വ്യവസ്ഥിതി മാനുഷികമായ എല്ലാ നന്മകളെയും വ്യക്തിത്വത്തെത്തന്നെയും ദുഷിപ്പിക്കുമെന്ന് രണ്ടുപേരും പറയുന്നു. സ്ത്രീപുരുഷബന്ധങ്ങളെയും വ്യക്തിയുടെ മൂല്യബോധങ്ങളെയും അത് ഇല്ലാതാക്കുന്നു. കാപട്യം നിറഞ്ഞ നേതൃത്വം എന്നും അധികാരത്തോടൊത്തു നിന്നുകൊണ്ട് തൊഴിലാളികളെ വഞ്ചിക്കുന്നു. ഈ നരകത്തിൽ നിന്നും രക്ഷനേടാൻ സംഘടിച്ച് ശക്തരാകണം. സമരസന്നദ്ധരാകണം. ഇത്തരം ആശയങ്ങളാണ് രണ്ടു നാടകങ്ങളും മുന്നോട്ട് വയ്ക്കുന്നത്. രക്തപാനത്തിലെത്തുമ്പോൾ 'പണിമുടക്ക്' പ്രമേയമായിത്തന്നെ വരുന്നു. രാഷ്ട്രീയ പ്രചരണമാണ് ഇരു നാടകകർത്താക്കളുടേയും ലക്ഷ്യം. അതിന്റെ പ്രേക്ഷകരും അത്തരക്കാരാണ്. കമ്മ്യൂണിസ്റ്റുപാർട്ടിയുടെ സ്ഥാപക നേതാക്കളിലൊരാളായിരുന്ന ദാമോദരനും മറ്റൊരു ഉദ്ദേശ്യമില്ല. 1937-ൽ പൊന്നാനിയിലെ

കർഷകസംഘസമ്മേളനത്തിൽ അവതരിപ്പിക്കുവാൻ വേണ്ടി'പാട്ട ബാക്കി'യും 39-ൽ കോഴിക്കോട്ടെ പ്രസ് തൊഴിലാളി യൂണിയൻ സമ്മേളനത്തിനും വേണ്ടിയാണ് രക്തപാനവും എഴുതിയത്. പാട്ട ബാക്കി എണ്ണമറ്റ സ്ഥലങ്ങളിൽ അവതരിപ്പിച്ചു. പലദിക്കുകളിൽ അവതരിപ്പിക്കുവാനായി വ്യത്യസ്തസംഘങ്ങൾ തന്നെയുണ്ടായിരുന്നു. തൊഴിലാളികളുടേയും ദരിദ്രരുടേയുമിടയിൽ വ്യാപകമായി അത് സ്വീകരിക്കപ്പെട്ടു. ഈ നാടകം കോഴിക്കോട് 2012-ലും സിപിഎമ്മി ന്റെ സമ്മേളനങ്ങളിൽ അവതരിപ്പിച്ചു. പുതിയൊരു രംഗഭാഷയിലൂടെ ചന്ദ്രദാസൻ ഇതിനുനാടകരൂപം നല്കിയ കോട്ടയ്ക്കലത്തെ അവതരണ വും ശ്രദ്ധിക്കപ്പെട്ടിരുന്നു. മൂന്നിടങ്ങളിലായി നാടകം അരങ്ങേറുന്ന വിധമായിരുന്നു ചിട്ടപ്പെടുത്തൽ. കിട്ടുണ്ണിയുടെ ഓലപ്പുരയും തെരുവും ചായക്കടയും മറ്റും വെവ്വേറെ കെട്ടിയുണ്ടാക്കിയിരുന്നു. എങ്കിലും പ്രൊസീനിയം വേദീസങ്കല്പമാണ് പാട്ടബാക്കിയുടേത്. സംഭാഷ ണപ്രധാനമാണ് കൃതി. വർഗസമരത്തിന്റെ പ്രബോധനലക്ഷ്യം മുന്നിട്ടിരിക്കുന്നതിനാലാകാം അതിവൈകാരികതയും ഊതിപ്പെരു ക്കിയ ക്രിയാമുഹൂർത്തങ്ങളുമാണ് കൊരുത്തൊരുക്കിയിരിക്കുന്നത്. അമിതമായി നിറം പിടിപ്പിച്ച കഥാപാത്രങ്ങളും അവരുടെ ഏകപ ക്ഷീയതയും ഏകമുഖജീവിതത്തിന്റെ ടൈപ്പുമാതൃകകളെ ഓർമ്മി പ്പിക്കും. വിശപ്പ് മുഖ്യ കഥാപാത്രമായി എത്രയോ കഥാപാത്രങ്ങൾ മലയാളത്തിലുണ്ടായിട്ടുണ്ട്. എന്നാലിവിടെ ആന്തരികജീവിതത്തി നിടമില്ലാത്തവണ്ണം അക്കഥാപാത്രങ്ങളേറെയും അതിഭാവുകത്വത്തി ന്റെ രംഗമണ്ഡപത്തിൽ വിരാജിക്കുകയാണ്.

ലെഫ്റ്റി, പ്രത്യയശാസ്ത്രചർച്ച നടത്തുന്നതിൽ കുറച്ചുകൂടി കണി ശതപുലർത്തുന്നതായിതോന്നും. ഒരു മുതലാളിത്ത സമൂഹത്തിൽ തൊഴിലാളി സമരത്തിനുള്ള പാകപ്പെട്ട മണ്ണൊരുങ്ങും. ഇന്ത്യയെ ക്കുറിച്ച വിലയിരുത്തുമ്പോൾ മുതലാളിത്തഘട്ടത്തിലേയ്ക്ക് വികസി ക്കാത്ത സമൂഹമാണ് നമ്മുടേതെന്ന് സാക്ഷാൽ കാൾമാർക്സ് തന്നെ പ്രസ്താവിച്ചിട്ടുണ്ട്. അത്തരം ഒരുസമൂഹത്തെ വിലയിരുത്തുവാനും കർമ്മപദ്ധതികളാവിഷ്കരിക്കുവാനും ശ്രമിക്കാതെ വൈരുദ്ധ്യാ ത്മക ഭൗതികവാദത്തെ യാന്ത്രികമായി പ്രയോഗിക്കുവാനാകില്ല. അർദ്ധ ഫ്യൂഡൽ-ക്യാപ്പിറ്റലിസ്റ്റ് സമൂഹമായ ഇന്ത്യയുടെ കാതലായ മറ്റൊരു പ്രശ്നം ജാതിവ്യവസ്ഥയുടെ ഊരാക്കുടുക്കുകളാണ്. ഇവകൾ ഫലപ്രദമായി നിർധരിച്ചെടുക്കുകയും ഉപയുക്തമായ പ്രത്യയശാസ്ത്ര പരവും സൈദ്ധാന്തികവുമായ ഉപകരണങ്ങൾ നിർമ്മിച്ചെടുക്കുകയും വേണം. വർഗവിഭജനത്തേക്കാൾ സമൂർത്തവും ആഴത്തിലുള്ളതുമായ വർഗീയ/ജാതീയ വിഭജിതഘടനയ്ക്കുള്ളിൽപെട്ടുകിടക്കുന്ന ഇന്ത്യൻ സമൂഹത്തിന്റെ ആന്തരിക വൈരുദ്ധ്യങ്ങൾ ആഴത്തിലുള്ളതും

പ്രതിഭിന്നവുമാണെന്ന യാഥാർഥ്യം കാണാതെപോകരുത്. അവ തമ്മിലുള്ള പൊരുത്തക്കേടുകളെ പരിഗണിച്ചില്ല എന്നതുമാത്രമല്ല, അവയെ ഒറ്റ ഗണമായി എടുത്തുവെന്നതും പാട്ടബാക്കിയുടെ പരിമിതിയായിതോന്നുന്നു. മുതലാളിത്തത്തിനെതിരേയും ജന്മിത്തത്തിനെതിരേയും ഒരേശ്വാസത്തിൽ മറുപടിപറയാൻ തുനിഞ്ഞതിനാൽ, അതിനായി കിട്ടുണ്ണിയെന്ന പാത്രത്തെ വിഭാവനചെയ്തതിനാൽ, സൈദ്ധാന്തികനും അഗാധപണ്ഡിതനുമായ ദാമോദരനു വന്നുചേർന്ന നോട്ടക്കുറവാകാം ഇത്. മതേതരമായൊരുമാനവികതയെ ഉയർത്തിപ്പിടിച്ചാൽ മാത്രമേ സമത്വസുന്ദരമായൊരുലോകം സൃഷ്ടിക്കാനാവൂ എന്ന നിലപാടിൽ ഊന്നിയപ്പോൾ നിലവിലുള്ള സമൂഹത്തിന്റെ ആന്തരികവൈരുദ്ധ്യങ്ങളെ അവഗണിച്ചതിനാലുമാവാം അങ്ങനെ വന്നത്.

പാട്ടബാക്കിയെന്ന നാടൻപ്രയോഗമാണ്, പാട്ടംബാക്കിയെന്നല്ല നാടകനാമം. നാട്ടുകാരോട്, അവരുടെ ജീവിതസന്ദർഭങ്ങളോട് ഒട്ടിനിന്നു കഥപറയുവാനാകും നാട്ടുവഴക്കത്തെത്തന്നെ നാമമായി സ്വീകരിച്ചത്. അതിലൂടെ പറയുന്നതാകട്ടെ കർഷകരുടെ പ്രാരാബ്ധങ്ങളും. കൃഷിനഷ്ടമാകയാൽ പാട്ടം കൊടുക്കാനാവാതെ കഷ്ടപ്പെടുന്നവരാണ് കിട്ടുണ്ണിനായരുടെ കുടുംബം. നെല്ലുമുഴവനും മനയിലെജന്മിക്കുകൊടുത്തു. വീടിന്റെ പാട്ടക്കുടിശ്ശികയുടെ പേരിലാണ് അവർ പുറത്താക്കപ്പെടുന്നത്. നാടകത്തിലെ മുഖ്യസംഘർഷം ജന്മിയും കിട്ടുണ്ണിയുടെ കുടുംബവും തമ്മിലാണ്. എന്നാൽ പ്രസക്തമായ മറ്റൊരുകാര്യം കിട്ടുണ്ണി, മില്ലിലെ തൊഴിലാളിയാണെന്നതാണ്. അപ്പോൾ ജന്മിയും കർഷകനും തമ്മിലുള്ള സംഘർഷത്തിൽ കർഷകത്തൊഴിലാളി അവഗണിക്കപ്പെട്ടു? കേരളത്തിലെ പരമ്പരാഗത കർഷകത്തൊഴിലാളികൾ പുലയരും കുറവരുമടങ്ങുന്ന അയിത്തജാതിക്കാരായിരുന്നു. 1936-ലാണ് അവർണർക്ക് തിരുവിതാംകൂർരാജാവ് ക്ഷേത്രപ്രവേശനം അനുവദിക്കുന്നത്. നാരായണഗുരുവുൾപ്പെട്ടവർ നടത്തിയ 1920-ലെ വൈക്കം സത്യാഗ്രഹത്തിനു മുമ്പ് വഴിനടക്കാൻപോലും അവകാശമില്ലാതിരുന്ന ആ മനുഷ്യർ സമൂഹത്തിൽ കഥയില്ലാത്തവരായിപ്പോയത് അന്നത്തെ സ്വാഭാവികതയാകാം. 'പാട്ടബാക്കി'യെന്ന രാഷ്ട്രീയ നാടകമുയർത്തിയ പാഠങ്ങളും പ്രമാണങ്ങളും വൻതോതിൽ ഏറ്റെടുക്കപ്പെട്ടിരുന്നു. അതിന്റെ ജനസമ്മതിയ്ക്കനുസൃതമായി പിന്നീട് ആദ്യ കമ്മ്യൂണിസ്റ്റുമന്ത്രിസഭ ഭൂപരിഷ്കരണ നയങ്ങൾ നടപ്പാക്കുകയുംചെയ്തു. കൃഷിഭൂമി കർഷകന് എന്ന വിപ്ലവകരമായമുദ്രാവാക്യം സ്വീകരിക്കപ്പെട്ടു. അവിടെയും കർഷകത്തൊഴിലാളി അവഗണിക്കപ്പെട്ടു. ഒറ്റ ദളിതുകഥാപാത്രവും ഇതിലില്ലാത്തത് യാദൃശ്ചികമാകാമെന്നു സമ്മതിക്കുമ്പോൾപോലും

ജന്മിത്വത്തിന്റെ ദൂഷ്യഫലങ്ങൾ ഏറ്റെസഹിച്ച് മൃഗസമാനരായിജീവിക്കുന്ന അടിസ്ഥാനവിഭാഗമായ ഇക്കൂട്ടരെ മറന്നുകൊണ്ടെങ്ങനെ സാമൂഹ്യസമത്വത്തിന്റെ കാഹളം മുഴക്കാനാകുമെന്ന് ആശ്ചര്യം തോന്നുന്നു!. സാമൂഹ്യമായും ആശയതലത്തിലും ദളിതരെ സംഘടിപ്പിക്കുന്നതിൽ പ്രസ്ഥാനം ശ്രുഷ്കാന്തികാട്ടുമ്പോഴും പ്രസ്ഥാനത്തിന്റെ ഉന്നതപദവികളിലേയ്ക്ക് അവരെത്താത്തതിനുള്ള കാരണവും ഇതേമനോഭാവമാവാം. നാടകത്തിൽ മതമൈത്രിക്കുള്ള കഥാപാത്രങ്ങളും അവരുടെ ഐക്യപ്പെടലുമെല്ലാം ബോധപൂർവം തന്നെ നിബന്ധിച്ചിട്ടുണ്ടെന്നതും ഓർക്കണം.

മുതലാളിയുടെ പക്കൽനിന്നും കിട്ടുണ്ണി കടംചോദിക്കുന്നു. അയാളത് കൊടുക്കാത്തത് കഥയുടെ വഴിത്തിരിവിനു കാരണമായി. കിട്ടുണ്ണിക്ക് ആ മുതലാളിയെ യാതൊരു പരിചയവുമില്ലാത്തമട്ടിലാണ് വിവരണം. അങ്ങനെയെങ്കിൽ മുതലാളിയുടെ പ്രവൃത്തി കുറ്റകരമാകുന്നതെങ്ങനെ?കൂടിപ്പോയാൽ കരുണകാട്ടിയില്ലെന്ന് ആക്ഷേപിക്കാമെന്നുമാത്രം. കിട്ടുണ്ണിയുടെ സ്വന്തം മുതലാളിയാണ് അയാളെന്നും അയാൾ അജ്ഞത നടിക്കുകയാണെന്നും വെളിപ്പെടുത്താമായിരുന്നല്ലോ? മുതലാളിത്തത്തിന്റെ ക്രൗര്യത്തെയും നിഷ്ഠൂരതയെയും വ്യഞ്ജിപ്പിക്കാനുള്ള നാടകീയയുക്തി അതിലൂടെ ദൃഢീകരിക്കാമായിരുന്നു. മുതലാളിയെയും തൊഴിലാളിയേയും സൃഷ്ടിച്ചപ്പോഴുദ്ദേശിച്ച, കഥാപാത്രങ്ങളുടെ പരസ്പരബന്ധവും പ്രമേയപരമായി അവരിലൂടെ വിസിപ്പിച്ചെടുക്കേണ്ടുന്ന സംഘർഷവും തദ്വാരാ ദുർബലമായി. രചനാപരമായ സൂക്ഷ്മതക്കുറവുതന്നെയാണ് ഇതിനും കാരണം. എന്തുതന്നെയായാലും കമ്മ്യൂണിസ്റ്റ് പ്രത്യയശാസ്ത്രത്തിന്റെ വ്യാപനത്തിനു നാടകവും നാടകത്തിന്റെ സ്വീകാര്യതയ്ക്ക് പാർട്ടിയും കാര്യമായ പങ്കുവഹിച്ചുവെന്നത് വിസ്മരിക്കാനാവില്ല. കേരളനാടകസാഹിത്യചരിത്രത്തിൽ പ്രതിബദ്ധരാഷ്ട്രീയ നാടകങ്ങളുടെ ആദ്യമാതൃകയാണ് പാട്ടബാക്കിയെന്നതിൽ തർക്കമില്ല. പിന്നീടുണ്ടായ തോപ്പിൽഭാസിയുടെ 'നിങ്ങളെന്നെ കമ്മ്യൂണിസ്റ്റാക്കി' നാടകവും ചെറുകാടിന്റെ 'നമ്മളൊന്നും' മറ്റനേകം നാടകങ്ങളും മാതൃകയാക്കിയതും ദാമോദരന്റെ 'പാട്ടബാക്കി'യെയാണ്.

1912 ഫെബ്രുവരി 5-ന്. ഉപ്പൻ നമ്പൂതിരിയുടേയും നാരായണിയമ്മയുടേയും മകനായി, പൊന്നാനിയിലെ കീഴേടത്ത് എന്ന നായർ കുടുംബത്തിൽ ദാമോദരൻ ജനിച്ചു. കമ്മ്യൂണിസ്റ്റ് പാർട്ടിയുടെ നേതൃപദവികൾ മാത്രമല്ല, എം.പിയായും മറ്റു അധികാര സ്ഥാനങ്ങളിലും അദ്ദേഹം പ്രവർത്തിച്ചു. ഓഡറ്റ്സിനെപ്പോലെ, അവസാനകാലത്ത് പൂർണമായും രാഷ്ട്രീയപ്രവർത്തനത്തിൽനിന്നും വിട്ടുനിന്ന ദാമോദരൻ

എഴുത്തിലേയ്ക്ക് മടങ്ങുകയായിരുന്നു. കണ്ണുനീർ, ചൈനയിലെ വിപ്ലവം, മനുഷ്യൻ, ധനശാസ്ത്രപ്രവേശിക, നാണയപ്രശ്നം, ഇന്ത്യയുടെ സാമ്പത്തികപ്രശ്നം, സാമൂഹികപരിവർത്തനങ്ങൾ, മാർക്സിയൻ ധനശാസ്ത്രം, ചരിത്രപരമായഭൗതികവാദം, ഭാരതീയതത്വചിന്ത തുടങ്ങി ഒട്ടേറെ കനപ്പെട്ടഗ്രന്ഥങ്ങൾ അദ്ദേഹത്തിന്റേതായുണ്ട്. നരവംശശാസ്ത്രത്തെയും പുരാരേഖകളെയും നാണയശാസ്ത്രത്തെയും മറ്റുമടിസ്ഥാനപ്പെടുത്തി കേരളചരിത്രരചനയിലേർപ്പെട്ടിരിക്കുമ്പോൾ 1976-ജൂലൈ 1-ന് അദ്ദേഹം മരിച്ചു. എങ്കിലും 'പാട്ടബാക്കി' മുന്നോട്ടുവച്ച രാഷ്ട്രീയ സ്വപ്നങ്ങളും അത് നേടിയെടുത്ത നാടകചരിത്രത്തിലെ സ്ഥാനവും അദ്ദേഹത്തെ എന്നെന്നും ഓർമ്മപ്പെടുത്തും.

ആധാരം.

പാട്ടബാക്കി; കെ. ദാമോദരൻ, എൻ. ബി. എസ്, കോട്ടയം.
ശ്രീനാരായണഗുരു;പികെ ബാലകൃഷ്ണൻ, പ്രഭാത് ബുക്ക്ഹൗസ്.
മലബാറിലെ ദലിത്പ്രസ്ഥാനങ്ങൾ;ഡോ. മാത്യു ഏർത്തയിൽ. കറന്റ് ബുക്സ്, കോട്ടയം.
കേരളത്തിലെ ആദ്യകാല സാമൂഹ്യനാടകങ്ങൾ (ഗവേഷണപ്രബന്ധം); സി. സ്റ്റീഫൻ, കേരളസർവകലാശാല.
നാടകവിജ്ഞാനകോശം, ആര്യാട് ഭാർഗവൻ
ഭാഷാപോഷിണി, 2012 ജൂലൈ ലക്കം.
https://muse. jhu. edu/

2017

എൻ കൃഷ്ണപിള്ളയുടെ സുഘടിത യത്നങ്ങൾ

സമകാലിക കേരളത്തിലെ നാടകങ്ങൾ ദുർബലങ്ങളും ദുസ്സഹങ്ങളുമാണെന്ന തിരിച്ചറിവിൽ നിന്നാണ് കൃഷ്ണപിള്ള നാടകങ്ങളെഴുതാൻ തുടങ്ങിയത്. തിരുവനന്തപുരത്തെ വിദ്യാഭ്യാസകാലഘട്ടത്തിലെ നാടക പരിചയങ്ങളായിരുന്നു അതിന്റെ അടിയന്തരപ്രേരണ. പുളിമാന പരമേശ്വരൻപിള്ളയും ഗുപ്തൻനായരുമൊക്കെ സഹപാഠികളായിരുന്നു, അനന്തപുരിയന്ന് പുതിയചേതനകൾക്ക് കാതോർക്കുന്ന നായന്മാരാൽ സമൃദ്ധമായിരുന്നു. സി. വി. രാമൻപിള്ളയ്ക്കുശേഷം മലയാളസംസ്കാരത്തിന്റെ അപ്രമാദിത്വം ഏ. ആറിനോ പിന്നീട് ഇളംകുളത്തിനോ എന്നതുമാത്രമായിരുന്നു പ്രശ്നം. സൈദ്ധാന്തികമായി എടുത്തുകാട്ടത്തക്ക മറുയുക്തികളോ ദൃഷ്ടാന്തങ്ങളോ രേഖകളിൽ ഇല്ലായിരുന്നുതാനും. എങ്കിലുമവിടെ അയ്യങ്കാളിയും നാരായണഗുരുവും പ്രവാചകരായി ജനത്തെ നവീകരിച്ചുകൊണ്ടേയിരിക്കുകയായിരുന്നു. കണ്ണാടിപ്രതിഷ്ഠപോലെ സയുക്തികമായൊരു രാഷ്ട്രീയ കർമ്മം കേരളമതുവരെ ദർശിച്ചിരുന്നില്ല. അതിന്റെ പിന്നിലെ ബൗദ്ധയുക്തി ഇനിയും തിരിച്ചറിഞ്ഞിട്ടുമില്ല. അഥവാ അംഗീകരിക്കാൻ കേരളമനസ്സ് സന്നദ്ധമായിട്ടുമില്ല. എസ്. എൻ. ഡി. പിയ്ക്ക് അതിനു നേരം കിട്ടിയിട്ടുമില്ല. പൊതുനിരത്തിലൂടെ അഭിമാനത്തിന്റെ വില്ലുവണ്ടിയോടിച്ച നിരക്ഷരനായ അയ്യങ്കാളിയെ പുതുവിദ്യാഭ്യാസം കിട്ടിയ, കൊളോനിയൽ നവോത്ഥാനത്തെ സ്വപ്നം കണ്ട കുട്ടികൾ പരിഗണിച്ചിട്ടുമില്ല. അതവരുടെ തെറ്റുമല്ല, മാനവികത, തുല്യതയെന്നീ നവീനാശയങ്ങൾ കൊളോണിയൽ

പാഠ്യ പദ്ധതികളിലൂടെയാണ് അവരിൽ എത്തിച്ചേർന്നത്. അതാവട്ടെ പുതുവെളിച്ചത്തിന്റെ അദ്ഭുത സാഹോദര്യാനുഭവമാണ് ജ്ഞാനാന്വേഷകരായ പുതു തലമുറയിലുണ്ടാക്കിയതെന്നു കരുതുന്നതാവും ശരി. ആ ഗണത്തിൽപെട്ട ആറ്റിങ്ങലിലെ നാട്ടുമ്പുറത്തുകാരനായ, അത്ര സാമ്പത്തിക ഭദ്രതയില്ലാത്ത കുടുംബത്തിലെ കുട്ടിയായിരുന്നു അനന്തപുരിയുടെ ഗരിമയിലേയ്ക്ക് പഠിക്കാനെത്തിയ ബിരുദ വിദ്യാർഥിയായ കൃഷ്ണപിള്ള. പുതിയ അന്തരീക്ഷവും പ്രതീക്ഷകളും ചെറുപ്പത്തിൽ അദ്ദേഹത്തെ ഉൽകടാശയങ്ങളുടെ ക്ഷോഭസന്ധ്യകളിലേയ്ക്കു കൂട്ടിക്കൊണ്ടുപോയിട്ടുണ്ടാവാം. അവിടുത്തെ നടപ്പുപ്രതാപങ്ങളുടെ നിരർഥകതയും യൂറോപ്പിന്റെയുക്തിപാരമ്പര്യവും തദ്വാരാ ലഭ്യമാകുന്ന പൗരസങ്കല്പവും അയാളെ പ്രചോദിപ്പിച്ചിട്ടുണ്ടാവും. മലയാളസാഹിത്യചരിത്രത്തിലെ അയുക്തികതയെ മുൻനിർത്തിയാവാം കൈരളിക്കുകഥമാത്രമേയുള്ളുവെന്ന തീരുമാനത്തിലദ്ദേഹമെത്തിയത്. പിന്നീട് നടിയായും അഭിനേതാവും അവസാനകാലംവരെ അരങ്ങിലുണ്ടായിരുന്ന കൃഷ്ണപിള്ളയ്ക്ക് നാടകം ജീവിതം തന്നെയായിരുന്നുവെന്നതിൽ സന്ദേഹമില്ല. അദ്ദേഹത്തിന്റെ മുഖത്തുചായം പുരട്ടുന്ന സി.ജെ. തോമസും ക്ലാസ് മുറിയിൽ നിന്നു ലോകത്തോളം വളർന്ന ജി. ശങ്കരപ്പിള്ളയും അതിന്റെ ദൃഷ്ടാന്തങ്ങളാണ്. എന്നിരുന്നാലും വ്യക്തിയെന്ന നിലയിൽ കൃഷ്ണപിള്ളയുടെ ഇടപെടൽ എന്തായിരുന്നെന്നും അതുണ്ടാക്കിയ പരിണാമമെന്തെന്നുമാണ് ഇവിടെ പരിശോധിക്കുന്നത്.

അനാരോഗ്യകരമായ അലസഗമനമായി നാടകമുൾപ്പെടെയുള്ള കലകളെയും സാഹിത്യത്തെയും പരിഗണിച്ചിരുന്ന സാംസ്കാരിക ബാലാരിഷ്ടതയുടെ കാലമായിരുന്നു ഇരുപതാംനൂറ്റാണ്ടിന്റെ ആദ്യ ദശകങ്ങൾ. പ്രത്യയശാസ്ത്രമോ ദാർശനികമോ ആയിരുന്നില്ല അക്കാലത്തെ സാമൂഹ്യജീവിതത്തിലെ അഭിമുഖീകരണങ്ങൾ. തികച്ചും കായികമായിരുന്നു. വിലക്കുകളും ശിക്ഷകളും. തടയുക, കൊല്ലുകയെന്നതിനപ്പുറത്തേയ്ക്കുള്ള മനുഷ്യസങ്കല്പം വികസിക്കാത്ത, ഇനിയും പൗരധർമ്മം ആദർശമല്ലാത്ത ആൾക്കൂട്ടമാണ് നമ്മൾ. അതിനാൽതന്നെ ആത്യന്തികമായ ഉണ്മകളെക്കുറിച്ച് പ്രഘോഷണങ്ങളും കലാപ്രവർത്തനങ്ങളുമുണ്ടായാലും വാക്കുകളുടെ ഡിക്ഷണറി അർഥത്തിനപ്പുറമുള്ള വിവക്ഷകൾ ഗ്രഹിക്കുവാൻ അസമർഥരാണ് നമ്മുടെ സമൂഹം. രാമകൃഷ്ണ പരമഹംസർക്കോ നരേന്ദ്രനോ അനുഭവവേദ്യമാകുന്ന ഭ്രാന്ത് നമുക്കൊരിക്കലും അസ്വാരസ്യമുണ്ടാക്കാതിരുന്നത് അതുമൂലമാണ്. വിദ്യാഭ്യാസത്തെ അതിവർത്തിച്ചും നിയന്ത്രിച്ചും നിലകൊണ്ട ശക്തമായൊരു അധീശത്വ പ്രത്യയശാസ്ത്രമായിരുന്നു ഇവിടെ സജീവം . അതിന്റെ പരികല്പനകളിലും ഉദാസീനതകളിലുമായിരുന്ന

സാംസ്കാരികവ്യാപാരം നിലകൊണ്ടത്. കലയെയും സംസ്കാരത്തെയും പരിപോഷിപ്പിക്കുവാനും ചിലവുകൾ വഹിക്കുവാനും യാതൊരു സംവിധാനവും അന്നില്ലായിരുന്നുവെന്ന് മനസ്സിലാക്കേണ്ടതുണ്ട്. ഭരണതലത്തിൽ ആധുനികവും വ്യവസ്ഥാപിതവുമായ മാർഗങ്ങളിലേയ്ക്ക് തിരുവിതാംകൂർ ഉൾപ്പെടെയുള്ള പ്രദേശങ്ങൾ കടന്നുവരാൻ തുടങ്ങുന്നതേയുണ്ടായിരുന്നുള്ളൂ. പത്രപ്രവർത്തനത്തിലൂടെ ജാതിയ്ക്കതീതമായ പൗരസങ്കല്പം ഭാഷയിൽ രൂപമെടുക്കുവാൻ തുടങ്ങുന്നതേയുണ്ടായിരുന്നുള്ളൂ. ഡാനിയേലിന്റെ സിനിമാപ്രവർത്തനങ്ങളുടെ സ്വപ്നങ്ങൾ നാമ്പിടാനൊരുമ്പെടുന്നേയുണ്ടായിരുന്നുള്ളൂ. റോസിപ്പലയിയെ നായികയാക്കിയ നാടാർക്രിസ്ത്യാനിക്ക് നെയ്യാറ്റിൻകരയിൽ നിന്ന് മദിരാശിയിലേയ്ക്ക് ഓടിപ്പോകാൻ തിരുവിതാംകൂറിന്റെ നിയമങ്ങൾ മറികടക്കേണ്ടിയിരുന്നില്ല. സാമൂഹ്യ പദവിയുടേയും സാങ്കേതികവിദ്യയുടെയും പിൻബലം അയാളെ ശാരീരീകാക്രമണങ്ങളിൽ നിന്നും ചെറിയൊരുപരിധിവരെ രക്ഷിച്ചു നിറുത്തിയെന്നും പറയാം. എന്നാൽ ചിത്തിരതിരുനാൾ നാടകോത്സവങ്ങളിലെ അയതാലളിതനർമ്മസല്ലാപങ്ങളെ എതിർത്ത് പുതിയൊരു നാടകസംസ്കാരം ഉദ്ഘാടനം ചെയ്യാൻ മുതിർന്ന എൻ. കൃഷ്ണപിള്ളയ്ക്ക് ഇവ്വിധ വെല്ലുവിളികളൊന്നും ഉണ്ടായതായി ചരിത്രം പറയുന്നില്ല. അദ്ദേഹത്തിന്റെ പ്രഥമവും പരമവുമായ വെല്ലുവിളി നാടകഘടനയെക്കുറിച്ചുള്ളതായിരുന്നുവെന്നാണ് ഏഴുതപ്പെട്ടിട്ടുള്ളത്. അതുതന്നെ ലാഘവബുദ്ധിയോടുകൂടി നാടകപ്രവർത്തനം നടത്തുന്നവരോടുള്ള വിയോജിപ്പെന്നമട്ടിലുടലെടുത്തതും. അതിനു നിമിത്തമായതാവട്ടെ യൂറോപ്യൻ നവോത്ഥാനമൂല്യങ്ങളുയർത്തിപ്പിടിക്കുന്ന നാടകങ്ങളും. ഇബ്സനെപ്പോലുള്ളവരുടെ കൃതിപാരായണം അദ്ദേഹത്തിനാവേശം നല്കിയിട്ടുണ്ടാവാം. കേരളത്തിലെ നവോത്ഥാനസമരങ്ങൾ കാതോരമലച്ചിട്ടുണ്ടാവാം. സ്വതന്ത്ര വ്യക്തിയെന്ന ആശയം ത്രസിപ്പിച്ചിട്ടുണ്ടാവാം. എല്ലാത്തിനുമുപരി ജീവത്സാഹിത്യം പോലുള്ള പ്രസ്ഥാനങ്ങളുടെ രാഷ്ട്രീയമുദ്രാവാക്യങ്ങളിൽ നിന്നും അന്നത്തെ സാഹിത്യപ്രവർത്തകർക്കാർക്കും ഒഴിഞ്ഞു നില്ക്കാനാവുമായിരുന്നില്ല എന്ന കാര്യവുമുണ്ട്. സാഹിത്യം സാമൂഹ്യനന്മയ്ക്കുവേണ്ടിയെന്നതായിരുന്നു അന്നത്തെ നാട്ടുനടപ്പ്. അതില്ലാത്തവരെ സ്വാഭാവികമായും ബഹിഷ്കരിച്ചിരുന്നു. മുദ്രാവാക്യപ്രായമായ ജനനന്മയെ ഉദ്ഘോഷിക്കുക ഇതിൽ നിന്നും രക്ഷപ്പെടാനുള്ള ഉപാധിയുമായിരുന്നു. വിപ്ലവകാരിയും സോദ്ദേശ്യസാഹിത്യകാരനുമെന്ന നിലയിൽ, കേസരിയുടെ പ്രേതങ്ങളുടെ പരിഭാഷയിലൂടെ പ്രചരിച്ച ആദ്യകാല ഇബ്സൻ അവിടെ എന്തുകൊണ്ടും സ്വീകാര്യനാകും, പ്രത്യേകിച്ചും അക്കാലത്തെ തിരുവനന്തപുരത്ത്.

മുറ മരുമക്കത്തായമായതുകൊണ്ടുമാത്രമല്ല, പിതാവ് കുട്ടിക്കാലത്തേ മരിച്ചുപോയതുകൊണ്ടുകൂടിയാണ് കൃഷ്ണപിള്ളയെന്നകുട്ടി മാതുലന്റെ ഉഗ്രശാസനങ്ങൾക്കു കീഴ്പ്പെട്ടുവളരേണ്ടിവന്നത്. അയാളുടെ അഭിരുചികൾക്കൊത്ത് ചെമ്മരുതിയിൽ നിന്നും നാഴികകളകലയുള്ള കടയ്ക്കാവൂരിൽവരെ നടന്നു പോയി സംഗീതനാടകങ്ങൾ കുട്ടിക്കാലത്തുതന്നെ കാണേണ്ടിവന്നത്. അച്ഛനല്ല അമ്മാവനായിരുന്നു, അദ്ദേഹത്തിന്റെ കൗതുകങ്ങളായിരുന്നു തന്നെ സ്വരൂപിച്ചതെന്നും ബാല്യത്തിൽ സംഗീതനാടകങ്ങളോട് പ്രതിപത്തിയുണ്ടാക്കിയതെന്നും കൃഷ്ണപിള്ള പ്രസ്താവിക്കുന്നുണ്ട്, ആർട്സ് കോളേജിലെ പഠനകാലത്ത് ബി.എ. മായാവിയുടെ ലാഘവത്വം തന്നിലുണ്ടാക്കിയ വിപ്രതിപത്തിയെക്കുറിച്ചും അദ്ദേഹം സൂചിപ്പിക്കുന്നു. അതിനെതിരേയുള്ള സർഗാത്മകപ്രതികരണം എന്ന നിലയിലെഴുതിയ നാടകകൃതിയുമായി പി.കെ. വിക്രമൻനായരെന്ന അദ്വിതീയ നടൻ ബന്ധപ്പെട്ടന്നതിനെക്കുറിച്ചും കൃഷ്ണപിള്ള സാശ്ചര്യം പ്രസ്താവിക്കുന്നുണ്ട്. ഒടുവിൽ മലയാളനാടകചരിത്രത്തിലെ നാഴികക്കല്ലായി മാറിയ ഭഗ്നഭവനത്തിന്റെ സ്ക്രിപ്റ്റുമായി സൈക്കിളിൽ അലഞ്ഞ്, അവതരണത്തിന്റെ സംഘാടനപങ്കപ്പാടുകൾ മുഴുവൻ ഏറ്റെടുത്ത ആ മഹാനടനെക്കുറിച്ചും അദ്ദേഹം കുറിക്കുന്നുണ്ട്. പ്രശ്നമതല്ല, ആദ്യമായി കേരള പ്രേക്ഷകൻ കണ്ട ഗൗരവതരമായ കൃതി മുന്നോട്ടുവച്ച വിവക്ഷകളെന്തെന്നതാണ്. അത് കുടുംബത്തകർച്ചയെക്കുറിച്ചുള്ളതാകുന്നു. അതിന്റെ ആഘാതത്തിൽ ഹൃദയംപൊട്ടിത്തകരുന്ന -ഭവനം ഭഗ്നമായിപ്പോകുന്ന -ദാരുണാന്ത്യമാകുന്നു. പ്രമേയമെന്ന നിലയിൽ ഒരുപക്ഷേ സാർവലൗകികമായൊരു മാനം ഇതിനുണ്ടെന്നു വിചാരിക്കാം. എങ്കിലും അടിയന്തരപ്രേരണകളെ പരിഗണിക്കുമ്പോൾ അങ്ങനെ വിശ്വസിക്കുന്നതിൽ യുക്തി ഭംഗമുണ്ടെന്നുകാണാം. നായർ റഗുലേഷൻ സംഭവിക്കുകയും തദനുസാരിയായ സ്വത്തവകാശത്തർക്കങ്ങളും മരുമക്കത്തായശോഷണവും സംഭവിക്കുകയും ചെയ്യുന്ന സന്ദർഭത്തിലാണ് കേരളത്തിലെ പ്രശ്നനാടകമെന്നനിലയിൽ ഭഗ്നഭവനം അവതരിപ്പിക്കപ്പെടുന്നത്. തകരുന്ന നായർ തറവാട് എന്നതിനപ്പുറം അതിലവതരിപ്പിക്കപ്പെടുന്ന പിതൃസ്വരൂപം കൃഷ്ണപിള്ളയ്ക്കല്ല, കേരളത്തിലെ, പഠിപ്പില്ലാത്ത ഒരാൾക്കും പരിചിതപാത്രമല്ല. അച്ഛനല്ല അമ്മാവനായിരുന്നു അന്നിവിടെ ഗൃഹസ്ഥൻ. താളുകളിൽ നിന്നറിഞ്ഞവ പ്രയോഗിക്കാനും യാഥാസ്ഥിതിക പ്രേക്ഷകരെ പുത്തനൊരു ആസ്വാദന ശീലത്തിലേയ്ക്ക് ആനയിക്കുവാനും ആ നാടകം വ്യഗ്രതപ്പെട്ടു. സ്വത്വത്തെക്കുറിച്ചും വ്യക്തിയെക്കുറിച്ചും പൗരബോധത്തെക്കുറിച്ചും ആശങ്കപ്പെട്ടും അറച്ചറച്ചും നിന്ന നമ്മുടെ സമൂഹം ആ നാടകത്തെ വേണ്ടത്ര ഗൗരവത്തോടെ പരിഗണിക്കാതിരിക്കാനുള്ള

പ്രമുഖ കാരണവും ഇതാണ്. സാംസ്കാരികമായ വ്യാജപ്രതിനിധാനങ്ങളെത്തേടിപ്പോകലായിരുന്നു അവിടെ നടന്നത്. അതിന്റെ പരിമിതി അദ്ദേഹത്തിന്റെ രചനാജീവിതത്തിലുട നീളം പിന്തുടർന്നു. പ്രമേയതലത്തിൽ ഭഗ്നഭവനങ്ങളുടെ ആവർത്തനമാണ് കാണുന്നത്. തദ്ഫലമായി തിരുവനന്തപുരത്തെ ഇടത്തരം നായർതറവാടിന്റെ പൂമുഖങ്ങളിലേയ്ക്ക് മുഴുവൻ സീനോഗ്രാഫിയും ചുരുങ്ങിപ്പോയി.

സാഹിത്യത്തിന്റെ ധ്വന്യാത്മകമൂല്യത്തെ അരങ്ങിൽ അദ്ധ്യാരോഹിക്കുകയും നാടകത്തിന്റെ ധ്വനിമൂല്യം വീണ്ടെടുക്കുകയുമാണ് അരങ്ങാവശ്യമെന്ന് അദ്ദേഹം വിശ്വസിച്ചു. ബാലിശമായ അരങ്ങ് വിസ്മയങ്ങളിൽ അഭിരമിക്കുന്ന പ്രേക്ഷകരിൽ അതൊരു വിച്ഛേദമായിരുന്നുവെന്നതിൽ സംശയമില്ല. എങ്കിലും അതിലെ നടനാംശങ്ങളും രംഗക്രിയകളും അവരുടെ അനുഭവസീമകൾക്കുവെളിയിലായിരുന്നു. ആ നാടകങ്ങളിലെവിടെയും അമ്മാവന്റെ ധർമ്മസങ്കടങ്ങൾക്ക് ഇടമില്ലായിരുന്നു. യൂറോപ്യൻ ആദർശമായിരുന്ന നിരുപാധികം നാടകം പിൻതുടർന്നത്. അതുമൂലം ആവിഷ്കരിച്ച പ്രശ്നങ്ങളും നമ്മെ സംബന്ധിച്ചിടത്തോളം കല്പിതമോ അകലത്തുള്ളതോ മാത്രമായി. കൃഷ്ണപിള്ളയുടെ കുതിപ്പാർന്ന സർഗവ്യക്തിത്വത്തെ കേരളീയ സംഘബോധ്യം നിരാകരിച്ചു. അഥവാ പില്ക്കാല സാഹിത്യചരിത്രത്തിലും നാടകസങ്കല്പത്തിലും അദ്ദേഹത്തിനുലഭിച്ച സ്ഥാനത്തിനൊപ്പിച്ചുള്ള സ്വീകാര്യത സമകാല അരങ്ങിൽ കിട്ടിയിരുന്നില്ല. എങ്കിലും മഷിയുണങ്ങാത്തപേനയും കഴക്കാത്ത കണ്ണുകളുമായി ആമനീഷി അകലങ്ങളിലെ അഴിമുഖങ്ങളിലേയ്ക്ക് അക്ഷീണം യാത്രതുടർന്നു. 1916 മുതൽ 1988 വരെയുള്ള ജീവിതകാലത്തിൽ 17 സുദീർഘനാടകങ്ങളും 15 ലഘുനാടകങ്ങളുമെഴുതി. തരിസാപ്പള്ളിശാസനത്തെക്കുറിച്ചുള്ളത്യന്തലഘുവായറേഡിയോനാടകംവരെ ആ രചനാലോകം പടർന്നു കിടക്കുന്നു. അവയിലൂടെ കൃഷണപിള്ളയുണ്ടാക്കിയ നാടകഘടനയാണ് ഇന്നും നമ്മുടെ മുഖ്യധാരാനാടകങ്ങൾക്ക് അടിത്തറയായി വർത്തിക്കുന്നത്. എങ്കില്ും, മോളിയേയിൽ നിന്നും ഇബ്സനിലേയ്ക്കുള്ള ദൂരം ഒറ്റയ്ക്കു നടന്നുതീർത്തെന്ന സി.ജെ. തോമസിന്റെ പ്രശംസതന്നെയാണ് നമ്മുടെ നാടകചരിത്രത്തിൽ കൃഷ്ണപിള്ളയുടെ സ്ഥാനം നിർണയിക്കുന്നത്. അതിലേയ്ക്ക് അദ്ദേഹത്തെ പ്രാപ്തനാക്കിയത് അദ്ദേഹത്തിന്റെ സുഘടിത -പ്രശ്നനാടകങ്ങളും. ഭഗ്നഭവനം, കന്യക, ബലാബലം, കടത്തിലെ വിളക്ക് എന്നിവയാണ് പ്രശ്നനാടകങ്ങളായി പൊതുവേ പരിഗണിക്കുന്നത്.

പ്രശ്നനാടകങ്ങൾ എന്ന ഒരുവിഭാഗം ലോകനാടകചർച്ചയിൽ ആരും സ്വീകരിച്ചിട്ടില്ല എന്നതാണ് നാം ആദ്യം മനസ്സിലാക്കേണ്ടത്.

യഥാർഥാന്തരീക്ഷങ്ങൾ ഉൾക്കൊള്ളുന്ന സുഘടിതനാടകങ്ങളുടെ ഒരു വിഭാഗമെന്നവിധം ആനുഷംഗികമായി മാത്രമേ, അവയെപ്പറ്റി വിശ്വ നമാടകചരിത്രകാരന്മാർ പരാമർശിച്ചിട്ടുള്ളു എന്ന് പ്രൊഫസർ ജി ശങ്കരപ്പിള്ള അസന്ദിഗ്ധമായി രേഖപ്പെടുത്തുന്നു. (സ്വന്തം നിലയിൽ ഈവായനയിലൂടെ അന്വേഷിച്ചപ്പോഴും ഫലം ഏറക്കുറേ അതുതന്നെ യായിരുന്നു.) സുഘടിത നാടകസങ്കല്പങ്ങളെയും അവയുടെ യുക്ത്യധി ഷ്ഠിതാഖ്യാനങ്ങളെയും സാമൂഹ്യാഭിമുഖ്യങ്ങളെയുമായിരുന്നു ഇത്തരം വിശേഷണങ്ങൾക്കാധാരമാക്കിയിരുന്നത്. അല്ലാതെ അത്തര മൊരു ഴാനർ ലോകസാഹിത്യത്തിലില്ല. ആദ്യകാല ഇബ്സന്റെ സാമൂഹ്യപ്രതിബദ്ധതയുള്ള നാടകങ്ങളുടെ ഘടനയും അതിന്റെ അനുകർത്താക്കളായ ഗാൽസ്വർത്തിയുടെയും മറ്റും രചനകളുമാണ് ഇത്തരമൊരു ധാരണപ്പിശകിലേയ്ക്ക് ചരിത്രകാരന്മാരെ നയിച്ചത്. കേരളത്തിലാകട്ടെ കേസരി എ. ബാലകൃഷ്ണപിള്ളയെപ്പോലുള്ള മഹാൻമാരുടെ സാഹിത്യസപര്യയിലൂടെ ആദ്യകാല രചനയായ പ്രേതങ്ങൾ പരിചിതമായിരുന്നുതാനും. പാശ്ചാത്യസാഹിത്യമെ ന്നാൽ ഇംഗ്ലീഷുമാത്രമാണെന്ന നാട്ടുവിചാരത്തിനെതിരേയുള്ള ഒറ്റയാൾ പോരാട്ടമെന്ന സർവാദരണീയത കേസരിയുടെ കലാ സപര്യയ്ക്കും ചരിത്രഭ്യൂഹങ്ങൾക്കുപോലും അന്ന് ലഭ്യമായിരുന്നു. അദ്ദേഹത്തിന്റെ അർപ്പണജീവിതം അതർഹിക്കുകയും ചെയ്തിരുന്നു. എന്നാൽ ഇബ്സനിസത്തെക്കുറിച്ചും നാടകത്തിന്റെ ലോകോത്തര മാതൃകയെക്കുറിച്ചും അദ്ദേഹമറിഞ്ഞതും പകർന്നതും അവസാന വാക്കാണെന്നുധരിച്ച മൗഢ്യം നമ്മുടെ നാടകസമീപനത്തെ വഴി തെറ്റിക്കുകയാണുണ്ടായത്. സുഘടിതനാടകമെന്ന രചനാകുശലത യും സാമൂഹ്യ പ്രതിബദ്ധതയെന്ന മുഖലക്ഷണവുമായിരുന്നു അത്തരം നാടകങ്ങളുടെ ആധാരം. കാവ്യാത്മകമായ, രൂപകഭംഗികലർന്ന അതീതയാഥാർഥ്യങ്ങളിലേയ്ക്കും ആത്മാർഥാലോചനകളിലേയ്ക്കും ഇബ്സന്റെ അന്ത്യകാലനാടകങ്ങൾ കടക്കുന്നുവെന്നു ചരിത്രകാര ന്മാർ പറയുന്നു. കാട്ടുതാറാവുമുതൽ രാജശില്പിവരെയുള്ള നാടകങ്ങൾ ഇതിനുദൃഷ്ടാന്തങ്ങളായി അവർ ചൂണ്ടിക്കാട്ടുന്നുണ്ട്.

ഇബ്സനെക്കാൾ നമ്മുടെ നാടകൃത്തുക്കളെസ്വാധീനിച്ചത് ഗാൽസ്വർത്തിയാണെന്നുസാരം എന്നു ശങ്കരപ്പിള്ള നിരീക്ഷിക്കുന്നു. മാത്രമല്ല, സുഘടിതനാടക ചിട്ടകൾമാത്രമായിരുന്നു അതിനാധാര മായിരുന്നതെന്നുകൂടി അദ്ദേഹം ഓർമിപ്പിക്കുന്നു. രത്നച്ചുരുക്കമായി, എന്തെങ്കിലും നിർവചനമാവശ്യമെങ്കിലതും ശങ്കരപ്പിള്ള ക്രോഡീ കരിക്കുന്നുണ്ട്. ഒരുനാടകത്തിൽ കഥാപാത്രങ്ങൾക്കു നല്കുന്നതിനേ ക്കാൾ പ്രാധാന്യം ഒരു സാമൂഹ്യപ്രശ്നത്തിനു നല്കുക, ആ പ്രശ്നത്തിന്റെ ഇന്നത്തെ അവസ്ഥമാത്രമല്ല, അത് പരിഹരിക്കപ്പെടാതെപോയാൽ

നാളെ വരാവുന്ന വളർച്ചകൂടി വരച്ചുകാണിക്കുക എന്നതാണ് പ്രശ്ന നാടകങ്ങളുടെ തത്വമെന്ന് ഏറ്റം ലഘുവായികുറിക്കുന്നു. ഹെൻറിക് ഇബ്സനിലൂടെ ശക്തമായിത്തീർന്ന ഈ സമീപനത്തിന്റെ പ്രോദ്ഘാടകൻ യൂജിൻസ്ക്രൈബാണ്. ഹാപ്മാനും ഗാത്സ്വർത്തിയും ഗോർക്കിയും ബർണാഡ്ഷായും ഗ്രിൻഹൽബാർക്കറും മറ്റും ഇത്തരം നാടകങ്ങളിലൂടെ ശ്രദ്ധനേടിയവരാണ്. എൽമർറൈസിനെപ്പോലുള്ള എക്സ്പ്രഷണിസ്റ്റനാടകകാരന്മാരും വിശാലാർഥത്തിൽ പ്രശ്നനാടകങ്ങളെഴുതിയിട്ടുണ്ടെന്ന് വിലയിരുത്തപ്പെടാം. യുക്തിയുഗം യൂറോപ്പിലുണ്ടാക്കിയ ധീരമായ അന്വേഷണങ്ങളും ആലോചനാശീലങ്ങളുമാണ് സാഹിത്യത്തിലും കലയിലും പുതിയചുവടുവയ്പുകൾക്ക് നിമിത്തമായത്. ഡാർവിന്റെ പരിണാമസിദ്ധാന്തവും ഫ്രോയ്ഡിന്റെ മനശ്ശാസ്ത്ര വിചാരങ്ങളും കാറൽമാക്സിന്റെ വൈരുദ്ധ്യാത്മകഭൗതികവാദവുമൊക്ക പുതിയലോകത്തെക്കുറിച്ചുള്ള ആവേശകരമായ സ്വപ്നങ്ങൾക്ക് വിത്തുപാകി. റിനാന്റെ ലൈഫ് ഓഫ് ക്രൈസ്റ്റ് പോലുള്ള കൃതികൾ പുതുവഴിതുറന്നു. ഗ്രീക്ക്-ഷേക്സ്പിയർ നാടകങ്ങളെ പുനർവായിക്കുവാൻ പാശ്ചാത്യലോകം ഉത്സുകമായി. ഐക്യത്രയത്തെ പുനക്രമീകരിച്ച് പുതിയൊരു നാടകഘടനയുണ്ടാക്കി. ക്രിയൈക്യത്തെയും സ്ഥലകാല ഐക്യങ്ങളെയും കാലികമായി ക്രമപ്പെടുത്തുകയും ചുരുക്കുകയും ചെയ്തു. ക്രിയാദൈർഘ്യം കുറയ്ക്കുവാനായി ആഖ്യാനശില്പത്തിൽ പൂർവകഥാസൂചനകൾ നിരത്തി. ക്രമബദ്ധമെന്ന നിലയിൽ ശീഘ്രം പരിണാമഗുപ്തിയിലേയ്ക്ക് എത്തുന്ന ക്രിയാമുഹൂർത്തങ്ങളെ ആവിഷ്കരിച്ചു. നാടകത്തിനു പുതിയൊരു സുഘടിതശില്പം ആവിഷ്കരിച്ചു. വായിച്ചറിഞ്ഞ ലോകനാടങ്ങളിലെ ഈ ചുവടുമാറ്റം കൃഷ്ണപിള്ളയെയും ആകർഷിച്ചു. പ്രൊ. എൻ. കൃഷ്ണപിള്ളയുടെ തന്നെ വാക്കുകൾ അത് വ്യക്തമാക്കുന്നു. "ഗൗരവപൂർവവും മൗലികവുമായ ഏതെങ്കിലും ജീവിതപ്രശ്നത്തെ യാഥാർഥ്യബോധത്തോടെ സസൂക്ഷ്മം വിശകലനം ചെയ്ത് അതിന്റെ ആവിഷ്കൃതിയ്ക്ക് കൂടിയേ തീരൂ എന്ന് ഉത്തമബോധ്യമുള്ള കഥാഗാത്രവും സ്ഥലകാലങ്ങളും കഥാപാത്രങ്ങളും സന്ദർഭങ്ങളും സംഭാഷണങ്ങളും വാക്യങ്ങളും മാത്രം ഉപയോഗിച്ച് ആഘടകങ്ങളെയെല്ലാം സ്വീകൃതപ്രശ്നത്തിൽ ഏകാഗ്രങ്ങളാക്കി നാടകം രചിക്കണം." പ്രഥമനാടകമായ ഭഗ്നഭവനത്തിൽതന്നെ ഇത്തരമൊരു രചനാതന്ത്രം സ്വീകരിക്കുവാൻ കൃഷ്ണപിള്ള ശ്രമിക്കുന്നുണ്ട്. കുറിയരംഗങ്ങളും സംഭാഷണങ്ങളും അതിനായി അദ്ദേഹം കോർത്തൊരുക്കി. കഥാപാത്രങ്ങളുടെ എണ്ണം പരിമിതപ്പെടുത്തി. സംഘട്ടനാത്മക മുഹൂർത്തങ്ങളിലൂന്നി ആഖ്യാനത്തെ മുന്നേറ്റി. മാധവൻനായരെന്ന ഗൃഹസ്ഥന്റെ ആത്മവ്യഥകളും ചിത്തവൃത്തികളും ആവിഷ്കരിക്കാൻ ശ്രമിച്ചു. അതിഭാവുകത്വത്തിന്റെയും അതിവൈകാരികതയുടേയും

ആട്ടത്തറകളായിരുന്ന അദ്ദേഹത്തിനു ചുറ്റുമുണ്ടായിരുന്നത്. അമേ ച്വറായിരുന്നതാകട്ടെ സി.വി. യുടെയും ഇ.വി. യുടേയും എൻ.പി. ചെല്ലപ്പൻനായരുടേയും അലസപ്രഹസനങ്ങളും. നാടകത്തോടുള്ള അത്തരം മനോഭാവത്തോടുള്ള സർഗാത്മക സമരത്തിനായിരുന്നു കൃഷ്ണപിള്ള ഇതിലൂടെ തുടക്കം കുറിച്ചത്. ഏറക്കുറേ പ്രമേയപരമായി സാധർമ്യമുള്ള മറിയാമ്മ നാടകം അതിനുമുൻപുതന്നെ ഗൗരവബു ദ്ധ്യാ അവതരിപ്പിക്കപ്പെട്ടിരുന്നെങ്കിലും സംഗീതനാടകങ്ങളോടുള്ള അതിന്റെ ചായ് വും നാടോടിത്തവുമായിരിക്കാം ആ നാടകരീതിയെ വിഗണിക്കുവാൻ കൃഷ്ണപിള്ളയെ പ്രേരിപ്പിച്ചത്. കറയറ്റ പാശ്ചാത്യാ ഭിമുഖ്യം പുരോഗമനാശയങ്ങളുടെ അടിപ്പടവായി വർത്തിച്ചിരുന്ന കാലഘട്ടവുമായിരുന്നു അതെന്നുമോർക്കേണ്ടതുണ്ട്. കേരളത്തിലെ സാമൂഹ്യനവോത്ഥാനയത്നങ്ങൾക്കും പുത്തനാശയങ്ങൾക്കും പശ്ചാത് വർത്തിയായ മനോഭാവവും ഇതുതന്നെ. സാഹിത്യകലാദി കളുടെ ധർമ്മമായിഗണിച്ചിരുന്നത് സാമൂഹ്യനന്മയായിരുന്നുവെന്നും സൂചിപ്പിച്ചിരുന്നല്ലോ അതിനാൽ, പരിവർത്തിതമാകുന്ന ആധുനി കകേരളത്തിലെ അരങ്ങ് പുരോഗമനാശയങ്ങളെ പ്രക്ഷേപണം ചെയ്യാൻ പാകമായ, ഗദ്യത്തിന്റെ നേർസംവാദങ്ങളാൽ മുന്നേറുന്ന പാശ്ചാത്യ നാടകമാതൃകയായിരിക്കുമെന്ന് കൃഷ്ണപിള്ള ഉറപ്പിക്കുന്ന തിൽ തെറ്റുപറയാനാവില്ല. അതാവട്ടെ പിന്നീട് നമ്മുടെ നാടകമാതൃ കയായി സ്വീകരിക്കപ്പെടുകയും ചെയ്തു.

ഭഗ്നഭവനം ചർച്ചയ്ക്കെടുക്കുന്നത് ആധുനികമൂല്യബോധങ്ങളും പാരമ്പര്യവാദങ്ങളും തമ്മിലുള്ള സംഘർഷമാണ്. പരിഷ്കാരിയായ മാധവൻ നായരും മൂന്നുപെൺമക്കളും നാട്ടുശീലക്കാരായ അവരുടെ ഭർത്താക്കന്മാരും തമ്മിലുള്ള പൊരുത്തക്കേടുകളും അവയൊടുവിൽ മൂച്ചൂടുംമുടിക്കുന്ന അന്ത്യത്തിലേയ്ക്കെത്തുന്നതുമാണ് പ്രമേയം. അസു രപ്രകൃതികളായ പാരമ്പര്യവാദികളുടെ ആയുധങ്ങൾ അപവാദപ്ര ചരണങ്ങളും ദുശ്ശാഠ്യങ്ങളുംമറ്റുമാണ്. പ്രണയകഥയുടെ ഒരിഴകൂടി ദുരന്തമൂർച്ചയ്ക്കായി തുന്നിച്ചേർത്തിട്ടുണ്ട്. ഭിന്നമൂല്യങ്ങളുടെ ഏറ്റുമുട്ടലും തകർച്ചയും ചെറിയൊരുക്യാൻവാസിലവതരിപ്പിക്കാനുള്ള പാടവം കൃഷ്ണപിള്ള പ്രകടിപ്പിച്ചു. 1942–മേയ് മാസം തിരുവനന്തപുരം വി.ജെ. ടി ഹാളിൽ ടാഗോർമെമ്മോറിയൽ ലൈബ്രറിയുടെ ആഭിമുഖ്യത്തിൽ നാടകമവതരിപ്പിച്ചപ്പോൾ കൈനിക്കര കുമാരപിള്ള, പി. കെ. വിക്ര മൻനായർ, ടി.പി. സുകുമാരൻനായർ, എസ്. ഗുപ്തൻനായർ, കെ.വി. തമ്പി തുടങ്ങിയ പ്രഗൽഭരായിരുന്നു അരങ്ങിൽ. മലയാളനാടകചരി ത്രത്തിലെ ഒരു നാഴികക്കല്ലായിരുന്നു ആ മുഹൂർത്തം. നാടകത്തെ വിമർശിച്ചവർപോലും നാടകമരങ്ങേറുന്ന സമയത്ത് അത്യന്തഗൗ രവത്തോടുകൂടിയാണ് സദസ്സിലിരുന്നതെന്ന് അഭിമാനത്തോടുകൂടി

നാടകകൃത്ത് സ്മരിക്കുന്നുണ്ട്. പതിവിനുവിപരീതമായി ഗൗരവസ്വഭാവമുള്ള ഒന്നാണ് നാടകപ്രവർത്തനമെന്ന് ഈ അവതരണത്തിലൂടെ പ്രേക്ഷകർക്ക് അനുഭവസിദ്ധമായി. സ്നേഹം, കടമ, സ്വാതന്ത്ര്യം തുടങ്ങിയമൂല്യങ്ങളെയാണ് കുടുംബാന്തരീക്ഷത്തിൽ ചർച്ചയ്ക്കെടുക്കുന്നത്. സാമൂഹ്യപ്രശ്നത്തെ വ്യക്തിമണ്ഡലത്തിൽ വച്ചുപരിശോധിക്കുന്ന സമീപനമാണ് സ്വീകരിച്ചിട്ടുള്ളത്. അവയുടെ രാഷ്ട്രീയ മാനങ്ങൾ പരിഗണിച്ചിട്ടില്ല. കൃഷ്ണപിള്ളയുടെ മിക്കനാടകങ്ങളുടേയും രീതി ഇതുതന്നെ. സ്ത്രീപദവിയെ പ്രശ്നവത്ക്കരിക്കുന്ന കന്യക നാടകവും അമ്മായിയമ്മപ്പോരിനെ പ്രമേയമാക്കുന്ന ബലാബലവും അങ്ങനെത്തന്നെ.

നിർവഹണഘട്ടത്തിൽ ആരംഭിക്കുക, പൂർവകഥാഖ്യാനത്തിലൂടെ വികസിക്കുക, വിധിയുടെ കഴുകൻചിറകിനാൽ വേട്ടയാടപ്പെടുക, ആത്യന്തികദുരന്തത്തിലേയ്ക്ക് കൂപ്പുകുത്തുക തുടങ്ങിയ ചിട്ടയാണ് ഇതിൽസ്വീകരിച്ചുട്ടുള്ളത്. സുഘടിതമെന്നു പെരുമകൊണ്ട ഈ സെലക്ടീവ്റിയലിസത്തിന്റെ അനുകരണം പില്ക്കാലങ്ങളിൽ വ്യാപകമായതിനെക്കുറിച്ച് അത് കൃഷ്ണപിള്ളയുടെ അനുകരണം മാത്രമായിരുന്നുവെന്ന് ഒട്ടൊരു തമാശയായും ഗുരുനിന്ദാഭയമോർത്തും ശങ്കരപ്പിള്ള പ്രസ്താവിക്കുന്നുണ്ട്.

ആഗ്രഹത്തിനനുസൃതമായി രചന നടത്തുവാൻ കഴിഞ്ഞിരുന്നില്ല അദ്ദേഹത്തിനെന്ന് ഇന്ന് വിലയിരുത്തുവാനാകും. അനാവശ്യമോ ഔചിത്യരഹിതമോ ആയ ഒറ്റ കഥാസന്ദർഭങ്ങളും ഉപകഥകളും സംഭാഷണങ്ങളും പാടില്ല എന്ന നിഷ്ഠ അദ്ദേഹത്തിനു പാലിക്കാൻ കഴിയാതെപോയി. ഉപകഥാഖ്യാനങ്ങൾ നിരന്തരമായി ലക്ഷ്യത്തെ വ്യതിചലിപ്പിച്ചു. സുഘടിതനാടകങ്ങളിൽ പ്രത്യക്ഷപ്പെടുന്ന അപ്രധാനപാത്രത്തിനുപോലും സുനിശ്ചിത ധർമ്മങ്ങളും ക്രിയാംശത്തിൽ പ്രാമുഖ്യധർമ്മങ്ങളുമുണ്ടാകും. ഭഗ്നഭവനത്തിന്റെ കാര്യം അങ്ങനെയല്ല. അനിവാര്യമല്ലാത്ത ഒരുസംഭാഷണവും പാടില്ലെന്നുകരുതി എഴുതിത്തുടങ്ങിയ നാടകം 'ഹാ' എന്ന വ്യാക്ഷേപകത്തിൽ തുടങ്ങി മറ്റൊരു 'ഹ' യിൽ അവസാനിക്കുന്ന വിധമാണ് രചിച്ചിരിക്കുന്നത്. മലയാളത്തിലെയെക്കാലത്തെയും മഹാപ്രതിഭയായ കുമാരനാശാന്റെ വീണപൂവ്, 'ഹ' മുതൽ 'കഷ്ടം' വരെ നീണ്ടുനില്ക്കുന്ന ഒരാഖ്യാനമാണെന്നതും കേരളമാകെ ആ മഹാകവിയെ ഏറ്റെടുത്തുവെന്നതും കൃഷ്ണപിള്ളയെ സ്വകാര്യമായി പ്രചോദിപ്പിച്ചിട്ടുണ്ടാകാം. മാത്രമല്ല അക്കാലത്തെ മുഖ്യധാരാനാടകവേദികൊഴുക്കുന്നത് സ്വാമിബ്രഹ്മവ്രതന്റെ നേതൃത്വത്തിലുള്ള കരുണയുടെ അവതരണത്തിലൂടെയാണെന്നതും അദ്ദേഹത്തിനു നേരിട്ടറിവുള്ളതുമാകുന്നു. പ്രത്യേകിച്ചും

ധ്വന്യാത്മകതയെന്ന സാഹിത്യഗുണത്തെ മുറുകെപ്പിടിച്ച കൃഷ്ണപിള്ളയ്ക്ക്. ഇതിനേക്കാൾ പ്രധാനമായകാര്യം അക്കാലത്തെ സംദേനത്തിന്റെ മുഖ്യന്യൂലിഴ മെലോഡ്രാമയുടെ, അതിവൈകാരികതയുടെ ഘടകങ്ങളാണെന്നതും അദ്ദേഹത്തെ സ്വാധീനിച്ചിട്ടുണ്ടായിരിക്കും. അതിന്റെ ദൗർബല്യം സംഭാഷണരചനയിൽ ഉടനീളം മുഴച്ചുനില്ക്കുന്നു.

രാധ : ഹാ !ഇതാര്?

ഹരീന്ദ്രൻ: ഒരു തകർന്നജീവിതം!

രാധ : ഹാ! എന്റെ ഹരിച്ചേട്ടൻ

ഹരീന്ദ്രൻ: ആ ഉടമയും ബന്ധവും വിട്ടേക്ക്.

രാധ : എന്റെ ഹരിച്ചേട്ടൻ! (...) എന്റെ ഹരിച്ചേട്ടൻ!

ഹരീന്ദ്രൻ: മാറിനില്ക്കൂ പരസ്വമേ!

എന്നിങ്ങനെ തുടരുന്ന അടിമുടികൃത്രിമത്വം നിറഞ്ഞ, നിരന്തരം ആശ്ചര്യചിഹനങ്ങളാൽ അതിതാരള്യത്തിലേയ്ക്ക് വീണുപോകുന്ന സംഭാഷണരചനാദ്ദേഷമാണ് അദ്ദേഹത്തിനു വഴങ്ങുന്നത്. തുടർന്നങ്ങോട്ട് രചനാതന്ത്രത്തിന്റെ കലവറ നിർവ്യാജമായി വിടർന്നുവരുമ്പോഴേയ്ക്കും അതിന്റെ ആന്തരികസൗഷ്ഠവദാരിദ്ര്യം കൂടുതൽ സ്പഷ്ടമാകും. ഒരുവാക്കുപറഞ്ഞാൽ അതേവാക്കിൽതന്നെ മറുപടി തുടരുന്ന ഒരുതരം ചങ്ങലക്കളിയായി പേച്ചുകളെഴുതലാണ് സംഘട്ടനമർമ്മജ്ഞതയെന്ന് ഇദ്ദേഹം ധരിച്ചിട്ടുണ്ടോയെന്നുപോലും സംശയിച്ചുപോകും.

ഹരീന്ദ്രൻ: നീ പറയുന്ന വാക്കുകൾക്ക് എന്തെങ്കിലും അർഥമുണ്ടോ?

രാധ : ആ വാക്കുകൾക്ക് താങ്ങാൻ കഴിയാത്ത അർഥമുണ്ട്. ചേട്ടനതുമനസ്സിലാക്കണം

ഹരീന്ദ്രൻ: മനസ്സിലാക്കണം., അല്ലേ ? എവിടെവച്ച് എനിക്കു മനസ്സിലാക്കാൻ കഴിയും! എനിക്കു മനസ്സിലായി!

രധ : ചേട്ടാ ചേട്ടനെന്നെ വിശ്വസിക്കണം, അല്ലെങ്കിൽ എനിക്കുഗതിയില്ല. കുട്ടിക്കാലത്ത് എന്നോടുകാണിച്ച സ്നേഹം തന്നെ ഇപ്പോഴും ഞാൻ യാചിക്കുകയാണ്.

ഹരീന്ദ്രൻ: സ്നേഹം, മൗഢ്യത്തിന്റെ സന്തതിയാണെന്നു ഞാൻ മനസ്സിലാക്കിക്കഴിഞ്ഞു....

ഉടനീളം കൃഷ്ണപിള്ള അനുവർത്തിക്കുന്ന സംഭാഷണരചനാതന്ത്രത്തിന്റെ ബാലിശത ഇതിലൂടെ ഗ്രാഹ്യമാകും. യഥാതഥ വാദത്തിന്റെ സാഹിത്യാധാരങ്ങളോ അരങ്ങുഭാഷയുടെ വിദൂരസ്വപ്നങ്ങളോ ഇതിലുണ്ടാവില്ല. കേവലം മാലകൊരുക്കലല്ല ആന്തരികക്ഷോഭങ്ങളവതരിപ്പിക്കുകയായിരുന്നു അദ്ദേഹത്തിന്റെ ലക്ഷ്യം. അതാവട്ടെ വിജയിച്ചിട്ടുമില്ല. 'പരസ്വമേ'യെന്നമട്ടിലുള്ള അസ്വാഭാവിക പ്രയോഗങ്ങളിലൂടെ

ഭാഷാപ്രയോഗത്തിൽ എന്തുതരം അരങ്ങുനേട്ടമാണ് അദ്ദേഹം ആഗ്രഹിച്ചതെന്നകാര്യവും ആലോചിക്കേണ്ടതാണ്.

കുറച്ചുകൂടിദൃഢമാണ് കന്യകയുടെ രചന. സ്ത്രീപദവിയെക്കുറിച്ചുള്ള ചോദ്യങ്ങളാണ് നാടകത്തിൽ. ഉദ്യോഗസ്ഥയായ മൂത്തമകൾ ദേവകിക്കുട്ടിയെ ചൂഷണംചെയ്തുജീവിക്കുന്ന പരാന്നഭോജികളായ ഒരുകുടുംബത്തിന്റെ കഥ. അവളുടെ വിവാഹംപോലും മുടക്കി, പരിഷ്കാരനാട്യത്തിൽ കഴിഞ്ഞുകൂടുന്ന കുടുംബത്തിൽ നിന്നും സ്വാതന്ത്ര്യം പ്രഖ്യാപിച്ചുപുറത്തുപോകുന്ന ദേവകിക്കുട്ടി. അവളുടെ ഭൃത്യനെ ഭർത്താവായിക്കൂട്ടുകയും ജോലി ഉപേക്ഷിക്കുകയും ചെയ്യുന്നു. സ്ത്രീയുടെ യഥാർഥ സാഫല്യം വിവാഹമാണെന്ന് പ്രഖ്യാപിക്കുന്നു. വീട് വിട്ടുപോകുന്ന അവരെനോക്കി, പണ്ട് അവരുടെ അച്ഛനമ്മമാർ ഓടിപ്പോയതിന്റെ തനിയാവർത്തനമാണിതെന്ന് വേലക്കാരി ജാനകി സാക്ഷ്യപ്പെടുത്തുന്നു. വ്യക്തിസ്വാതന്ത്ര്യം, കുടുംബജീവിതം, പരിഷ്കാരഭ്രമം, മാറുന്ന മൂല്യങ്ങളെന്നിങ്ങനെ പലചോദ്യങ്ങളും നാടകംമുന്നോട്ടുവയ്ക്കുന്നു. ചരിത്രപരമായി കേരളത്തിലെ നായർ സ്ത്രീകളുടെ വൈവാഹികജീവിതം വിക്ടോറിയൻ സദാചാരത്തിന്റെ വിവക്ഷകൾക്കനുസൃതമായിരുന്നില്ല. ആധുനികവിദ്യാഭ്യാസത്തോടും പുരോഗമനാശയങ്ങളോടുമൊത്താണ് അത്തരമാശയങ്ങളും സദാചാരപ്രമാണങ്ങളും ഇവിടെ പ്രചരിക്കുന്നത്. ദേവകിക്കുട്ടി വിദ്യാസമ്പന്നയും ഉദ്യോഗസ്ഥയുമാണ്. സ്വാതന്ത്ര്യമെന്ന മൂല്യത്തിൽ വിശ്വസിക്കുന്നവളുമാണ്. എങ്കിലും അവളുടെ ക്ഷോഭങ്ങൾക്കുള്ള ഉത്തരം ജാനകിയെന്ന നിരക്ഷരയായ വേലക്കാരിയിൽ നിന്നാണ് കിട്ടുന്നത്. വിവാഹത്തേക്കാളുയർന്ന ഒരു സ്വപ്നം സ്ത്രീക്കില്ലെന്ന ചിന്തയാണ് അത്. സർക്കാരുദ്യോഗത്തിൽ തന്റെ ഭൃത്യനായിരുന്നുവെന്നതല്ലാതെ മറ്റൊരുസ്ഥാനമോ പ്രണയമോ വിവേകംപോലുമോയില്ലാത്ത ഒരു വിധേയനെ, അതും അവന്റെ താല്പര്യങ്ങളെ പൂർണമായി അവഗണിച്ചുകൊണ്ട് ഭാവിജീവിതത്തിലേയ്ക്കുകൂട്ടിക്കൊണ്ട് നടന്നുമറയുകയാണ് സ്വതന്ത്രസ്ത്രീ. ഇതെത്രമാത്രം അഭിലഷണീയമോ വിപ്ലവാത്മകമോ ആണെന്ന് ഇന്ന് സംശയിച്ചുപോകാം. എന്നിരുന്നാലും മാമൂലുകളെ ധിക്കരിച്ച് സ്വാഭിപ്രായം സ്ഥാപിച്ചെടുക്കുന്ന ഒരു ആഗോളവ്യക്തിയെന്ന കല്പന അക്കാലത്തെ ആദർശമായിരുന്നു. മറിയാമ്മയും ഇന്ദുലേഖയുമെല്ലാം ഇതിന്റെ പൂർവമാതൃകകളുമായിരുന്നു. ഗൗരവമായൊരു അരങ്ങും അതിനുപാകമായപ്രമേയവും തേടിപ്പിടിച്ചു എന്നത് പ്രധാനപ്പെട്ട സംഗതിതന്നെ.

അമ്മായിയമ്മപ്പോരെന്ന നാട്ടുനടപ്പിനെ ഇലക്ട്രാകോംപ്ലെക്സെന്ന മനശ്ശാസ്ത്ര പരികല്പനയുടെ അടിസ്ഥാനത്തിൽ പരിശോധിക്കുന്ന

നാടകമാണ് പിന്നീടിവിടെ പ്രശ്ന നാടകമെന്നപേരിൽ ശ്രദ്ധനേടിയ ബലാബലം. സുഘടിതനാടക സങ്കല്പത്തിന്റെ അടിസ്ഥാനത്തിൽ രചിക്കപ്പെട്ടകൃതി തന്നെയാണ് ഇതും. ലക്ഷ്മിയമ്മയും മരുമകൾ പങ്കജവും തമ്മിൽ നടക്കുന്ന, ശേഖരനെന്ന മകനും ഭർത്താവുമായുള്ള പുരുഷന്റെ മേലുള്ള അധികാരത്തർക്കമാണ് പ്രമേയം. പ്രതീക്ഷിക്കാവുന്ന വിധം പങ്കജം വീട്ടുവിട്ടിറങ്ങുമ്പോൾ നാടകാന്ത്യം. മുന്നത്തെപ്പോലെ ഇവിടെയും ശേഖരന്റെ അനുജനും പങ്കജത്തിന്റെ വിധേയനുമായ ശ്രീകുമാറിനെയും അവൾ കൂടെക്കൂട്ടുന്നുണ്ട്. പരിശേഷമായി നിർവഹണാന്ത്യം ഒരു ലഘുരംഗം കൂടി ചേർക്കുന്ന രീതിയും അനുവർത്തിച്ചിരിക്കുന്നു. എന്തായാലും ചുറ്റുമുണ്ടായിരുന്ന അതിലാഘവത്തിന്റെ ആട്ടക്കളങ്ങൾക്ക് സുഘടിതവും ഗൗരവവുമായ ഒരു ഫോർമുലയുണ്ടാക്കുവാൻ ഈ നാടകങ്ങളുടെ വിജയങ്ങൾക്കായി. കുനാങ്കുരുക്ക് എന്ന റേഡിയോനാടകത്തിലൊഴികെ പുരുഷകഥാപാത്രങ്ങളുടെ എണ്ണത്തിൽ കൂടുതൽ സ്ത്രീ കഥാപാത്രങ്ങളില്ലയെന്നതും ശ്രദ്ധിക്കണം. പില്ക്കാല കൊമേഴ്സ്യൽ നാടകങ്ങളിലുറച്ചുപോയ ഈ അനുപാതം സൃഷ്ടിക്കുന്നതിൽപോലും കൃഷ്ണപിള്ളയ്ക്ക് പരോക്ഷപങ്കുണ്ട്. ചുരുക്കത്തിൽ, സാഹിത്യപക്ഷപാതിയും പുരോഗമനാശയക്കാരനു മായിരുന്ന കൃഷ്ണപിള്ളയ്ക്ക് മലയാളനാടകത്തിലുള്ള ചരിത്രപരമായ പ്രാധാന്യം വളരെ വലുതാണ്.

2016

●

* പ്രൊ: കൃഷ്ണപിള്ള ജന്മശതാബ്ദി സെമിനാറിൽ അവതരിപ്പിച്ചത്

ധിക്കാരിയുടെ സാഫല്യം

അരിസ്റ്റോട്ടിലിന്റെ നാടകദർശനങ്ങളെയും ആസ്വാദന സങ്കല്പനങ്ങളെയും നിരാകരിച്ചുകൊണ്ടാണ് എപിക് നാടകദർശനം രൂപംകൊള്ളുന്നത്. ലോകനാടകചരിത്രത്തിൽ ഗുണപരമായ വ്യതിയാനങ്ങൾക്ക് തുടക്കം കുറിച്ച ഈ ചിന്താധാരയുടെ ഉപജ്ഞാതാവ് ബഹ്തോൾട് ബ്രെഹ്ത് എന്ന ജർമ്മൻകാരനാണ്. രംഗവേദിയിൽ നടക്കുന്ന ക്രിയകൾ നൽകുന്ന വിശ്വാസ്യതയിൽ ഐക്യപ്പെടുകയും അവയോടു തന്മയീഭവിക്കുകയും ചെയ്യുന്ന പ്രേക്ഷകരെയാണ് അരിസ്റ്റോട്ടിൽ വിഭാവന ചെയ്യുന്നത്. ഇത്തരം പ്രേക്ഷകർക്ക് തന്മയീഭവത്തിന്റെ ഫലമായി കഥാർസിസ് (വികാരവിരേചനം) സംഭവിക്കുകയും അവരിലെ ഭയകരുണരസങ്ങൾ പവിത്രീകരിക്കുകയും ചെയ്യുമെന്നതാണ് അദ്ദേഹത്തെ സംബന്ധിച്ചുള്ള നാടകലക്ഷ്യം. ബ്രെഹ്താകട്ടെ ആസ്വാദകരെ ഈവിധമല്ല വിലയിരുത്തിയത്. വികാരപരമായി അവരെ സമീപിക്കുന്ന നാടകസങ്കല്പം ആരോഗ്യകരമായൊരു ചിന്തയിലേക്ക് പ്രേക്ഷകരെ നയിക്കില്ല എന്നദ്ദേഹം വാദിച്ചു. വൈചാരികമായി നാടകത്തെ സമീപിക്കുന്നവരാവണം എപിക് നാടകങ്ങളുടെ പ്രേക്ഷകരെന്ന് ബ്രെഹ്ത് നിരീക്ഷിച്ചു. ആദിമധ്യാന്തപ്പൊരുത്തത്തോടെ നിർവിഘ്നം ഒഴുകുന്ന ഒരു കഥാഗതിതന്നെ ആദ്യം എപിക് നാടകകാരന്മാർ ഉപേക്ഷിച്ചു. ആലസ്യത്തിന്റെ സ്വച്ഛശീതള പ്രവാഹമായല്ല, മുനയുള്ള ചോദ്യങ്ങളെറിയുന്ന പ്രജ്ഞാപരമായ പ്രവർത്തനമായാണ് അവർ നാടകത്തെ കണ്ടത്. നാടകകാരന്മാരും പ്രേക്ഷകനും ഒന്നിച്ചുചേരുന്ന ഒരു പ്രക്രിയയാണ് - പ്രവർത്തനമാണ് - നാടകമെന്നും, അത് ഏകപക്ഷീയമല്ലെന്നുമുള്ള തിരിച്ചറിവിൽ നിന്നുമാണ് പ്രേക്ഷകസാന്നിധ്യത്തെ

കണക്കിലെടുക്കുന്ന എപിക് തിയേറ്റർ രൂപംകൊള്ളുന്നത്. അന്യവത്ക്കരണ (Verfrumdung) സങ്കേതത്തിലൂടെയാണ് ഒരേസമയം പ്രേക്ഷകനെ നാടകഭാഗമാക്കാനും വേറിട്ടുനിർത്തി ചിന്തിപ്പിക്കാനും ബ്രെഹ്ത് ശ്രമിച്ചത്. യഥാതഥ (Realistic) നാടകങ്ങളും മറ്റും ബോധപൂർവ്വം വിസ്മരിക്കുന്ന പ്രേക്ഷകസാന്നിധ്യത്തിന് പ്രാധാന്യം വരുന്നതും പങ്കാളിത്തമുണ്ടാകുന്നതും ബ്രെഹ്തിന്റെ അവതരണ സംരംഭങ്ങളോടുകൂടിയാണ്. അടർത്തിമാറ്റിയ നാലാം ചുവരിനുള്ളിൽ, പ്രൊസീനിയം തിയേറ്ററിൽ, നടക്കുന്ന യാഥാതഥ്യ പ്രതീതി ജനിപ്പിക്കുന്ന ജീവിതത്തേക്കാൾ യഥാതഥമായത് അവിടെ അരങ്ങേറുന്നത് നാടകമാണെന്ന ബോധ്യമാണ്. ഈ ബോധ്യത്തിന്റെ അടിസ്ഥാനത്തിലാണ് കൂടുതൽ യാഥാർത്ഥ്യബോധമുള്ള രംഗവേദിയായി എപിക് തിയേറ്റർ വികസിക്കുന്നത്.

നടന്മാരുടെ സ്വത്വവും കഥാപാത്രങ്ങളുടെ സ്വത്വവും ഒരുമിച്ച് പ്രകടിപ്പിക്കുന്ന നടന്മാരെ അരങ്ങേറ്റിയും കഥാബാഹ്യമായ സന്ദർഭങ്ങളാൽ കഥയുടെ നൈരന്തര്യത്തെ തടസ്സപ്പെടുത്തിയും വലിയ പോസ്റ്ററുകൾ, വാർത്താബോർഡുകൾ, ജനക്കൂട്ടം തുടങ്ങിയവ രംഗത്തെത്തിച്ചും രംഗസജ്ജീകരണങ്ങളും വേഷമാറ്റവും മറ്റും കാണികൾക്കുമുന്നിൽ വച്ചുതന്നെ നടത്തിയും പ്രേക്ഷകർക്കും അരങ്ങിനും ഒരേ വെളിച്ചം വിതറിയുംമറ്റുമാണ് അവതരണസന്ദർഭങ്ങളിൽ ബ്രെഹ്ത് അന്യവത്കരണം സാധ്യമാക്കിയത്. ഈ പരീക്ഷണങ്ങൾക്ക് അവസരമൊരുക്കുന്ന വിധമായിരുന്നു 'കൊക്കേഷ്യൻ ചാക്ക് സർക്കിളും' 'മദർകറേജും' മറ്റു കൃതികളും അദ്ദേഹം സൃഷ്ടിച്ചതും. മനോധർമ്മാഭിനയത്തിന് ഏറെ വഴങ്ങിക്കൊടുത്തിരുന്ന ബ്രെഹ്തിന്റെ കൃതികളെന്നത് എടുത്തുപറയേണ്ടി യിരിക്കുന്നു. ഇത്തരത്തിൽ അരങ്ങേറിയിരുന്ന എപിക് നാടകങ്ങളുടെ പരമപ്രധാനമായ ലക്ഷ്യം തങ്ങളുടെ പ്രേക്ഷകർക്ക് പുതുതായ ചില പാഠങ്ങൾ പകർന്നുകൊടുക്കുകയും അവരെ ചോദ്യംചെയ്യാൻ പ്രാപ്തരാക്കിത്തീർക്കുകയുമാണ്.

എപിക് നാടകസങ്കല്പങ്ങൾ അനുസരിക്കുന്ന മലയാളത്തിലെ ആദ്യനാടകം സി.ജെ. തോമസിന്റെ '1128ൽ ക്രൈം 27' ആണ്. ലൂയിപിരന്തലോയുടെ 'നാടകകൃത്തിനെത്തേടി ആറുകഥാപാത്രങ്ങൾ' എന്ന നാടകത്തിന്റെ ശില്പഘടനയുമായി ക്രൈമിനു സമാനതയുണ്ടെങ്കിൽതന്നെയും ദർശനപരമായും നാടകസങ്കല്പത്തിന്റെ പ്രത്യേകതകൊണ്ടും ഈ നാടകം എപിക് മര്യാദകൾക്കാണ് മുൻതൂക്കം നൽകുന്നത്. അടിസ്ഥാനപരമായി ഗൗരവപ്രകൃതിയായ നാടകപ്രവർത്തകനായ സി.ജെ. തോമസ് തന്റെ സമകാലിക നാടകത്തെക്കുറിച്ചും സ്വകീയമായ കർമ്മമണ്ഡലത്തെക്കുറിച്ചും മറ്റാരേക്കാളും

ചിന്തിച്ച വ്യക്തിയാണ്. അക്ഷീണവും അപകടകരവുമായ ഈ ചിന്തയുടെ സ്വാഭാവിക പരിണതിയായിട്ടാണ് 'ക്രൈമി'ന്റെ പിറവി. അതിന് ബ്രെഹ്തിന്റെ വിചാരധാരയുമായി ഒരുപക്ഷേ നേരിട്ട് ബന്ധമുണ്ടാകണമെന്നുപോലുമില്ല. വിവർത്തനനാടകങ്ങളല്ലാതെ സി.ജെ. സൃഷ്ടിച്ച മൂന്നു രംഗവസ്തുക്കൾ (അവൻ വീണ്ടും വരുന്നു, ആ മനുഷ്യൻ നീ തന്നെ, 1128ൽ ക്രൈം 27) സസൂക്ഷ്മം പരിശോധിച്ചാൽ നമുക്കിതുബോധ്യപ്പെട്ടും.

മൂന്നു രംഗങ്ങളിൽ അരങ്ങേറുന്നതും യഥാതഥ നാടകമര്യാദ കൾക്കിണങ്ങുംവിധം ചമച്ചതുമായ 'അവൻ വീണ്ടും വരുന്നു' എന്ന നാടകത്തിൽത്തന്നെ എപിക് നാടകത്തിന്റെ ബീജാവാപം നടക്കു ന്നുണ്ട്. കേവലം ഗാർഹികാന്തരീക്ഷത്തിൽ സംഭവിക്കുന്ന പാപ ബോധത്തിന്റെ ഈ കഥയിൽ കഥാഗതിയുമായി നേരിട്ടു ബന്ധപ്പെ ടാതെനിൽക്കുന്ന ഒരു കഥാപാത്രമുണ്ട് - ഉപദേശി. നാടകത്തിന്റെ ക്രിയാംശവുമായി ബന്ധപ്പെടാതെ, നിഷ്ക്രിയ സാന്നിധ്യംകയ്യാളുന്ന ഉപദേശിയുടെ ആകാശഭാഷണങ്ങൾ നാടകീയ മുഹൂർത്തങ്ങൾക്കും ആഴത്തിലുള്ള പാപബോധത്തിനും വഴിമരുന്നിടുന്നു. ആ പ്രവചന ങ്ങളുടെ മുഴക്കങ്ങൾ പ്രേക്ഷകനെ പിടിച്ചുകുലുക്കുന്നു. ഈ എപിക് കഥാപാത്രം അതിന്റേതു മാത്രമായ രംഗവേദി സ്വന്തമാക്കുന്നത് ക്രൈമിലെ 'ഗുരു'വായി പുനരവതരിക്കുമ്പോഴാണ്. 'ആ മനുഷ്യൻ നീ തന്നെ' എന്ന നാടകം കാലാനുക്രമണിക അനുസരിച്ച് 'ക്രൈമി'നു ശേഷമാണ് എഴുതപ്പെടുന്നത്. എന്നിരുന്നാലും നാടകദർശനത്തിന്റെ വികാസക്രമത്തിൽ ക്രൈമിനു തൊട്ടു മുന്നിലത്രേ ഇതിന്റെ സ്ഥാനം. പൂർണ്ണമായും ക്ലാസിക് ചിട്ടവട്ടങ്ങൾക്കൊപ്പിച്ച് ഘനസാന്ദ്രമായി രൂപപ്പെടുത്തിയ ഈ നാടകം അതീവ നിഷ്ഠയോടുകൂടിയതാണ്. കേന്ദ്രപ്രമേയത്തിലേക്ക് വിരൽചൂണ്ടാത്ത ഒറ്റ രംഗവസ്തുവോ സംഭാ ഷണശകലമോപോലും ഇതിലില്ല. ഗംഭീരസത്വനായ ദാവീദു മഹാരാജാവിന്റെ വ്യക്തിപ്രഭാവവും ധർമ്മസങ്കടങ്ങളും അതിന്റെ സൂക്ഷ്മവിശദാംശങ്ങളോടും കൂടി ഇവിടെ പ്രകടിപ്പിക്കുന്നു. സോഫോ ക്ലിസിനെ ആത്മീയാചാര്യനായി കൈക്കൊണ്ട സി.ജെ. സ്വന്തം വ്യക്തിഭാവത്തിനെ ആ മഹാപ്രതിഭയ്ക്കു മുന്നിൽ സമർപ്പിക്കുവാൻ തയ്യാറാവുകയാണ് ഈ നാടകത്തിൽ. അതിലൂടെ ദുരന്തനാടക ത്തിന്റെ അനുഭവമേഖല മലയാളത്തിൽ ആവാഹിക്കുകയാണ്. എങ്കിലും സി.ജെ. യിസത്തിന്റെ വളർച്ചയുടെ രേഖാരൂപങ്ങൾ നമുക്കിവിടെയും വ്യക്തമാകുന്നു. 'ആ മനുഷ്യൻ നീ തന്നെ'യിൽ ഒട്ടുമിക്ക രംഗങ്ങളിലും നിർവഹണാന്ത്യമുള്ള പരിസമാപ്തി വളരെ അയഞ്ഞവിധമാണ് ചിത്രീകരിച്ചിരിക്കുന്നത്. വലിഞ്ഞുമുറുകുന്ന പ്രേക്ഷകചിത്തത്തെ അല്പം വിശ്രാന്തിയിലേക്കു നയിക്കാൻ ഈ

രംഗാന്ത്യങ്ങൾ സഹായിക്കുന്നു. അരിസ്റ്റോട്ടിലിന്റെ തന്മയീഭാവ സങ്കല്പത്തിനോടെന്നതിനേക്കാൾ ബ്രെഹ്തിന്റെ അന്യവത്കരണത്തോടുള്ള ആഭിമുഖ്യമാണ് ഇവിടെ പ്രകടമാകുന്നത്. ഇതിന്റെ സമഗ്രവികാസദശയിലാണ് '1128ൽ ക്രൈം 27' എന്ന എപിക് നാടകം മലയാളനാടകലോകത്തിൽ പിറവികൊള്ളുന്നത്.

"വിപ്ലവത്തിനുമുമ്പുള്ള സമുദായത്തിന്റെ അധഃപതിച്ച അവസ്ഥ ചിത്രീകരിക്കുവാൻ മാത്രമേ പരാജയപ്രസ്ഥാനമായ റിയലിസത്തിന് കഴിയുകയുള്ളൂ" എന്നും "നാടകത്തിലേക്കുള്ള വഴി കഥയിൽക്കൂടിയല്ല കിടക്കുന്നത്. അത് നേരിട്ടുള്ളതാണ്... ഇതിവൃത്തത്തെ തന്നെ തുടർച്ചയായ ഒരു കഥയായിട്ടേ കാണരുത്... (നാടകീയ വീക്ഷണം)" എന്നും പ്രസ്താവിച്ച സി.ജെ. കാലാതീതവും മൗലികവുമായ തന്റെ അന്വേഷണങ്ങൾക്ക് റിയലിസ്റ്റിക് സങ്കേതങ്ങൾ ഉപയുക്തമല്ലെന്നു തിരിച്ചറിയുന്നത് സ്വാഭാവികമാണ്. തന്മൂലം സ്വകീയമായൊരു രൂപഘടന ക്രൈമിൽ പരീക്ഷിച്ചു വിജയിക്കാനും അദ്ദേഹത്തിനായി.

പ്രവേശികയും പതിനൊന്നു ചെറിയ രംഗങ്ങളുമായാണ് 'ക്രൈം' ചിട്ടപ്പെടുത്തിയിരിക്കുന്നത്. ബ്ലാക്ക് ഔട്ടുകൾക്കു പകരം തുടർച്ചയായ ചെറിയ രംഗങ്ങളുടെ ആവർത്തനമായി നാടകം ചിട്ടപ്പെടുത്തിയതു തന്നെ ഏറെ ശ്രദ്ധേയമാണ്. കുമ്മായച്ചൂളയിലെ തൊഴിലാളിയായ മർക്കോസിനെ സഹപ്രവർത്തകനായ വർക്കി കൊല്ലുന്നു (?). ഈ കൊലപാതകം സമൂഹത്തിലെ വ്യത്യസ്ത മേഖലകളിലുണ്ടാക്കുന്ന പ്രതികരണങ്ങളെ സാക്ഷേപം വിലയിരുത്തുന്നതാണ് ഇതിവൃത്തം. പക്ഷേ, സങ്കീർണ്ണമായ ഒരു കാഴ്ചപ്പാടിലൂടെയാണ് ഇത് രൂപീകൃതമാകുന്നത്. ജീവിതത്തെയും ധാർമ്മികമൂല്യങ്ങളെയും നിർമമതയോടെ നോക്കിക്കാണുന്ന 'ഗുരു'വിന്റെ കണ്ണിലൂടെ ഈ സംഭവപരമ്പര വികസിക്കുന്നതുകൊണ്ടാണ് ഇത് സാധ്യമാകുന്നത്. സ്രഷ്ടാവിന്റെയും സംവിധായകന്റെയും സ്ഥാനം കയ്യാളുന്ന ഗുരുവെന്ന കഥാപാത്രമാകട്ടെ 'തന്റെ ശിഷ്യനും കുശ്മാണ്ഡവിഡ്ഢിയുമായ മാത്യുവിനു വേണ്ടി - അവനെ ചിലതു മനസ്സിലാക്കിക്കാൻവേണ്ടി ഒരുക്കുന്ന - വെറും നാടകങ്ങളാണ് ഇവിടെ അരങ്ങേറുന്നത്. തന്മൂലം കാഴ്ചകളുടെ മുകളിൽ പരിഹാസത്തിന്റെ തീക്ഷ്ണതയും ശൈഥില്യത്തിന്റെയും വക്രീകരണത്തിന്റെയും ധാരാളിത്തവും സ്വാഭാവികമാകാം. തന്റെ ദർശനത്തിനു പിൻബലമേകുന്ന കാഴ്ചകൾ മാത്രമാണ് ഗുരുവിനു പ്രസക്തം. അതിനാൽ സംഭവങ്ങളുടെ നൈരന്തര്യവും വിശദാംശങ്ങളുടെ സൂക്ഷ്മതയും യഥാതഥനാടകത്തിലേതുപോലെ ഇവിടെ സംരക്ഷിക്കേണ്ടി വരുന്നില്ല. ചുരുക്കത്തിൽ ശിഥിലക്കാഴ്ചകളുടെ സമഗ്രതയിൽ രൂപമെടുക്കുന്ന ഭാവതലവും അതിനു പിന്നിലെ

ദാർശനികമായ ഉത്തരമില്ലായ്മയുമാണ് ഗുരുവിന് വെളിവാക്കേണ്ടത്, സി.ജെ. യ്ക്കും. അതിനേറ്റവും യുക്തമായത് ശൈഥില്യമാർന്ന ഒരു നാടകശില്പം തന്നെയായിരിക്കുകയും ചെയ്യും. ജീവിതമൂല്യങ്ങളുടെ അസംബന്ധതയും നാടകസമീപനത്തിന്റെ ബാലിശതയും ഒരുമിച്ച് പരിഹാസവിധേയമാക്കുന്ന വേളയിൽ ഇതിനേക്കാൾ അനുയോജ്യമായൊരു രൂപഘടന അസാധ്യമാണുതാനും. അങ്ങനെ സി.ജെ.യുടെ നവരംഗാന്വേഷണത്തിന്റെയും ഇതിവൃത്തമാവശ്യപ്പെടുന്ന രൂപമാരായലിന്റെയും അവസാന ഉത്തരമായി രൂപപ്പെട്ടതാണ് 'ക്രൈം' നാടകത്തിന്റെ എപിക് സ്വഭാവം.

പ്രവേശികയിൽ, കുപിതനായി എത്തുന്ന ഗുരുവിനോട് "സ്റ്റേജു മാനേജർ: ഈ ഹാലിളക്കം കൊണ്ടു പ്രയോജനമൊന്നുമില്ല, സാറേ, മനുഷ്യരു കാണും (ചൂണ്ടിക്കാണിച്ച്) കർട്ടൻ പൊങ്ങിയാണിരിക്കുന്നത്" എന്നോർമ്മിപ്പിക്കുന്നു. യഥാതഥനാടകങ്ങളുടെ പ്രേക്ഷകവഴക്കത്തിന് വിരുദ്ധമായ ഇത് നാടകവുമായി അന്യവത്ക്കരിക്കുവാൻ കാഴ്ചക്കാരനെ പ്രേരിപ്പിക്കുന്നു. മാത്രമല്ല, പ്രേക്ഷകസാന്നിധ്യത്തെ കണക്കിലെടുക്കുന്ന നാടകാവതരണത്തെ നമുക്കു പരിചിതമാക്കുകയും ചെയ്യുന്നു. പ്രവേശികയിൽ ആരംഭിക്കുന്ന ഇത്തരം പൊടിപ്പുകൾ തുടർന്നുവരുന്ന പ്രേക്ഷകന്റെ സങ്കല്പങ്ങളുടെ വിരുദ്ധോക്തികൾ ഏറ്റുവാങ്ങാനുള്ള ഭൂമികയായി വർത്തിക്കുകയാണ്. ഉച്ചസ്ഥായിയിലുള്ള സംഗീതം പൊടുന്നനെ അറ്റുപോകുമ്പോൾ പ്രൊസീനിയം സ്റ്റേജിനു മുന്നിലിരിക്കുന്ന കാഴ്ചക്കാരനിൽ സ്വാഭാവികമായും ഉടലെടുക്കുന്നത് ഉത്കണ്ഠയും നീരസവുമാണ്. ആ മാനസികാവസ്ഥയ്ക്കു മുന്നിൽ തെളിയുന്ന വേദിയാകട്ടെ നാടകവിഘ്നത്തിന്റേതും അനിശ്ചിതത്വത്തിന്റേതുമത്രെ. ഈ അനിശ്ചിതത്വബോധം പ്രേക്ഷകനെ ജാഗരമാക്കുന്നു, അരങ്ങിലെ വിക്ഷോഭങ്ങളിൽ നിശ്ചയമായും നിലപാടെടുക്കാൻ അയാളെ പ്രേരിപ്പിക്കുന്നു. അവിടെ "ചിലതു പഠിപ്പിക്കാൻ" ഉദ്ദേശിച്ചുള്ള ഗുരുവിന്റെ വിചിത്രവേദാന്തങ്ങൾ അതിന്റെ ശരിയായ അർത്ഥത്തിൽ സംവദിക്കപ്പെടുന്നു. സ്റ്റേജ് മാനേജർ, പ്രോംപ്റ്റർ, രംഗസജ്ജീകരണക്കാർ തുടങ്ങി നാടകത്തിന്റെ അകജോലികളിൽ വ്യാപരിക്കുന്നവരെ രംഗത്തെത്തിക്കുക, വൈകാരികമായി ക്രിയാംശം വികസിക്കുന്ന വേളകളിൽ പുറത്തുനിന്നുള്ള ഇടപെടൽ മൂലം അതിനെ നിർത്തിവയ്ക്കുക, രംഗത്തരങ്ങേറുന്നത് നാടകം മാത്രമാണെന്ന് ഇടയ്ക്കിടെ ഓർമ്മിപ്പിക്കുക, ഒരേ വേദിയിൽ രണ്ടു രംഗങ്ങൾ ക്രമീകരിക്കുക, ഒരേ സംഭവത്തെ ഗുരുവിന്റെ ഇഷ്ടപ്രകാരം മറ്റൊരുവിധത്തിൽ അവതരിപ്പിച്ച് വിലയിരുത്തുക, പ്രേക്ഷകസാന്നിധ്യത്തിൽ വച്ചുതന്നെ രംഗസജ്ജീകരണങ്ങളും വേഷമാറ്റവും നടത്തുക മുതലായ രീതികളവലംബിച്ചാണ് 'ക്രൈമി'ൽ അന്യവത്കരണം തുടർന്നും

സാധ്യമാക്കുന്നത്. വ്യക്തിത്വമില്ലാത്ത കഥാപാത്രങ്ങളും നടന്റെ വ്യക്തിത്വം വീണ്ടെടുക്കുന്ന കഥാപാത്രങ്ങളും ഈ സവിശേഷത തന്നെയാണ് പ്രകടമാക്കുന്നത്. 'ഗുരു' എറിഞ്ഞുകൊടുക്കുന്ന ചോദ്യം പ്രേക്ഷകനെ ചിന്തിപ്പിക്കുവാൻ നിർബന്ധിക്കുന്നു. 'മരണം' പ്രത്യേകിച്ചും അവനവന്റെ തന്നെ മരണം ഫലിതമാണെന്ന കണ്ടെത്തൽ നമ്മുടെ അസ്തിത്വവിചാരങ്ങൾക്ക് അടിത്തറയിടുന്നു. ഗൗരവതരമായ പ്രശ്നത്തെ ലളിതബുദ്ധിയോടെ, പരിഹാസത്തിന്റെ മെഴപ്പിൽ നമ്മിലേക്കെറിയുന്ന കോമാളിയായി ഗുരു വേഷംമാറുന്നു.

(ഗുരു : എല്ലാവർക്കും കാര്യമെല്ലാം മനസ്സിലായോ?
എല്ലാവരും: മനസ്സിലായി.
ഗുരു : എങ്കിൽ എന്റെ ശ്രമം മുഴുവനും പരാജയപ്പെട്ടു. സലാം...)

എല്ലാം മനസ്സിലാക്കാനാവില്ലെന്ന തിരിച്ചറിവാണ് ഗുരുവിന്റെ ചോദ്യങ്ങൾക്കാധാരം. അവിടെനിന്നുമാണ് അദ്ദേഹം നമ്മുടെ ധാർമ്മികതയെ അപഹസിക്കുന്നത്. നമ്മെ മനസ്സിലാക്കിക്കാൻ ശ്രമിച്ചതും അതുതന്നെ. പക്ഷേ നമുക്ക് മറ്റെന്തോ മനസ്സിലായിക്കഴിഞ്ഞാൽ ഗുരുവിന്റെ ശ്രമം മുഴുവനും പരാജയപ്പെടുകയാണല്ലോ?

മരണത്തെപ്പറ്റി ചർച്ചചെയ്യാനാഗ്രഹിച്ച സി.ജെ. പക്ഷേ '1128ൽ ക്രൈം 27' എഴുതുമ്പോൾ എത്തപ്പെടുന്നത് കൊലക്കേസിലാണ്. ഈ ക്രമനമ്പർ നാമമായി എഴുതുമ്പോൾ അതിന്റെ നിർവ്വികാരതയെക്കുറിച്ചും അപഹാസ്യതയെക്കുറിച്ചും നാടകകാരൻ ബോധവാനായിരുന്നു. കാരണം മരണം സംഭവിക്കുന്നത് വ്യക്തിക്കാണല്ലോ? വൈയക്തികമായ ഭീതിദാവസ്ഥയോ വികാരലേപനമോ സാമൂഹികാന്തരീക്ഷത്തിൽ മരണത്തിന് കൈവരിക്കാനാവില്ല. 'മരണം' കൊലക്കേസാവുമ്പോൾ അത് സാമൂഹ്യസത്തയിൽ കണ്ണുനടുകയാണ്. അത് ആരുംതന്നെ നേരിടേണ്ടി വരാത്ത - വൈകാരികമല്ലാത്ത - ഒരു സംഭവമായി പരിണമിക്കുകയാണവിടെ. നിയമത്തിന്റെയും നീതിയുടെയും ക്രമനമ്പറായി ചുരുങ്ങുന്ന വേളയിലാവട്ടെ, അതിന്റെ വൈകാരികസ്നിഗ്ധതകളും സ്വാഭാവികതകളും നഷ്ടമായി, യുക്തിവാദത്തിനുള്ള കരുവായി രൂപപ്പെടുന്നു. ഇവിടെ മരണം (വെറുമൊരു ഫലിതമായി സി.ജെ. യിലെ സിനിക്) കണ്ടെത്തുന്നു. കാരുണ്യത്തിന്റെ നനുത്ത കരുത്തിലൂടെ സി.ജെ. ഈ യുക്തിബദ്ധതയെ ശരവർഷമേല്പിക്കുന്നു. 'മരണം' 'കൊലക്കേസ്' ആയി പരിവർത്തിപ്പി ക്കുന്നതിലൂടെ 'സാമൂഹ്യ'/പ്രതിബദ്ധ സാഹിത്യകാരന്മാരുടെ പ്രകടനപരതയേയും ആഴമില്ലായ്മയെയും പരിഹസിക്കാൻ കൂടി സി.ജെ. ഒരുപക്ഷേ ഉന്നംവയ്ക്കുന്നുണ്ടാവാം.

തനിക്കനാവരണം ചെയ്യേണ്ടുന്ന അപഹാസ്യമായ നമ്മുടെ സാംസ്കാരിക ജീവിതത്തെ നാടകനാമത്തിൽ തന്നെ ഉഗ്രരൂപത്തിൽ സി.ജെ. തിരുകിവച്ചിരിക്കുന്നു. പാരമ്പര്യഭാരം ഭ്രമം പോലെ ബാധിച്ചിരിക്കുന്ന നമ്മുടെ സാംസ്കാരിക ജീവിതത്തിൽ ആധുനികജീവിതരീതികളും നാം ഒരേപോലെ - യാതൊരു സന്ദേഹവും ഇല്ലാതെ - സ്വീകരിക്കുന്നു. പോപ്പ് മ്യൂസിക്കും കഥകളിപ്പദവും ഒരേ വേദിയിലിരുന്നു തലയാട്ടി രസിക്കുന്നു. ഇബ്സന്റെ സുഘടിത നാടകമാതൃകകൾ രംഗവേദിയിൽ എത്തിക്കുകയും ഭരതമുനിയുടെ നാട്യശാസ്ത്രത്തെപ്പറ്റി പ്രഭാഷണം നടത്തുകയും ചെയ്യുന്നു. ഈ വൈരുധ്യങ്ങൾ ഒരു സാമൂഹ്യചിന്തകനെ തീർച്ചയായും മഥിക്കുകതന്നെ ചെയ്യും. അത്തരമൊരു മഥനത്തിന്റെയും അതിന്റെ പരിഹാസ്യതയുടെ വിളംബരത്തിന്റെയും ആകെത്തുകയാണ് '1128ൽ ക്രൈം 27' എന്ന തലക്കുറി. ഇവിടെ 1128 എന്നത് കലിവർഷമാണ്. എന്ന് നാടകത്തിൽ പറയുന്നു. (കൊല്ലവർഷം പോലുമല്ല). 'ക്രൈം' എന്നതാകട്ടെ ഇംഗ്ലീഷ് പദവും. ഇവയുടെ സംശ്ലേഷണത്തിലൂടെ സൂക്ഷ്മമായി കോർത്തുവച്ചിരിക്കുന്ന സി.ജെ. ച്ചിരി നമുക്ക് അവഗണിക്കാനാവില്ല.

1994

●

'ആ മനുഷ്യൻ നീ തന്നെ': പാഠനിർമ്മിതി

I

അപകടമനസ്സിന്റെ അന്വേഷണങ്ങളാണ് തന്റെ നിഗമനങ്ങളെന്നും മിക്കതും അഗാധമാണെന്നും പരസ്പര വിരുദ്ധങ്ങളാണെങ്കിൽകൂടി എഴുതുമ്പോഴുണ്ടായിരുന്ന സത്യസന്ധതയെ മാനിക്കുകയാലാണ് തിരുത്തി എഴുതാത്തതെന്നും (ഇവൻ എന്റെ പ്രിയപുത്രൻ) പ്രഖ്യാപിക്കുന്ന സി.ജെ. തോമസ് കലാപരമായ മൂല്യങ്ങളെ എന്നും ഉയർത്തിപ്പിടിച്ച സത്യസന്ധനായ നാടകരചയിതാവാണ്. നമ്മുടെ അതിരുവിട്ട പാശ്ചാത്യാഭിമുഖ്യത്തെ അംഗീകരിക്കാത്ത സി.ജെ. ക്ക് ഉജ്ജ്വലമായ പ്രണയ മുഹൂർത്തങ്ങളേയും മാനുഷികഭാവങ്ങളേയും ചിത്രീകരിക്കേണ്ടിവന്നപ്പോൾ, 'കാമം ഭാര്യക്കും സ്നേഹം സഹോദരിക്കും പങ്കുവയ്ക്കുന്ന സ്വന്തം പാരമ്പര്യ'ത്തിന്റെ സങ്കുചിതവൃത്തത്തിൽനിന്നും പുറത്തുകടക്കേണ്ടിവന്നു എന്നതാണ് വസ്തുത. തന്റെ സൃഷ്ടിയുടെ ഘടനാപരമായ സവിശേഷതകൾ റിയലിസത്തിന്റെ പരിമിതികൾക്കും നിത്യസാമാന്യരായ ചെറിയ കഥാപാത്രങ്ങൾക്കും അതീതമാണെന്നും, വിപ്ലവത്തിനുമുമ്പുള്ള സമുദായത്തിന്റെ അധഃപതിച്ച അവസ്ഥ ചിത്രീകരിക്കുവാൻ മാത്രമേ പരാജയപ്രസ്ഥാനമായ റിയലിസത്തിനു കഴിയുകയുള്ളൂ എന്നും അദ്ദേഹം പ്രഖ്യാപിക്കുന്നുണ്ട്. ക്ലാസ്സിക് മാതൃകകളിലേക്ക് സി.ജെ. എത്തപ്പെടാനുള്ള കാരണമിതാണ്. സോഫോക്ലിസുമായി ആത്മബന്ധം സ്ഥാപിച്ചെടുക്കുകയും ക്ലാസിക് സൗധങ്ങളുടെ സമഗ്ര ശോഭയിൽ അദ്ഭുതാദരങ്ങളോടെ അലഞ്ഞന്വേഷിക്കുകയും ചെയ്തു

ഈ സാധനയുടെ സമുജ്ജ്വല ശില്പമാതൃകയാണ് ആ മനുഷ്യൻ നീ തന്നെ. ദുരന്തഗോപുരത്തിന്റെ തുംഗശൃംഗമായി വിരാജിക്കുന്ന, കരുത്തിന്റെ പ്രതീകമായ ദാവീദിനു പിൻമുറയായി ഒരു രാവണനോ (ലങ്കാലക്ഷ്മി) മറ്റു ചരുക്കം പാത്രങ്ങളോ മാത്രമേ ഇവിടെ ജന്മം കൊണ്ടിട്ടുള്ളൂ എന്നതും സ്മരണീയമാണ്. ആട്ടിടയനും, ഗായകനും കവിയും രാജാവും രാജ്യതന്ത്രജ്ഞനും യുദ്ധവീരനും സർവ്വോപരി കാമുകനുമായ ദാവിദ് എന്ന വലിയ കഥാപാത്രത്തെ വിശ്വാസ്യമായ വിലിപ്പത്തോടെ ചിത്രീകരിക്കാൻ, അദ്ദേഹത്തിന്റെ വൈകല്യങ്ങൾക്കുപോലും വ്യാഘ്രത്തിന്റേതുപോലെ ഭീകരമായൊരു സൗന്ദര്യം പകരാൻതക്ക കരുത്തുറ്റ സർഗ്ഗസ്വത്വത്തിനുടമയായിരുന്ന സി.ജെ. തോമസ്. അതിനാലാണ് സ്വാർത്ഥതയും നിസ്വാർത്ഥയും കുടിലതയും മഹത്വവും പാപവും പുണ്യവുമെല്ലാം ലാവണ്യത്തിന്റെ മൂശയിൽ ഇഴുകിച്ചേർത്ത് ഒന്നാക്കിമാറ്റുവാൻ അദ്ദേഹത്തിന് കഴിഞ്ഞത്.

സാർവജനീനമായ മാനുഷികമൂല്യങ്ങളെക്കുറിച്ച് ഉണർന്നു ചിന്തിച്ച തോമസിനെ നിഴൽപോലെ തുടർന്നവയാണ് പാപബോധവും മരണവും. വ്യക്തിബന്ധങ്ങളുടെ ആന്തരിക ഘടനകളുയർത്തുന്ന സമസ്യകളെ ഇഴപിരിച്ചെടുക്കാനുള്ള ശ്രമത്തിൽ പാപത്തിൽനിന്നും മരണത്തിൽനിന്നുമുള്ള മുക്തിമന്ത്രമായി അദ്ദേഹം തിരഞ്ഞെടുത്തതോ, നിർമ്മലമായ - വന്യമായ - പ്രണയവും. അതിനായി മണൽത്തരിയോളം ചെറുതാകാൻ സന്നദ്ധനാകുന്ന - വ്യവസ്ഥാപിത മൂല്യങ്ങളെയെല്ലാം സ്വാഗ്രഹത്തിനു വേണ്ടി ത്യജിക്കാൻ തയ്യാറുള്ള - സ്വാതന്ത്ര്യകാംക്ഷിയായ ഗംഭീരസ്വത്വനാണ് ദാവീദ് രാജാവ് എന്ന കഥാപാത്രം. ധീരോദാത്തനതിപ്രതാപഗുണവാന്മാരായ നമ്മുടെ അകം പൊള്ളയായ പാത്രസൃഷ്ടികളുടെ വാഗാടോപങ്ങൾക്കപ്പുറത്തേയ്ക്ക് അവൻ വളരുന്നു. രാജകീയതയുടെ ഉപചാരങ്ങൾക്കപ്പുറമുള്ള മാനുഷികതയും ഗൗരവവും നിറഞ്ഞ ഈ പ്രേമഭിക്ഷു ആർജ്ജവത്താലും നിഷ്കർഷയാലും കൂടുതൽ ഗംഭീരനാകുന്നു.

II

വേദീജന്യമായ നാടകം പ്രേക്ഷക ശ്രദ്ധയെ ജാഗ്രത്താക്കുന്നതിൽ അതിന്റെ രംഗശില്പങ്ങൾക്കും വെളിച്ച-രംഗ-ചലന സജ്ജീകരണങ്ങൾക്കും പ്രസക്തി ഏറെയാണ്. രംഗാധാരമായ കൃതിപാഠത്തിൽനിന്നും സംവിധായകൻ നിർദ്ധരിച്ചെടുക്കുന്ന ധ്വനിപാഠത്തി (Subtext)ലൂടെയാണ് പ്രേക്ഷകൻ നാടകം വീക്ഷിക്കുന്നത്. സംവിധായകനും പാഠവും തമ്മിലുള്ള സംവാദത്തിൽനിന്നും ഒരു

കൃതിക്കുതന്നെ അനവധി ധ്വനിപാഠങ്ങളും വ്യത്യസ്ത അവതരണ ങ്ങളും ഉണ്ടാവുക സ്വാഭാവികവും അനിവാര്യവുമാണ്. മഹത്തായ കൃതികൾ ഗുപ്തരൂപത്തിൽ നിലീനമാക്കിയിരിക്കുന്ന ധ്വനിരേഖകൾ വികസിപ്പിച്ചെടുക്കുമ്പോൾ അനന്തസാദ്ധ്യതകൾ ഉദയം ചെയ്യുന്നു. ധ്വനിപാഠധാരണയില്ലാത്ത സംവിധായകർക്കുപോലും കൃതിയുടെ സ്വാഭാവികഗുണത്താൽ ശരാശരി അവതരണത്തിന് ഇത്തരം കൃതികൾ സഹായകമാകുന്നത് അതിന്റെ ടെമ്പോ നിലനിറുത്തുന്ന തിലും നാടകീയതിരിവുകൾ (Dramatic twist) വികസിപ്പിക്കുന്നതി ലും രചയിതാവ് പ്രകടിപ്പിക്കുന്ന കണിശതയിലാണ്. അതിനാൽ കൃതിപാഠത്തിന്റെ പ്രസക്തിയും രചയിതാവിന്റെ പ്രസക്തിയും - അയാൾ അഗ്രഗാമിയല്ലെന്ന് അംഗീകരിക്കുമ്പോൾ തന്നെ - തള്ളിക്കളയാനാവുകയുമില്ല. ഇവിടെ ആ മനുഷ്യൻ നീ തന്നെ, അതി ദ്രുതമായ നാടകീയ തിരിവുകളാലും അനുനിമിഷം വികസിക്കുന്ന ക്രിയാംശത്താലും പുഷ്കലമാണ്. മാത്രമല്ല കരവിരുതേറിയ രചയി താക്കൾക്കിണങ്ങുംവിധം കോർത്തൊരുക്കിയിരിക്കുന്ന അനവധി രംഗശില്പങ്ങളുടേയും നാടകീയ മുഹൂർത്തങ്ങളുടേയും പാത്രങ്ങളുടെ പടുതികളുടേയും ചലനാത്മകമേളനം ഇതിൽ സുലഭമാണ്. ഘടനാ പരമായ ഈ ലാവണ്യസവിശേഷതകൾകൂടി തിരിച്ചറിയുമ്പോൾ മാത്രമേ നമുക്ക് പ്രേക്ഷകദൃഷ്ടിയിലൂടെ ദാവീദ് രാജാവിന്റെ മഹത്വം അടുത്തറിയാനാകൂ; ഒപ്പം സി.ജെ. യിലെ നാടകകാരനേയും. അത്ത രമൊരു ശ്രമമാണിവിടെ നടത്തുന്നത്.

III

മരണത്തിന്റെ മൂർത്തീഭാവമായ യുദ്ധവും അതിന്റെ നേർവിപരീ തമായ - ജനനകാരണമായ പ്രണയവു(ശാന്തിയും)മാണ് ഇതിൽ ദ്വന്ദ്വങ്ങൾ. അവയുടെ ആദാനപ്രദാനങ്ങളിലൂടെ, പൊരുതലുകളിലൂടെ മനുഷ്യജീവിതത്തിന്റെ ഉത്തരമില്ലായ്മയിലേക്ക് എത്തപ്പെടുന്ന നിസ്സഹായനും സ്വത്വം നഷ്ടപ്പെട്ടവനുമായ രാജാവിനെയാണ്, ജീവിതത്തിന്റെ അത്യന്തികമായ ജയാപജയങ്ങളിൽ നിമിത്തം മാത്രമാകുന്ന പുരുഷനെയാണ് 'ആ മനുഷ്യൻ നീ തന്നെ'യിലൂടെ അനാവരണം ചെയ്യുന്നത്.

നാടകഹൃദയത്തിലേക്ക് ചൂണ്ടാണിയായിപ്പതിക്കുന്ന ആദ്യവാച കത്തിൽ തന്നെ ജീവിതത്തെക്കുറിച്ചും നാടകാന്തർഗതത്തെക്കുറിച്ചും തനിക്കുള്ള ഉപദർശനം സി.ജെ. വിളംബരം ചെയ്യുന്നു.

ദാവീദ് : കണ്ണുള്ളത് തുറക്കാൻ മാത്രമല്ല, അടയ്ക്കാൻ കൂടിയാണ്.

എപ്പോഴോ തുടങ്ങിയ യുദ്ധചർച്ചയുടെ പ്രസക്തമായ ഒരു പരിഛേദത്തിലൂടെയാണ് നാടകത്തിലേയ്ക്ക് സി.ജെ., കാണിയെ

ക്ഷണിക്കുന്നത്. ആ ദൃശ്യത്തോടൊപ്പമാണ് നാടകത്തിന്റെ കാത ലിലേയ്ക്കുള്ള ഈ സൂചകവും അദ്ദേഹം അവർക്കായി നല്കുന്നത്. കഥാ പാത്രങ്ങളുടെ നിലകളും പക്ഷപാതങ്ങളും വകതിരിച്ചറിയാൻ പ്രേ ക്ഷകർ സജ്ജരാകുംമുമ്പുതന്നെ എറിഞ്ഞുകൊടുക്കപ്പെടുന്നതിനാൽ ഈ സംഭാഷണശകലത്തെ നിഷ്പക്ഷമായി അളന്നു നോക്കുവാൻകൂടി പ്രേക്ഷകർക്ക് അവസരം ലഭിക്കുന്നു.

കാഴ്ചയ്ക്കു കവാടമായ കണ്ണ് സ്വേച്ഛാപ്രകാരം കാഴ്ചകളെ ഉപരോധി ക്കുവാൻകൂടി പ്രാപ്തമാണെന്ന പ്രാഥമികാർത്ഥം കടന്ന് തുടർന്നുവരു ന്ന രംഗചർച്ചകളുടേയും സന്ദർഭങ്ങളുടേയും വെളിച്ചത്തിൽ ദാർശനി കമായ ഒരു പ്രഖ്യാപനമായി ഈ സംഭാഷണത്തെ കാണി തിരി ച്ചറിയുന്നു. യുദ്ധാഭിമുഖ്യമുള്ള - മരണത്തിന്റെ പ്രാതിനിധ്യത്തോടെ വർത്തിക്കുന്ന - ഊറിയാവിനോട് വിരുദ്ധധ്രുവത്തിൽ നിന്നും ദാവീദ് നല്കുന്ന പ്രവചന സമാനമായൊരു താക്കീതാണ് അതെന്നും ജനനമ രണക്രിയകളിലെ സ്വന്തം ഭാഗധേയത്തെക്കുറിച്ചുള്ള ആത്മബോധം തന്നെയാണ് അതിനു പിന്നിൽ വർത്തിക്കുന്നതെന്നും നമുക്കറിയേ ണ്ടി വരുന്നു. ജനനത്തിൽ തുറന്നു കിട്ടുന്ന ലോകം (തുറക്കാൻ മാത്ര മല്ല) യുദ്ധത്തിൽ തകർക്കപ്പെടുന്നു (അടയ്ക്കാൻ കൂടിയാണ്) എന്നും അതുപോലും അനിവാര്യതയാണെന്നും വിപരീതാർത്ഥത്തിൽ സമ്മ തിക്കുകയാണ് ദാവീദിവിടെ. യുദ്ധവിരുദ്ധ നിലപാടിൽ ആരംഭിച്ച് പ്രതിദ്വന്ദിയായ, രണോത്സുകനായ ഊറിയായുടെ പ്രാതിനിധ്യ ങ്ങളിലേക്ക് പരിവർത്തിക്കപ്പെടുകയാണ് ദാവീദ്. ഊറിയാവിന്റെ ഭാര്യയും അവന്റെ യുദ്ധാഭിമുഖ്യവും നാടകാന്ത്യത്തിൽ സ്വന്തമാകുന്ന തോടെ പരിണാമം പൂർണ്ണമാകുന്നു. ചാക്രികമായ ചലനഗതിയിലൂടെ, നിയോഗങ്ങളാൽ നിയന്ത്രിതമായ ജന്മത്തിന്റെ ഭീകരമായ തകർച്ച ഏറ്റുവാങ്ങുകയാണ്, അക്ഷോഭ്യനായി, ദാവീദിവിടെ. അടയുന്ന കണ്ണ് അകദർശനത്തിനു വഴിയൊരുക്കുമ്പോൾ രാജാവ് സ്വന്തം ആഗ്രഹ ങ്ങളെല്ലാം ഉപേക്ഷിച്ച് ഋഷിയായി സ്വയം പരിവർത്തിക്കപ്പെട്ട് തന്റെ സ്വാസ്ഥ്യാന്വേഷണങ്ങളുടെ നിർണ്ണയനങ്ങൾക്കപ്പുറത്തേയ്ക്ക് സ്വയം ഇഴഞ്ഞൊഴുകുന്നതായും നമുക്ക് കാണാനാവും. ഈ മണ്ഡലം പരിഗണിക്കുമ്പോഴാണ് രചയിതാവ് തുന്നിച്ചേർത്തിരിക്കുന്ന രംഗ മുഹൂർത്തങ്ങളേയും ദൃശ്യശില്പങ്ങളേയും അതിന്റെ സമഗ്രതയിൽ കണ്ടെത്താനാവുക.

IV

ഡേവിഡ് ആന്റ് ബത്ത്ശേബയിൽ ജോർജ്ജ് പീലെ മൂലകഥയ്ക്കു നുസാരിയായി മാത്രം പറഞ്ഞു വയ്ക്കുന്ന ദാവീദു നാടകം പക്ഷേ ദാർശ നികമായ ഉൾക്കണ്ണാൽ അർത്ഥപുഷ്ടമാക്കാനും മനുഷ്യാവസ്ഥയുടെ

പുനർവിചാരത്തിന്റേയും പാപബോധത്തിന്റെയും വേദിയായി പരിവർത്തിപ്പിക്കുവാനും സി.ജെയ്ക്കു കഴിഞ്ഞു.

ദാവീദ് - ബത്ത്ശേബാ ബന്ധരേഖ പ്രണയത്തിലൂടെ വികസിക്കുമ്പോൾ അരൂപമായി യുദ്ധവും അവരോടൊത്തു വികസിക്കുന്നു. ഈ ബന്ധത്തിന് പുറത്തുനിന്നുള്ള ഇടപെടൽ സാധ്യമാക്കുന്നത് അമാസയിലൂടെയാണ്. അപ്രതീക്ഷിതങ്ങളായ മുഹൂർത്തങ്ങളിൽ യുദ്ധവൃത്താന്തവുമായി കടന്നുവരുന്ന ഈ പാത്രം ഊറിയാവിന്റെ അഭാവം യുദ്ധപരാമർശത്തിലൂടെ പൂരിപ്പിക്കുകയും തദ്വാരാ ദാവീദ് - ബത്ത്ശേബാ ബന്ധത്തിന് തുടക്കത്തിൽ നിമിഷനേരത്തേയ്ക്കെങ്കിലും അകൽച്ചയുണ്ടാക്കുകയും ചെയ്യുന്നു. ഊറിയാവിന്റെ മരണവാർത്ത അറിയിക്കുന്ന അമാസയിലൂടെത്തന്നെ ബത്ത്ശേബയുടെമേൽ ധാർമ്മികമായ അവകാശവാദം സ്ഥാപിക്കാനുള്ള അവസരം ദാവീദിനു ലഭ്യമാവുകയും ചെയ്യുന്നു. ഈ വിച്ഛേദസമന്വയങ്ങളിലൂടെ യഥാർത്ഥത്തിൽ പരിവർത്തിക്കപ്പെടുന്നത് ദാവീദിന്റെ സ്വത്വംതന്നെയാണ്. അങ്ങനെ രാജാവ് ഊറിയാവായിത്തീരാൻ പ്രധാന ഹേതുവാകുന്നതും അമാസയെന്ന യുദ്ധസാന്നിദ്ധ്യവും ഊറിയാവെന്ന യുദ്ധഅസാന്നിദ്ധ്യവുമാണ്.

അസ്തിത്വപരമായ ആശങ്കകൾക്കിടയിലും ആവുംവിധം ഇച്ഛാശക്തിയെ കെട്ടിപ്പടുക്കാൻ ദാവീദ് തീരുമാനിക്കുന്നുണ്ട്. ഉയരുന്നിടത്തോളം കയ്യുയർത്തി സ്വന്തമാക്കാവുന്ന സൂര്യഗോളങ്ങളെ നേടാൻ കർമ്മനിരതനാവാൻ മാത്രം സ്വാതന്ത്ര്യദാഹിയായിരുന്നു, പ്രണയത്തിനു മുന്നിൽ തലകുനിച്ച ദാവീദ്.

ദാ : -കഴിഞ്ഞ കാലം കഴിഞ്ഞു, വരാനുള്ളത് അജ്ഞാതവുമാണ്. രണ്ടിനോടും നമുക്കൊന്നും ചെയ്യാൻ കഴിയില്ല. ഇന്നു മാത്രമാണ് നമ്മുടെ സ്വാധീനത്തിലുള്ളത്.

ബത്ത് : ഇന്നു നമ്മുടെ സ്വാധീനത്തിലുണ്ടോ?

ദാ : അതെ എന്നാണെന്റെ വിശ്വാസം. അത് അഹന്തയായിരിക്കും. എങ്കിലും ഒരു കവിക്ക് അങ്ങനെയല്ലാതെ ചിന്തിക്കാൻ വയ്യ. അയാൾ അല്പനേരത്തേയ്ക്ക് സർവ്വാധികാരിയാണ്, സർവ്വാന്തര്യാമിയാണ്, അന്ധനാണ്, മഹിമയുടെ മൂർത്തീകരണമാണ്, ദൈവമാണ്, അവന്റെ പ്രതിഭയുടെ പ്രഭാവകാലത്തിൽ അവൻ ഇടവിട്ടേ ജീവിക്കുന്നുള്ളൂ. മിന്നിപ്പൊലിയുന്ന ഉല്ക്കകളെപ്പോലെ... ഒരു പ്രകാശപ്രസരത്തിനും അടുത്തതിനും ഇടയ്ക്ക് ഒരു അന്ധകാരശൂന്യത ഉണ്ടായിരിക്കും.

വിവൃതമായ ഈ തമോമണ്ഡലത്തേയും അത് വ്യക്തിസ്വാതന്ത്ര്യത്തിൽ ഏർപ്പെടുത്തുന്ന അലംഘനീയ ചിട്ടവട്ടങ്ങളേയും (False

Identify) കുറിച്ച് ബോധവാനാണെങ്കിലും, ദാവീദ്: ഞാൻ യോർദ്ദാനെപ്പോലെ ഒഴുകും, സ്വതന്ത്രമായി ശക്തിയോടെ... നിന്റെ അഭിപ്രായം കേൾക്കാനല്ല ഞാൻ വന്നത് എന്റേതു പറയുവാനാണ്.

എന്ന് പറയുന്നുമുണ്ട് പക്ഷേ, ബത്ത്ശേബ - കാമിനി - സ്വന്തമായതിനു ശേഷമുണ്ടാകുന്ന നിരന്തരാഘാതങ്ങളിൽ മനം തകർന്ന് 'സ്വയം കത്തിയെരിഞ്ഞേ തന്റെ പാപം തീരൂ എന്നും എന്റെ കൈകളിൽ ബലം ഇല്ലാ യോവാബ്' എന്നും നിസ്സഹായനായി കേഴുന്നു. ഉത്തരമില്ലാത്ത ജീവിതപ്രഹേളികകളിൽ വഴിതടഞ്ഞ് എല്ലാം മനസ്സിലായിക്കഴിഞ്ഞാൽ പിന്നെ ജീവിതത്തിന് ഒരർത്ഥവുമില്ല എന്നാശ്വസിക്കുകയും ഉള്ളുയായി പൊലിഞ്ഞു തീരാനുള്ള ആഗ്രഹം പോലും സഫലമാക്കാനാവാതെ തമോശൂന്യതയിൽ നമ്രശിരസ്കനായി, സംഭവിക്കേണ്ടതു സംഭവിച്ചു. ഇനി ജനങ്ങളോടും നിങ്ങളോടുമുള്ള തന്റെ ചുമതല ചെയ്യാൻ ദാവീദ് ബാദ്ധ്യസ്ഥനാവുന്നു എന്നുപറയുകയും ചെയ്യുമ്പോഴേക്കും ഒരു സ്വാതന്ത്ര്യദാഹിയുടെ പതനവും ഋഷിയുടെ വൈരാഗ്യചിത്തത്തിന്റെ നിസ്തോഭവുമാണ് നമുക്കനുഭവിക്കാനാവുന്നത്.

V

സ്വസ്ഥതയ്ക്കുവേണ്ടി ഞാനെന്തുതന്നെ കൊടുക്കത്തില്ല! ആ പുല്ലാങ്കുഴലിനുവേണ്ടി ഈ ചെങ്കോൽ... ഓ! ഞാൻ എന്നെത്തന്നെ മറന്നുപോയി എന്നു ആത്മാർത്ഥമായി വിലപിക്കുന്ന ദാവീദ് എന്നെ എന്ന പദത്തിലൂടെ തന്റെ പുറം വ്യക്തിത്വത്തെയാണ് ഓർമ്മിക്കുന്നത്. വിധിക്കും (Fate) ബാഹ്യസ്വത്വത്തിനും (Social Identily) അനുസൃതമായി ജീവിതചലനങ്ങൾ ക്രമപ്പെടുത്തുന്ന, അതിന്റെ ബലിയാടാകേണ്ടി വരുന്ന മനുഷ്യാവസ്ഥയുടെ അസ്വാതന്ത്ര്യത്തെക്കുറിച്ച് അയാൾ ഓർമ്മിക്കുന്നു. ആഗ്രഹങ്ങളുടെ വിളവെടുപ്പിന്റെ ഒടുവിൽ ശൂന്യമായ മരണവും, ഹിംസാത്മകമായ ജീവിതവും ധർമ്മമല്ലാത്ത യുദ്ധങ്ങളുടെ ഖഡ്ഗമുനയും മാത്രമാണ് കാത്തിരിക്കുന്നതെന്നും സ്വന്തം പരിണാമത്തിലൂടെ ദാവീദ് തെളിയിക്കുന്നു.

നാടകാരംഭത്തിൽ ഭൂതകാല വിജയങ്ങളെയൊക്കെത്തള്ളിപ്പറഞ്ഞ് എനിക്കുവേണ്ടിയല്ല ഞാൻ രാജാവായി അഭിഷേകം ചെയ്യപ്പെട്ടത്. അന്നു ഞാനതിന്റെ അർത്ഥം മുഴുവനും മനസ്സിലാക്കിയില്ല.. മനുഷ്യഹൃദയങ്ങിന്റെ കിരീടം പിടിച്ചുപറിക്കുക, അയാളെ അപായപ്പെടുത്തുക ഇതൊന്നും സന്തോഷകരമായ ചുമതലകളല്ല. എന്നു പറഞ്ഞ് സ്വാത്മം തേടിയുള്ള അന്വേഷണമാരംഭിക്കുകയാണ് ദാവീദ് രാജാവ്. ചുമതലകളുടേയും പുറംസ്വത്വത്തിന്റേയും ഊരാക്കുടുക്കുകളിൽ നിന്നും വിടുതൽ കാംക്ഷിച്ച്, വൈയക്തികാസക്തികൾക്ക്

വിലങ്ങു സൃഷ്ടിക്കുന്ന സമൂഹത്തിന്റെ ശുഷ്കമായ - യാഥാസ്ഥിതിക - സാദാചാര പരിചരണങ്ങൾക്കെതിരേ സമരം പ്രഖ്യാപിക്കുന്ന സ്വാതന്ത്ര്യവാദിയാവുകയാണ് ദാവീദ്. താൻ വെറുമൊരു രാജാവോ പരാക്രമിയോ അല്ലെന്നും മനുഷ്യനെന്നർത്ഥത്തിൽ അതിനേക്കാളൊക്കെ ഹൃദ്യമായ ഒന്നാണാവേണ്ടതെന്നും പ്രകടനാത്മക ജീവിതത്തിന്റെ പുറം ഭാരത്താൽ താനിന്നൊരു മരുഭൂമിയാണ് എന്നും അദ്ദേഹം തിരിച്ചറിയുന്നു. തനിക്കെതിരേ മുഴുവൻ നാവുകളും ചിലക്കുമ്പോൾപോലും പാട്ടു വറ്റിപ്പോയ കവിഹൃദയം പ്രാകൃതമായ പേശീബലത്തോടെ ഗൃഹാതുരതയോടെ അഭയപ്പെടുന്നത് മുൻകാലങ്ങളിലേതുപോലെ ശത്രുക്കളെ മുക്കിക്കൊന്ന രക്തപ്പുഴകളിലല്ല, മറിച്ച് സങ്കീർത്തനവും പുല്ലാങ്കുഴലും താലോലിക്കുന്ന - തനിക്കു നഷ്ടപ്പെട്ടതൊക്കെ നിലനിറുത്തുന്ന - മനസ്സുകൊണ്ടും ശരീരംകൊണ്ടും യുദ്ധത്തിൽ നിന്നും (മരണത്തിൽ നിന്നും) അകന്നു വർത്തിക്കുന്ന, തന്റെതന്നെ അഭിലാഷങ്ങളുടെ ഉറവകൾ കാക്കുന്ന - പാവം ഒരു പ്രജയിലാണ്. തിനിക്കു നഷ്ടമായതൊക്കെ കയ്യാളാനുള്ള ആ പ്രയാണം പ്രാകൃതന്റേതുപോലെ ശുദ്ധവും ശക്തവുമത്രെ.

കരഗതമാകുമ്പോൾതന്നെ അകന്നുപോകുന്നതും അപൂർണ്ണമാകുന്നതുമായ സ്വച്ഛശീതള സ്വപ്നങ്ങളുടെ നടുവിൽ, അനാദിയായ നൈരന്തര്യത്തിൽ തകർന്നു വീഴുന്ന ഇച്ഛാശക്തിയെ നോക്കി വിലപിക്കാതെ, പരിഭവിക്കാതെ ആർക്കോവേണ്ടി, ഇസ്രായേലിനോ, ദൈവത്തിനോ, അതിലുപരി താനേറ്റം അവഗണിക്കാനാഗ്രഹിക്കുന്ന ജനക്കൂട്ടത്തിനോവേണ്ടി സ്വപുത്രനു നേരേ പടവാളുയർത്തുകയാണ് നാടകാന്ത്യത്തിൽ ദാവീദ്. അവനർഹതപ്പെട്ട കിരീടം സ്വേച്ഛാപ്രകാരമല്ലാതെ നിലനിർത്തേണ്ടിവരുന്ന രാജാവ് അബ്ശലോമിനെതിരേ പടക്കോപ്പു കൂട്ടുമ്പോൾ ഉണ്ടാകുന്ന നാടകീയമായ വ്യതിയാനം അത്യധികം ശ്രദ്ധേയമാണ്. മരിച്ചത് സ്വന്തം മകനെങ്കിലും സങ്കീർത്തനം സൈന്യങ്ങളുടെ വിജയത്തിനു മുഴക്കുവാൻ നിസ്സംഗനായി കല്പിക്കുന്ന രാജാവ് അതിലൂടെ ജീവിതത്തിൽ, തന്റെ ഭാഗധേയം നിസ്സാരമെന്ന് വെളിവാക്കുകയാണ്.

VI

നിരവധി ദൃശ്യബിംബങ്ങളുടെ സമുച്ചയമായിട്ടാണ് നാടകം പ്രേക്ഷകചിത്തത്തിലേയ്ക്ക് കടക്കുന്നത്. ആസ്വാദനത്തിന് വന്നുപോയ അർത്ഥലോപം അതൊരു അലസവ്യായാമമായി ഗണിക്കപ്പെടാനിടനല്കുന്നു. യഥാർത്ഥ ആസ്വാദനക്രിയ സ്വാർത്ഥം തേടുന്ന പ്രേക്ഷകന്റെ അന്വേഷണവും അതിന്റെ സഹയാനവും ഉൾച്ചേരുന്ന ഒന്നാണല്ലോ?

ഗൗരവതരമായ ഭാവുകത്വ വ്യാപനത്തിന്, സഹയാനത്തിന് പ്രേക്ഷകനെ സജ്ജമാക്കുന്നത് നാടകത്തിൽ പ്രധാനമായും ദൃശ്യബിംബങ്ങളാണ്. അതൊരുക്കുന്ന സങ്കീർണ്ണവീഥികളിലൂടെ ചലനവത്തായ തരംഗവ്യതിയാനങ്ങളുടെ സൂക്ഷ്മതാളം അപഗ്രഥിച്ചറിയുമ്പോൾ മാത്രമേ കലാസൃഷ്ടിയുടെ ഉൾക്കനത്തെ അനുഭവിച്ചറിയാനാവൂ. ഇത്തരം രംഗശില്പങ്ങളാലും അതൊരുക്കുന്ന കാവ്യാനുഭൂതിയാലും മുഹൂർത്തങ്ങളുടെ സമഗ്രതയാലും ധന്യമാണ് ദാവീദുനാടകം.

പൂർവ്വാങ്കാരംഭം മന്ദമായ ഓർഗൻ സംഗീതത്തോടൊത്താണ് ആവിഷ്കരിച്ചിരിക്കുന്നത്. പാശ്ചാത്യമായ ഒരന്തരീക്ഷ സൃഷ്ടിക്ക് - ബൈബിളിന്റേതായ കഥാപശ്ചാത്തലമൊരുക്കുവാൻ - ഇത് സഹായിക്കുന്നു. തുടർന്ന് അകലെയെങ്ങോ നിന്നും മുഴങ്ങുന്ന ബൈബിൾ വാചകങ്ങൾ മറ്റൊരു സ്ഥായിയിലുള്ള സംഗീത തരംഗവുമായി മിശ്രണം ചെയ്ത് ലൗകികമായ അന്തരീക്ഷം നാടകത്തിനായി സജ്ജമാക്കുന്നു. രംഗത്താകട്ടെ, എക്സ്പ്രഷണിസ്റ്റ് നാടകങ്ങളിലേതുപോലെ (Antirealistic) അതിഭീമമായൊരു ബൈബിളിൽ - ഇതിഹാസ ഇതിവൃത്തത്തിന്റെ മഹത്വം ദ്യോതിപ്പിക്കാനാവണം - വിരൽചൂണ്ടി നിശ്ശബ്ദം വായിക്കുന്ന കൊച്ചുകുട്ടിയാണ്. കൊച്ചുകുട്ടി, രംഗവസ്തു (Stage Property)വുമായും പശ്ചാത്തല ശബ്ദഗാംഭീര്യവുമായും തുലനം ചെയ്യുമ്പോൾ അപ്രസക്തനും - ബൈബിളിനു പിറകിൽ ഇരിക്കയാൽ - നിശ്ശബ്ദനുമാണ്. കുട്ടിയുടെ മനസ്സിലേക്ക് ഉയർന്നുവരുന്ന സംഗരത്തിന്റേയും പ്രതാപികളായ പാത്രങ്ങളുടേയും സവിശേഷതകളും മഹത്വവും വ്യക്തമാക്കാൻ പര്യാപ്തമാണ് ഈ പട്ടുതിയും ശബ്ദവിന്യാസവും. പരാമൃഷ്ടമാകുന്ന സേനാസംഖ്യയും അപ്രസക്തമായ ആക്രമണങ്ങളും കുട്ടിയെ ഉറക്കത്തിലേയ്ക്കാനയിക്കുമ്പോൾ ബൈബിളിലേക്ക് കമിഴ്ന്നു കിടന്നുറങ്ങുന്ന കുട്ടിയിലേയ്ക്ക് ഓർഗൻ സംഗീതത്തിനു പകരം പ്രാക് സ്മരണകളും സമരാന്തരീക്ഷവും ഉദ്ദീപിപ്പിക്കുന്ന കുളമ്പൊച്ചകളുമാണ് വന്നുവീഴുന്നത്. ശബ്ദതരംഗങ്ങളുടെ ഇരുതലങ്ങളും പ്രവേഗവ്യത്യാസത്താൽ വ്യതിരിക്തമാകുന്നതോടൊപ്പം യാഥാർത്ഥ്യത്തിൽ നിന്നും സ്വപ്നത്തിലേയ്ക്കും വർത്തമാനത്തിൽ നിന്നും ഇതിഹാസകാലത്തിലേയ്ക്കും രംഗക്രിയയെ ആവാഹിക്കാനുള്ള ചാലകശക്തിയായും ഇത് നിലകൊള്ളുന്നു. അതിലൂടെ വിശുദ്ധവചനങ്ങൾ കുട്ടിയിലുണർത്തിയ രണശൂരനായ ദാവിദ് മഹാരാജാവിന് ജന്മംകൊള്ളാനുള്ള പരിതോവസ്ഥകളും സൃഷ്ടിക്കപ്പെടുന്നു.

പൂർവ്വാങ്കം വിളക്കിച്ചേർക്കുന്നതിലൂടേയും ഭാവപരകോടിയിൽ രംഗം അവസാനിപ്പിക്കാതിരിക്കുന്നതിലൂടേയും ഇവയ്ക്കിടയിൽ തുന്നിച്ചേർത്തിരിക്കുന്ന അരിസ്റ്റോട്ടില്യൻ നാടകബോധത്തിന്

ശ്രദ്ധാപൂർവ്വം പുതിയൊരു മുഖം നൽകുകയായിരുന്നു സി.ജെ. ഈ അയഞ്ഞ നിർവ്വഹണത്തിലൂടെ, ക്രിയാംശങ്ങളെ നിർമ്മമമായൊരു ഉപരിവീക്ഷണത്തിന് വിധേയനാക്കാൻ പ്രേക്ഷകനെ പ്രേരിപ്പിക്കുകയാണ് അദ്ദേഹം. വികാരത്തള്ളലിൽ നിന്നും പ്രേക്ഷകന് അല്പം വിടുതൽ നൽകുന്നതോടൊപ്പം ഇതിലൂടെ നാടകവിഷയത്തിന് ദാർശനികപരിവേഷം നൽകുവാനും അദ്ദേഹം ശ്രമിക്കുന്നു. ഇത്തരമൊരു സമീപനത്തിന്റെ വികാസദശ യിലുള്ള സൃഷ്ടിയത്രെ എപിക് സ്വഭാവങ്ങളുള്ള '1128-ൽ ക്രൈം 27.'

VII

സ്വപ്നാനന്തരം വേദി ഇരുണ്ടുണരുന്നത് സർവ്വാഡംബരങ്ങളും വിളിച്ചറിയിക്കുന്ന ദാവിദ് മഹാരാജാവിന്റെ കൊട്ടാരത്തിലേയ്ക്കാണ്. ശയ്യാതലത്തിൽ ചാരിക്കിടന്നു പ്രഭുക്കൻമാരുടെ സംസാരം ശ്രദ്ധിക്കുന്ന ദാവീദും പീഠങ്ങളിൽ ഉപവിഷ്ടരായ പ്രധാനികളും അവർക്കു പിന്നിൽ സജ്ജരായി നില്ക്കുന്ന വീരന്മാരും നിറഞ്ഞ് രംഗസ്ഥിതരും രംഗവസ്തുക്കളും ചേർന്ന് ഗൗരവമായൊരന്തരീക്ഷം അവിടെ സൃഷ്ടിക്കുന്നു. Stage balance തകർക്കപ്പെടാതെ പിന്നരങ്ങിൽ ഉയർന്നൊരു തലത്തിൽ ശൂന്യമായിക്കിടക്കുന്ന പ്രതാപപൂർണ്ണമായ സിംഹാസനവും അവിടുണ്ട്. അരനിമിഷത്തെ ആലോചനയ്ക്കുശേഷം കേന്ദ്രപ്രമേയം ഉച്ചരിക്കുന്ന തോട്ടുകൂടി (കണ്ണുള്ളത്....) ദാവീദിനു വെളിച്ച, ശബ്ദവിന്യാസങ്ങളിലൂടെ ഊന്നൽ (Highlight) ലഭ്യമാകുന്നു. ഈ യൂണിറ്റിലെ ആദ്യഭാഷണം ഉച്ചരിക്കുന്നതിലൂടെ ആ കഥാപാത്രത്തിന് പ്രാധാന്യം വന്നുചേരുന്നു. അത് ആ കഥാപാത്രത്തിന്റെ വളർച്ച സുഗമമാക്കുകയും ചെയ്യുന്നു. ചർച്ചാവിഷയമായ യുദ്ധവും ഒഴിഞ്ഞ സിംഹാസനവും സായംസന്ധ്യയുടെ സാംഗത്യവും ധ്വനിപാഠം (Subtext) വികസിപ്പിക്കാനുള്ള സൂചകങ്ങളാണെന്നുകൂടി പറഞ്ഞുകൊള്ളട്ടെ! എവിടെനിന്നോ തുടങ്ങുന്ന കുട്ടിയുടെ ബൈബിൾ പാരായണം പോലെതന്നെ എപ്പോഴോ തുടങ്ങിയ യുദ്ധചർച്ചയുടെ ബാക്കിയായിട്ടാണ് ദാവീദിന്റെ പ്രത്യക്ഷീകരണവും സംഭാഷണവും ഒരുക്കിയിരിക്കുന്നത്. ഇത്തരമൊരു സമമിതി (Symmetry) കാത്തുസൂക്ഷിക്കുന്നതിലൂടെ ആകസ്മികമായ ജീവിതം തന്നെയാണ് തന്റെ ഉപാദാനവിഷയമെന്നു സൂചിപ്പിക്കുവാനും തോമസിനായിട്ടുണ്ട്.

യഹോവാ എന്റെ ഇടയനാകുന്നു. എനിക്കു മുട്ടുണ്ടാകയില്ല... എന്ന നഷ്ടപ്പെട്ടുപോയ സങ്കീർത്തനം മനസ്സിൽ താലോലിക്കുന്ന. ദാവീദാണ് ആദ്യം പ്രേക്ഷകരിലെത്തുന്നത്. രണ്ടാം രംഗാരംഭവും ഈ സങ്കീർത്തനത്തിൽ നിന്നുമാണ്, ഉരുവിടുന്നതാവട്ടെ.

ബത്ത്ശേബയും!. രാജാവ് തിരയുന്ന, കൈയ്യടക്കാനാഗ്രഹിക്കുന്ന, മറ്റൊരു പാത്രത്തിന്റെ സ്വാഭാവിക സാഹചര്യവും ഇതിലൂടെ ഒരുക്കപ്പെടുന്നു. ഇരുചിത്തവൃത്തികളും തമ്മിലുള്ള സമാനരേഖ... ഒന്നിനു മറ്റൊന്നിനെ സ്വന്തമാക്കാനുള്ള, അതിലെത്തിച്ചേരാനുള്ള ആഗ്രഹത്തിന്റെ സാധൂകരണമായി അവരുടെ യഥാർത്ഥ സമാഗമനത്തിനു മുമ്പുതന്നെ വരച്ചിടുകയാണ് ഇവിടെ നാടകക്കാരൻ. രംഗക്രിയയോടൊത്ത് പാത്രസ്വഭാവത്തെ ബന്ധപ്പെടുത്തുന്ന രംഗവസ്തുക്കളിലൊന്ന് ഓടക്കുഴലാണ്. ഊറിയാവിന്റെ ഭവനത്തിൽ ബാത്ത്ശേബയുടെ സാമീപ്യത്തിൽ, ഊറിയാവിന്റെയും ബത്ത്ശേബയുടെയും ദാവീദിനെപ്പറ്റിയുള്ള പരാമർശങ്ങളിലൂടെ കേവലം അചേതനവസ്തുവിന്റെ നിലവിട്ട് ദാവീദിന്റെ സാന്നിദ്ധ്യമായി... ദാവീദായിത്തന്നെ... പരിണമിക്കുന്ന ആ ഓടക്കുഴൽ... രാഗത്തിന്റെയും അനുരാഗത്തിന്റേയും അടയാളമാകുന്ന മുരളി, കവിയും ഗായകനുമായ ദാവീദിന്റെ മഹിമയെക്കുറിച്ച വാഴ്ത്താനും, അനശ്വരമായ അതിനായി വാദിക്കാനും ബത്ത്ശേബയെ പ്രേരിപ്പിക്കുന്നു. അതിലൂടെ ഊറിയാവിന്റെ മരണ (യുദ്ധ)പക്ഷപാതിത്വത്തോടുള്ള അവളുടെ വിയോജിപ്പ് വെളിവാക്കപ്പെടുകയും ചെയ്യുന്നു. സംഗരത്തിന്റെ വീരാത്മകത്വത്തെ ഉയർത്തിപ്പിടിക്കുന്ന ഊറിയാവിനോട്, ബത്ത്ശേബ:.. യുദ്ധത്തിന്റെ മണം പോയിക്കഴിഞ്ഞാലും ആ പാട്ടുകൾ പ്രതിധ്വനിയ്ക്കും എന്നും

ബ : ഞങ്ങൾ ജീവന്റെ കക്ഷികളാണ്.

ഊ : ഞങ്ങളോ

ബ : ചോദിക്കാനുണ്ടോ! മരണത്തിന്റെ

എന്നും പറയുമ്പോഴേയ്ക്കും ഇരുവർക്കുമിടയിലുള്ള വൈരുദ്ധ്യം സ്വാഭാവികമായി മൂർച്ഛിക്കുന്നെന്നും, എന്നാൽ ബോധമനസ്സിന്റെ നിയന്ത്രണത്താൽ സ്നേഹധനനും നല്ലവനുമായ ഊറിയാവിനോട് (പ്രത്യക്ഷത്തിൽ) പൊരുത്തപ്പെട്ടുപോവുകയാണ് ബത്ത്ശേബയെന്നും മനസ്സിലാക്കാവുന്നതാണ്. ഞങ്ങൾ ജീവന്റെ കക്ഷികൾ എന്നു പറയുന്നതിലൂടെ സംഗീതപക്ഷപാതികൾ ഐക്യപ്പെടുകയാണ്. ബഹുവചനരൂപത്തിലുള്ള ഈ പ്രഖ്യാപനത്തിലൂടെ അബോധപൂർവ്വം ദാവീദിനോടുള്ള തന്റെ വിധേയത്വം അവൾ വിളംബരം ചെയ്യുകയുമാണ്. നിത്യഭാസുരമായ ആ ജീവമണ്ഡലത്തിൽ യുദ്ധത്തിന്റേയും മരണത്തിന്റേയും പ്രാതിനിധ്യമുള്ള ഊറിയാവിന് സ്ഥാനമില്ലെന്നു കൂടി ഒപ്പം ധ്വനിക്കപ്പെടുന്നു.

ഊറിയാ : (നിരാശനായി) ആണുങ്ങളുടെ ജോലി യുദ്ധമാണ്.

ബത്ത് : (ചിരിച്ച്) പെണ്ണുങ്ങൾക്ക് കീഴടങ്ങാനുമറിയാം, പോവാറായിക്കാണുമല്ലോ? വിശക്കുന്നില്ലേ?

ഒന്നാംരംഗത്തിൽ ഊറിയാവിന്റെ യുദ്ധവാഞ്ഛയെ ദാവീദ് അധിക്ഷേപിക്കുന്ന സന്ദർഭവും ക്രിയകൾ കൊണ്ട് ഇതിനോട് സമാനത വഹിക്കുന്നു.

ഊറിയാ : എന്റെ ഭാര്യ അത്തരം ഭീരുത്വത്തിന്...

ദാവീദ് : (ചിരിച്ച്) അതിനു നീ മരിച്ചു കഴിഞ്ഞില്ലല്ലോ. ഈ യുദ്ധത്തിൽ മരിക്കാൻ മാർഗ്ഗവുമില്ല കഷ്ടം (ചിരി തുടരുന്നു)

ഇരു സന്ദർഭങ്ങളിലും ഉത്തരം മുട്ടുന്ന ഊറിയാവിനോട് അനുഭാവം കാട്ടി, സന്ദർഭത്തിനു ലാഘവം വരുത്തുവാനുള്ള ശ്രമമാണ് ദാവീദിൽ നിന്നും ബത്ത്ശേബയിൽ നിന്നും ഉണ്ടാവുന്നത്. സമാന സന്ദർഭങ്ങളിലുള്ള ഈ പെരുമാറ്റപ്പൊരുത്തവും അവരുടെ കൂടിക്കാഴ്ചയ്ക്കുമുമ്പേ എഴുത്തുകാരൻ ഘടിപ്പിച്ചത് തീർച്ചയായും ബോധപൂർവ്വമാകാതെ തരമില്ല. അവരുടെ സമാഗമത്തിലേയ്ക്കുള്ള ചൂണ്ടുപലകയായി സംവിധായകന് വികസിപ്പിച്ചെടുക്കാവുന്ന നാടകീയ മുഹൂർത്തങ്ങളിൽ ചിലതു മാത്രമാണിവ.

VIII

സംഭാഷണത്തിൽ കണിശത പുലർത്തുന്നതോടൊപ്പം ഈ കൃതി വ്യാക്ഷേപകങ്ങൾകൊണ്ടും, നിശ്ശബ്ദതകൊണ്ടും അനവധി ക്രിയാമുഹൂർത്തങ്ങൾ ആവിഷ്ക്കരിക്കുന്നു.

വീരനായ ഊറിയാവിനെ ചതിച്ചുകൊല്ലുന്നതിനു പിന്നിൽ ബത്ത്ശേബയോടുള്ള കാമവികാരത്തിനൊപ്പം രാഷ്ട്രതന്ത്രവും രാജാവിനെ എത്രമാത്രം പ്രേരിപ്പിച്ചിരുന്നുവെന്നത് ഗോപ്യമായി സി.ജെ. പറഞ്ഞുവയ്ക്കുന്നു. രഹസ്യബന്ധം ഇനി മറയ്ക്കാനും എളുപ്പമല്ലെന്ന് ബത്ത്ശേബ പറയുംമുമ്പുതന്നെ പടപ്പാളയത്തിൽ നിന്നും തിരിച്ചുവിളിക്കപ്പെട്ട ഊറിയാവ് സ്വഗൃഹത്തിൽ പോകാത്തതിനെ രാജാവ് തെറ്റിദ്ധരിക്കുന്നു. ഭാര്യയോടുള്ള അവന്റെ അതൃപ്തിയോ രാജാവിന് അപകടം വരുത്താനുള്ള ആസൂത്രണമോ ആയി രാജാവ് ഇതിനെ കാണുന്നു. തുടർന്ന് ഊറിയാവിനെ വധിക്കാനുള്ള അമാസയുടെ വിരുന്നൊരുക്കിലെ ചതിയും പരാജയപ്പെട്ടുമ്പോഴാണ് ആ ദൗത്യം ദാവീദ് സ്വയം ഏറ്റെടുക്കുന്നത്.

ദാ : ഇന്നലെ ഞാൻ ഊറിയാവിന് അല്പം ഭക്ഷണം കൊടുത്തയച്ചിരുന്നു.

ഊ : ഞാൻ വീട്ടിൽ പോയില്ല.

ഉള്ളിൽ തളംകെട്ടിനിന്ന സംഘർഷത്താൽ ദാവീദ് അറിയാതെ ചോദിച്ചു പോകുന്നു.

ദാ : പോയില്ല?.... പോകരുതെന്നു ഞാൻ പറഞ്ഞിരുന്നോ?

പുതിയ കണക്കുകൂട്ടലുകളോടെ ദാവീദ് തന്റെ അനുരഞ്ജനശ്രമം തുടരുന്നുവെങ്കിലും ഉളവാകുന്നത് വിപരീതഫലമത്രേ.

ദാ : കൊള്ളാം! ഊറിയാ, നിന്റെ മനസ്ഥിതി ശ്ലാഘിക്കേണ്ടതു തന്നെ. എങ്കിലും ഇന്നു പൊയ്ക്കൊള്ളൂ.

ഊ : വേണ്ട, ഞാൻ പോകുന്നില്ല

ദാ : വേണ്ട, ഏ?

'വേണ്ട'യിലെ നിഷേധകതീവ്രത ദാവീദിന്റെ കണക്കുകൂട്ടലുകളെ തകർത്തുകളയുന്നു. ദീർഘ ഏകാരം ചോദ്യരൂപേണ അറിയാതെ തന്നെ കൂടെ പുറപ്പെടുന്നു. അത് സ്വയമൊരു ചോദ്യവും ഗൂഢമായൊരു പോംവഴി തേടലിന്റെ മനോവൃത്തിയുമായി പരിണമിക്കുന്നു. അരങ്ങിലെ നിമിഷത്തേയ്ക്കുള്ള നിശ്ശബ്ദതയും പ്രത്യേക പട്ടുതികളും ദാവീദിന്റെ അന്തഃസംഘർഷപ്രകാശനങ്ങൾക്ക് ആക്കം കൂട്ടുന്നു.

ദാ :.... രാജാവാണ് നിനക്കനുവാദം തരുന്നത്. വേണമെങ്കിൽ അതൊരാജ്ഞയായി കണക്കാക്കാം...

ഊ : ഇല്ല തിരുമേനീ, കാട്ടുകുതിരകൾക്ക് എന്നെ അങ്ങോട്ടുവ ഹിച്ചു കൊണ്ടുപോകാൻ കഴിവില്ല. എന്റെ കടമയാണെന്റെ സുഖം.

ദാ : വേണമെങ്കിൽ കുട്ടിനാളയയ്ക്കാം

ഊ : എന്തിന്

ദാ : വീട്ടിലേയ്ക്ക്

ഊ : ഞാൻ വീട്ടിൽ പോകുന്നില്ലല്ലോ.

അനുനയത്തിന്റെ അവസാനശ്രമവും പരാജയപ്പെട്ടപ്പോൾ തന്റെ സിംഹാസനത്തിനുപോലും വെല്ലുവിളി ആയേക്കാവുന്ന വീരനായ ഊറിയാവിനോട് രാജാവ് തന്റെ സന്ദേഹം നേരിട്ടുതന്നെ അന്വേഷിക്കുന്നു.

ദാ : പിന്നെയെന്താണ് പരിപാടി?

അവന്റെ മറുപടി ദാവീദിനെ തൃപ്തനാക്കുന്നില്ല. ഒടുവിൽ രാജാവ് പൈശാചികമായി പ്രഖ്യാപിക്കുന്നു: തോൽവി എനിക്കിഷ്ടമല്ല. അങ്ങനെ ഊറിയാ പടക്കളത്തിലേയ്ക്ക് ഒരു ബലിമൃഗത്തെപ്പോലെ തള്ളിവിടപ്പെടുന്നു. അതിലേക്ക് രണ്ടാമതൊരു കാരണം കൂടി വിദഗ്ദമായി സി.ജെ. തുന്നിച്ചേർത്തിരിക്കുന്നു. രാജ്യതന്ത്രജ്ഞതയുടേതായ ഈ കാരണം കോറിയിടാൻ സംഭാഷണങ്ങളെക്കാൾ ചിത്തവൃത്തികളെയും ക്രിയാപദ്ധതിയെയുമാണ് സി.ജെ. ആശ്രയിക്കുന്നത്.

IX

ക്രിയയിലും സംഭാഷണത്തിലും കോർത്തൊരുക്കിയിരിക്കുന്ന നാടകത്തിലെ ചലനാത്മകമായ മുഹൂർത്തങ്ങളേയും തിരിവുകളേയും കുറിച്ച് ചെറിയ ഒരു വിശകലനത്തോടെ ഈ അന്വേഷണം അവസാനിപ്പിക്കുന്നു. ആദ്യാങ്കത്തിൽ സംഭാഷണങ്ങളിലൂടെ കേന്ദ്രീകരണം കയ്യടക്കുന്ന ദാവീദ് ശയ്യയിൽ നിന്നും പെട്ടെന്നെഴുന്നേറ്റ് മിഡിൽ സെന്റർ സ്റ്റേജിലേക്കു വരുന്നു. പാർശ്വസ്ഥനായ യോവാബിന്റെ വാൾപിടിച്ചു വാങ്ങി സംഭാഷണത്തോടൊപ്പം ഇടത് പിന്നരങ്ങിൽ നിന്നും മധ്യകേന്ദ്ര അരങ്ങിലെത്തുന്ന രാജാവിന്റെ ദ്രുതചലനത്തോടൊപ്പം രംഗമാകെത്തന്നെ കൂടുതൽ ജീവത്താവുന്നു. രാജാവ് മറ്റുള്ള രംഗവാസികളുടെ എല്ലാം ശ്രദ്ധാകേന്ദ്രമാകുന്നതോടൊപ്പം പ്രേക്ഷകരിൽ തന്റെ പ്രാമുഖ്യം സ്ഥാപിച്ചെടുക്കുകയും ചെയ്യുന്നു.

ദാ: സാരമില്ല ഞാൻ പഠിപ്പിച്ചു തരാം

(പെട്ടെന്ന് എഴുന്നേറ്റ് യോവാബിന്റെ വാൾ വാങ്ങിച്ചു രംഗത്തിന്റെ നടുക്കുവന്ന് ഒരു കാൽമുട്ടുകുത്തി നിന്നുകൊണ്ട് വാൾകൊണ്ട് നിലത്തു വരച്ചു കാണിക്കുന്നു. മറ്റുള്ളവർ എഴുന്നേറ്റ് പുറകിൽ വന്നു നിന്നു ശ്രദ്ധിക്കുന്നു) ഇതാ, ഇതാണ് യോർദ്ധാൻ നദി....

ദാവീദിന്റെ കുനിഞ്ഞ നിലയും അയാൾ ചെയ്യുന്നത് ശ്രദ്ധാപൂർവ്വം വീക്ഷിച്ച് പിന്നിൽ നില്ക്കുന്ന മറ്റുള്ളവരുടെ പരഭാഗ സാന്നിദ്ധ്യവും ഒത്തൊരുക്കുന്ന രംഗശില്പവും ദാവീദെന്ന കേന്ദ്രബിന്ദുവിന് നാടകത്തിലുള്ള പ്രധാന്യം ദൃശ്യഭാഷയിലൂടെ വ്യാഖ്യാനിക്കുകയാണ്. ഉറയൂരിയ വാൾ ജീവസ്സുറ്റ(live)തായി വിശദീകരിക്കപ്പെടുന്ന യുദ്ധവിഷയത്തിൽ അതിന്റേതായവ കൂട്ടിച്ചേർക്കുന്നു. മുഴുവൻ രംഗഘടനയ്ക്കും ശില്പസൗന്ദര്യം വർദ്ധിപ്പിക്കാൻ ഈ നില ഉപയുക്തമാവുകയും ചെയ്യുന്നു. സഹപാത്രങ്ങളുടെ ബന്ധ-വിന്യാസങ്ങൾ (Co-actor's relation) ഇതിനു പൂരണമാകുന്നു.

പ്രണയാതുരനായ രാജാവ് തന്റെ അദമ്യമായ ആഗ്രഹപ്രാപ്തിക്കുവേണ്ടി കേവലമൊരു ദാസിയോടു വിനീതമായി യാചിക്കേണ്ടിവരുന്നതും, അതുപോലും നിഷേധിക്കപ്പെടുന്നതും ചിത്രീകരിച്ചിരിക്കുന്ന രംഗക്രിയയും ഈ നാടകത്തിലെ ഏറ്റവും ശ്രേഷ്ഠമായൊരു മുഹൂർത്തമാണ്. പ്രേമത്തിനുവേണ്ടി ദാവീദ് ത്യജിക്കാൻ തയ്യാറാകുന്ന സ്ഥാനമഹിമയും പ്രതാപഐശ്വര്യങ്ങളും ചൂണ്ടിക്കാട്ടി രാജാവിന്റെ അഭ്യർത്ഥനകൾക്കു മറുവ്യാഖ്യാനം ചമച്ച് അന്നക്കിഴവി ഒഴിഞ്ഞുമാറുന്നു. ഈ സന്ദിഗ്ദ്ധ സന്ധിയിൽ, പ്രണയം ആജ്ഞാപാലനമല്ലെന്നറിയാവുന്ന രാജാവിന്റെ ആഗ്രഹം തടയപ്പെടുന്നു.

അന്ന : രാജകല്പനയ്ക്കു വിരുദ്ധമായി പ്രവർത്തിക്കുവാൻ ഒരു

പ്രജയും ഇഷ്ടപ്പെടുകയില്ല.

ദാ : അതൊരു വേണ്ടാത്ത വ്യാഖ്യാനമാണ്... ശരി അതായിരിക്കാം അന്നയ്ക്കു തോന്നുന്നത് ഏതായാലും ഇതൊരു രാജകല്പനയാക്കാൻ ഞാനുദ്ദേശിക്കുന്നില്ല. ഇപ്രാവശ്യം ഞാൻ തന്നെ തോല്ക്കാം. അന്ന പോകു...

(അന്ന വന്ദിച്ച് പോകുന്നു. ചിന്താഗ്രസ്തനായി കുറച്ചിട നടന്നു രാജാവ് വീഞ്ഞുപാത്രമെടുത്തു കുടിക്കാനൊരുങ്ങുന്നു. അതിൽ വീഞ്ഞില്ല.)

ഒരു കഥാപാത്രം മാത്രമേ രംഗത്തുള്ളൂ. അയാളുടെ സൂക്ഷ്മഭാവങ്ങൾപോലും കാണികൾക്ക് ലഭ്യമാണ്. ചിന്താഗ്രസ്ഥനായി 'കുറച്ചിട നടക്കുന്ന'തിലൂടെ ദാവീദിന്റെ രംഗവൃത്തി കൂടുതൽ സ്ഫുടിപ്പിക്കുന്നുണ്ട്. ഇത്തരുണത്തിൽ ആകുലത മറച്ചുവെച്ച് തന്റെ കാമം അസ്ഥാനത്താകുന്നത് നിസ്സഹായനായി സഹിക്കേണ്ടിവരുന്ന ദാവീദിന്റെ ആന്തരിക ക്ഷോഭവും അവസ്ഥാവ്യതിയാനവും പ്രസ്പഷ്ടമാക്കാൻ ശൂന്യമായ വീഞ്ഞുപാത്രത്തിന് കഴിയും. പരിഭവിക്കാതെ നിശ്ശബ്ദം അവമതി ഏററുവാങ്ങുന്ന ദാവീദിനെ ഇതിലൂടെ തീവ്രമായി സംവദിപ്പിക്കാൻ കഴിയുന്നു. വിശിഷ്യാ, വീഞ്ഞ് പ്രണയലഹരിയുടെ പ്രതീകവുമാണല്ലോ? രാജകീയ വിരുന്നുവേളയിൽ, അബ്ശലോമിന്റെ ആക്രമണവൃത്താന്തത്താൽ വീഞ്ഞുകുടിക്കാനുള്ള ദാവീദിന്റെ ശ്രമം തടയപ്പെടുന്നതും ഇതിനോടു ചേർത്ത് വായിക്കാവുന്നതാണ്.

ഭാഷണത്തിലൂടെ വെളിപ്പെടുത്താനാരംഭിച്ച ഊറിയാ ബത്ത്ശേബാ ബന്ധശൈഥില്യം, തുടർന്നുവരുന്ന രംഗങ്ങളിൽ ക്രിയകളിലേക്കു വികസിക്കുന്നതും, നമുക്കുകാണാം. ഊറിയാവുമായി തനിക്കുള്ള ലോലമായ സ്നേഹബന്ധം രാജാവിനോടുള്ള അസാദ്ധ്യമായ പ്രണയപരതയാൽ തകർന്നടിയുന്നതിൽ വിഷാദിക്കുന്ന ബത്ത്ശേബ ആത്മഹത്യയ്ക്കുറച്ച് ഊറിയാവിന്റെ ആയുധം തന്നെ അതിനായി തിരിഞ്ഞെടുക്കുന്നു. അവന്റെ മരണശേഷമാകട്ടെ അവൾ ജീവിക്കാൻ തീർച്ചപ്പെടുത്തുക്കൂടി ചെയ്യുന്നു. അസാദ്ധ്യമായതിനെ സ്വന്തമാക്കാനുള്ള മനുഷ്യന്റെ ആഗ്രഹചിന്തയാണ് അവളുടെ പ്രേരകശക്തി. ഊറിയാവിന്റെ മരണാനന്തരം, വിറയ്ക്കുന്ന വിരലുകൾ കൊണ്ട് എടുത്തുയർത്തി മുത്തമിടാനായുന്ന അവന്റെ പടത്തൊപ്പി, അവളുടെ അന്ത്യോപചാരംപോലും സ്വീകരിക്കാതെ നിർദ്ദയം, ഒരു വലിയ ശബ്ദത്തോടെ താഴേക്കു വീഴുന്നു. മരിച്ചവന്റെ അലർച്ചയ്ക്കു സമാനമായ ശബ്ദത്തോടെ നിലംപതിക്കുന്ന തൊപ്പി രംഗവിക്ഷോഭത്തിനാക്കം കൂട്ടുന്നു. സ്വന്തം പാപബോധത്താൽ കലങ്ങിമറിയുന്ന, മുൾമുനയിൽ നില്ക്കുന്ന, കുറ്റബോധം പൂണ്ട മനസ്സിൽനിന്നും അവളറിയാതെ

ഞരക്കമുയരുന്നു... ദൈവമേ!

ഒരു പുത്രന്റെ ജന്മദിനാഘോഷം മറ്റൊരു പുത്രനാൽ വിലക്കപ്പെടുന്ന മുഹൂർത്തത്തിൽ, സ്വന്തം പാപത്താൽ ഭരിക്കപ്പെടുന്ന രാജാവ്. . സ്വാസ്ഥ്യജീവിതം അപ്രാപ്യമാണെന്നു തിരിച്ചറിഞ്ഞ് ഏറെക്കുറെ പരിവ്രാജകതുല്യനായി വിരക്തിയുടെയും നിസ്സംഗതയുടേയും അവസ്ഥ പ്രാപിക്കുമ്പോൾ യഹോവയുടെ പ്രവാചകൻ അവനെത്തേടി നേരിട്ടെത്തുകയാണ്. ദുരന്തകാരണം തേടാൻ തുടങ്ങുന്ന രാജാവിന്റെ മുന്നിൽ നിശ്ശബ്ദനായി കൊട്ടാരവാതില്ക്കൽ പ്രത്യക്ഷമാകുന്ന ത്രികാലജ്ഞാനിയായ പ്രവാചകൻ ഉത്തരവുമായെത്തുകയാണ്. നാഥാൻ രാജാവിനേക്കാൾ പ്രധാന്യമർഹിക്കുന്നതിനാലാണ് ആ വൃദ്ധപ്രവാചകന്റെ മുന്നിൽ മുട്ടുകുത്തി വന്ദിക്കുന്ന രാജാവിന്റെ ദൃശ്യശില്പം സി.ജെ. ഒരുക്കിയിരിക്കുന്നത്. രംഗം നിശ്ശബ്ദമാകുമ്പോൾ രംഗവാസികളെല്ലാം ചലനരഹിതരായി ഒതുങ്ങിക്കൂടുമ്പോൾ, നാഥാൻ ദാവീദിനെ സിംഹാസനാരൂഢനാക്കുന്നു. വിരുന്നിന്റെ ശബ്ദജാലങ്ങൾക്കുശേഷം പെട്ടെന്നു വരുന്ന നിശ്ശബ്ദത അന്തരീക്ഷത്തിന് മുറുക്കം കൂട്ടുന്നു. ഏഴുപടവുകൾക്കു മുകളിലുള്ള സിംഹാസനത്തിൽ ആദ്യമായി... ശിക്ഷ ഏറ്റുവാങ്ങാനായി മാത്രം രാജാവ് ഉപവിഷ്ടനാകുന്നു. അവരിരുവരുമൊഴികെയുള്ളവർക്ക് അപ്രസക്തമായ രംഗസ്ഥലങ്ങളാണ് നിശ്ചയിക്കപ്പെട്ടിട്ടുള്ളതെന്നതിനാലും ഉയർന്ന തലത്തിലിരിക്കുന്ന മഹാരാജാവിനും അദ്ദേഹത്തിനെ ചോദ്യം ചെയ്യുന്ന.. സിംഹാസനത്തിനോടടുത്ത് വർത്തിക്കുന്ന പ്രവാചകനും വ്യത്യസ്തമായ പടുതികളും വേഷങ്ങളുമാണെന്നതിനാലും ഈ സാന്ദ്രമായ ദൃശ്യശില്പത്തിൽ ഉയർന്നുവർത്തിക്കുന്നവർ ഇവരാണെന്ന് പ്രത്യേകിച്ചോർമ്മിപ്പിക്കേണ്ടതില്ലല്ലോ.

നാഥാൻ... ഒരു പുത്രനുണ്ടായെന്നു കേട്ടു.

ദാവീദ് : യഹോവയുടെ കൃപയാൽ

നാഥാ : ഉം ഉം......

വിചാരണയ്ക്കു മുമ്പ് നടക്കുന്ന കുശലാന്വേഷണങ്ങളിൽ സംഭവിക്കുന്ന ഈ വ്യാക്ഷേപകങ്ങൾ സർവ്വംഗ്രാഹിയായ യഹോവയുടെ പ്രവാചകന്റെ അക്ഷമയിൽ നിന്നും ഉണ്ടായതാണ്. യഹോവയുടെ കൃപയാലല്ല കുത്സിതമായ സ്വാർത്ഥതയാലാണ്, ദാവീദിന് ഊറിയാവിന്റെ ഭാര്യയിൽ പുത്രനുണ്ടായതെന്നും അതിനുള്ള ശിക്ഷ - പാപത്തിന്റെ കൂലി മരണമത്രെ - ഏറ്റുവാങ്ങാൻ തയ്യാറാവുക എന്നുമൊക്കെ ഇവിടെ സൂചിപ്പിക്കപ്പെടുന്നു. സോഫോക്ലിസിന്റെ ഈഡിപ്പസിന്റെ വിചാരണയോട് ഏറെ അടുത്തുനിൽക്കുംവിധമാണ് ആവിഷ്കാരം. തുടർന്ന് കടങ്കഥയായി അവതരിപ്പിക്കുന്ന കുറ്റവാളിയെ ശിക്ഷിക്കാൻ

വ്യഗ്രതപ്പെടുന്ന രാജാവിനോട് അതിനെ ലാഘവപ്പെടുത്തി നാഥാൻ വിവരിക്കുമ്പോൾ എതിർവാദങ്ങളാൽ രംഗമാകെ സ്തോഭകരമാകുന്നു.

ദാ : (കുപിതനായി) അതു ഞാനാണ് തീരുമാനിക്കേണ്ടത്. (മുന്നോട്ടാഞ്ഞ്) ആ മനുഷ്യൻ?

നാഥാൻ : ആ മനുഷ്യൻ.... . (നിലത്തു നോക്കുന്നു)

ദാവീദ് :- ഉം?

നാഥാൻ : (മുന്നോട്ടുവന്ന് സിംഹാസനത്തിന്റെ താഴത്തെ പടിയിൽ ചവുട്ടി രാജാവിനെ വിരൽ ചൂണ്ടിക്കൊണ്ട്) ആ മനുഷ്യൻ നീ തന്നെ!

ഉച്ചസ്ഥമായ ഭാവകോടി(Tempo)യിലേയ്ക്ക് രംഗമത്യന്തം സാന്ദ്രമാക്കി ഉയർത്തിക്കൊണ്ടു വരുവാനും ഇത്രവിക്ഷോഭകരമായ അവസ്ഥയിൽ ശിക്ഷ വെളിപ്പെടുത്തുവാനും കഴിയുന്നതിലൂടെ പ്രേക്ഷകഹൃദയങ്ങളിൽ ഉണ്ടാക്കപ്പെടുന്ന സംഘർഷം ഏറ്റവും ശക്തിമത്തായിത്തീരുന്നു. തുടർന്നുള്ള നാഥാന്റെ ഓരോ വാക്കിലും തകർന്ന് തകർന്ന് പതനത്തിന്റെ പാരമ്യതയിൽ ബോധശൂന്യനാകുന്ന ദാവീദ്, ശുശ്രൂഷിക്കാൻ ഓടിയെത്തുന്ന സേവകരും ഒറ്റയ്ക്കൊരു മൂലയിൽ ഒഴിഞ്ഞു നില്ക്കുന്ന ഏലിയാവും അവർക്കിടയിലൂടെ ഉറച്ച ചുവടുവച്ച് മുന്നരങ്ങിലേയ്ക്ക് തള്ളിനില്ക്കുന്ന നാഥാന്റെ നിലയും ചേർന്നൊരുക്കുന്ന ദൃശ്യശില്പം ഏറെ ശ്രദ്ധയോടുകൂടി സ്വരൂപിച്ചതാകുന്നു. ചലനത്തി ലൂടെയും പടുതിയിലൂടെയും മേൽക്കൈ നേടിയ ശേഷമുള്ള അവന്റെ വാക്കുകൾ പതിൻമടങ്ങ് മുഴക്കങ്ങളുണ്ടാക്കാൻ പ്രാപ്തമാണ്. ദൃശ്യഭാഷയുടെ സവിശേഷചേരുവയിലൂടെ അരങ്ങിനെയും പ്രേക്ഷകനെയും ആകാംക്ഷയുടെയും അനുധാവനത്തിന്റെയും ആസ്വാദനക്രിയയുടെയും മുൾമുനയിൽ നിറുത്തിയശേഷമാണ് അന്ത്യവിധി;

നാഥാൻ : പാപത്തിന്റെ കൂലി മരണമത്രെ! എന്ന് ഉച്ചത്തിൽ പ്രഖ്യാപിക്കുന്നത്. ഈ ആഘാതം ദാവീദിന്റെയെന്നപോലെ പ്രേക്ഷകന്റേയും ഹൃദയത്തെ ഉലച്ചു കളയുന്നു. നാടകം ലക്ഷ്യവേദിയാകുന്നു.

●

ആധാരം:

1. തോമസ് സി.ജെ., സി.ജെ. തോമസിന്റെ നാടകങ്ങൾ, ലിറ്റിൽ പ്രിൻസ്, കോട്ടയം, 1984.
2. ശങ്കരപ്പിള്ള ജി., സംവിധായകസങ്കല്പം, ഡി.സി. ബുക്സ്, കോട്ടയം, 1991.

1994

ദൈവത്തിന്റെ സർഗാന്വേഷണ പരീക്ഷണങ്ങൾ

മലയാളത്തിലെ നാടകപരീക്ഷണങ്ങൾ പലതും ജി ശങ്കരപ്പിള്ളയുടെ നേതൃത്വത്തിൽ അരങ്ങേറിയവയാണ്. അരങ്ങിന്റെ ഭാഷയുടെ ഉൾക്കാമ്പിലേയ്ക്ക് നാടകത്തെ ആനയിക്കാനായിരുന്നു അദ്ദേഹത്തിന്റെ വ്യഗ്രത. നാടകക്കളരികൾ, ശില്പശാലകൾ, മത്സരങ്ങൾ, സെമിനാറു കൾ, പഠനശിബിരങ്ങൾ, നാടകവായനകൾ, അവതരണങ്ങൾ എന്നുവേണ്ട നിരന്തരവും ആസൂത്രിതവുമായ പ്രവർത്തനങ്ങൾ അതിനായി അദ്ദേഹം സംഘടിപ്പിച്ചു. നഗരങ്ങളും നാട്ടിൻപുറങ്ങളും പണ്ഡിതന്മാരും പാമരന്മാരും ഈ ചലനം അടുത്തറിഞ്ഞു. ലോകനാടകവേദികളിലെ ഉദാത്തമാതൃകകൾ അരങ്ങിലെത്തിച്ചതു കൂടാതെ തഴയപ്പെട്ട അമൂല്യങ്ങളായ പൂർവ്വനാടകങ്ങൾ (1128 ൽ ക്രൈം 27, സമത്വവാദി തുടങ്ങിയ)ക്കും അദ്ദേഹംഅരങ്ങൊരുക്കി. മാത്രമല്ല, സമകാലിക ഇന്ത്യൻ നാടകവേദിയെ ഇവിടുത്തെ നാടകപ്രവർത്തകർക്ക് നേരിട്ടറിയുവാനുള്ള അവസരമൊരുക്കി. തനത് നാടകാന്വേഷണങ്ങളുടെ തുടക്കത്തിൽ അദ്ദേഹവുമുണ്ടായിരുന്നു. കോളനിവിരുദ്ധ നാടകമെന്ന ആശയമായിരുന്നു അറിഞ്ഞോ അറിയാതെയോ അക്കൂട്ടർ പരീക്ഷിച്ചത്. എന്നാൽ നാടോടിക്കലകളുടെ അനുചിതാനുകരണങ്ങളായും ആവർത്തനവിരസങ്ങളായും അവ പോകുന്നുവെന്ന് ശങ്കിച്ച ശങ്കരപ്പിള്ള ആ ദിശയിൽനിന്നും പില്ക്കാലത്ത് ചുവടുമാറുന്നുമുണ്ട്. നാടകത്തിൽ സംവിധായകനുള്ള പങ്കിനെക്കുറിച്ചും നാടകത്തിന്റെ ത്രിത്വ (Author, Actor, Audience) ത്തിന്റെ സംഗമത്തിലൂടെ ഉരുത്തിരിയേണ്ടുന്ന രംഗഭാഷയുടെ

ശക്തിസൗന്ദര്യങ്ങളെക്കുറിച്ചും അദ്ദേഹം ഗൗരവമായി ചിന്തിച്ചിരുന്നു. അർത്ഥപൂർണ്ണമായൊരു നാടകവേദിയെന്ന സങ്കല്പം അങ്ങനെ ഉരുത്തിരിഞ്ഞതാണ്. ആത്യന്തികമായി നാടകം നാടകമാണെന്നും ഇതരാംശങ്ങളെല്ലാം നാടകസമഗ്രതയിൽ ചേർന്നൊരുക്കുന്ന കാവ്യാനുഭൂതിയാണ് നാടകലക്ഷ്യമെന്നുംഅവതരിപ്പിക്കുവാൻ മാത്രമല്ല ആസ്വദിക്കുവാനും ശിക്ഷണം ആവശ്യമാണെന്നും അദ്ദേഹം വിശ്വസിച്ചു. ആ വിശ്വാസത്തിന്റെ വേദീസായൂജ്യമാണ് 'കറുത്ത ദൈവത്തെത്തേടി'യെന്ന നാടകം. എസ് രാമാനുജത്തെപ്പോലുള്ള സംവിധായകരും പി. ബാലചന്ദ്രനെയും മുരളിമേനോനെയും പോലുള്ള അഭിനേതാക്കളും അരങ്ങിൽ അതിന് ജീവനേകി.

1956ൽ സ്നേഹദൂതൻ നാടകം രചിച്ചുകൊണ്ട് തുടങ്ങുന്ന ശങ്കരപ്പിള്ളയുടെ സർഗാത്മക ജീവിതം, സർവ്വഥാ ചലനാത്മകമാകുന്നതാണ് പിന്നീട് നാം കാണുന്നത്. പ്രസ്ഥാനവിശേഷങ്ങളും രചനാസങ്കേതങ്ങളും നിരന്തരം മാറി. ഏകഭാഷണം മാത്രമുപയോഗിച്ച് ഭിന്നഭാവമേഖലകൾ പൊലിപ്പിച്ചെടുക്കുന്ന 'ശത്തം പോടാതെ' പോലുള്ള അദ്ദേഹത്തിന്റെ നാടകം മലയാളത്തിലെ അപൂർവ്വതയാണ്.

കറുത്തദൈവത്തിന്റെ പ്രമേയബീജം, ദൈവത്തെ തേടിയുള്ള അന്വേഷണം മാത്രമല്ല, ലക്ഷ്യത്തെ തേടി, സ്വപ്നത്തെ തേടി, ആദർശത്തെ തേടി എല്ലാ ബന്ധങ്ങളിലും നടക്കുന്ന നീണ്ട യാത്രകളുടെ ഒരു കഥ കൂടിയാണ് എന്ന് നാടകകൃത്ത് വ്യക്തമാക്കുന്നുണ്ട്. ജീവിതത്തിന്റെ ദുർഗ്ഗമകാന്താരങ്ങളിൽ കൂടി പൂർണ്ണതയെത്തേടി എന്നും ആ തീർത്ഥയാത്ര നടക്കുന്നുണ്ട്. എങ്കിലും ഉത്തരമില്ലായ്മയുടെ ദുരന്തത്തിലാണ് അവ അവസാനിക്കുക. വൈതരണികൾ ഏറെയുണ്ടെങ്കിലും ലക്ഷ്യം അപ്രാപ്യമെങ്കിലും അന്വേഷണം തുടർന്നു കൊണ്ടേയിരിക്കുന്നു. ഇറങ്ങിപ്പുറപ്പെടുന്നവന്റെ സംത്രാസം എന്നും ഒന്നുതന്നെയാകുന്നു. അന്വേഷണോന്മുഖ മനസ്സാണ്, അതിന്റെ ഗതിവിഗതികളും പരിസമാപ്തിയുമാണ്, നാടകത്തിൽ ആവിഷ്കൃതമാകുന്നത്. അന്വേഷണത്തെ യാത്ര എന്ന രംഗക്രിയയിലൂടെയാണ് അരങ്ങിലെത്തിക്കുന്നത്.

യാത്രാസംഘത്തിന്റേയും അമ്മയുടേയും കഥ, ഒരു ദൃഷ്ടാന്തകഥയുടെ (Parable) മട്ടിലാണ് ചിത്രീകരിച്ചിരിക്കുന്നത്. കഠിനകാന്താരത്തിലൂടെ കറുത്ത ദൈവത്തെത്തേടിപ്പോകുന്ന അഞ്ചുമക്കൾ, അവരെ അനുഗമിക്കുന്ന ഭാര്യ, യാത്രയാക്കിയ മക്കളൊന്നും ഇതുവരെ തിരിച്ചുവന്നിട്ടില്ലെങ്കിലും ഇവരേയും യാത്രയാക്കേണ്ടി വരുന്ന അമ്മ. കണ്ണുകൾ കെട്ടിയിട്ടുണ്ടെങ്കിലും ഉൾക്കണ്ണാൽ എല്ലാം അറിയുന്ന അവർ കാത്തിരിക്കുകയാണ്. വഴിയറിയാത്ത

വഴികാട്ടിയിൽ വിശ്വസിച്ച് യാത്രയാകുന്ന മക്കൾ സ്വാഭാവിമായും പ്രതിസന്ധിയിൽപ്പെടുന്നു. അവരുടെ കൂടെ മൂകനും ബധിരനുമായ ചുമട്ടുകാരനുമുണ്ട്. വിപിനാന്ധകാരത്തിൽ ഒരുവേള അവർ ദൈവസന്നിധിയിൽ എത്തുന്നുമുണ്ട്. എന്നാൽ അവിടെ സ്ത്രീക്ക് പ്രവേശനമില്ലാത്തതിനാൽ അഞ്ചുപേരും ചേർന്നുവേട്ടപെണ്ണിനെ അവർ ഉപേക്ഷിക്കുന്നു. ആർത്തിമൂത്ത കാട് അവളെ വിഴുങ്ങിക്കളയുന്നു. തങ്ങളെത്തിയത് വെളുത്ത ദൈവത്തിന്റെ സന്നിധിയിൽ ആണെന്ന സത്യം അപ്പോഴാണ് അവർ അറിയുന്നത്. അവർക്ക് വഴിതെറ്റിയിരിക്കുന്നു. വഴികാട്ടിക്കും വഴിയറിയില്ലെന്ന് വെളിപ്പെടുന്നു. ഹതാശരെങ്കിലും വീണ്ടും അവർ യാത്ര തുടങ്ങുകയാണ്. ഉറഞ്ഞുതുള്ളുന്ന വെളിച്ചപ്പാടിന്റെ മുന്നിലാണ് പിന്നീട് അവർ എത്തിപ്പെടുന്നത്. അയാളുടെ ആജ്ഞപ്രകാരം കറുത്ത ദൈവത്തിനായി ഊമയെ ബലി കൊടുക്കുന്നു. പെട്ടെന്ന് സംഘാംഗങ്ങൾ അന്ധരാകുന്നു. അവിടെ പ്രത്യക്ഷയായ അമ്മ മറ്റൊരു കാര്യംകൂടി വെളിപ്പെടുത്തുന്നു. നിങ്ങളുടെ ഭാരം ചുമന്ന് ആട്ടുംതുപ്പും സഹിച്ച് ഒപ്പം വന്ന ഈ ഊമ, മിണ്ടാത്തവൻ, കേൾക്കാത്തവൻ... നിങ്ങൾ തേടിയ കറുത്ത ദൈവം (ഇവനാണ്)! ആ തിരിച്ചറിവിൽ നാടകം നടുങ്ങിയൊടുങ്ങുന്ന,

ലക്ഷ്യോന്മുഖമായ യാത്രയുടേയും വന്നു ചേരുന്ന പ്രതിസന്ധികളുടേയും വെളിവാക്കലുകളാണ് ആഭ്യന്തിര ശില്പനിർമ്മാണത്തിന് ആധാരം. സംഘാംഗമായ ഭാര്യയുടെ വ്രതംഭംഗം, അവളുടെ മരണം, ഊമയുടെ ബലി എന്നീ മുഹൂർത്തങ്ങളെ ആധാരമാക്കിയാണ് ക്രിയാംശവികാസത്തിൽ ഗതിവ്യതിയാനം സംഭവിക്കുന്നത്. സ്ഥാപനയിലൂടെ നാടോടി രംഗകലാരംഭമട്ടിൽ അരങ്ങൊരുങ്ങിയ ശേഷമാണ് ആഭ്യന്തര ക്രിയാംശം വികസിക്കാൻ ഒരുമ്പെടുന്നത്. അന്ധയും അഞ്ചുമക്കളുടെ അമ്മയുമായ ഗാന്ധാരി (കുന്തിയല്ല) യാത്രാനുമതി തേടിയെത്തുന്ന മക്കളെ പിൻതിരിപ്പിക്കുവാനാണ് ആദ്യമേ തന്നെ ശ്രമിക്കുന്നത്. എന്നാൽ ജ്ഞാനാന്വേഷിക്ക് ദുർഘടങ്ങൾ പിൻതിരിയുവാനുള്ള പ്രേരണയേക്കാൾ മുന്നേറാനുള്ള ചോദനയത്രേ!. അതിനാൽ അവർ യാത്ര തുടങ്ങുകയാണ്. വാക്കുകളിലൂടെ സൂചിതമായ ഈ സംഘർഷം ക്രിയകളിലേക്ക് മാറ്റുകയാണ് പിന്നീട്. അത് അനുനിമിഷം വർദ്ധിക്കുന്നുമുണ്ട്. ഭാര്യ തങ്ങളോടൊത്തു വരുന്നതിനെച്ചൊല്ലി അവർക്കിടയിൽ തന്നെ കാലുഷ്യമുണ്ടാകുന്നു. എങ്കിലും തൃഷ്ണയുടെ കൂമ്പാരമായ ഭാര്യയുടെ ആഗ്രഹം തന്നെ വിജയിക്കുന്നു. അവരെ അനുഗമിക്കുന്നുവെങ്കിലും അവർക്കൊപ്പം എത്താനാകാതെ പരസഹായം ആവശ്യമായ യാത്രയുടെ വേഗത കുറയ്ക്കുന്ന സാന്നിദ്ധ്യമായി മാറുകയാണ് അവൾ. മാത്രമല്ല അവളുടെ പ്രലോഭനീയമായ സാന്നിദ്ധ്യം ഇളയ പുത്രന്മാരെ ഉന്മത്തരാക്കുന്നു.

ഭാര്യയുമായി അവൻ ശാരീരക വേഴ്ച നടത്തുന്നു. ഈ വ്രതഭംഗം അടുത്ത രംഗത്തിൽ വിചാരണ ചെയ്യപ്പെടുകയും ദൈവദർശനം നിഷേധിക്കുവാൻ കാരണമാകുകയും ചെയ്യുന്നു. യാത്രക്കാർ പ്രത്യക്ഷമായിത്തന്നെ തടയപ്പെടുന്ന, അന്വേഷണം നിരോധിക്കപ്പെടുന്ന പ്രഥമ നാടകീയമുഹൂർത്തം ഇതാണ്.

കണവരാൽ കാട്ടിലുപേക്ഷിക്കപ്പെട്ട ഭാര്യയുടെ മരണംകൊണ്ട് ഗുണത്തേക്കാൾ ദോഷമാണ് അവർക്കുണ്ടായത്. പരിത്യാഗശേഷമാണ്, തങ്ങളെത്തപ്പെട്ടത് വെളുത്ത ദൈവസന്നിധിയിലാണെന്ന് അവർ തിരിച്ചറിയുന്നത്. വഴിമുട്ടിയ അവർക്ക് അമ്മയുടെ സാന്നിധ്യം അറിയുവാൻ കഴിയുന്നു. ഭാര്യയുടെ മൃതദേഹം ഏറ്റുവാങ്ങിയ അമ്മ സംഘത്തെ ശാസിക്കുകയും അവരിൽ നിന്നും അകലുകയും ചെയ്യുന്നു. കുറ്റബോധത്തിന്റെ പാപഭാരവും അമ്മയുടെ ശാപവും കൂടുതൽ ദുർഗമകാന്തരത്തിലേക്ക് അവരെ തള്ളി വിടുന്നു. അനിവാര്യമാകുന്ന ദുരന്തത്തെക്കുറിച്ച് ലക്ഷ്യമരുളുന്നു. ലക്ഷ്യത്തിലെത്തുവാനുള്ള പിടിവിള്ളിതേടിയലയുന്ന അവരുടെ മുന്നിലേക്കാണ് ദൈവദൂതനായി വെളിച്ചപ്പാട് എത്തുന്നത്. അയാളുടെ ആജ്ഞാനുവർത്തികളായി ഊമയെ സംഘം ബലികൊടുക്കുമ്പോഴേക്കും അവരുടെ പതനം പൂർണ്ണമാകുന്നു. ലക്ഷ്യം തന്നെ തകർത്തു ആന്ധ്യം വരിക്കുമ്പോൾ ആഭ്യന്തരക്രിയാംശം അതിന്റെ മൂർദ്ധന്യത്തിൽ എത്തുന്നു. കറുത്ത ദൈവം ഊമ തന്നെയാണെന്ന അമ്മയുടെ വെളിപ്പെടുത്തലിലൂടെ ക്രിയാംശവികാസം പെട്ടെന്ന് നിർവ്വഹണസന്ധിയിൽ എത്തുകയാണ്. ലക്ഷ്യവും പ്രതിദ്വന്ദിയുമില്ലാത്ത ഈ വേളയിൽ, ക്രിയാവാഹകരായ നടന്മാരെല്ലാം ആന്ധ്യം വരിക്കുന്ന അവസരത്തിൽ ക്രിയാംശപരിണതിയിലൂടെ മനുഷ്യാസ്തിത്വത്തിന്റെ അർത്ഥാന്വേഷണങ്ങളുടെ ഉത്തരമില്ലായ്മ അഭിവ്യക്തമാക്കുകയാണ് ജി. ശങ്കരപ്പിള്ള. ദൈവവും ആദർശവും സ്വപ്നവുമെല്ലാം അവനവനിൽ തന്നെയാണെന്നും അത് തിരിച്ചറിയുമ്പോഴേക്കും നഷ്ടപ്പെട്ടിരിക്കുമെന്നുമുള്ള ദർശനമാണ് നാടകകാരന് പറയാനുള്ളത്. നിസ്സഹായവും നിഷ്ഫലവുമായ ഒരു യാത്രയുടെ മദ്ധ്യേ, ആഭ്യന്തരക്രിയ പൊടുന്നനെ പരിണാമഗുപ്തി തേടുന്നതിലൂടെയാണ് പ്രേക്ഷകനിലേയ്ക്ക് ദുരന്തബോധം തീവ്രമായി വിക്ഷേപിക്കുന്നത്. നാടകീയമായ ഈ മുഹൂർത്തത്തിൽത്തന്നെ നാടകകാരന്റെ ദർശനസ്ഥാപനവും സംഭവിക്കുന്നു. എങ്കിലും അത്യന്തസ്തോഭകരമായ ഈ മുഹൂർത്തത്തിൽ നാടകം അവസാനിപ്പിക്കാതെ കുറച്ചുകൂടി മുന്നോട്ടു പോയി, സംസ്കൃത നാടകങ്ങളിലേതുപോലെ വിശ്രാന്തിയാർന്ന ഭരതവാക്യത്തോടുകൂടിയാണ് നാടാന്ത്യം.

കേവലമൊരു കളിയുടെ പ്രതീതി സൃഷ്ടിക്കുവാനും പ്രതിപാദ്യത്തിലെ ദുരന്തത്തെ വികാരരഹിതമായി കാണുവാനും ബാഹ്യശില്പ

സംവിധാനം ഇടനല്കുന്നു. നാടകാദിയിൽ അരങ്ങിലെത്തുന്ന കോമാളിയെന്ന പാത്രമാണ് ഇതിന് സഹായകമാകുന്നത്. ആക്കുന്നതും അഴിക്കുന്നതും ഞാനെന്നു പറയുന്ന ഈ പാത്രം സൂത്രധാരനല്ല എന്നുകൂടി പ്രഖ്യാപിക്കുന്നുണ്ട്. എങ്കിലും ധർമ്മംകൊണ്ടും കർമ്മം കൊണ്ടും സൂത്രധാര-വിദൂഷക സ്വഭാവവിശേഷങ്ങൾ പ്രകടിപ്പിക്കുന്ന കഥാപാത്രമാണിത്. ഈ രണ്ടു കഥാപാത്രങ്ങളും ഭാരതീയ നാടോടി നാടകങ്ങളിൽ മിക്കതിലും ഒന്നിച്ചോ ഒറ്റയ്ക്കോ കാണാറുണ്ടെന്ന് ജെ.സി.മാഥൂർ ചൂണ്ടിക്കാണിക്കുന്നുണ്ട്. സ്ഥാപനയും ഭരതവാക്യവുമൊക്കെച്ചേർന്ന സംസ്കൃതനാടകങ്ങളുടെ ബാഹ്യശില്പം ഈ നാടകത്തിനു യുക്തമാക്കുവാനും സൂത്രധാരധർമ്മമുള്ള കോമാളിയിലൂടെ സാധ്യമായി. നാടൻ നാടകങ്ങളുടെ അരങ്ങൊരുക്കലിനു സമാനമാണ് ഇതിന്റേയും ആരംഭം. കോറസെന്ന നടസംഘത്തിനൊപ്പം കോമാളി നടത്തുന്ന പാട്ടും ചുവടുമാണ് തുടക്കത്തിൽ. ശേഷം അയാൾ പഴങ്കഥ പറയാൻ തുടങ്ങുന്നു! തടസ്സപ്പെട്ടപ്പോൾ, കഥാസൂചന നല്കിയ ശേഷം രംഗപുരോഭാഗത്തേയ്ക്ക്, മാറിനില്ക്കുന്നു. കാലനും കാലവും കുലദൈവവുമൊക്കെയായ ഈ കഥാപാത്രം ക്രിയയിൽ ഇടപെടുമ്പോഴും അല്ലാത്തപ്പോഴും വേദിയിൽ സന്നിഹിതനാണ്. ആദിയിൽ കഠിനപദങ്ങളോടും അലംകൃതപ്രയോഗങ്ങളോടും, കടുത്ത പ്രതിപത്തിയുണ്ടായിരുന്ന കോമാളി പിന്നീട് - ആഭ്യന്തര ക്രിയാംശം വികസിക്കുവാൻ തുടങ്ങുന്നതോടുകൂടി - നിശ്ശബ്ദനാവുകയാണ്. തുടർന്നുള്ള ക്രിയകൾ സംഘട്ടനാത്മക വികാസം കാംക്ഷിക്കുന്നതും പ്രേക്ഷകജിജ്ഞാസയെ തെഴുത്തുവളർത്തുന്നതുമായ പാശ്ചാത്യ സമീപനങ്ങളെ പിൻപറ്റും മട്ടിലാണ്. ഇമ്മട്ടിൽ പാശ്ചാത്യ- പൗരസ്ത്യ - നാടോടി മട്ടുകൾ ഉചിതമാം വിധം വിളക്കിയെടുത്തതിലൂടെ ഒരേസമയം സൗന്ദര്യാത്മകമായും പ്രജ്ഞാപരമായും സംവദിക്കുവാൻ പ്രാപ്തരായ ആസ്വാദകരെ കല്പിച്ചെടുക്കുവാൻ ഈ നാടകത്തിന് കഴിയും. ബ്രഹ്തിയൻ എപിക് രീതികളിൽ നിന്നും വ്യത്യസ്തമാണ് അതെന്നും ഇവിടെ പറയേണ്ടിയിരിക്കുന്നു. അപരിഹാര്യമായ ദുരന്തം തീവ്രമായി ആവിഷ്കരിക്കുമ്പോൾകൂടി നിങ്ങൾക്ക് ഏതായാലും മംഗളം(?) ഭവിക്കട്ടെ എന്ന് ആശംസിക്കുവാൻ കോമാളിക്കുകഴിയുന്നത് സവിശേഷമായ ഇത്തരമൊരു ശില്പം നാടകത്തിനുള്ളതുകൊണ്ടാണ്.

ആഭ്യന്തരശില്പത്തിൽ ദുരന്തനാടകത്തിന്റെ അടിസ്ഥാനാംശങ്ങൾ സംരക്ഷിക്കുകയും ബാഹ്യശില്പ രചനാകൗശലം കൊണ്ട് പൗരസ്ത്യ സങ്കേതങ്ങളെ അവലംബിക്കുകയും ചെയ്യുകയാണിവിടെ. പരസ്പരം ലയിച്ച് അഭിന്നമായിത്തീർന്ന ഈ രചനാശില്പം ദുരന്തരസമാണ്, ആസ്വാദകന് പ്രദാനം ചെയ്യുന്നതെന്ന് കെ. അയ്യപ്പപ്പണിക്കർ

നിരീക്ഷിക്കുവാനുള്ള കാരണമിതാണ്. കുറുവാട് കുറുപ്പിനാൽ കൊല്ലപ്പെട്ട പാലന്തായി കണ്ണനെ ദൈവമായി വാഴ്ത്തി കുറുപ്പ് തന്നെ വണങ്ങുന്ന തെയ്യാട്ടകഥക്കു സമാനമാണ് ഇതിന്റെ ഇതിവൃത്തമെന്നതിനാൽ നാടോടിയും അനുഷ്ഠാനപരവുമായ അവതരണത്തിനുകൂടി ഇതിൽ ഇടമുണ്ടാകുന്നു. പ്രൊസിനിയം രംഗവേദിയിലും തുറന്ന വേദിയിലും സാന്റ്വിച്ച് തിയേറ്ററിലുമൊക്കെ അവതരിപ്പിക്കുവാൻ പാകത്തിലുള്ള അയവാർന്നവേദീ സങ്കല്പവും 'കറുത്തദൈവത്തെത്തേടി' മുന്നോട്ടുവയ്ക്കുന്നുണ്ട്.

മനുഷ്യന്റെ അടിസ്ഥാന ഭാവങ്ങളുടെ പ്രതീകങ്ങളാണ് ഇതിലെ കഥാപാത്രങ്ങൾ. തന്നിമിത്തം അവയെല്ലാം ഒന്നിലധികം വ്യാഖ്യാനങ്ങൾക്ക് വിധേയവുമാണ്. അമ്മയെന്ന മുഖ്യ കഥാപാത്രം ഗാന്ധാരിയെന്ന ഇതിഹാസപാത്രത്തിന്റെ പുതിയൊരു വ്യാഖ്യാനമാണ്. നൂറ്റവരെപ്പെറ്റ കാടിതാനില്ലുന്നു.-സർവ്വംസഹ,..കാട്,. ...ഭൂമി... നിന്റേയും എന്റേയും അമ്മ എന്നാണ് അവരെ പരിചയപ്പെടുത്തുന്നത്. ഗാന്ധാരിയും കുന്തിയും കാട്ടും അമ്മയു മാകുന്ന ഈ സഹനമൂർത്തി, സ്വയം ആന്ധ്യം വരിച്ച വിഷാദയാണ്. മക്കളുപേക്ഷിക്കുന്ന ഭാര്യയെ ഏറ്റുവാങ്ങുന്നതും വഴിതെറ്റുന്ന മക്കളുടെ ഉള്ളുണർത്തുന്നതും അമ്മതന്നെ. അമ്മയുടെ തന്നെ ഒരു ഭാവത്തെ (തൃഷ്ണയെ-ഭാര്യയെ) പരിത്യജിച്ചുകൊണ്ടുള്ള സമ്പൂർണ്ണത (മുക്തി)യ്ക്കായുള്ള പുത്രന്മാരുടെ തീർത്ഥയാത്രകൾ, മണ്ണിനേയും പെണ്ണിനേയും മറന്നുള്ള ആദർശഗരിമകൾ ഒറ്റവാക്കിലുള്ള ഉത്തരംതേടലുകളും പരാജയങ്ങളുമാണെന്ന് അവരറിയുന്നു. സർവ്വചരാചരങ്ങളുടേയും ജനനിയായ ഈ അമ്മയിൽനിന്നും അകലുന്നവന് ആന്ധ്യംമാത്രമേ ലഭ്യമാകുന്നുള്ളൂ. പാരിസ്ഥിതികമായ ജീവിതാദർശത്തിലൂടെ മാത്രമേ പ്രപഞ്ചസത്യമറിയാനാവൂ എന്ന് ധ്വന്യാത്മകമായി സൂചിപ്പിക്കുന്നത് അമ്മയാണ്. അവരുടെ ആന്ധ്യം പ്രപഞ്ചസഹനത്തിന്റെ പ്രത്യക്ഷീകരണബിംബമാണ്. ഇതിനു സമാനമായ മറ്റൊരു ബിംബനിർമ്മിതയാണ് ഊമയുടെ ബാധിര്യത്തിലൂടെ നിർവ്വഹിച്ചതും. യഥാർത്ഥദൈവം ഊമയും കൊല്ലപ്പെട്ടവനുമാകുമ്പോൾ കോമാളി നിരാമയനും ചിരഞ്ജീവിയും നിയന്താവുമാകുന്നുവെന്നതും പ്രസക്തമാണ്.

കേന്ദ്രപ്രമേയത്തെയാണ് ഊമ പ്രതിനിധാനം ചെയ്യുന്നത്. ഉടനീളം നിശ്ശബ്ദനായി അന്വേഷകരെ അനുധാവനം ചെയ്യുന്ന ഇയാൾ അവരുടെ ഭാരം ചുമക്കുന്നവനാണ്. ഉപേക്ഷിക്കപ്പെട്ട ഭാര്യയോട് മമതയുള്ളവനാണ്. ഒരിക്കൽപോലും എതിർക്കുകയോ അനിഷ്ടം കാട്ടുകയോ ചെയ്യാത്ത ഊമ, നാടകാന്ത്യത്തിൽ യജമാനന്മാരാൽത്തന്നെ വധിക്കപ്പെടുന്ന സാധുവാണ്. പഞ്ചേന്ദ്രിയങ്ങളുടെ

പ്രതിനിധികളായ അഞ്ചുപുത്രന്മാരൊത്ത് യാത്ര ചെയ്യുന്ന ഊമ - അവരിൽതന്നെ ഉള്ളടങ്ങിയിരിക്കുന്ന ഉൺമയാണ്. ബാഹ്യകർണങ്ങൾക്ക് അപ്രാപ്യമാണ് അഥവാ ഭൗതികമായൊരു അസ്തിത്വ വ്യവസ്ഥയ്ക്കു പുറത്താണ് ഉൺമയുടെ നില. ഇന്ദ്രിയബന്ധിതമായ അന്വേഷണങ്ങൾ ബാഹ്യലോകത്തിലേയ്ക്ക് കാട്ടുകയറുമ്പോൾ, ഏകതാനമായ ആത്മാന്വേഷണം അസാധ്യമാകും. നാടകത്തിന്റെ ധ്വനിപാഠം (Subtext) ആധാരമാക്കുന്ന ഉദാത്തബിംബം (Great Image) ചുവന്നപട്ടുമൂടിയ തലയറ്റ ഊമയുടെ നിശ്ചലപട്ടുതിയാകുന്നത് ഇതിനാലാണ്. അത് ഉന്മീലനം ചെയ്യുന്ന മുഹൂർത്തത്തിൽ തന്നെ നാടകകാര്യവും സാധിതമാകുന്നു.

ദരിദ്രരായ തൊഴിലാളികളുടേയും ആദിവാസികളുടേയും ദളിതുകളുടേയും അടിച്ചമർത്തപ്പെട്ടവരുടേയും പക്ഷത്തു നിന്നുകൊണ്ടുള്ള വ്യാഖ്യാനവും ഈ പാത്രത്തിൽ സാധ്യമാണ്. കറുത്ത ദൈവം - നിങ്ങൾ തേടിയ കറുത്ത ദൈവം - സർവ്വശക്തനെന്നു പൂജിച്ച കറുത്ത ദൈവം. പാവങ്ങളുടെ പരമ്പര - എന്നാണ് അമ്മ അവനെക്കുറിച്ച് പറയുന്നത്. അദ്ധ്വാനിക്കുകയും നിശ്ശബ്ദമായി അനുസരിക്കുകയും ചെയ്ത വിധേയർ. ആ ജനത നേടിത്തന്നു എന്ന അമ്മയുടെ അദ്ധോക്തി പ്രസക്തമാണ്. കറുത്തവന്റെ ശബ്ദിക്കാത്ത നാവിനെയും കേൾക്കാത്ത ചെവിയേയും അത് സൂചിപ്പിക്കുന്നു. ഉന്നതന്മാരുടെ നേട്ടമായി - അവർക്കായി നേട്ടമുണ്ടാക്കാനായി - എന്തിനെന്നുപോലുമറിയാതെ അവരുടെ ഭാരം പേറി അവരെ അനുഗമിക്കുന്ന, ഊമയുടെ മിച്ചം മരണമത്രേ! അനുകമ്പപോലും അയാൾ അർഹിക്കുന്നില്ല! ഊമയെ തുണച്ച വഴികാട്ടി കൂടി പരിഹസിക്കപ്പെടുന്നു. ഇവ്വിധം നഗ്നവും പൂർണ്ണവുമായ ചൂഷണത്തിനിരയാണ് ഊമ. ചൂഷകർ ഒടുവിൽ അവന്റെ ജീവൻകൂടി അപഹരിക്കുന്നു. ചൂഷണവ്യവസ്ഥയിൽ അതും ഒരു അനിവാര്യതയായി വന്നുകൂടുകയായിരുന്നു. തദ്ഫലമെന്നോണം സ്വാർത്ഥമോഹികളായ അധീശവർഗവും ഭീതിദമായ ദുരന്തത്തിലേക്ക് നിപതിക്കുന്നു.ഓരോ അധിനിവേശവും ദരിദ്രന് നഷ്ടംമാത്രം നല്കുന്നുവെന്നും അതിനുമുൻപുതന്നെ അവന് സ്വന്തം ഭാഷതന്നെ നഷ്ടപ്പെട്ടുമെന്നുമെല്ലാം നാടകം പറയുന്നു.

കഥാപാത്രങ്ങളുടെ സംഭാഷണരചന സവിശേഷശ്രദ്ധയോടുകൂടി നിർവ്വഹിച്ചിട്ടുള്ളതാണ്. ഒറ്റവാക്കും ലഘുവാക്യങ്ങളും വ്യാക്ഷേപകങ്ങളും വിപരീതധ്വനികളും നിശ്ശബ്ദതയും ചേർന്ന സംഭാഷണരചനയാണ് ഇതിൽ. നാടകത്തിലെ ഭാഷ അലങ്കൃതവും ദീർഘവുമാകുന്നത് ആഭ്യന്തര ക്രിയാംശം വികസിക്കുവാൻ തുടങ്ങുന്നതിനു മുൻപും ഭരതവാക്യത്തിനും മാത്രം. സ്ഥലകാല കഥാസന്ദർഭങ്ങളെ

സൂചിപ്പിക്കുവാനും അമ്മയുടെ ആത്മഗതാവിഷ്കാരത്തിനും മറ്റും മാത്രം. തുടർന്നുള്ളവ കൂടുതൽ ലക്ഷ്യവേധിയായ - ഉടനുടൻ പ്രയോഗക്ഷമമാകേണ്ടുന്ന ലഘുവാക്യങ്ങളാണ്. ക്രിയാനുരോധമായി അയയുകയും മുറുകുകയും ചെയ്യുംമട്ടിലുള്ള ആഭ്യന്തരതാളം അവ ദീക്ഷിക്കുന്നുമുണ്ട്. എങ്കിലും പ്രായേണ നാടകത്തിലെ ഭാഷയേക്കാൾ നാടകത്തിന്റെ ഭാഷയ്ക്ക് ഊന്നൽ നല്കുവാനാണ് നാടകകൃത്തിന് താല്പര്യം. കേൾവിയിൽ നിന്നും കണ്ണിന്റെ കലയിലേക്ക് അരങ്ങിനെ പരിവർത്തിപ്പിക്കുവാനാണ് ശ്രമം.

അരങ്ങിന്റെ ഭാഷയെക്കുറിച്ച് നാടകങ്ങളിലും ലേഖനങ്ങളിലും കൂടി പേർത്തും പേർത്തും ശങ്കരപ്പിള്ള ചിന്തിച്ചിരുന്നു. അതിന്റെ നവീകരണത്തിലൂടെയുണ്ടാകേണ്ട ഭാവുകത്വപരിണാമത്തെക്കുറിച്ചും കാഴ്ചപ്പൊലിമയ്ക്കപ്പുറമുള്ള ദൃശ്യസംവേദനം സാധ്യമാകേണ്ടതിനെക്കുറിച്ചും അദ്ദേഹം ആലോചിച്ചിരുന്നു. അതിനായി നാടോടി മട്ടുകളും അനുഷ്ഠാനാംശങ്ങളും ഈ നാടകത്തിൽ സ്വാംശീകരിക്കുന്നുണ്ട്. അരങ്ങിന്റെ തല-കാല (Space-Time) സങ്കല്പനവും അദ്ദേഹം പരിവർത്തിപ്പിച്ചു. അരങ്ങിലെ ഒഴിവിടങ്ങളിൽ (Empty Space) ബ്രൂക്കിനെപ്പോലെ ക്രിയകൾ നിറച്ച് അർത്ഥപൂർണമാക്കി. പരസ്പരവിനിമയമില്ലാത്തതും ക്രിയാവികാസത്തിൽ പൂരകാശ്രിതത്വമുള്ളതുമായ കഥാസംഭവങ്ങൾ ഏകകാലത്ത് അരങ്ങിലെത്തിച്ചു. തലവ്യതിയാനങ്ങളിലെ പടുതികളും നടന്മാരുടെനിലകളും രംഗസഞ്ചാരങ്ങളും അർത്ഥസൂചനകൾ സൂക്ഷ്മമാക്കുന്നതോടൊപ്പം ദൃശ്യപരമായ മിഴിവേറ്റാനും സഹായകമായി. സചേതനമായ രംഗശില്പങ്ങളെ പശ്ചാദ്വർത്തികളായ സംഘനടന്മാരാൽ (കോറസ്) ആവിഷ്കരിച്ചും അവരുടെ ശൈലീകൃത പെരുമാറ്റങ്ങളാൽ പൊലിപ്പിച്ചും ചാരുതയേകി. തലങ്ങളും പടികളും മറ്റ് രംഗോപകരണങ്ങളും അതിനു സഹായകമായി. വാചകം വേണ്ടാ എന്നു പറഞ്ഞുകൊണ്ട് തുടങ്ങുന്ന നാടകം, വാചികത്തെ മറികടന്ന് ആംഗികം പ്രതിഷ്ഠാപിതമാക്കുവാൻ സംഗീത-വെളിച്ച പ്രയോഗത്തിൽ സൂക്ഷ്മത പുലർത്തി. ഭാവപൂർണമായ ദീപവിധാനത്തെക്കുറിച്ചുള്ള അഡോൾഷ് അപ്പിയയുടെയും മറ്റും കണ്ടെത്തലുകൾ സ്വാംശീകരിച്ചു. കവരങ്ങളില്ലാത്ത വെറും മുളങ്കോലുകൾ പുഴയായും മരമായും വിവിധ ദൃശ്യമാതൃകകളായും (Visual Patterns) അനുനിമിഷം മാറിക്കൊണ്ടിരുന്നു. വെളിച്ചം അതിന് ജീവനായി. സംഭാഷണരഹിതമായ മൂന്നാം രംഗം നാടകത്തിലെ ഭാഷയുടെ സൂക്ഷ്മപ്രയോഗത്തിന് നിദർശനമാണ്. നീലനിലാവൊഴുകിയെത്തുന്ന കാനനവെളിമ്പുറം. അവിടെ വിശ്രമിക്കുന്ന സംഘം. ഭാര്യയുടെ മദഭരിതമായ പൊട്ടിച്ചിരി. അനുജന്മാരോടൊത്ത് ഭൂമിയുടെ അങ്കതലത്തിലേക്ക് മറിയുകയാണവൾ.

കാടിനും ഭാവം പകരുന്നുണ്ട്. ഒരു ദുഃസൂചനപോലെ, ഇതിനു മുകളിൽ വിഷാദഛവിയുള്ള നാടൻപാട്ട് നേർത്തുവീഴുകയാണ്. വരുംരംഗങ്ങളിലെ പ്രതിസന്ധികൾ വിരുദ്ധഭാവത്തിലുള്ള (ആഹ്ലാദം/വിഷാദം) വിരുദ്ധസ്ഥായിയിലുള്ള ഈ ശബ്ദസംഗീതവീചികളാൽ അടയാളപ്പെടുത്തുന്നു. നിലാവ് ഇരുളിനു വഴിമാറുമ്പോൾ, അരങ്ങിലെ നിഴൽരൂപങ്ങൾ കാഴ്ചയുടെ നാനാർത്ഥങ്ങളിലേക്ക് ആസ്വാദകനെ നയിക്കും. പ്രേക്ഷകന്റെ ദൃശ്യസംസ്കാരത്തിന്റെ ഉള്ളറകളിൽനിന്നും അരങ്ങിന്റെ ശില്പഭംഗികണ്ടെത്തുന്നതിന്റെ മറ്റൊരുദാഹരണമാണ് പൂജാരി നടത്തുന്നവിചാരണ. ഐതിഹാസികാന്തരീക്ഷമുള്ള നാടകത്തിലെ ക്രിയാഗതിയിലെ രണ്ടാം വ്യതിചലനമുഹൂർത്തമാണിത്. ഭാര്യയുടെ വേഴ്ചയെക്കുറിച്ചും വ്രതശുദ്ധിയെക്കുറിച്ചുമാണ് ഭേദ്യം. ഉയർന്നപടിയിൽ, മുന്നോട്ടാഞ്ഞ് അധികാരസ്വരത്തിൽ പൂജാരി ചോദ്യംചെയ്യുന്നു. ശക്തരെങ്കിലും ഉത്തരം മുട്ടിയ നിസ്സഹായരാണ് അഞ്ചു ഭർത്താക്കന്മാരും സംഘവും. അവരുടെ വിന്യാസം താഴ്ന്നതലത്തിലും. വിചാരണാന്ത്യത്തിൽ പരവശയായി, ആക്രോശത്തോടുകൂടി താഴ്ന്നപടികളിലൊന്നിൽ ഭാര്യ ഇരുന്നുപോവുകയാണ്. കൗരവസഭയിലെ വസ്ത്രാക്ഷേപത്തിന്റെ ദുരന്ത സ്മൃതികൾ ഇവിടെ ഉണരുന്നു. പാത്രങ്ങളുടെ പെരുമാറ്റവും വിന്യാസക്രമവും ഭാവതലങ്ങളും അമ്മട്ടിലാവണം. അപ്പോഴാണ്, അവരെയെല്ലാം ക്രുദ്ധിച്ചു നോക്കി, ദുശ്ശാസനഭാവംപൂണ്ട പൂജാരി, ഭീഷണി മുഴക്കിയശേഷം അമർത്തിച്ചവുട്ടി കടന്നുപോകുന്നത്. ഈ രംഗസന്ദർഭം ഉണ്ടാക്കുന്ന മുഴക്കം കരുത്തുറ്റതാണ്. കാഴ്ചയുടെ ഭാഷ-നാടകത്തിന്റെ ഭാഷ-യുടെ അർത്ഥപൂർണ്ണമായ വിനിയോഗമാണ് ഇവിടെ നടക്കുന്നത്. ഒരു ഉദാഹരണംകൂടി, കേന്ദ്രകഥാപാത്രം ഊമയാണ്. അവന്റെ മരണം അവതരിപ്പിക്കപ്പെടുന്നുമുണ്ട്. കൊല്ലപ്പെടുന്നതിനു തൊട്ടുമുൻപ് അവനിത് മനസ്സിലാക്കുന്നുമുണ്ട്. രക്ഷിക്കേണ്ടവരാൽ തന്നെ, കൊടുംകാട്ടിൽ വച്ച് കൊല്ലപ്പെടുവാൻ പോകുന്ന നിസ്സഹായന്റെ ഭീതിദമായ വേദന വാക്കുകൾക്കതീതമാണ്. രക്ഷപ്പെടുവാനുള്ള ജന്തുസഹമായ വാഞ്ഛ അദമ്യവും അടിയന്തരവുമാണ്. സർഗശേഷിയുള്ള അഭിനേതാവിന്റെ പ്രകടനത്തിലൂടെമാത്രമേ ഇത്തരം മുഹൂർത്തങ്ങൾ ഫലപ്രദമായി ആവിഷ്കരിക്കാനാവുകയുള്ളൂ. ('ബന്ദി'യിലും 'ഏകാകി'യിലും മറ്റനവധി നാടകങ്ങളിലും ഇതിനുസമാനമായ കഥാപാത്രങ്ങളെ അരങ്ങിലെത്തിച്ചിട്ടുണ്ട് ശങ്കരപ്പിള്ള). വെളിച്ചവും സംഗീതവും മറ്റ് ഇഫക്ടുകളും അതിനെ പിൻതാങ്ങുകയും വേണം. പ്രൊ. എസ്. രാമാനുജം 'കറുത്തദൈവ'ത്തിനായി ഒരുക്കിയ സർഗാത്മകവെളിച്ച പ്രയോഗം മലയാളാരംഗവേദിക്ക് പുത്തൻ അനുഭവമായിരുന്നു. മുളവടികളുടെ സമർഥമായ പ്രയോഗത്തിലൂടെ വനവും തടാകവും അരങ്ങിൽ

സാധ്യമാക്കാമെന്ന് അദ്ദേഹം കാട്ടിത്തന്നു. അരങ്ങിനെ മുൻപില്ലാത്തവിധം പല തലങ്ങളായും ചരിവുകളായും നിലകളായുമെല്ലാം പരിവർത്തനപ്പെടുത്തുന്നതിലെ സർഗാത്മകത പ്രയോഗിച്ചു.ഇത്തരം വെല്ലുവിളികൾ സാർത്ഥകമാകുന്നതിലൂടെയാണ് പുത്തൻ രംഗഭാഷ കണ്ടെത്തിയത്. പുതിയ ഭാവുകത്വം സംസ്ഥാപിതമാവുകഅത്തരം പരീക്ഷണങ്ങളിലൂടെയാണ്. അങ്ങനെ വിലയിരുത്തുമ്പോൾ അവതരണത്തിന്റെ എല്ലാഘടകങ്ങളെയും സനിഷ്ടം പരിവർത്തിപ്പിച്ച പരീക്ഷണനാടകമെന്നനിയിൽ കറുത്തദൈവത്തെത്തേടിയ്ക്ക് വലിയ പ്രാധാന്യമുണ്ട്.

ചുരുക്കത്തിൽ പൗരസ്ത്യ-പാശ്ചാത്യ നാടകസമീപനങ്ങളെ നമ്മുടെ നാടൻ നാടകാവതരണങ്ങളുമായി ഉദ്ഗ്രഥിച്ച് പുതിയൊരു രംഗഭാഷ കണ്ടെത്തുകയാണ്, ആവിഷ്കരിച്ച് ഉറപ്പിക്കുകയാണ് നാടകകാരൻ. വിവിധ വ്യാഖ്യാനങ്ങൾക്ക് ഇടം നല്കുന്ന ഇതിവൃത്തസ്വീകാര്യത്തിലൂടെ നാടോടി സംസ്കൃതിയുടെ ഉള്ളറകളിലേക്കും സമകാലിക പ്രശ്നപരിസരങ്ങളിലേക്കും ഒരേ സമയം നാടകം യാത്ര ചെയ്യുന്നു. അനുഷ്ഠാനങ്ങളിലെ ഫോക് മനസ്സും പുത്തൻ സമത്വബോധത്തിന്റെ സമകാലികസാമൂഹ്യമനസ്സും (Social Unconsiousness) ഇവിടെ പ്രത്യക്ഷീകരിക്കപ്പെടുന്നു. വർഗ്ഗപരമായ ചൂഷണവും വംശീയതകളുടെ കീഴായ്മയും സ്ത്രീസമത്വവാദ മുഖങ്ങളും പാരിസ്ഥിതിക വിചിന്തനവുമെല്ലാം ഇവിടെ ചർച്ചയ്ക്കെടുക്കുന്നുണ്ട്. എന്നാൽ പ്രതിബദ്ധ നാടകകാരന്മാരെപ്പോലെ സംവാദസന്നദ്ധതയോ പോംവഴി സ്ഥാപന വ്യഗ്രതയോ അപ്പോഴും ജി. ശങ്കരപ്പിള്ള പ്രകടിപ്പിക്കുന്നില്ല. ഭാവാത്മകവും സൗന്ദര്യാത്മകവുമായ രംഗവ്യവഹാരത്തിനും സംവേദനത്തിനുമാണ് കലാപക്ഷപാതിയായ അദ്ദേഹത്തിന്റെ യത്നം. കാവ്യാത്മകമായ ഈ അനുഭൂതിവിശേഷത്തിന്റെ അടിയൊഴുക്കായി മാത്രമാണ് പ്രജ്ഞാപരമായ പ്രമേയാംശങ്ങൾ വർത്തിക്കുന്നത്. അവതരണത്തിനും സാഹിത്യത്തിനും നാടകവിജയത്തിലുള്ള പങ്കിനെക്കുറിച്ച് മനസ്സിലാക്കുകയും അതിൻപടി രചിക്കുകയും പരീക്ഷിച്ച് വിജയിക്കുകയും ചെയ്ത നാടകമാണ് 'കറുത്ത ദൈവത്തെത്തേടി'. ഇനിവരാനുള്ള അർത്ഥപൂർണമായ പരീക്ഷണങ്ങൾക്ക് പ്രചോദനമായും ഈ നാടകം നിലകൊള്ളും എന്നതായിരുന്നു അദ്ദേഹത്തിന്റെ പ്രതീക്ഷ. എന്നാൽ കേരളീയ സാംസ്കാരികമണ്ഡലമൊന്നാകെ അടിമുടി പരിവർത്തിതമായ 90-കൾക്കുശേഷം ഇതരമേഖലകളെപ്പോലെനാടകമണ്ഡലവും പരിവർത്തിതമായി. ആഗോളവത്ക്കരണത്തിന്റേതായ പുത്തൻ സന്ദർഭങ്ങളിൽ രംഗവേദിയിലും സ്വാഭാവികമായ വ്യതിയാനങ്ങൾ വന്നുചേർന്നു. അരങ്ങിനെക്കുറിച്ചും അവതരണത്തെക്കുറിച്ചും പ്രേക്ഷകനെക്കുറിച്ചും മാത്രമല്ല, സംഘാടനത്തെക്കുറിച്ചും

നാടകലക്ഷ്യത്തെക്കുറിച്ചുമൊക്കെ അത്യന്തഭിന്നങ്ങളായ സമീപനങ്ങൾ നിലവിൽവന്നു. ത്യാഗപൂർണമായ സംഘടിതപ്രവർത്തനമെന്ന ആദ്യകാലനിലയിൽനിന്നും പ്രൊഫഷണലിസത്തിന്റെ സ്വഭാവവിശേഷത്തിലേയ്ക്കും വിനോദവ്യവസായസാധ്യതയിലേയ്ക്കും ഫെസ്റ്റിവലുകളിലേയ്ക്കും അത് ചെന്നുനില്ക്കുന്നു. അതിനാൽത്തന്നെ ലോകത്തെവിടെയുമുള്ള പ്രേക്ഷക-ഉപഭോക്താവി(spect-customer)നെ പരിഗണിച്ചുകൊണ്ടുള്ള വമ്പൻ രംഗാവിഷ്കാരങ്ങൾ സാധ്യമാകുന്നു. ദീപൻശിവരാമന്റെയും ശങ്കർവെങ്കിടേഷിന്റെയും രഘൂത്തമന്റെയും ജ്യോതിഷിന്റെയുമൊക്കെ രംഗാവതരണങ്ങൾ അമ്മട്ടിലാകുന്നു.

അതല്ലാത്തവയാകട്ടെ കുളൂരിന്റെയോ, മഞ്ജുളന്റെയോ, തുപ്പേട്ടന്റെയോ തൃശ്ശൂർ നാടകസംഘത്തിന്റേതോപോലുള്ള ഒറ്റയാൾ, ഇരട്ടയാൾ അവതരണങ്ങളായോ ശാസ്ത്രസാഹിത്യ പരിഷത് പോലുള്ള സംഘടനകളുടെ പിൻബലത്തിലുള്ള ഒറ്റപ്പെട്ട സംരംഭങ്ങളായോ തുടരുന്നു. (എഴുപതുകളിലെ മാനറിസങ്ങളുമായി ഇന്നും ജീവിക്കുന്ന കൊമേഴ്സ്യൽ നാടകങ്ങളെ ചർച്ചയിൽ പരിഗണിച്ചിട്ടില്ല). ഒരിക്കൽ നാട്ടിൽ വേരോടിവളർന്നിരുന്ന, സംഘബലത്തിന്റെ ചൂരുംചൂടുമുണ്ടായിരുന്ന നമ്മുടെ നാടകപരീക്ഷണ രംഗം ഇന്ന് അടിമുടി മാറിയിരിക്കുന്നുവെന്നതാണ് വാസ്തവം. അതിനെ നിഷേധാത്മകമായി കാണണമെന്നോ ആദർശമായി കൊണ്ടാടണമെന്നോ ഞാനഭിപ്രായപ്പെടുന്നില്ല.എന്തുതന്നെ ആയാലും ജി ശങ്കരപ്പിള്ളയും കാവാലം നാരായണപ്പണിക്കരും മറ്റും യാത്രചെയ്ത വഴിയിലൂടെയാണ് നാമിന്ന് ലോകനാടകവേദിയോട് സംവദിക്കാനാവുന്നവിധം വളർന്നത് എന്നകാര്യം നിസ്തർക്കമത്രേ. പാശ്ചാത്യനാടകവേദിയിൽനിന്നും കടമെടുത്തു ശീലിച്ചനാമിന്ന് അവർക്കായി പലതും തിരിച്ചുകൊടുക്കുന്നുണ്ട് എന്നകാര്യവും പരിഗണനാർഹമാണ്. ഗ്ലോക്കലൈസേഷന്റെ കാലഘട്ടത്തിൽ അത്തരമൊരുസംവാദംസാധ്യമാക്കിയതിൽ 'കറുത്തദൈവത്തെത്തേടി'യ്ക്ക് സവിശേഷസ്ഥാനമുണ്ട്, എന്തെന്നാൽ അത് ഒരേസമയം ലോകനാടകവേദിയേയും നമ്മുടെ നാടോടിനാടകത്തെയും സമന്വയിപ്പിക്കുവാൻ യത്നിക്കുന്നു.

●

അവനവൻ കടമ്പയും നാട്ടുതാളവും

അവതരണമാണ് നാടൻ/നാടോടി (Folk) നാടകങ്ങളുടെ ജീവൻ. അയഥാതഥമാണ് കളിയിടം. ആവിഷ്കാരത്തിലെ ക്രിയാസംഗ്രഥനത്തിലൂടെ മാത്രമാണ് സംവേദനം. ശൈലീവത്ക്കരണം (Stylization) പൊതുരീതി. മുഖാവരണം, അലംകൃതവേഷം, വാദ്യാകമ്പടി എന്നിവ അവതരണത്തിന് പിൻതുണയേകുന്നു. അനുഷ്ഠാനം, കളി, നൃത്തം ഇവകളുമായി അവ അടുത്തു നില്ക്കുന്നു. തന്മൂലം, ദൈനംദിന വ്യവഹാരങ്ങളിൽ നിന്നും ഭിന്നമായൊരു അന്തരീക്ഷം സഹജമായിവരുന്നു. മിത്തിന്റേയും പ്രതീകാത്മകതയുടേയും മാന്ത്രികതയുടേയും അംശങ്ങൾക്ക് പ്രാമുഖ്യം ലഭിക്കുന്നു. സദസ്സും അവതാരകരും ഒന്നായിത്തീരുന്നു. ഉത്സവാഘോഷങ്ങളുടേയും അനുഷ്ഠാനങ്ങളുടേയും കൂടെപ്പിറപ്പാണ് നൃത്താഭിമുഖ്യ പ്രചുരങ്ങളായ നാടോടി നാടകങ്ങളെന്ന് ഫ്രേയ്സറെപ്പോലുള്ള പണ്ഡിതന്മാർ നിരീക്ഷിച്ചിട്ടുണ്ട്. അപ്പോൾത്തന്നെ സാഹിത്യാംശത്തിന് പ്രാധാന്യമേറുന്ന ക്രിയാവൃത്തിയെന്ന നിലയിലാണ് ഇതരങ്ങളിൽ നിന്നും നാടകം ഭിന്നമാകുന്നതെന്നും ഓർക്കേണ്ടതുണ്ട്. സംഘരചനയുടെ ഈ സാഹിത്യവും അവതരണവും ഉറപ്പിച്ചിരിക്കുന്നത് സവിശേഷമായ ഒരു താളക്കെട്ടിലായിരിക്കും. അത് ഓരോ കൂട്ടായ്മ (Folk)യുടേയും സ്വത്വത്തിൽനിന്നും ഉരുവം കൊള്ളുന്നതുമായിരിക്കും. ചുരുക്കത്തിൽ, നാടോടി നാടകാവതരണങ്ങളെ നിയന്ത്രിക്കുന്ന താളക്കെട്ട് ഒരു കൂട്ടായ്മയുടെ തന്നെ ഹൃദയതാളമാണ്.

നാടകക്കളരിക്കാലത്തെ നമ്മുടെ നവരംഗാന്വേഷണങ്ങൾ ഈ സ്വഭാവവിശേഷങ്ങളെ കാലോചിതമായി പുനഃസ്ഥാപിക്കുവാൻ

ലക്ഷ്യം വച്ചു. സി.എൻ. ശ്രീകണ്ഠൻനായരും ജി. ശങ്കരപ്പിള്ളയും കാവാലം നാരായണപ്പണിക്കരും മറ്റും സർഗാത്മകമായി ഈ ശ്രമത്തെ നയിച്ചു. അരങ്ങിൽ അതൊരു പ്രസ്ഥാനമായിത്തീരുകയും തനത് രംഗഭാഷ വ്യതിരിക്തമായിത്തീരുകയും ചെയ്തു. കേരളത്തിലും ഇന്ത്യയിലും വിദേശങ്ങളിൽപോലും ഇവ ശ്രദ്ധിക്കപ്പെട്ടു. അന്റേൻ അർത്തോയുടേയും ലോർക്കയുടേയും ബ്രൂക്കിന്റേയും യുജിനോബാർബയുടേയും രംഗപരീക്ഷണങ്ങളും തൻവീറിന്റേയും കർണാടിന്റേയും രത്തൻ തിയ്യത്തിന്റേയും മറ്റും രംഗാന്വേഷണങ്ങളും ഇതിന് ആവേശമേകി. എങ്കിലും കേരളത്തിൽ തനത് നാടകങ്ങൾ ഒരു പ്രസ്ഥാന സ്വഭാവമാർജിക്കുന്നത് കാവാലത്തിന്റെ നേതൃത്വത്തിലുള്ള കൂത്തമ്പലത്തിന്റേയും തിരുവരങ്ങിന്റേയും സോപാനത്തിന്റേയും രംഗാവതരണങ്ങളോട്ടുകൂടിയാണ്. എൺപതുകളിലും തൊണ്ണൂറുകളിലുമെത്തുമ്പോൾ മലയാള അമച്വർ നാടകത്തിന്റെ പ്രാതിനിധ്യസ്വഭാവം കാവാലത്തിന്റെ നാടകാവതരണങ്ങൾക്ക് വന്നുചേരുകപോലുമുണ്ടായി. 'സാക്ഷി'യെന്ന ആദ്യ നാടകത്തിൽ അങ്കുരിച്ച്, ദൈവത്താറിൽ അഭിവ്യക്തമാകുന്ന ഈ രംഗവഴക്കം 'അവനവൻ കടമ്പ'യിൽ എത്തുമ്പോഴേയ്ക്കും കൂടുതൽ ദൃഢീകരിക്കപ്പെട്ടു. തുടർന്ന് കരിങ്കുട്ടി, കാലനെത്തീനി, അരണി, തെയ്യത്തെയ്യം, പുറനാടി, കൈക്കുറ്റപ്പാട്, തുടങ്ങി അപ്രഖ്യൻ വരെയുള്ള ഇരുപതോളം നാടകങ്ങളും അഗ്നിവർണ്ണന്റെ കാലുകൾ പോലുള്ള ഏകാങ്കങ്ങളും കുമ്മാട്ടി, ചക്കീചങ്കരം തുടങ്ങിയ കുട്ടികളുടെ നാടകങ്ങളും അദ്ദേഹത്തിന്റേതായി ഉണ്ടെങ്കിലും മിക്കവയുടേയും ശില്പകല്പനയും ആവിഷ്ക്കാരവിധികളും ആധർമ്മണ്യം പുലർത്തുന്നത് കടമ്പയോടാണ്. ഭാസന്റേയും ഗോയ്ഥെയുടേയും നാടകങ്ങൾക്ക് അവതരണ രൂപം ചമയ്ക്കുമ്പോഴും ഇതിനു സമാനമായൊരു ചിട്ടയും മട്ടുമാണ് കാവാലം പ്രദർശിപ്പിക്കുന്നതെന്നുകൂടി ഇവിടെ പറയേണ്ടിയിരിക്കുന്നു.

1975 ൽ അവതരിപ്പിച്ച 'അവനവൻ കടമ്പ' അതിന്റെ ഇരുപത്തഞ്ചാം വാർഷികാവതരണവും നടത്തുകയുണ്ടായി. ഏറക്കുറേ ആദ്യാവതരണത്തിലെ അംഗങ്ങളെ പങ്കെടുപ്പിച്ചു കൊണ്ട് അതേ രീതിയിലുള്ള അവതരണമായിരുന്നു ഇത്. ഇത്തരത്തിലുള്ള ഒരനുസ്മരണാവതരണം മലയാളനാടകങ്ങളിൽ അപൂർവ്വമാണ്. 'നിങ്ങളെന്നെ കമ്മ്യൂണിസ്റ്റാക്കി' പോലുള്ള പ്രതിബദ്ധ നാടകങ്ങളുടെ കാര്യം വിസ്മരിക്കുന്നില്ല. എഴുപതുകളിലെ ഭാവുകത്വത്തിന് തികച്ചും അപരിചിതമായൊരു രൂപ-ഭാവ ശില്പവുമായാണ് കടമ്പ കടന്നുവരുന്നത്. പുതിയൊരു രംഗരൂപം ഉണ്ടാക്കാനുള്ള സാധ്യത കാവാലത്തിന്റെ അവതരണങ്ങളിൽ ഉണ്ടെന്നുള്ളതാണ് അതിന്റെ ഏറ്റവും വലിയ പ്രത്യേകതയെന്ന് സി.എൻ അന്നു നിരീക്ഷിച്ചിട്ടുമുണ്ട്.

നാടോടി നാടകവഴക്കങ്ങളെ അരങ്ങിലെത്തിക്കുകയും ഉറച്ചുപോയ പാശ്ചാത്യനാടക മാതൃകകളെ നിരസിക്കുകയുമായിരുന്നു കാവാലം. അതിനായി കളിയിടത്തെക്കുറിച്ചും ഇതിവൃത്തകല്പനയെക്കുറിച്ചും ആഖ്യാന- ആവിഷ്കാരവിധികളെക്കുറിച്ചും പുതുമയാർന്ന ഒരു സമീപനം അദ്ദേഹം കൈകൊണ്ടു. മിത്തിക്കലായ കഥാതന്തുവും മാന്ത്രികമായ സന്ദർഭങ്ങളും അനുഷ്ഠാനാംശങ്ങളുടെ രംഗപ്രയോഗവും നാടോടിതാളവും ഭാഷയുമൊക്കെ പുതിയൊരു രംഗഭാഷാ സൃഷ്ടിക്കായി സ്വാംശീകരിച്ചു. കാവുകളിലും വെളിമ്പുറങ്ങളിലും ആടിക്കളിച്ചിരുന്ന നമ്മുടെ പഴയകാല രംഗരൂപങ്ങളിൽനിന്നും ആട്ടക്കളം കണ്ടെത്തുകയാണ് അദ്ദേഹം ആദ്യം ചെയ്തത്. തിറയും മുടിയേറ്റും കാക്കാരിശ്ശിയും പടേനിയും കാളിയൂട്ടുമെല്ലാം, ഒരേനിരപ്പിലുള്ള നടനെയും കാണിയെയും വിഭാവന ചെയ്യുന്നു. പാശ്ചാത്യ രംഗശീലം നമ്മിലുറപ്പിച്ച പ്രൊസീനിയം രംഗവേദിയെ ഉപേക്ഷിക്കുന്നതിലൂടെയാണ്- പാരിസ്ഥിതിക (Environmental) രംഗവേദിയിൽ അവതരിപ്പിക്കപ്പെട്ടുമ്പോഴാണ് - തനത് നാടകങ്ങൾ ശക്തമാവുകയെന്ന് അദ്ദേഹം വിശ്വസിച്ചു. തുറന്ന മണ്ണിലെ അവതരണത്തിനു പാകമാകാൻ തുറന്ന ഇഴകളുള്ള-ശ്ലഥബന്ധമായ- ബാഹ്യ ശില്പവും അനിവാര്യമാണെന്നോർക്കണം. അത്തരമൊരു കൃതിപാഠവും രംഗപാഠവും 'അവനവൻ കടമ്പ' വിജയകരമായി പരീക്ഷിച്ചു. ഇതിലെ നടനായ ഭരത്ഗോപി ഇതിലെ പരിസരാഭിനയത്തെക്കുറിച്ച് ഓർക്കുന്നതിങ്ങനെയാണ്, അട്ടക്കുളങ്ങര വിദ്യാലയ മുറ്റത്തെ ചെരിഞ്ഞും മറിഞ്ഞും കിടന്ന ചീലാന്തിയും പാലക്കാട് വിക്ടോറിയ കോളേജിന്റെ വിശാലമായ മൈതാനത്ത് ഒറ്റയാനായി നില്ക്കുന്ന കൊന്നമരവും കോഴിക്കോട് തളി സ്കൂളിന്റെ അങ്കണത്തിലെ തണൽ മരവും കാര്യവട്ടം യൂണിവേഴ്സിറ്റി കാമ്പസിലെ പടർന്ന പന്തലിച്ച പറങ്കിമാവും, നാടകത്തിന് ഒരു തിയ്യേറ്ററിൽ ലഭിക്കുവാൻ സാധ്യമല്ലാത്ത അന്തരീക്ഷം ഉണ്ടാക്കിത്തന്നു. മുന്നിലും പിന്നിലും കാണികളുള്ള അരീനാ തിയേറ്ററിലേയും ഘിയേറ്റർ ഇൻ ദി റൗണ്ടിലേയുംപോലെ ത്രിമാനതയുള്ള നടനാണ് ഈ വേദിയുടെ സാധ്യത. സൈഡ്കർട്ടന്റെ അഭയമില്ലാതെ മണ്ണിൽ പെരുമാറി, മരത്തിന്റെ മണമറിഞ്ഞ് ആകാശവും വായുവുമൊത്തു മേളിക്കുന്ന സചേതനക്രിയയാണവിടെ നാടകം.' പ്രാക്കാല നാട്ടരങ്ങിന്റെ കളിമുറ്റം ഇമ്മട്ടിലാണ്. ജി. ശങ്കരപ്പിള്ളയുടെ 'ഭഗവതിപുരം റെയിൽവേ സ്റ്റേഷനിൽ ആ രാത്രി എന്തു സംഭവിച്ചു അഥവാ രാപ്പക്ഷികൾ' പോലുള്ള നാടകങ്ങളിലും ഇതിനുസമാനമായ കളിയിടമുണ്ട്. നാട്ടുകളിയിടം കണ്ടെടുക്കുന്നതിലൂടെയാണ് കടമ്പാനാടകം നമ്മുടെ നാടോടി പൈതൃകത്തെ മലയാള രംഗവേദിയിൽ സ്ഥാപിക്കുവാനുള്ള പ്രഥമ കടമ്പ കടക്കുന്നത്.

ആട്ടക്കളം കണ്ടെത്തിയതിൽ പിന്നെ നാടോടിത്തമുള്ള ഇതിവൃത്തം വിഭാവന ചെയ്യുകയാണ് നാടകകാരൻ. പാരമ്പര്യനാടകങ്ങളിൽ ആട്ടവും പാട്ടും കൊട്ടും (തൗര്യത്രികം) കെട്ടി നിറുത്തുകയെന്ന ധർമ്മമാണ് സാഹിത്യത്തിനുള്ളത്. നമ്മുടെ ക്ലാസിക്കൽ കലാരൂപങ്ങൾപോലും പ്രഖ്യാതമായ ഇതിവൃത്തത്തെ സ്വീകരിക്കുന്നതിന്റെ കാരണവും മറ്റൊന്നല്ല. കഥാഖ്യാനത്തേക്കാൾ അവതരണ പാടവമാണ് അവിടെ മതിക്കപ്പെടുക. കഥകളിയിൽ, ഒരു പദംതന്നെ വിസ്തരിച്ചാടുന്ന ഇളകിയാട്ടങ്ങൾക്ക് ഇടം കിട്ടുന്നത് ഇതിനാലാണ്. നിയമങ്ങളുടേയും വിലക്കുകളുടേയും ഭാരം പ്രായേണ കുറവായ നാടോടി രംഗകലകൾക്ക് മനോധർമ്മാഭിനയത്തിനുള്ള സാധ്യത കൂടുതലാണ്താനും. തൗര്യത്രികം അരങ്ങുവാഴുന്ന രീതി അവിടെ പൊതുവെയുണ്ട്. നൃത്തഗീത വാദ്യങ്ങളെല്ലാം തന്നെ സൂക്ഷ്മത്തിൽ ബന്ധിക്കപ്പെട്ടിരിക്കുന്നത് താളത്തിലാണ്. കാവാലംനാടകങ്ങളിൽ ഈ അംശങ്ങളെ വീണ്ടെടുക്കുവാനുള്ള ശ്രമമാണ്. ദേശവഴക്കത്തിന്റെ പൊയ്പ്പോയ ദൃശ്യഭാഷയെ തോറ്റിയെടുക്കാനുള്ള യത്നമാണ്. അഗ്നിയും രാത്രിയും പ്രകൃതിയും ചേർന്നൊരുക്കുന്ന തമസ്കൃതമായൊരു സംവേദന രൂപകം കണ്ടെത്തുകയാണദ്ദേഹം. കൂട്ടായ്മയുടെ താളം ഭാഷയായും പ്രാണനായും നാടകത്തിൽ നടുകയാണ്. 'അവനവൻകടമ്പ'യിൽ താളം രംഗാവതരണത്തെ നിയന്ത്രിക്കുന്ന പ്രകടവസ്തുവായി വർത്തിക്കുന്നു. ക്രിയാംശവികാസത്തിന്റെ സന്ധികളും ഗതിവിഗതികളും ഭാവതലങ്ങളും താളപ്പെരുക്കങ്ങളാൽ നിയന്ത്രിക്കപ്പെടുന്നു.

കടമ്പയെന്ന മിത്തിക്കൽ പരികല്പനയാണ് ഇവിടെ ക്രിയാംശബീജം. അവനവൻ തന്നെ കടമ്പയായി സ്വയമനുഭവിക്കുന്ന പ്രതിസന്ധി. ഹിംസാ വാസനകളുടെ ഉറവിടമായ സ്വാർത്ഥമാണ് കടമ്പ. കവച്ചുകടക്കേണ്ടത് അതിനെയാണ്. കൂട്ടായ്മയുടെ നന്മനിറഞ്ഞ സ്വത്വം അപ്പോഴാണ് കരഗതമാവുക. സംഘതാളം വീണ്ടെടുത്ത് വാലടിക്കാവിലെത്തിയാൽ പിന്നെ ഉത്സവമാണ്. നടോടിസംസ്കൃതികൾ ആഘോഷത്താൽ (Festivals) അടയാളപ്പെടുത്തുന്നവയാണ്. അവിടെ ആഘോഷം ജീവിതവും ജീവകാരണവുമാണ്. ആവർത്തിക്കപ്പെടുന്ന ഋതുവും വിളവും വറുതിയുമെല്ലാം അനുഷ്ഠാനങ്ങളിലും ഉർവ്വരതോത്സവങ്ങളിലുമാണ് കൂട്ടായ്മ കാത്തുവെയ്ക്കുക. അവിടെ ശുദ്ധവും സ്വാർത്ഥരഹിതവുമായ സമതാജീവിതം ഏവർക്കും ലഭ്യമാകുന്നു. ഭിന്നതാളങ്ങൾ വെടിഞ്ഞ് ഒരുമയുടെ താളക്കെട്ടിൽ കൂട്ടായ്മ വിലയം കൊള്ളുകയാണവിടെ. ഉടയോനും കൊലയാളിയും പ്രണയിനിയും ആഭിചാരിയുമെല്ലാം ഒരേ താളത്തിന്റെ തരംഗരൂപമാർജിക്കുന്നു. താൻ പോരിമയും കെടുതികളും ത്യജിച്ച് ഹിംസയിൽനിന്നും സ്നേഹത്തിലേക്കും ശവതാളത്തിൽനിന്നും ജീവതാളത്തിലേക്കും

ഉന്നമിക്കുന്നു. കിഴക്കേദിക്കിലെ ഉത്സവോദയം അപ്പോഴാണ് അവർക്ക് ഗമ്യമാവുക.

വാലടിക്കാവിലെ ഉത്സവത്തിനുപോകാനെത്തുന്ന ജനസാമാന്യമായ ആട്ടപ്പണ്ടാരങ്ങളുടേയും പാട്ടുപരിഷയുടേയും സംസാരത്തിലൂടെയും പെരുമാറ്റങ്ങളിലൂടെയുമാണ് ആഭ്യന്തരക്രിയാംശം വികസിക്കാൻ തുടങ്ങുന്നത്. കടമ്പയിൽ വീണുപോകുന്ന മൂന്നു മുഹൂർത്തങ്ങളും വിമുക്തി നേടുന്ന പരിണാമസന്ധിയും ഇതിനായി ആവിഷ്കരിക്കപ്പെടുന്നു. തസ്കരസാധാരണരായ സംഘത്തിന്റെ വീഴ്ചയാണ് ആദ്യം. കൊലയാളിയെങ്കിലും ന്യായമറിയാവുന്നവനും ഏവരും ഭയപ്പെടുന്നവനുമായ എരട്ടക്കണ്ണൻ പക്കിയുടെ പതനമാണ് അടുത്തത്. ന്യായപാലകനായ ദേശത്തുടയോനുപോലും കടമ്പ കടക്കുവാൻ കഴിയാതെ വരുമ്പോഴാണ് മൂന്നാമത്തെ ക്രിയാസന്ധി അവതരിപ്പിക്കപ്പെടുന്നത്. ഭാഷണത്തിലോ പൂങ്കത്തിയിലൂടെയോ കൊലയുടെ അന്തരീക്ഷം നിലനില്ക്കുമ്പോഴാണ് രണ്ടാമത്തേയും മൂന്നാമത്തേയും വീഴ്ച. ആദ്യത്തേതാവട്ടെ പണ്ടം മോഷ്ടിക്കാൻ പുറപ്പെട്ടവർക്കു പറ്റുന്ന വിധിയും. പൂങ്കത്തി കടമ്പയിൽ ഉപേക്ഷിക്കുന്നതോടുകൂടിയാണ് അവർക്ക് കടമ്പകടക്കുവാനും ലക്ഷ്യം സാധിക്കുവാനും കഴിയുന്നത്. അയഥാതഥമായൊരു അന്തരീക്ഷത്തിൽ, മരിച്ചവരും തമ്മിലിടഞ്ഞവരുമായ എല്ലാ കഥാപാത്രങ്ങളും ഐക്യപ്പെട്ട് ലക്ഷ്യത്തിലേക്കെത്തുമ്പോഴാണ് ആഭ്യന്തരക്രിയാംശം പൂർണമാകുക. അവിടെ മിക്ക നാടോടിനാടകങ്ങളിലേയും പോലെ ശുഭപര്യവസായിയായി നാടകം മാറുന്നു.

നാടോടി നാടകങ്ങളുടെ ബാഹ്യശില്പഘടനയല്ല അവനവൻ കടമ്പയുടേത്. മൂന്നു രംഗങ്ങളായാണ് അത് തിരിച്ചിരിക്കുന്നത്. ശ്ലഥമെങ്കിലും നിയതമായ ഒരു ഘടന അത് സംരക്ഷിക്കുന്നു. ഗ്രാമീണമായ പശ്ചാത്തലത്തിലാണ് ഇതിവൃത്തം പ്രതിഷ്ഠിച്ചിട്ടുള്ളത്. അതിനുതകുന്ന അന്തരീക്ഷസൃഷ്ടി ഒന്നാംരംഗത്തിൽ തന്നെ ഒരുക്കുന്നു. നടോടിനാടകങ്ങളിലെ സംഘനടന്മാർക്കു സമാനമായ ആട്ടപ്പണ്ടാരങ്ങളേയും പാട്ടുപരിഷകളേയും അരങ്ങിലെത്തിച്ചാണ് ഇത് സാധ്യമാക്കുന്നത്. ഒന്നാം രംഗാരംഭത്തിൽ പ്രേക്ഷകഗൃഹത്തിനു പിന്നിലൂടെ പ്രവേശിക്കുന്ന ഈ കോറസിന്റെ സരളഭാഷണങ്ങളിലൂടെയും നൃത്ത-നൃത്യങ്ങളിലൂടെയും നാടകം പുരോഗമിക്കുന്നു. പരസ്പര പരിഹാസങ്ങളുലൂടെയും അധിക്ഷേപങ്ങളിലൂടെയും ഇഴഞ്ഞു നീങ്ങുന്ന നാടകാദി, വാലടിക്കാവിലേക്കുള്ള അവരുടെ യാത്രയേയും, ചെറുകിട മോഷണശ്രമങ്ങളെയും കടമ്പയിലെ വീഴ്ചയേയും മറ്റും വെളിവാക്കുന്നു. പമ്പയാറിലൂടൊഴുകുന്ന തലയില്ലാശവത്തെക്കുറിച്ചും

അതിനുകാരണക്കാരനായ എരട്ടക്കണ്ണൻ പക്കിയെക്കുറിച്ചും ആനുഷംഗികമായി അവർ സംസാരിക്കുന്നു. തുടർന്ന് ശവതാളം മുറുകുമ്പോൾ അതിനെതിരേ ക്ഷോഭിച്ചുകൊണ്ട് ചോര കട്ട പിടിച്ച പൂങ്കത്തിയുമായി എരട്ടക്കണ്ണൻ പക്കി അരങ്ങിലെത്തുന്നു. ചത്തത് കീചകനെങ്കിൽ കൊന്നത് ഈ എരട്ടക്കണ്ണൻ പക്കിയെന്ന് ഏറ്റു പറയുന്നു. അതേക്കുറിച്ച് ഭീതിയോ നിന്ദയോ തോന്നാത്ത പക്കി, അടുത്തൊരു കൊലപാതകം കൂടി ആസൂത്രണം ചെയ്യുന്നു. തന്റെ പുന്നാരമോൾ ചിത്തരപ്പെണ്ണിനെ പ്രണയിച്ച ദേശത്തുടയോന്റെ മോൻ വടിവേലവനെ തട്ടിക്കളയാൻ പാട്ടുപരിഷ ഒന്നാമനെ അയാൾ നിയോഗിക്കുന്നു. മാത്രമല്ല ദേശത്തുടയോനെ താൻ നോട്ടമിട്ടിട്ടുണ്ടെന്നുംകൂടി അയാൾ വെളിപ്പെടുത്തുന്നുമുണ്ട്.

മായികമാണ് രണ്ടാംരംഗത്തിലെ അന്തരീക്ഷം. ആഭിചാര ക്രിയകളുടെ ധരാളിത്തമുള്ള രംഗമാണിത്. പ്രമേയത്തിലെ ധനാത്മകഭാവമായ ആദർശ പ്രണയം ഇവിടെ ആവിഷ്കരിക്കപ്പെടുന്നു. പാട്ടുപരിഷഒന്നാമന്റെ പാട്ടാലാരംഭിക്കുന്ന രംഗത്തിൽ പൂങ്കത്തിയും പ്രധാന്യമർഹിക്കുന്നു. അയാളുടെ താളത്തിൽ തുള്ളിയെത്തുന്ന ചിത്തിരപ്പെണ്ണും ചാറ്റിയുണർത്തപ്പെട്ട വടിവേലവനും കളത്തിലുണ്ട്. കാമുകീകാമുകന്മാരുടെ ആദർശപ്രണയവും പാട്ടുപരിഷ ഒന്നാമന്റെ വശീകരണശ്രമങ്ങളും ആവിഷ്കൃതമാകുന്നു. ആഭിചാര കർമ്മങ്ങളിലൂടെ വടിവേലവന്റെ മനസ്സുകലക്കി, ചിത്തരയിൽനിന്നും അയാളെ അകറ്റുകയാണ് പാട്ടുപരിഷ. കൊലയാളിമകളെ എനിക്കിഷ്ടമല്ലേയല്ല എന്ന് അയാളെക്കൊണ്ടു പറയിപ്പിക്കുകയും അയാളുടെ ജീവൻ ആവാഹിച്ചെടുക്കുകയും ചെയ്യുന്ന പാട്ടുപരിഷയ്ക്കുനേർ കയർത്തുകൊണ്ട് ചിത്തിര രംഗമൊഴിയുമ്പോഴാണ് രണ്ടാംരംഗം അവസാനിക്കുന്നത്. മുഖ്യപ്രതിപാദ്യത്തിൽനിന്നും വ്യതിചലിക്കും മട്ടിലാണ് ഈ രംഗനിർമ്മിതി.

നടന്ന കൊലപാതകങ്ങളെക്കുറിച്ചുള്ള തെളിവെടുപ്പിനും വിധി തീർപ്പിനുമായി ദേശത്തുടയോൻ എത്തുന്നതാണ് മൂന്നാംരംഗത്തിൽ കാണുന്നത്. വരുന്നത് ആരെന്നറിഞ്ഞാലുമില്ലെങ്കിലും വരവേല്പ നൽകാൻ ജനസാമാന്യം ഉത്സുകരാണ്. കടമ്പകടക്കുക ഗൗരവമുള്ള കാര്യമാകയാലാണ് താൻ തന്നെ എത്തിയതെന്ന് അയാൾ പറയുന്നുണ്ട്. വിചാരവേളയിൽ നീലാണ്ടനാന ആശാരിയെ കൊന്ന സംഭവം ആട്ടപ്പണ്ടാരം ആടിക്കാണിക്കുന്നത് കടമ്പയിലെ വീഴ്ചയിലൂടെയാണ്. കൊലയുടെ ക്രിയാംശമെന്ന മട്ടിൽ കടമ്പയിലെ പതനത്തെ പ്രത്യക്ഷമായി ആവിഷ്കരിക്കുന്ന ഒരു രംഗസന്ദർഭമാണിത്. കണ്ണകിയുടെ പുരാവൃത്തത്തെ ദ്യോതിപ്പിക്കും വിധം ചിത്തിരപ്പെണ്ണിന്റെ

കോപാഗ്നിയാലെരിയുന്ന ദേശത്തെക്കുറിച്ചും ഈ രംഗത്തിൽ സൂചനകൾ നല്കുന്നുണ്ട്. വിചാരണാന്ത്യത്തിൽ, തന്റെ കളിക്കൂട്ടുകാരനും ഇപ്പോൾ ഹിംസോപാസകനുമായ പക്കിക്ക് വധശിക്ഷ വിധിക്കുകയാണ് ദേശത്തുടയോൻ. എന്നാൽ, വാലടിക്കാവിലെ ഉത്സവം കൂടാൻ അവരെ നയിക്കാൻ അപ്രാപ്തനായ ഉടയോന്റെ ശിക്ഷാധികാരം ചോദ്യം ചെയ്യപ്പെടുന്നു. ഒടുവിൽ ഹിംസയുടെ പൂങ്കത്തി കടമ്പയിൽ ഉപേക്ഷിക്കുന്നതോടുകൂടി, തങ്ങളിൽ ആരോപിതമായ മുഖാവരണങ്ങൾ ആട്ടക്കാർ പരിത്യജിക്കുകയും ചിത്തരയും വടിവേലവനും സന്ധിക്കുകയും ഏവരും കടമ്പ കടക്കാൻ പ്രാപ്തരായിത്തീരുകയും ചെയ്യുന്നു. ഹിംസയിൽനിന്നും പ്രണയത്തിലേക്കുള്ള വളർച്ചക്ക് കൂട്ടായ്മ ഒന്നിച്ച് പക്വമാകുന്നു. പലതാളത്തിൽ കളിയിടത്തിലെത്തുന്ന കഥാപാത്രങ്ങളൊരുമിച്ചൊരു താളത്തിൽ ആടിക്കളിക്കുന്ന ഈ വേളിയിലാണ് നാടകത്തിന്റെ ബാഹ്യശില്പം പൂർണമാകുന്നത്.

സാമ്പ്രദായിക-പ്രൊസീനിയം-നാടകങ്ങൾ സംരക്ഷിക്കുന്ന ബാഹ്യ- ആഭ്യന്തരപ്പൊരുത്തം ഇവിടെ കണിശതയോടെ പിൻതുടരുന്നില്ല. അതിലെ പല അംശങ്ങളും പലവഴിക്കും മാറിയും തിരിഞ്ഞും നില്ക്കുന്നതു കൊണ്ട് സമഗ്രവീക്ഷണത്തിൽ ഒരു ഭദ്രരൂപത്തിന്റെ അഭാവം അനുഭവപ്പെടുന്നു എന്ന് സി.എന്നും കെട്ടുറപ്പുള്ള ഒരു കഥാവസ്തു എന്ന നിലയിൽ ഒരു ഇതിവൃത്തം ഇതിനില്ല എന്നത് ഒരുപക്ഷേ നല്ല കാര്യമാണ്. അങ്ങനെയുണ്ടായിരുന്നെങ്കിൽ ഈ അവതരണ സമ്പ്രദായമേ ഇതിനു യോജിക്കുകയില്ലായിരുന്നു എന്ന് ഡോ.കെ. അയ്യപ്പപ്പണിക്കരും വിലയിരുത്തുന്നുണ്ട്. മാത്രമല്ല, നാടകത്തിന്റെ ഘടനയിൽ കാണുന്ന ഈ ശ്ലഥബദ്ധത, നടോടി നാടകങ്ങളുടെ പൊതുസ്വഭാവമാണെന്നും നാടോടിപ്പാട്ടുകളിൽ നാം കാണുന്ന ആവർത്തനസ്വഭാവം (Incremental repetition) വളരെ മഹനീയമാണെന്നും... രചനയിലും അവതരണത്തിലും അത് വന്നു ഭവിച്ചേ പറ്റൂ എന്നും ജി. ശങ്കരപ്പിള്ളയും നിരീക്ഷിക്കുന്നുണ്ട്. കാക്കാരിശ്ശിയുടേയും പൊറാട്ടിന്റേയും മുടിയേറ്റിന്റേയും ഇതിവൃത്ത പരിചരണമാണ് ഇതിനാധാരം. നേരിയ ഒരു കഥാതന്തുവിൽ ആവർത്തന സ്വഭാവമുള്ള ക്രിയാംശങ്ങൾ അവതരിപ്പിക്കുന്ന രീതി അവിടെ പൊതുവാണ്. കാക്കാലനും കാക്കാലത്തിയും മണ്ണാനും മണ്ണാത്തിയും കുറവനും കുറത്തിയുമൊക്കെ പറയുന്നതും ആടുന്നതും മിക്കപ്പോഴും ആവർത്തനങ്ങളാണ്. ആവർത്തിക്കപ്പെടുന്ന അവതരണമാണ്, കഥാംശമല്ല അവിടെ സംവേദനകാര്യം. സൂക്ഷ്മരൂപത്തിലുള്ള കേന്ദ്രാശയമായ അവനവന്റെ കടമ്പയെ വിവൃതമാക്കുവാനായി ആവർത്തിക്കുകയാണ് ഈ നാടകം. സ്വാത്മത്തിലടങ്ങിയ ഹിംസാവാസനയെ ത്യജിക്കുവാനാണ് ആഹ്വാനം. ഹിംസ/പ്രണയം,

കടമ്പ/ഉത്സവം എന്നീ ദ്വന്ദ്വങ്ങളിലൂടെ ആഭ്യന്തര ക്രിയാംശത്തെ ബാഹ്യശില്പത്തിലെ അവതരണാംശങ്ങളോട് ബന്ധിപ്പിക്കുകയാണ് രചയിതാവ്. അതിനായി പതനങ്ങളുടേയും പ്രതിവിധിയുടേയും മുഹൂർത്തങ്ങളും രംഗോപകരണങ്ങളുടെ പ്രയോഗവും അതിനെല്ലാമുപരിയായി താളഭാഷയിലൂടെ കെട്ടിയൊരുക്കുന്ന നാടകശില്പവും അരങ്ങിൽ പ്രയോഗിക്കുന്നു. താളത്തിന്റേയും അവതാളത്തിന്റേയും കഥയെന്ന പ്രതീതി തന്നെ സൃഷ്ടിക്കുന്നു. അവതാളം മരണമാണെന്നും, അവർക്ക് കടമ്പയിൽ ഇന്തസ്ഥുടിനോം എന്ന് വീഴ്ചയാണെന്നും കാട്ടിത്തരുന്നു. ബാഹ്യാഭ്യന്തര ശില്പപ്പൊരുത്തത്തിനായി, കാതലിലെ ഈ താളശില്പം പ്രാധാന്യത്തോടെ സ്ഥാപിച്ചെടുക്കുന്നു.

ഹീനത മർത്ത്യന സഹജമാംബലഹീനതയല്ലോ? എന്ന് തെയ്യത്തെയ്യത്തിലും കാവാലം ആവർത്തിക്കുന്നുണ്ട്. അദ്ദേഹത്തിന്റെ ദർശനാധാരമായ ഈ കാഴ്ചപ്പാട് തന്നെയാണ് കടമ്പയിലും പ്രകടിപ്പിക്കപ്പെടുന്നത്. പക്ഷേ, തീവ്രവും കർമ്മോത്സുകവുമായൊരു ഭാഷയിലല്ല ഇതു പലപ്പോഴും ആവിഷ്കൃതമാവുക. നാടോടിത്തത്തിന്റെ പതിഞ്ഞ താളവട്ടങ്ങൾ ശില്പഘടനയെ നിയന്ത്രിക്കുന്നതുകൊണ്ടാവാം പ്രേക്ഷകന്റെ കാലബോധത്തിൽനിന്നും ഏറെ ഭിന്നവും പൗരാണികവുമായൊരു കാലസങ്കല്പത്തിലാണ് മിക്കപ്പോഴും നാടകം അരങ്ങേറുന്നത്. തന്മൂലം കാലഖണ്ഡമായ താളാസ്പദസംവേദനം സംപൂർണവും ക്രിയോന്മുഖവും ആകണമെന്നില്ല. കാക്കാരിശ്ശിയിലേയും വേലകളിയിലേയും കുത്തിയോട്ടത്തിലേയുമൊക്കെ താളങ്ങളെ നാടകത്തിന് അനുഗുണമായി പരിവർത്തിപ്പിച്ചെടുത്താണ് ഇതിലെ താള ചെയ് വനയെന്ന് വാദിത്രകാരനായ ആർ. പത്മനാഭൻ പറയുന്നുണ്ട്. ഫ്യൂഡൽ സമൂഹത്തിന്റെ - അത്തരമൊരു കൂട്ടായ്മയുടെ -താളവേഗമല്ല, വർത്തമാനകാലത്തിന്റേത്. അതിനാൽ തന്നെ താളങ്ങളുടെ പുനരാഗിരണം എത്രമാത്രം പ്രവർത്തനക്ഷമമെന്നത് പരിശോധിക്കേണ്ടതാണ്. ഉള്ളടക്കത്തിലേയും പ്രയോഗത്തിലേയും ഈ വൈരുദ്ധ്യമാകാം അലസാസ്വാദനത്തിനുള്ള വകയെന്ന മട്ടിൽ കാവാലം കൃതികളെ ചിലരെങ്കിലും അപവദിക്കാനുള്ള കാരണം.

നാടകത്തിൽ ഉടനീളം മുഴങ്ങിനില്ക്കുന്ന നാടൻ പാട്ടുകളുടേയും വായ്ത്താരികളുടേയും വ്യാക്ഷേപകങ്ങളുടേയും വിളികളുടേയും സ്വരിക്കലിന്റേയും പ്രകടമായ താളത്തോടൊപ്പം ക്രിയാസന്ദർഭങ്ങളുടെ വിന്യാസത്തിലും ആന്തരികമായൊരു താളബോധം സംരക്ഷിച്ചു നിർത്തുവാൻ കാവാലത്തിനാകുന്നുണ്ട്. ഭിന്നകാലവേഗമുള്ള ക്രിയാമട്ടുകളുടെ സന്നിവേശം, വിചിത്ര ഭവമേഖലകളുടെ തുടർസ്ഥാനീയമായ അവതരണം, അവയുടെ പൊടുന്നനെയുള്ള ഉയർച്ചതാഴ്ചകൾ

എന്നിവയൊക്കെ അതിനായി അദ്ദേഹം ചിത്രീകരിക്കുന്നു. പാത്രങ്ങളുടെ അണിയലങ്ങളിലെ വൈചിത്ര്യ- വൈവിധ്യങ്ങൾ, ചുവടുകളുടെ വ്യതിരിക്തത തുടങ്ങിയവ ഇതിനെ പുഷ്ടിപ്പെടുത്തുന്നു. പാത്രഭാഷണങ്ങളിലെ നാടൻഭാഷാപ്രയോഗങ്ങൾ, അവയ്ക്കു പൂരണമേകുന്നു. ഔദ്യോഗിക ഭാഷണങ്ങളിൽ കടന്നുവരാത്ത, മാനകഭാഷയിൽ അപകർഷമെന്നു ധരിക്കുന്ന പയൽ, കൊങ്ങ, ചിമുക്കുക, മോട്ടിക്കുക, ഒടേക്കാരൻ തുടങ്ങിയ നാടൻ പദങ്ങളോടൊപ്പം പഴഞ്ചൊല്ലുകളും നിർലോഭം പ്രയോഗിക്കുന്നു. പഴഞ്ചൊല്ലുകൾ സാന്ദർഭികമായി വക്രീകരിച്ച് പ്രയോഗിക്കുന്നതിലൂടെ സംജാതമാകുന്ന ഫലിതോക്തിയെയും കാവാലം പ്രയോജനപ്പെടുത്തുന്നുണ്ട്. കാക്കാരിശ്ശിയിലും മറ്റ് നാടോടിനാടകങ്ങളിലും ഉക്തിവൈചിത്ര്യത്തിലൂടെ നർമ്മമുണർത്തുന്ന രീതി പൊതുവേ കാണാനാവുന്നു. പിച്ചച്ചട്ടികളേ, ചട്ടിപ്പിച്ചകളേ എന്നും അശ്ലീഷം എന്നും മറ്റും പ്രയോഗം സാധ്യമാക്കുന്നത് ഈ പാരമ്പര്യത്തിൽ നിന്നുമാണ്. അവനവൻ കടമ്പയിലെ നർമ്മബോധം പരിഹാസത്തിന് അടുത്തുനില്ക്കുന്ന ഒരുതരം ചിരിയാകയാലാണ് ഇമ്മട്ടിലുള്ള സംഭാഷണ രചന സാധ്യമാകുന്നത് എന്നുകൂടി പറഞ്ഞുകൊള്ളട്ടെ. പാത്രങ്ങളുടെ നാമരൂപീകരണത്തിലും (എരട്ടക്കണ്ണൻ പക്കി, ആട്ടപ്പണ്ടാരം, പാട്ടുപരിഷ..) ഈ മനോഭാവം പ്രകടമാണ്.

ഭൗതികാതീതമായ-അനുഷ്ഠാനപരവും ആഭിചാരപരവുമായ കർമ്മങ്ങളാൽ സമൃദ്ധമാണ് കടമ്പ. നാടകത്തിന്റെ കേന്ദ്രസ്ഥാനീയമായ കല്പിതമിത്തിനെ കരുത്തുള്ള ദൃശ്യഭാഷയിലേക്ക് പരാവർത്തനം ചെയ്യുവാൻ ഇത് സഹായകവുമാണ്. ഉച്ചാടനം, കൈനോട്ടം, മഷിനോട്ടം, ചാറ്റ്, ജപം, കോലം തുള്ളൽ തുടങ്ങി നിരവധി രംഗക്രിയകൾ ഇതിൽ അരങ്ങേറുന്നു. വട്ടിപ്പണക്കാരന്റെ തെയ്യമായി പാട്ടുപരിഷ നാലാമൻ മാറുന്നുമുണ്ട്. നാടോടി നാടകങ്ങളുടെ ഭാവമേഖല സൃഷ്ടിച്ചെടുക്കുവാൻ ഇവ സഹായകമാകുന്നുമുണ്ട്. ലൗകികമായ പ്രണയസങ്കല്പത്തെക്കൂടി ഈ അലൗകികാന്തരീക്ഷത്തിൽ പ്രതിഷ്ഠിക്കുന്നതിനാൽ നാട്യധർമ്മിയും ലോകധർമ്മിയുമായ അഭിനയവിധികൾക്ക് നാടകത്തിന്റെ ആന്തരികയുക്തിയിൽ ഇടം ലഭിക്കുകയും ചെയ്യുന്നു.

എങ്കിലും, നിഷേധിക്കപ്പെടേണ്ടുന്ന കേന്ദ്രബിംബമായ രംഗോപകരണത്തെ പൂങ്കത്തിയെന്നാണ് നാടകകാരൻ നിർദ്ദേശിക്കുന്നത്. കൊട്ടുംപാതകങ്ങളുടെ ചോരക്കറയുള്ള ഭീതിബിംബത്തെ കൊലക്കത്തിയെന്നുപോലും പറയാതെ കാല്പനികമായൊരു വശ്യതയിൽ പൂങ്കത്തിയെന്ന് നിർദ്ദേശിച്ചത് ഉചിതമായില്ല. തിക്തമായ നാടകീയ മുഹൂർത്തങ്ങളിലെ ശ്ലഥബദ്ധതയ്ക്കും ലാഘവത്തിനും നാടകകാരന്റെ

ഈ കാല്പനിക പക്ഷപാതിത്വം കൂടി പരോക്ഷകാരണമാകാനിടയുണ്ടെന്ന് ഇവിടെ പ്രസ്താവിക്കേണ്ടതുണ്ട്.

പോരായ്മകളെന്തുതന്നെയുണ്ടായാലും അവയെല്ലാം ലഘുവായി ത്തീരുന്ന ധീരമായ ഒരു ചുവടുവയ്പ്പായിരുന്നു അവനവൻ കടമ്പ. നാട്ടുതാളക്കളം കണ്ടെത്തി, താളം കാമ്പായൊരു ഇതിവൃത്തത്തെ കല്പിച്ച്, പൂരകമായൊരു മിത്തിനെ സൃഷ്ടിച്ച്, അനുഷ്ഠാന-മാന്ത്രി കാംശങ്ങൾ നിബന്ധിച്ച്, കൂട്ടായ്മാഭിനയത്തിലെ ചുവടും ചിട്ടയും സ്വാംശീകരിച്ച്, നവ്യമായൊരു നാടകാനുഭവം കണ്ടെത്തുകയാണ് കാവാലം. നാട്യധർമ്മിയും ലോകധർമ്മിയുമായ അഭിനയരീതികളും ചതുർവിധാഭിനയത്തിന്റെ നവാന്വേഷണങ്ങളും സാധ്യമാക്കി, തനത് ആട്ടക്കളം കണ്ടെത്തിയ നാടകമാണ് അവനവൻ കടമ്പ. സർവ്വഥാ ചലനാത്മകമായ കൂട്ടായ്മയുടെ ജീവിതതാളത്തിന്റെ തുടിപ്പാണ് അതിനാധാരം.

●

ഒറ്റയാനെന്നും ഒറ്റയ്ക്കുനില്ക്കുന്നു

സമകാലിക മലയാള നാടകത്തെ സംബന്ധിച്ചിടത്തോളം കാവാലം നാരായണപ്പണിക്കർക്കുള്ള സ്ഥാനം അദ്വിതീയമാണ്. നാടകത്തിന്റെ സർവമേഖലകളിലും ഈ കവി പ്രവർത്തിച്ചു. രചയിതാവായും സംവിധായകനായും ഗവേഷകനായും സൈദ്ധാന്തികനായും പ്രചാരകനായുമെല്ലാം കാവാലമുണ്ടായിരുന്നു. കഴിഞ്ഞനൂറ്റാണ്ടിന്റെ രണ്ടാംപകുതിയ്ക്കുശേഷമുണ്ടായ സർഗാന്വേഷണങ്ങളുടെ കൂട്ടായ്മയിൽ അദ്ദേഹം സജീവമായിരുന്നു. പുതിയഭാവുകത്വാന്വേഷണങ്ങളും സാഹിത്യകലാസാംസ്കാരിക രംഗങ്ങളിലെ നവലോകദർശനവുമായിരുന്നു അക്കൂട്ടരുടെ ലക്ഷ്യം. സാർവദേശീയമായചലനങ്ങളെയും സ്വത്വബോധത്തെക്കുറിച്ചുള്ള ധാരണകളെയും മലയാളസമൂഹത്തിന്റെ പൊതുമണ്ഡലത്തിലേയ്ക്ക് ഇക്കൂട്ടർ ആനയിച്ചു.

കോളനിവിരുദ്ധമായ ഒരുഭാവുകത്വം രൂപികരിക്കുവാനുള്ള പ്രാരംഭപ്രവർത്തനങ്ങളായിരുന്നു 1967-യിൽ കൂടിയ നാടകക്കളരിയുടേത്. അതിന്റെ പ്രവർത്തകർ അത്തരമൊരു പ്രസ്താവന നടത്തിയിരുന്നില്ലയെങ്കിലും തനത് നാടകവേദിയുടെ താത്വികാടിത്തറ അവ്വിധമായിരുന്നു. നമ്മുടേതുമാത്രമായ സ്വത്വാംശങ്ങൾ പ്രത്യക്ഷത്തിൽതന്നെ പ്രയോഗക്ഷമമായ ഒരു രംഗവേദിയെക്കുറിച്ചുള്ള ആലോചന സ്വാഭാവികമായും നാട്ടുമൂലകളിലെ കലാരൂപങ്ങളിലേയ്ക്ക് ഇറങ്ങിച്ചെല്ലാൻ അവരെ പ്രേരിപ്പിച്ചു. നാടകക്കളരിപ്രസ്ഥാനപ്രവർത്തനങ്ങളുടെ ഭാഗമായി സി.എൻ ശ്രീകണ്ഠൻനായരുടേയും എം. ഗോവിന്ദന്റേയും അയ്യപ്പപ്പണിക്കരുടേയും മറ്റനവധി കലാകുതുകികളുടേയും കൂട്ടായ ആലോചനയിൽ ഉരുവപ്പെട്ട ആശയത്തെ അരങ്ങിലെത്തിക്കുവാൻ

സർഗാത്മക പരിശ്രമം നടത്തിയവരിൽ പ്രധാനികൾ കാവാലവും ജി. ശങ്കരപ്പിള്ളയുമായിരുന്നു. അവരിരുവരും അതിന്റെ ആദ്യപടി യെന്നവിധം കേരളത്തിലെ നാടോടിക്കലകളെക്കുറിച്ചുള്ള ഗവേഷ ണത്തിലേർപ്പെടുകയാണ് ചെയ്തത്. ശങ്കരപ്പിള്ള തോറ്റംപാട്ടുകളെക്കു റിച്ച് കേരളസർവകലാശാലയിൽ ഔദ്യോഗികഗവേഷണം തന്നെ നടത്തി(മുഴുവിച്ചില്ല). കാവാലമാകട്ടെ കേരളമൊട്ടാകെ സഞ്ചരിച്ച് സ്വന്തം നിലയിൽ കേരളസംഗീതനാടക അക്കാദമിക്കുവേണ്ടി നാടോടിക്കലകൾ സമാഹരിക്കുകയായിരുന്നു. ആയതിലേയ്ക്ക് സ്വന്ത മായുണ്ടായിരുന്ന ആയിരപ്പറപ്പാടം വിൽക്കേണ്ടിവന്നുവെന്നതും ചരിത്രം. അങ്ങനെ വേരുകളിലേയ്ക്കിറങ്ങി, മടങ്ങിവന്നശേഷമുള്ള അവരുടെ നാടകങ്ങൾ ആദ്യകാലരചനകളിൽ നിന്നും കണിശമായി വേറിട്ടു. രണ്ടാം നാടകക്കളരിയാകുമ്പോഴേയ്ക്കും കാവാലം സാക്ഷിയും ശങ്കര പ്പിള്ള കിരാതവും കൂത്താട്ടുകളത്തെ അരങ്ങിലെത്തിച്ചു. അരങ്ങിന് അതുവരെയില്ലാത്ത പ്രാമുഖ്യം വന്നുവെന്നതായിരുന്നു ആ അവതര ണത്തിന്റെ പ്രധാന ആകർഷണം. അതാവട്ടെ നാട്ടരങ്ങിനെ നമ്മുടെ രംഗവേദിയിലേയ്ക്ക് ആവാഹിച്ചെടുത്തതിന്റെ ഫലമായിരുന്നുതാനും. സാഹിത്യത്തിലും ചിത്രകലയിലും സിനിമയിലും സംഗീതത്തിലു മെല്ലാം സജീവമായി വ്യാപരിച്ചിരുന്ന ഒരു സംഘമാണ് അതിന് പിന്നിൽ ജാഗ്രത്തായി നിലകൊണ്ടത്. ഉത്തിഷ്ഠമായ അവരുടെ പ്രവർത്തനങ്ങളുടെ പിന്തുണയോടുകൂടിനടന്ന സാർഥകമായ പരീ ക്ഷണങ്ങളായിരുന്നു വേദിയിൽ. അവയുടെ തുടർച്ചയും വളർച്ചയും തളർച്ചയുമാണ് നമ്മുടെ നാടകത്തിന്റെ തുടർചരിത്രം. പുതുപുതുശില്പ ങ്ങളിലേയ്ക്കും വൈവിധ്യങ്ങളുടെ ആഘോഷത്തിലേയ്ക്കും ജി. ശങ്കരപ്പി ള്ള അതിവേഗം ചലിച്ചുകൊണ്ടിരുന്നപ്പോൾ തന്റേതായ ഒരുശൈലി ബലിഷ്ഠമാക്കുകയാണ് കാവാലം ചെയ്തത്. രണ്ടുവഴികളായിരുന്നെ ങ്കിലും സർഗപ്രതിഭയുടെ സഹവർത്തിത്തംകൊണ്ടും നിദാന്തമായ പരിശ്രമംകൊണ്ടും ഇരുവരും മലയാളനാടകമണ്ഡലത്തെ പരീക്ഷ ണോന്മുഖവും പ്രചലിതവുമാക്കി. എം. ഗോവിന്ദൻ, സി.എൻ. ശ്രീ കണ്ഠൻനായർ, എം.വി. ദേവൻ തുടങ്ങിയ തത്വകോവിദർ അതിനു പിന്തുണയേകി. അയ്യപ്പപ്പണിക്കരെപ്പോലുള്ള ഒരു മഹാപ്രതിഭ പ്രേക്ഷകദ്രഷ്ട്യാ അവയെ അനുധാവനംചെയ്തു പരിപാകമാക്കി. ജി. അരവിന്ദൻ, മണി ആലഞ്ചേരി, തുടങ്ങിയ സംവിധായകർ, നെടുമു ടിവേണു, ഫാസിൽ, ഗോപി, ഗോപാലകൃഷ്ണൻ, കൃഷ്ണൻകുട്ടിനായർ, കലാധരൻ, ഗിരീഷ് തുടങ്ങിയ നടന്മാരൊക്കെയും ആ സംരംഭത്തിൽ ഭാഗഭാക്കായി. ചുരുക്കത്തിൽ സർവാത്മനാ ചലനാത്മകമായൊരു നാടക/സൈദ്ധാന്തിക/സൗന്ദര്യമണ്ഡലം സംജാതമായി. പൂർ വമാതൃകകൾ വെടിഞ്ഞുള്ളൊരുനാടകകല അവർ സ്വപ്നം കണ്ടു.

ദൈവത്താറിൽ നിന്നും അവനവൻ കടമ്പയിലെത്തുമ്പോഴേയ്ക്കും 'കാവാലംസ്കൂൾ' എന്നുപറയാവുന്ന സവിശേഷമായൊരു അവതരണ ച്ചിട്ട ഏറക്കുറേ സ്ഥാപിതമായിക്കഴിഞ്ഞു. അതിന്റെ കേന്ദ്രമാവട്ടെ താളവും. ശിവമോഹൻ തമ്പി അതിനു ചുക്കാൻ പിടിച്ചു. അവനവൻക ടമ്പയുടെ ക്രിയാംശപരകോടി, 'ഇന്തത്തുഡിതോം' എന്നൊരുതാളപ്പ റ്റിലൂടെ അരങ്ങിലെത്തിപ്പിച്ച് വിജയിപ്പിക്കുകയായിരുന്നു കാവാലം. വാചികാഭിനയത്തിനേക്കാൾ ആംഗികത്തിന് പ്രാധാന്യം നല്കുന്ന ലോകനാടക യത്നങ്ങളോട് സംവദിക്കുവാനായി കേരളത്തിലെ നടനപൈതൃകത്തെ കൂട്ടു പിടിക്കുകയായിരുന്നു അദ്ദേഹം. ഒറ്റയാൻ നാടകത്തിലെത്തുമ്പോഴേയ്ക്കും നാട്യാംശത്തിനു കഴിയുന്നത്ര ഊന്നൽ നല്കാനുള്ള ശ്രമമാണ് കാണുന്നത്. എന്നാൽ അത് ക്ഷിപ്രസാദ്ധ്യ മായിരുന്നില്ല.

മുൻതലമുറയിലെ പ്രസിദ്ധ നാടകകാരനും പണ്ഡിതനുമായ കൈനിക്കരകുമാരപിള്ള ഈ നാടകത്തോടുള്ള അദ്ദേഹത്തിന്റെ അനിഷ്ടം.. 'പണിക്കരുടെ നാടകങ്ങളിൽ എന്റെ ഹൃദയത്തെസ്പർശി ക്കുന്നതായി ഒന്നും തന്നെകാണുന്നില്ല' എന്ന് തുറന്നുപറയുന്നുണ്ട്. അദ്ദേഹത്തെ സംബന്ധിച്ച് തികച്ചും സത്യസന്ധമായൊരുപ്രസ്താ വമാണിത്. കൈനിക്കരപദ്മനാഭപിള്ളയുടെ കാൽവരിയിലെ കല്പപാദപം പോലുള്ള നാടകങ്ങളിലെ സംഭാഷണാഭിമുഖ്യത്തിന് നേർവിപരീതമാണ് ഇതിന്റെ നില. മെലോഡ്രാമയുടെ മുഴക്കങ്ങളിൽ നിന്നും മലയാളനാടകങ്ങളെ മോചിപ്പിക്കണമെന്നത് നാടകക്കള രിയുടെ പ്രഖ്യാപിത ലക്ഷ്യവുമായിരുന്നു. പുതിയൊരുരംഗപാഠവും ധ്വനിപാഠവുംതേടിപ്പോകുമ്പോൾ പഴയപടിയുള്ള ചട്ടുലോക്തികളും ഘനഘനനാദഘോഷങ്ങളും ഒഴിവാക്കാതിരിക്കാനാവില്ല. പിൽ ക്കാലത്ത് പ്രബലമായ മുഖ്യധാരാസാമൂഹ്യനാടകങ്ങളുടെ അഭി നയവിധികളെ വിഗണിക്കുകയായിരുന്നു ഇക്കൂട്ടർ. അരങ്ങാണ്, അവതരണമാണ് അവർക്ക് ആദർശമായി നിന്നത്. ലോകനാട കവേദിയിലെ സമാനമായഅന്വേഷണങ്ങൾ അഭിനേതാവിന്റെ ശരീരഭാഷാപ്രയോഗത്തിന് നാടകത്തിലുള്ള പ്രാധാന്യത്തെക്കുറിച്ച് ഗൗരവമായി ആലോചിക്കുന്ന ഘട്ടമാണിത്. അതിന്റെ തീവ്രദശ യിൽ ഉടലാട്ട (CorporealMime)മെന്ന ശരീരനിഷ്ഠ അവതരണസ മ്പ്രദായത്തിലേയ്ക്ക് എറ്റിനി ഡിക്രോ (Ettiene Decroux)യെപ്പോലു ള്ളവർ എത്തപ്പെടുകയും ചെയ്തു. കാവാലം നാരായണപ്പണിക്കരും ജി. ശങ്കരപ്പിള്ളയും അക്കാലത്ത് തത്സമമായ അന്വേഷണങ്ങൾ ഇവിടെ നടത്തി. പിള്ളയുടെ ലഘുനാടകമായ 'ശത്തംപോടാതെ' യും കാവാലത്തിന്റെ 'ഒറ്റയാൻ' (1977)മായിരുന്നു അവ. ഇതിൽ ശങ്ക രപ്പിള്ള സംഭാഷണത്തെ ഏറെക്കുറേ ഉപേക്ഷിക്കുമ്പോൾ കാവാലം

വാചികാഭിനയസാധ്യതകൂടി പുതിയമട്ടിൽ സന്നിവേശിപ്പിച്ചിട്ടുണ്ട് എന്നവ്യത്യാസമുണ്ട്. മലയാള നാടകവ്യാകരണം മാറ്റിയെഴുതിയ 'ഒറ്റയാൻ' എന്ന പരീക്ഷണ നാടകത്തെ വിശകലനം ചെയ്യുകയാണ് ഇവിടെ.

കേവലം ഒൻപത്അച്ചടിപ്പുറങ്ങളിലൊതുങ്ങുന്ന കൃതിപാഠമാണ് ഒറ്റയാന്റേത്. രംഗപാഠമാകട്ടെ ഒരുമണിക്കൂറിലേറെയും. കാട്ടാനക്കൂട്ടമുള്ള വനത്തിലകപ്പെട്ട, കാട്ടാളന്മാരാൽ വലയംചെയ്യപ്പെട്ട, ചാക്യാർ സ്വന്തം അഭിനയസിദ്ധികൊണ്ട് അവരിൽനിന്നും രക്ഷപ്പെട്ട കഥയാണ് പ്രത്യക്ഷത്തിലുള്ള പ്രമേയം. എന്നാൽ നാടകാവതരണം/കൂത്താട്ടം തന്നെയാണ് നാടക ഇതിവൃത്തമെന്നുംപറയാം. നാടകാവതരണലക്ഷ്യം, മുന്നൊരുക്കങ്ങൾ, പ്രേക്ഷകധർമ്മം, ഫലശ്രുതി എന്നിങ്ങനെ അരങ്ങുകലയുടെ സൂക്ഷ്മാംശങ്ങൾ ഇവിടെ വിഷയമാകുന്നു. ഭാരതീയ ദർശനം അതിനടിത്തറയാകുന്നു. കണിശമായൊരുക്രിയാംശബീജത്തെ നട്ടുനനച്ച് സംഭവങ്ങളിലൂടെ വിളയിച്ചെടുക്കുന്ന സമീപനമോ അതിനുപയുക്തമായ ബാഹ്യാഭ്യന്തരശില്പപ്പൊരുത്തമോ ഒറ്റയാൻ ഉന്നംവയ്ക്കുന്നില്ല. കഥപറച്ചിലോ ജീവിതാവതരണങ്ങളോ തത്വബോധനമോ ദർശനസ്ഥാപനമോ ഇവിടെ കാവാലത്തിന്റെ ലക്ഷ്യമല്ല. പിന്നെയോ, കലയുടെ മൂല്യത്തെയും സൗന്ദര്യാത്മകസംവേദനത്തെയും അവയുടെ അനുഭവസാക്ഷ്യമൊരുക്കി പ്രത്യക്ഷമാക്കുകയാണ്. അതിനയാൾ തെരഞ്ഞെടുത്തതാകട്ടെ കേരളത്തിലെ പരമ്പരാഗത നടനെ, ഒരു ചാക്യാരെ. വൈകാരികമൂർച്ചയുള്ള മുഹൂർത്തങ്ങളാകാമായിരുന്ന കഥാസന്ദർഭങ്ങളാണെങ്കിലും തികച്ചും ലാഘവത്തോടെ അയഞ്ഞതും നാട്യധർമ്മിയുമായ ആഖ്യാനശില്പത്തിലൂടെയാണ് കഥ അവതരിപ്പിക്കുന്നതെന്നകാര്യവും പ്രസക്തമാണ്. നടനത്തിനായി ഒരുജാതിയും (ജാതിയുടെ ഗുണദോഷവിചിന്തനം ഇവിടെ പരിഗണനീയമല്ല), നടരാജനായി ഒരുദൈവവുമുള്ള നാട് ലോകത്തിൽ മറ്റെവിടെയും കാണാനിടയില്ല. നാട്യശാസ്ത്രം മാത്രമല്ല അതിനുവളമായിത്തീർന്ന വിപുലമായ നാടോടി നാടകങ്ങളുടെ ധന്യതയും നമുക്കുണ്ട്. അവയിൽ നിന്നും സ്വാംശീകരിച്ച ശൈലീകൃത/ചതുർവിധാഭിനയത്തിലൂടെ, വൈകാരികമുറുക്കമില്ലാതെ വൈചാരികഭാരമില്ലാതെ ഒറ്റയാൻ ചിട്ടപ്പെടുത്തിയിരിക്കുന്നു. 'തൗര്യത്രികം' അരങ്ങിലെത്തിക്കുന്നു.

പരമമായ ലക്ഷ്യം നാടകാവതരണത്തിലൂടെ മാത്രം സാധ്യമാകുന്ന അനുഭൂതിവിശേഷം പകർന്നുകൊടുക്കുകയാണ്. രംഗകലയെന്തെന്ന് അതിലൂടെത്തന്നെ അറിയിക്കുകയാണ് അനുഭവിപ്പിക്കുകയാണ്. അതിലേയ്ക്ക് ആസ്വാദകന്റെ പഞ്ചേന്ദ്രിയങ്ങളെ

ഉണർത്തിയെടുക്കുകയാണ് നാടകം. അതിനായി നമ്മുടെ അരങ്ങു കലയുടെ താളവേരുകളിലേയ്ക്കിറങ്ങി പ്രാക്തനമായ രുചികളെ കണ്ടെത്തി. അവയുടെ സമ്യക് മേളനത്തിലൂടെ പുതിയൊരു ദൃശ്യഭാഷ മലയാളനാടകവേദിയിൽ പരീക്ഷിക്കുകയായിരുന്നു കാവാലകവി. അദ്ദേഹത്തിന്റെ മിക്കനാടകങ്ങളിലും ഇത്തരമൊരു സമീപനം കാണാനാവും. തനത് നാടകങ്ങളുടെ പൊതുഭാവമായും പിന്നീടത് മാറുന്നുണ്ട്.

കവിതകൊണ്ട് കാട്ടാളത്തത്തെ കഴുകിക്കളഞ്ഞ ആദികവിയുടേതിനുസമാനമായൊരു ക്രിയയാണ് ചാക്യാരുംചെയ്യുന്നത്. കലയിലൂടെ കൊലയെ ഉപരോധിക്കുന്നുവെന്നതാണ് അത്. കലയുടെ മൂല്യമെന്തെന്നുള്ള ആത്യന്തിക ചോദ്യത്തിനുള്ള ഈ ഉത്തരവും ചുമന്നുകൊണ്ട് രംഗാന്ത്യത്തിൽ കാട്ടാളർ, ചോരപുരളാതെ നില്ക്കുന്നതും നാടകം കാട്ടിത്തരുന്നു. വാളും കുഴിത്താളവും ഏറ്റുമുട്ടിയപ്പോൾ വാളിനല്ല ജയം. ഞാൻ ജയിച്ചു. പക്ഷേ അവർ തോറ്റെന്നു പറയാനുമാവില്ല എന്ന് ചാക്യാരൊടുവിൽ പറയുന്നുമുണ്ട്. ആരും തോല്ക്കേണ്ടാത്ത ഒരിടമാണ് കലയുടേത്. അവിടം ചിത്തസംസ്കാരത്തിന്റേയും സഹൃദയത്വത്തിന്റേതുമത്രേ! സൃഷ്ടിയുടെ സായൂജ്യം സമാനഹൃദയങ്ങളുടെ ഒത്തിരിപ്പാണെന്ന് ഒറ്റയാനാണെങ്കിലും കലാകാരൻ അറിയുന്നു. ഞാനും നീയും അദ്വൈതപ്പെടുന്ന ആ സാകല്യദർശനമാണ് നടനത്തിലൂടെ കാവാലം കാട്ടിത്തരുന്നത്.

ഒറ്റ രംഗമേയുള്ളു. സൂത്രധാര ധർമ്മവും ചാക്യാർതന്നെ നടത്തുന്നു. ലോകധർമ്മിയിലാരംഭിച്ച് നാട്യധർമ്മിയിലേയ്ക്കു കടക്കുംവിധമാണ് രചന. കൂടിയാട്ടത്തിലെ പകർന്നാട്ട സങ്കേതം അവതരണത്തിൽ സ്വീകരിച്ചിരിക്കുന്നു.

കൂത്തുപറച്ചിലിലെ സ്വരിക്കലും പ്രബന്ധംപറച്ചിലിലെ നീട്ടിയും കുറുക്കിയുമുള്ള സവിശേഷ ഉച്ചാരണരീതികളും ശ്ലോകമാതൃകകളും മറ്റും വാചികാഭിനയത്തിനായി ചാക്യാർ പ്രയോഗിക്കുന്നുണ്ട്. കാട്ടാളരാവട്ടെ കാക്കാരിശ്ശിയിലേതിനു സമാനമായ ഗ്രാമ്യശൈലീവഴക്കങ്ങളും തൊഴിൽപാട്ടുകളിലെ വായ്ത്താരിയും അരങ്ങു വൈവിധ്യത്തിനായി ഉപയോഗിക്കുന്നു. കുഴിത്താളത്തിന്റെ നേർത്തലോഹമുഴക്കം മാത്രമല്ല തുകൽവാദ്യത്തിന്റെ ചടുലനാദങ്ങളും തൗര്യത്രികാകമ്പടിയായി വാദിത്രത്തിൽ സന്നിവേശിപ്പിച്ചിട്ടുണ്ട്. ഈ ഉയർച്ചതാഴ്ചകൾക്കു സമാനമായിട്ടായിരുന്നു ചാക്യാർ വേഷമിട്ട ജഗന്നാഥന്റെ മേനിയഴകും കസവുകരമുണ്ടും തലപ്പാവും സ്വർണമാലകളുമടങ്ങുന്ന ചമയവും കാട്ടാളന്മാരുടെ കറുത്ത അണിയലങ്ങളും തമ്മിലുള്ള വിപരീത സമമിതി. താളച്ചിട്ടയിലും ഈ വൈവിധ്യം

പിന്തുടരുന്നുണ്ട്. അതിനാലാണ് ദ്രുതതാളങ്ങളെല്ലാം ലഘുസ്വര/വിളംബകുഴിത്താളത്തിനു വഴിമാറുന്ന മുഹൂർത്തത്തെ രസാധാരമായി കല്പിച്ചത്.

തിരുവനന്തപുരം കാർത്തികതിരുനാൾ ആഡിറ്റോറിയത്തിലെ വെറുമൊരുകറുത്ത കർട്ടനായിരുന്നു പിന്നിൽ. അരങ്ങിലാവട്ടെ കൊട്ടുംകാട്ടും ഗുഹയും ദീർഘദൂരങ്ങളും. ആഴിയുമാകാശവുമെല്ലാം നാട്യത്തിലൂടെയവതരിപ്പിക്കുന്ന, കൈലാസം ഒറ്റക്കൈകൊണ്ടമ്മാനമാടിഫലിപ്പിച്ച ചാച്ചുച്ചാക്യാരുള്ള മലയാളനാട്യവേദിയ്ക്ക് അതസാദ്ധ്യമല്ല. എന്നതിനാലാവാം കാവാലം ഇവ്വിധമൊരു നടകേന്ദ്രിത ദരിദ്രനാടകവേദി കല്പിച്ചത്. വാക്കുകളേക്കാൾ ക്രിയകൊണ്ട് നിറച്ചത്. കാട്ടും യാത്രയും മരംമുറിക്കലും കെട്ടിടനിർമ്മാണവുമൊക്കെ ആംഗികാഭിനയത്തിലൂടെ സൃഷ്ടിച്ചത്. പരിമിതമായ രംഗോപകരണങ്ങളും രംഗവസ്തുക്കളുമുപയോഗിച്ച്, നടന്റെ അഭ്യാസത്തിനും മനോധർമ്മത്തിനുമുള്ള അവസരമൊരുക്കിയാണ് അവതരണം ചിട്ടപ്പെടുത്തിയത്. കേരളത്തിലെ ക്ലാസിക്കലും ഫോക്കുമായ കലാരൂപങ്ങളിൽ നിന്നും അരങ്ങിനാവശ്യമായ നടനവിധികൾ സ്വാംശീകരിച്ച് പുതിയൊരു ആട്ടപ്രകാരമുണ്ടാക്കുകയായിരുന്നു കാവാലം. “ഈ നാടകത്തിൽ കാട്ടാളന്മാരായി അഭിനയിച്ച കൃഷ്ണൻകുട്ടി നായരും ഗോപാലകൃഷ്ണനും കഥകളി അഭ്യസിച്ചവരല്ല. ചാക്യാരായി അഭിനയിച്ച ജഗന്നാഥൻ കൂടിയാട്ടം പഠിച്ചിട്ടില്ല. അവർ നാടകാഭിനയത്തിനാവശ്യമായ ചുവടുകൾ പഠിച്ചു. അതിനു പാകത്തിലുള്ള താളങ്ങളും ഉപയോഗിച്ചു. വാസ്തവത്തിൽ ഒന്നിനെയും അനുകരിക്കുകയായിരുന്നില്ല” എന്ന കാവാലത്തിന്റെ വാക്കുകൾ പ്രസക്തമാണ്. പുതിയ ഒരു രംഗഭാഷയ്ക്കായുള്ള അന്വേഷണമായിരുന്നു അത്. ജൈവതാളമുള്ള നടശരീരംതന്നെ അരങ്ങിന്റെ കേന്ദ്രമാക്കുകയാണിവിടെ. അഭിനേതാവ് അവിടെ ഒറ്റയാനാണെന്നും മരണവക്ത്രത്തിൽപോലും അവന് അഭിനയത്തിൽനിന്നോ സ്വകർമ്മത്തിൽനിന്നോ മോചനമില്ലെന്നും നാമറിയുന്നു. നാടകാഭിനയംതന്നെ വിഷയമാക്കുന്ന ഇത്തരം നാടകങ്ങൾ ലോകനാടകവേദിയിൽതന്നെ അപൂർവങ്ങളാണെന്ന് അയ്യപ്പപ്പണിക്കർ നിരീക്ഷിക്കുന്നുണ്ട്, തുടർന്ന് അദ്ദേഹം പ്രസ്താവിക്കുന്നതി പ്രകാരമാണ്, “ചാക്യാരല്ല ഈ നാടകത്തിലെ മുഖ്യ കഥാപാത്രം... നാട്യത്തെത്തന്നെ കഥാപാത്രമാക്കിയിരിക്കുന്നു. അങ്ങനെ വരുമ്പോൾ, സാധാരണ നാടകങ്ങളിലുള്ള മാനുഷികതാല്പര്യം കുറയും... ഒരു സംഭവത്തെ ആവിഷ്കരിക്കുകയെന്നതിലേറെ, ഈ അഭിനയസമ്പ്രദായം എത്രമാത്രം ഫലവത്താകുമെന്നുള്ള ശ്രമമാണ് ഇതിൽ നടത്തിയിട്ടുള്ളത്. ആ നിലയ്ക്ക് ഇതിനെ ഒരു പരീക്ഷണം എന്നുപറയാമെന്നുതോന്നുന്നു. ഈ നാടകകൃത്തിന്റെ മറ്റുനാടകങ്ങളെ

ഈ നിലയ്ക്കുകാണാൻ സാധിക്കുന്നതല്ല. തുടക്കത്തിൽ നാടകത്തെക്കുറിച്ചും അവതരണത്തെക്കുറിച്ചും നാടകസന്ദർഭത്തെക്കുറിച്ചും മറ്റും വ്യക്തമാക്കുന്ന സൂത്രധാരധർമ്മം കാവാലം മിക്കപ്പോഴും സ്വീകരിക്കാറുണ്ട്. ഒറ്റയാനിലും അങ്ങനെയാണ് ബാഹ്യക്രിയാംശം നിബന്ധിച്ചിട്ടുള്ളത്. ഈ നാടകത്തിന്റെ സവിശേഷതയായി, ഇതു തികച്ചും ലോകധർമ്മിയായ നാടകമാണ്... അതിനെ കഴിവതും നാട്യധർമ്മിയാക്കാൻ, അതായത് വേണ്ടുന്നതായിട്ടുള്ള സൗന്ദര്യം ചേർത്ത്, ആടയാഭരണങ്ങളെല്ലാം ഇട്ടുവിച്ച്,... സമ്യക്കായി അഭിനയിക്കാൻ ശ്രമിക്കുന്നതാണ്.." സാർഥകവും ധീരവുമായൊരു വഴിതുറക്കലായിരുന്നു അത്. ആ ഒറ്റയാനാട്ടമുണ്ടാക്കിയ വിസ്മയം വളരെ വിലപ്പെട്ടതായിരുന്നു.

കാട്ടാളൻ: നിന്റെ തൊഴിലെന്താ?
ചാക്യാർ: കൂത്ത്
കാട്ടാളൻ: കൂ...ത്തോ? എന്നാലൊന്നു കൂത്തിക്കേ.
എന്നുപറയുമ്പോൾ ചാക്യാർ വയ്ക്കുന്ന ഉപാധി ശ്രദ്ധേയമാണ്.
ചാക്യാർ: ചുരുങ്ങിയപക്ഷം നിങ്ങൾ രണ്ടാളും കാണാൻ തയ്യാറാകണം. തയ്യാറാണോ?

തയ്യാറാകാത്ത സമകാലീന നാടകവേദിയോടായിരുന്നു ആ ചോദ്യം. ഇത് തികച്ചും പുതിയ ആവിഷ്കാരശൈലിയാകയാൽ പ്രേക്ഷകനിൽ പുതിയ സഹകരണബോധമുണ്ടാകണമെന്ന് പി.കെ. ബാലകൃഷ്ണൻ അഭിപ്രായപ്പെടാൻ കാരണവുമിതാണ്. ആചോദ്യം കേരളത്തിൽമാത്രമല്ല ഭാരതമെമ്പാടും കടന്ന് പാശ്ചാത്യനാടകങ്ങളിലും മുഴക്കങ്ങളുണ്ടാക്കുന്നത് പിന്നീട് നമ്മൾ കാണുകയുണ്ടായി. ആധുനിക ഇന്ത്യൻ നാടകവേദിയിൽ കേരളത്തിന്റെ കയ്യൊപ്പിടാൻ കാവാലത്തിനായതും അദ്ദേഹത്തിന്റെ പ്രതിഭാശേഷിയോടൊപ്പം ഉള്ളിൽകുടികൊണ്ട പ്രബലമായ സാംസ്കാരികത്തെളിമകൊണ്ടാണ്. മണ്ണിൽ വേരോട്ടമുള്ള നടനപദ്ധതിയോട് അഗാധമഴിഞ്ഞ ആദരവുള്ളതുകൊണ്ടുകൂടിയാണ്. കുഞ്ചൻനമ്പ്യാരെപ്പോലെ അമ്പലപ്പുഴയിലും കുട്ടനാട്ടിലും വേരാഴ്ത്തിനിന്നതുകൊണ്ടാണ്. ഭാരതീയദൈവങ്ങൾക്കു രവിവർമ്മ മുഖം നല്കിവീണ്ടെടുത്തതിന് സമാനമായൊരുപ്രവർത്തിയാണ് ആധുനികഭാരതീയ നാടകവേദിക്ക് പുതിയൊരുമുഖം നല്കുന്നതിലൂടെ കാവാലവും നിർവഹിച്ചത്. അതിനാലാണ് ഷെഫനറും യുജിനോബാർബയും സിംഗിൾടണുമെല്ലാം തൃക്കണ്ണാപുരത്തെത്തി ഭാരതീയ നാട്യവിധികളുടെ സോപാനതത്ത്വം തേടിയത്.

2016

●

കാലനെത്തീനി

ശ്രീ കാവാലം നാരായണപ്പണിക്കർ നമ്മെ വിട്ടുപിരിയുമ്പോൾ കേരളനാടകവേദിയുടെ സർഗാത്മകമായ ഒരേട് അടയുകയാണ്. സാക്ഷിയെന്ന ആദ്യനാടകത്തിലൂടെ രചനാലോകത്ത് കടന്നുവന്ന കാവാലം മലയാള നാടകവേദിയുടെ സർഗവിസ്മയങ്ങളുടെ സഹചാരിയും പ്രയോക്താവും പ്രചാരകനുമൊക്കെയായി മാറുന്നകാഴ്ചയാണ് നാം കാണുന്നത്. നിലവിലുണ്ടായിരുന്ന നിഷ്പന്ദനാടകവേദിയെ ഉടച്ചുവാർക്കണമെന്നും തത്വശാസ്ത്രപരമായും സൗന്ദര്യശാസ്ത്രപരമായും നിലനിന്ന പൊരുത്തക്കേടുകൾ പരിഹരിക്കണമെന്നും വിശ്വസിച്ച കേരളത്തിലെ മനീഷികൾ 1967-ൽ ശാസ്താംകോട്ട ഡി.ബി. കോളജിൽ ഒത്തുചേരുമ്പോൾ മുതൽ കാവാലം പങ്കാളിയാണ്. നേതൃത്വം എം. ഗോവിന്ദനും സി.എൻ. ശ്രീകണ്ഠൻനായരും സംഘാടനം ജി. ശങ്കരപ്പിള്ളയുമൊക്കെയായിരുന്നു. ജി. അരവിന്ദൻ, കെ. അയ്യപ്പപ്പണിക്കർ എം. വി. ദേവൻ തുടങ്ങിയവരുടെ സാന്നിധ്യവും ആ സംരംഭത്തിന്റെ മേന്മയെക്കുറിക്കുന്നു. നിലവിലുണ്ടായിരുന്ന സർഗജീവിതത്തിലും നാടകത്തിലും മലയാളിയുടെ ഇടമെവിടെയെന്നതായിരുന്നു ഉയർന്നുവന്ന പ്രധാനചോദ്യം. കോളനി നിറച്ചുതന്ന സർഗസമീപനങ്ങളിൽ നിന്നും ഭിന്നമായ, നമ്മുടേതുമാത്രമായ ഒരു രംഗവേദി കെട്ടിപ്പടുക്കണമെന്നതായിരുന്നു അവിടെ ഉയർന്നുവന്ന ആശയം. മലയാളത്തിൽ ഇത്തരത്തിലൊന്ന് ആദ്യമായിരുന്നു. കോളനി വിരുദ്ധമായ സർഗാത്മകസ്വത്വം തേടുന്ന ഈ പുതിയ കൂട്ടായ്മയെ തനത് എന്ന് പില്ക്കാലചരിത്രം രേഖപ്പെടുത്തി. ഇന്ത്യൻ കൾച്ചറൽ അംബാസിഡറായി പോളണ്ടിലെത്തിയ ഗോവിന്ദന് അവിടുത്തെ ഏറ്റവും പുതിയ നാടകപരീക്ഷണങ്ങളുടെ വർക്ക്ഷോപ്പ്

സന്ദർശിക്കാൻ അവസരമുണ്ടായിരുന്നു. അവിടെ അദ്ദേഹം കണ്ടത് കഥകളി ആചാര്യനെത്തി പോളണ്ടിലെ നാടകപ്രവർത്തകരെ പരിശീലിപ്പിക്കുന്നതായിരുന്നു. പട്ടാമ്പിയിൽനിന്നും പോളണ്ടിലേയ്ക്കുള്ള ദൂരം വ്യർഥമായെന്ന ഗോവിന്ദ വിചാരം മാത്രമല്ല, സമാനമനസ്കരായ തീയേറ്റർ പ്രവർത്തകരുടെ ആലോചനാജീവിതവും ഇത്തരമൊരു സംരംഭത്തിന് നിലമൊരുക്കി. മാത്രമല്ല, ലോകമെമ്പാടും പൗരസ്ത്യ നാടകങ്ങളിലേയ്ക്ക് ശ്രദ്ധിക്കുന്നവേളയായിരുന്നുഅതെന്ന കാര്യവും ഓർക്കണം. അൽക്കാസിയുടേയും ഹബീബ് തൻവീറിന്റേയും ബദലന്വേഷണങ്ങൾ ഇന്ത്യയിലെമ്പാടും അരങ്ങേറുന്നതും ഇതേ സന്ദർഭത്തിലായിരുന്നു.

സംഭാഷണമല്ല അരങ്ങാണ് മുഖ്യമെന്ന് ഇക്കൂട്ടർ സൈദ്ധാന്തികമായി വിശ്വസിച്ചു. എന്നാൽ ആ സാങ്കല്പികമായ അരങ്ങിനെ കാണികൾക്കുമുൻപിൽ കാട്ടിക്കൊടുക്കുകയായിരുന്നു അവരുടെ മുന്നിലെ ആദ്യ കടമ്പ. അതാവട്ടെ സിദ്ധാന്തപരമെന്നതേക്കാൾ സർഗാത്മകമായ വെല്ലുവിളിയായിരുന്നു. ജി. ശങ്കരപ്പിള്ളയും കാവാലം നാരായണപ്പണിക്കരും കളരിയിൽ വച്ച് അതേറ്റെടുത്തു. കിരാതവും ദൈവത്താറും യഥാക്രമം ചിട്ടപ്പെടുത്തി. പരിഷ്കരിച്ചും നവീകരിച്ചും പുതുപുതുപരീക്ഷണങ്ങളിലേക്ക് ശങ്കരപ്പിള്ള മാറിക്കൊണ്ടേയിരുന്നു. കാവാലമാകട്ടെ ദൈവത്താറിന്റെ തുടർച്ച എന്ന നിലയിൽ 'അവനവൻ കടമ്പ' എഴുതുന്നതോടുകൂടി 'തനത്' നാടകവേദിക്ക് സവിശേഷമായ ഒരു വ്യാകരണം രൂപപ്പെടുത്തി. തുടർന്നുള്ള അദ്ദേഹത്തിന്റെ മിക്ക കൃതികളും സംസ്കൃത നാടകാവതരണങ്ങളും ഒരു 'കാവാലം സ്കൂൾ' മലയാള നാടകവേദിയിലുണ്ടാക്കി. പണ്ടുകാലത്ത് കുഞ്ചൻനമ്പ്യാരും ആധുനികകാലത്ത് വള്ളത്തോളും അരങ്ങ് കലയ്ക്ക് നല്കിയതിന് സമാനമായ സംഭാവനയാണ് മലയാള നാടകവേദിക്ക് കാവാലവും നൽകിയിട്ടുള്ളത്. മുൻചൊന്നവരെല്ലാം കവികളായിരിക്കുമ്പോൾതന്നെയാണ് പെർഫോമെൻസിനും ഭാവുകത്വവ്യതിയാനം വരുത്തിയെന്നതും സ്വത്വം നൽകിയെന്നതും യാദൃശ്ചികമാവില്ല. മലയാള സർഗാത്മഗതയെ മണ്ണിലുറപ്പിച്ച് ജലവും ലവണവും നല്കി അന്യലോകങ്ങളിലേക്ക് വളർത്തിയെടുക്കുവാൻ ഈ പ്രതിഭകൾക്കായി എന്നതും ചരിത്രം.

ഗ്ലോബലൈസേഷന്റേതായ വർത്തമാനകാലത്ത് പാശ്ചാത്യപൗരസ്ത്യ രംഗവേദികൾ ആവോളം ആദാനപ്രദാനങ്ങളിൽ ഏർപ്പെട്ടുന്നുണ്ട്. കേരളത്തിന്റെ നാടകപ്പെരുമയെ ഉത്തരേന്ത്യയിലേക്ക് മാത്രമല്ല ലോകനാടകഭൂപടത്തിൽതന്നെ ഉറപ്പിച്ചുനിർത്തിയതിൽ കാവാലത്തിനുള്ള പങ്ക് മറ്റൊരു മലയാളിക്കും അവകാശപ്പെടാനില്ല.

യൂജിനോ ബാർബയെയും ഷെഹനറിനെയും പോലുള്ള പണ്ഡിതന്മാർ മാത്രമല്ല കബൂക്കിയുടെയും നോയുടെയും ഉപാസകരും യൂറോപ്പിലും അമേരിക്കയിലുമുള്ള തിയറ്റർ വിദ്യാർത്ഥികളും തൃക്കണ്ണാപുരത്തെ 'സോപാന'ത്തിലെ പഠിതാക്കളായി എത്തുകയും കാവാലത്തിന്റെ നാടകക്കളരികളിൽ പങ്കെടുക്കുകയും ചെയ്യുന്നു. ഒരു ജീവിതം മുഴുവൻ നാടകത്തിനും കവിതക്കും സിനിമക്കും ഗാനരചനക്കും മറ്റുമായി ചെലവഴിച്ചതിലൂടെ അന്നുവരെ കേരളം കാണാത്ത കാഴ്ചകളെയും കേൾക്കാത്ത നാദങ്ങളെയും അനുഭവിക്കാത്ത വികാരങ്ങളെയും സൃഷ്ടിച്ചെടുക്കാൻ അദ്ദേഹത്തിനായി. അതാവട്ടെ, ലോകത്തെപ്പോലും വിസ്മയിപ്പിക്കുകയും അരങ്ങിന്റെ സൂര്യൻ കിഴക്ക് തന്നെ ഉദിക്കുന്നത് കാട്ടിക്കൊടുക്കുകയും ചെയ്തു.

സാക്ഷി, ദൈവത്താർ, അവനവൻ കടമ്പ, ഒറ്റയാൻ, തെയ്യത്തെയ്യം, പുറനാടി, കാലനെത്തീനി, കൈക്കുറ്റപ്പാട്, കല്ലുരുട്ടി, അരണി, പ്രമാദൻ, അപ്രഖ്യൻ തുടങ്ങി കലിവേഷത്തിലും കുഞ്ചൻ നമ്പ്യാരിലുമെല്ലാം കാവാലം അന്വേഷിച്ചത് കേരളത്തിന്റേതായ ദൃശ്യസംസ്കാരത്തെയാണ്. തൗരത്രികമെന്ന പൈതൃകത്തെ നാട്യശരീരത്തിന്റെ കേന്ദ്രബിന്ദുവാക്കി പ്രതിഷ്ഠിച്ച് പുതിയൊരു രംഗഭാഷയെയും അരങ്ങ്കേളിയെയും വിളക്കിയെടുക്കുകയായിരുന്നു ഈ ജീവിതത്തിന്റെ ലക്ഷ്യം. അതിനായി കേരളത്തിന്റെ നാട്ടുമൂലകൾ തോറും അദ്ദേഹം അലഞ്ഞു. കേരളസംഗീതനാടക അക്കാദമിയുടെ സെക്രട്ടറിയായി സ്ഥാനം വഹിക്കുമ്പോൾ നാടിനെയും നാടകത്തെയും കണ്ടറിയാനും സമാഹരിക്കാനുമായി ഒരു ടേപ്പ്റിക്കോർഡറുമായി അലഞ്ഞുനടന്നു. അതിലേക്ക് തറവാട്ടു സ്വത്തിൽനിന്നും ആയിരംപറ നെല്ല് കണ്ടം വിൽക്കേണ്ടിവന്നു. കാക്കാരിശ്ശിയുടെയും കൊയ്ത്തുപാട്ടിന്റെയും ചലനതാളത്തെ പുത്തനരങ്ങിൽ ആവാഹിച്ചിരുത്താനുള്ള യത്നമായിരുന്നു അത്. നാട്ടുതാളങ്ങളെ രക്തത്തിൽ ലയിപ്പിച്ചതുകൊണ്ടാണ് ആട്ടപ്പണ്ടാരങ്ങളെയും പാട്ടുപരിഷകളെയും താളനൂലിൽ കോർത്തെടുത്ത് പുതിയൊരു രംഗശിക്ഷണം കാട്ടിത്തരാൻ അദ്ദേഹത്തിനായത്. അവനവൻകടമ്പയായിത്തീരുന്ന വാലടിക്കാവിൽ എല്ലാവരും 'ഇന്തത്തുഡിതോം' എന്ന് പതിക്കുന്ന പരിണാമഗുപ്തിയെ കാട്ടിത്തരാനായത്. മാത്രമല്ല ശവതാളമെന്ന നിശ്ചലതയെപ്പോലും ചലിപ്പിച്ചെടുക്കാനായത്. അടിമുടി താളബദ്ധമായിരുന്ന കാവാലപ്രതിഭയിൽ നിന്നല്ലാതെ ഇത്ര പ്രസാദാത്മകമായൊരു അരങ്ങ് നാമ്പിടുക പ്രയാസം. സൗന്ദര്യത്തിന്റെ മൂല്യത്തെ ഉയർത്തിപ്പിടിക്കുകയും അതിന്റെ പ്രതിഷ്ഠാപനത്തിനായി അരങ്ങിന്റെ സാധ്യതകൾ ആരായുകയുമായിരുന്നു ഈ നാടകോപാസകൻ. മോഹിനിയാട്ടത്തെയും സോപാനസംഗീതത്തെയും

ലളിതഗാനത്തെയും കവിതയെയും ചലച്ചിത്രത്തെയും എല്ലാം പരിപോഷിപ്പിച്ചിരുന്ന കാവാലം, എങ്കിലും അദ്ദേഹം ആത്യന്തി കമായി നാടകകാരനാണ്. പി.കെ നാരായണപിഷാരടിയുമായുള്ള സഹവാസത്തിനുശേഷമാണ് നാട്യശാസ്ത്രത്തിലുള്ള അവഗാഹവും ഭാസകാളിദാസാദികളിലുള്ള ആരാധനയും കാവാലത്തിൽ വളരാൻ തുടങ്ങിയത് സ്വതന്ത്രനാടകങ്ങളോടൊപ്പം സംസ്കൃതനാടകങ്ങളുടെ അരങ്ങാവിഷ്കാരങ്ങളിലേക്കും അദ്ദേഹം തിരിയുന്നത് ഈ ഘട്ട ത്തിലാണ്. അശോക് വാജ്പേയിയുടെ ക്ഷണപ്രകാരം ഉത്തരേ ന്ത്യയിൽ സംസ്കൃതനാടകങ്ങൾ അവതരിപ്പിച്ചതോടുകൂടിയാണ് ഒരു പാൻഇന്ത്യൻ നാടകകൃത്തെന്ന നിലയിൽ അദ്ദേഹത്തിന് സ്വീകാര്യതയുണ്ടാകുന്നത്. ഭാസനെയും കാളിദാസനെയും ബോധാ യനനെയുമൊക്കെ അദ്ദേഹം അരങ്ങിലെത്തിച്ചു. അരങ്ങിൽ ഇതി ഹാസകഥാപാത്രങ്ങളെ അപ്പടി അവതരിപ്പിക്കുകയല്ല, അവയുടെ സർഗാത്മക വ്യാഖ്യാനം ആവിഷ്കരിക്കുകയാണ് നാടകകാരന്റെ ബാധ്യതയെന്ന് അദ്ദേഹം നിരന്തരം ഓർമിപ്പിച്ചു. കർണവ്യാഖ്യാന മായി 'കർണഭാരം' വിഭാവനം ചെയ്തതിനെക്കുറിച്ച് സംസാരിക്കുന്ന വേളയിൽ മഹാഭാരതത്തിനുണ്ടായ മലയാള വ്യാഖ്യാനങ്ങളെക്കുറി ച്ച് പറയുന്നതിനിടയിൽ പി. കെ ബാലകൃഷ്ണന്റെ 'ഇനി ഞാനുറങ്ങട്ടെ' എന്ന കൃതിയെ ആദരവോടെ പറയുകയും എന്നാൽ 'രണ്ടാമൂഴം' വെറുമൊരു നായർ വ്യാഖ്യാനമാണെന്ന് പരിഹസിക്കുകയും ചെയ്തത് ഞാനോർത്തുപോകുന്നു. ധ്വനിപാഠം നിർമ്മിക്കുമ്പോൾ നാടകകാരൻ അത്രമാത്രം സൂക്ഷ്മതപുലർത്തണമെന്ന നിഷ്ഠകൊണ്ടാണ് കാവാ ലത്തിന് അങ്ങനെ നിരീക്ഷിക്കാൻ കഴിയുന്നത്. കൂടിയാട്ടത്തിൽ അവതരിപ്പിച്ചിരുന്ന സംസ്കൃതകൃതികളെ പുത്തൻഅരങ്ങിലേക്ക് പരിവർത്തിപ്പിക്കുമ്പോൾ അതിന്റെ ആട്ടപ്രകാരവും ക്രമദീപികയും മാത്രമല്ല കൂത്തമ്പലംതന്നെ പൊളിച്ചുമാറ്റുകയായിരുന്നു കാവാലം. ആലപ്പുഴയിലെ അദ്ദേഹത്തിന്റെ ആദ്യകാലസംഘത്തിന്റെ പേര് കൂത്തമ്പലം എന്നായിരുന്നു എന്ന് ആനുഷംഗികമായി സൂചിപ്പി ക്കട്ടെ. 'കടമ്പ' അരങ്ങേറുമ്പോഴാണ് പ്രൊസീനിയം വേദിവിട്ട് കാര്യവട്ടത്തെയും തളിയിലെയും തുറന്ന അങ്കണത്തിലേക്ക് മലയാള നാടകം ഇറങ്ങി നടന്നത്. അതിനുള്ള പിൻബലമായി കേരളത്തിന്റെ നാടോടി നാടകങ്ങളുടെ മഹാപൈതൃകം അദ്ദേഹത്തിന് കൂട്ടുനിന്നു. ഈ പാരിസ്ഥിതികനാടകവേദി പലപ്പോഴും മിത്തിക്കലായ പ്രമേയ ങ്ങൾക്ക് പ്രാമുഖ്യം നൽകിയിരുന്നു. അവരുടെ എടുപ്പിലും നടപ്പിലും പെരുമാറ്റങ്ങളിലും പുലർത്തിയിരുന്ന ശൈലീകരണവും വിളംബകാ ലവും ക്ഷിപ്രസ്വീകാര്യമായിരുന്നില്ല എന്നകാര്യം വിസ്മരിക്കുന്നില്ല. എങ്കിലും കലയുടേതായ രാഷ്ട്രീയവും സൗന്ദര്യാത്മകമായ മൂല്യവും

സംവേദനവുമായിരുന്നു എന്നും കാവാലത്തിന്റെ ലക്ഷ്യം. മറ്റെല്ലാമു പേക്ഷിച്ച കലോപാസനക്കായി ഒരായുസ്സുനീക്കിവെച്ച ഈ വക്കീൽ മലയാള നാടകത്തിന്റെ ഭാവുകത്വ വ്യതിയാനത്തിനായി വാദിച്ചു. കാവാലത്തിന് മുമ്പും ശേഷവും എന്ന നിലയിൽ നാടകമണ്ഡലം പരിവർത്തിതമായി. അത് അരങ്ങിന്റെ കലയും അനുഭവത്തിന്റെ ആനന്ദവുമായി. നാടകം മറ്റൊന്തിനോവേണ്ടിയുള്ള വാഹകകലയെ ന്ന നിലയിൽ നിന്നും സ്വയംപൂർണമായൊരു കലാരൂപമാണെന്ന വിശ്വാസം പ്രതിഷ്ഠാപിതമായി. നീളൻ ജുബ്ബക്കുള്ളിലെ കൊലുന്ന ശരീരത്തിന്റെ പ്രസാദാത്മകപുഞ്ചിരി ഇനി നേരിൽകാണാനാവില്ലെ ങ്കിലും ആ കൺതെളിച്ചങ്ങളുടെ താളച്ചിന്തുകൾ നമ്മുടെ വേദിയിൽ എന്നെന്നും നിലനിൽക്കും.

2016

●

ചാവേർപ്പടയും നാട്ടരങ്ങും

പൊതുനന്മയ്ക്കായി ബലി അർപ്പിക്കുക എന്നത് ഗോത്ര ജീവിതത്തോളം തന്നെ പഴക്കമുള്ള ഒരാചാരമാണ്. മധ്യകാലഘട്ടത്തിലെ വീരകഥാഗാനങ്ങളെല്ലാം ഇത്തരം പ്രാണ ത്യാഗസന്നദ്ധതയുടെ അപദാനങ്ങൾ പ്രകീർത്തിക്കുന്നവയാണ്. ഉർവരതാനുഷ്ഠാനങ്ങളിൽ ബലിക്കും കുരുതിക്കും പ്രാമാണ്യം ലഭിക്കുവാനുള്ള കാരണവും മറ്റൊന്നല്ല. ആധുനിക കാലത്തും ആദർശാത്മകമായ ആത്മഹൂതികളെ സമൂഹം താലോലിക്കുന്നുണ്ട്. പരിവേഷങ്ങൾ ചമച്ച്, ആകർഷകവും കാല്പനികവുമായ ഉന്നതികളിലേക്ക് ത്യാഗികളെ നാം അവരോധിക്കുന്നു. സാമൂഹ്യസത്ത മുഖ്യമാവുകയും വ്യക്തി ഒരേകകമായി രൂപീകരിക്കപ്പെടാതിരിക്കുകയും ചെയ്യുന്ന ഫോക് മനസ്സിൽ സമൂഹത്തിന്റെ വാഴ്വിനായി അനുവർത്തിക്കുന്ന ക്രിയകൾക്ക് പ്രാമുഖ്യമേറുക സ്വാഭാവികമാണ്. അത് കൂടുതൽ ദൃഢതരമാക്കുവാനാണ് നേരിട്ടുവെട്ടിമരിക്കുന്ന ധീരന്മാരെ പ്രകീർത്തുക്കുന്ന പാട്ടുകളും ഇതിഹാസങ്ങളും മിത്തുകളുമൊക്കെ പരിരക്ഷിക്കുന്നതും പ്രചരിപ്പിക്കുന്നതും. മനുഷ്യവംശവികാസ ചരിത്രത്തിലുടനീളം വേഷപ്പകർച്ചയോടെ ഈ മനോഭാവം കൊണ്ടാടപ്പെടുന്നു. അതിനെ മഹത്വവത്കരിക്കുന്ന സമൂഹ മനസ്സിന്റെ ധർമ്മവും അതിന് ഇറങ്ങിപ്പുറപ്പെടുന്നവന്റെ ചിത്തവൃത്തികളും എക്കാലത്തും സമാനമാകുന്നു. വ്യക്തിബോധത്തിന്റെ - സമതാവാദത്തിന്റെ - സമകാലിക സാഹചര്യത്തിലും ബലികല്പന താലോലിക്കപ്പെടുമ്പോൾ, മരിച്ചവനേയും അതിലൂടെ നേടിയവനെയും തുലാസിന്റെ ഇരുപുറങ്ങളിൽ വച്ചു വിചാരണചെയ്യുകയാണ് ചാവേർപ്പട. ഭീരുതയായാലും ധീരതയായാലും സ്വന്തം ജീവൻ നഷ്ടമാകുന്നവന്റെ പക്ഷം നിർമമമായി

ചർച്ചക്കെടുക്കുകയാണിവിടെ. നാടോടുമ്പോൾ നടുവേ ഓടാതെ, മഹാബലികളുടെ ബൃഹദാഖ്യാനങ്ങളിൽ അഭിരമിക്കാതെ വേറിട്ടൊരു നിലപാടെടുക്കുകയാണ് നാടകകാരൻ. അംഗീകൃത വിശ്വാസങ്ങളിൽ നിന്നും ഭിന്നമായൊരു സത്യദർശനത്തിന് വേദീസായൂജ്യം നല്കാൻ ലക്ഷ്യം വയ്ക്കുകയാണ്. അതിനാൽ അസാധാരണമായ- വൈചിത്ര്യമാർന്ന ഒരു രൂപ-ഭാവ ശില്പരചന അനിവാര്യമായും വന്നുചേരുന്നു.

1973 ൽ ആദ്യപതിപ്പ് പ്രസിദ്ധീകരിച്ച ചാവേർപ്പട 75 ൽ അഗ്രഗാമി തിയേറ്റേഴ്സ് അരങ്ങേറി. അസീസ് തന്നെയായിരുന്നു സംവിധായകൻ. കൃതിക്കും അവതരണത്തിനും പുരസ്കാരങ്ങൾ ലഭിച്ച ഈ നാടകം കേരളത്തിനകത്തും പുറത്തുമായി അനവധി വേദികളിൽ അവതരിപ്പിക്കപ്പെടുകയുണ്ടായി. ആധുനിക ഇന്ത്യൻ പരീക്ഷണങ്ങളുടെ മേഖലയിൽ ശ്രദ്ധേയമായിത്തീരുവാനും ഇതിനു കഴിഞ്ഞിട്ടുണ്ട്. സിനിമയുടെ സാങ്കേതിക വശങ്ങളിൽ ഔപചാരിക വിദ്യാഭ്യാസം നേടിയ ഗ്രന്ഥകാരൻ കേരളീയ നടനപാരമ്പര്യത്തിലും ഉന്മുഖനാണ്. നമ്മുടെ ക്ലാസിക് നാടകമായ കൂടിയാട്ടത്തെക്കുറിച്ചുള്ള അദ്ദേഹത്തിന്റെ ഡോക്കുമെന്ററി ഇതിനു തെളിവാണ്. പാരമ്പര്യത്തെയും ആധുനിക ദൃശ്യകലകളെയും സമന്വയിപ്പിച്ച് നവീനമായ ഒരു രംഗഭാഷ കണ്ടെത്തുവാനുള്ള അസീസിന്റെ പരിശ്രമമാണ് ചാവേർപ്പടയിൽ പ്രകടമാക്കുന്നത്. പിൽക്കാല നാടകമായ ദ,ദ,ദ കൂടിയാട്ടമെന്ന സംസ്കൃത നാടകാവതരണ സമ്പ്രദായത്തെ കാലികസംവേദനത്തിനു സജ്ജമാക്കുവാനുള്ള യത്നമാണ്. വാടകവീട്, ബലിക്കാക്ക തുടങ്ങിയ ലഘുനാടകങ്ങളാവട്ടെ ആധുനികപാശ്ചാത്യനാടകങ്ങളുടെ ചിട്ടവട്ടങ്ങൾക്കൊപ്പിച്ച് രചിച്ചിട്ടുള്ളവയും. എന്നാൽ കേരളീയമായ നാടോടി നാടകപാരമ്പര്യാംശങ്ങളും അഭിനയവിധികളും നിബന്ധിച്ചുകൊണ്ട് അത്യന്തം പുതുമയാർന്ന, സംവേദനക്ഷമമായ ഒരു രംഗഭാഷ രൂപിക്കുന്നതിൽ ചാവേർപ്പടയോളം വിജയം അദ്ദേഹത്തിന്റെ കൃതികൾക്ക് സിദ്ധമായിട്ടില്ലെന്നുവേണം പറയാൻ.

ആദർശത്മകമായ ഒരു മനോഭാവമാണ് ചാവേർപ്പടയുടെ ക്രിയാംശബീജം. കഥയോ സംഭവമോ അല്ല, ആ മനോഭാവത്തെ പക്ഷപാതരഹിതമായി വിശകലനവിധേയമാക്കുകയെന്നതാണ് നാടകലക്ഷ്യം. സുവ്യക്തമായ ഒരു നിഗമനത്തിൽ എത്തിച്ചേരുവാൻ തന്മൂലം കഴിയുന്നുമില്ല. അത് വേണമെന്ന് വിവക്ഷിക്കുന്നുമില്ല. ബലിയെന്ന പ്രമേയത്തെ അനുകൂലവും പ്രതികൂലവുമായ നിലപാടുകളിൽ നിന്നും നോക്കിക്കാണുകയും അതിന്റെ സങ്കീർണതകളെ ലളിതവത്ക്കരിക്കാനൊരുമ്പെടാതിരിക്കുകയുമാണിവിടെ. തദ്വാരാ സൃഷ്ടമാകുന്ന നാടകത്തിന്റെ ബാഹ്യ- ആഭ്യന്തര ശില്പത്തിലും ക്രിയാഗതിയിലും

സങ്കീർണ്ണത വന്നുചേരുന്നു. ഏകാഗ്രമായി വികസിക്കുന്ന ക്രിയാംശ ഗതിയെക്കുറിച്ചുള്ള യഥാതഥ സങ്കേതവിവക്ഷകൾ ഇവിടെ അപര്യാപ്തമാകുന്നു. ഭിന്നഗതികളിലൂടെയാണെങ്കിലും പരസ്പരപൂരകമായി വികസിക്കുന്ന ബാഹ്യ-ആഭ്യന്തരക്രിയാംശങ്ങളുടേയും അതിനുതകിയ ശില്പനിർമ്മിതിയുടേയും അടിസ്ഥാനത്തിലാണ് നാടകാനുഭവം വിലയിരുത്താനാവുക.

പ്രാണത്യാഗമെന്ന ആഭ്യന്തരക്രിയാംശബീജത്തെ നട്ടുവളർത്തുവാനാണ് എരോമവാര്യരെ സങ്കൽപിക്കുന്നത്. ആദർശാത്മകജീവിതം കാംക്ഷിച്ച പഴയൊരു കോൺഗ്രസുകാരനും സ്വാതന്ത്ര്യസമരസേനാനിയുമാണ് വാര്യർ. സമരത്തിന്റെ ആവേശത്തിൽ സായ്വിന്റെ തോട്ടത്തിലെ ജോലി ഉപേക്ഷിച്ച് വാർധയിലേക്കു പുറപ്പെട്ട ഗാന്ധിഭക്തനാണയാൾ. വീറും വിശ്വാസവും നഷ്ടമായ വർത്തമാനകാലത്തിൽ, മകൾക്കൊരു ജോലി കിട്ടുവാൻ കൈക്കൂലി നൽകുവാനുള്ള പണം തരപ്പെടുത്തുവാൻ അലയുകയാണിപ്പോൾ. നീതികെട്ട ഈ കാലത്തെ വെറുക്കുന്നുവെങ്കിലും അതിന്റെ ഒഴുക്കിനൊത്തു നീന്തേണ്ടിവരുന്ന സാധുവാണ് വാര്യർ. കാലം കെടുതികൾ വിതയ്ക്കുമ്പോഴും തന്റെ പഴയ വിശ്വാസങ്ങളെ തള്ളിപ്പറയാൻ അയാൾ സന്നദ്ധനല്ല. ച്യുതിയാർന്ന മൂല്യങ്ങളുടെ സമകാലപീഠഭൂമിയിൽ ഭൂത-വർത്തമാനകാലങ്ങൾ വാര്യരുടെ ചാഞ്ചാട്ട മേഖലയാകുന്നു. ആദർശവും പ്രായോഗികതയും, വിശ്വാസവും വിജയവും തമ്മിലുള്ള ആപേക്ഷികത അയാളെ സന്ദേഹിയാക്കുന്നു. വാര്യരുടെ ജീവിതത്തിലെ ഈ പ്രതിസന്ധിയിലാണ് ക്രിയാംശസൂത്രം നിബന്ധിച്ചിട്ടുള്ളത്. അതിജീവനം സുസാധ്യമാക്കുന്ന ദ്വിജന്മാരുടെ വലയം അതിന്റെ പൂരണത്തിനായി സൃഷ്ടിക്കപ്പെടുന്നു. മൂസ്സ് തിരുമേനിയും കുഞ്ചുപ്പണിക്കരുമെല്ലാം രണ്ടു ജന്മങ്ങളിലൂടെ ആവർത്തിക്കുന്നതെങ്ങനെയെന്ന് കാട്ടിത്തരുന്നു. അവർക്കുമാത്രം സന്ദേഹങ്ങളില്ല, അഥവാ മരണമില്ല.

ഇന്ത്യൻ സ്വാതന്ത്ര്യസമരം, ചാവേറുകളുടെ മാമാങ്കസമരം, തീവ്രവാദ രാഷ്ട്രീയത്തിന്റെ വിപ്ലവസമരം എന്നീ ചരിത്രാംശങ്ങളെ ആധാരമാക്കിയാണ് ആഭ്യന്തരക്രിയാംശം മുന്നേറുന്നത്. കേരളപ്പഴമയുടെ ആവേശോജ്വലമായ മാമാങ്കമെന്ന മൂതഫോക് ലോറിലേക്കും സമകാലിക (രചനാകാലത്തെ) നക്സൽ രാഷ്ട്രീയത്തിന്റെ ഉന്മൂലന സിദ്ധാന്തത്തിലേക്കും എത്തിനോക്കുന്നതിലൂടെ കേരളീയ ജീവിതാദർശത്തിന്റെ ഭൂത-വർത്തമാനങ്ങളുടെ സമാനാംശത്തെ വിടർത്തിക്കാട്ടുവാനാണ് നാടകകാരന്റെ യത്നം. അപ്പോൾ പോലും പ്രതിപാദ്യമായ മനോഭാവത്തെ കാലനിരപേക്ഷമാക്കുവാൻ - ചരിത്രപരമായ അടയാളങ്ങൾ മായ്ച്ചുകളയുവാൻ - നാടകകാരൻ

ശ്രദ്ധിക്കുന്നു. സമയം നീങ്ങുന്നില്ലെന്നുമാത്രമല്ല അമൂർത്തമായ ഒരാശയംപോലെ അവ്യക്തമായി നില്ക്കുന്നുവെന്നും "നമ്മള് പൊറപ്പെട്ടേടത്തന്ന്യാ ഇപ്പളും ന്നെന്നെ സാരം -" എന്നും അസീസ് കണ്ടെത്തുന്നു. പ്രത്യേകിച്ചും ബലിയോടുള്ള സമീപനത്തിൽ. ആവിഷ്കരിക്കപ്പെടുന്ന ജീവിതങ്ങൾ മൂന്നും ദേശാഭിമാനപ്രേരിതവും നിസ്വാർത്ഥപരവുമാണ്. ആദർശോന്മുഖമായ സന്നദ്ധതയാണ് അവരുടെ മൂലധനം. സന്ദേഹത്തിന്റെ ശബ്ദത്തിന് അവിടെ ഇടമില്ല. വീര്യത്തിൽ വെള്ളം ചേർക്കുന്ന സന്ദേഹി, ബുദ്ധിഭ്രമംബാധിച്ചവനും മരണയോഗ്യനുമത്രേ! ഈ ഘട്ടങ്ങളിലൊക്കെ ആവർത്തിക്കപ്പെടുന്ന സംഭവങ്ങളും അവയുടെ പരിണാമവും സമാനതയുള്ളതാകുന്നു. മഹത്തായ ജീവൻ ത്യാഗം ചെയ്യുന്നതിന്റെ അർത്ഥരാഹിത്യം അവിടെ നിറഞ്ഞുനില്ക്കുന്നു. ആഭ്യന്തരശില്പ നിർമ്മിതിയുടെ ഭാവമേഖല നമ്മുടെ ചരിത്ര-രാഷ്ട്രീയ പാരമ്പര്യത്തിൽനിന്നും സ്വരൂപിക്കയാൽ നാടകത്തിന്റെ ബാഹ്യ ശില്പനിർമ്മിതിക്കും ഭാരതീയവും കേരളീയവുമായ നാടോടി- ക്ലാസിക്കൽ നാടകസങ്കേതങ്ങൾ നിയാമകമായിത്തീരുക സ്വാഭാവികമാണ് താനും.

ബാഹ്യശില്പരൂപീകരണത്തിൽ രൂപകലക്ഷണങ്ങൾ പ്രകടമാണ്. സ്ഥാപനയിൽ തുടങ്ങി, നാലങ്കങ്ങളിൽ അവസാനിക്കുന്ന ഘടനയാണ് ഇതിന്. അന്ത്യാങ്കാവസാനം ഭരതവാക്യസമാനമായ മംഗളാശംസയോടുകൂടിയാണ് തിരശ്ശീല വീഴുന്നത്. വിഷ്കംഭവും രണ്ട് രംഗങ്ങളും ചേർന്നതാണ് മൂന്നാമങ്കം. ഈ നാടകത്തിന്റെ അസാധാരണത്വത്തെക്കുറിച്ചും രംഗസ്ഥലിയെക്കുറിച്ചും നാടകലക്ഷ്യത്തെക്കുറിച്ചുമുള്ള സൂത്രധാരപ്രകരണമാണ് സ്ഥാപന. തുടർന്നുവരുന്ന ഒന്നാമങ്കത്തിൽ എരോമവാര്യരെന്ന കഥാപാത്രമായി മാറിയ സൂത്രധാരനും ഇല്ലത്തെ മൂസ്സ്തിരുമേനിയും തമ്മിലുള്ള സംഭാഷണമാണ്. പാത്രങ്ങളുടെ സവിശേഷതകളും കഥാസന്ദർഭവുമൊക്കെ ഇവിടെ അനാവരണം ചെയ്യുന്നു. ശൃംഗാരപ്രിയനായ തിരുമേനി കുളക്കടവിലേയ്ക്കു പോകുമ്പോൾ, ആൽത്തറയിൽ, മുറുക്കാൻ ചെല്ലത്തിനടുത്ത്, നമ്പൂതിരി മടങ്ങിവരുന്നതും പ്രതീക്ഷിച്ച് ഒറ്റയ്ക്കിരിക്കുകയാണ് വാര്യർ. മായികമായൊരന്തരീക്ഷത്തിലാണ് രണ്ടാമങ്കം. തിരുനാവായിലെ ചാവേറ്റുപടയാളികളാണ് അരങ്ങിൽ. വർദ്ധിതവീര്യരായ അവരുടെ ഇടയിൽനിന്നും ഒരുവൻ! (രാഘവക്കുറുപ്പ്) അധീരനാകുന്നു - ശിക്ഷയായി വധിക്കപ്പെടുന്നു. വിഷ്കംഭമാണ് മൂന്നാമങ്കാരംഭം. അപ്രധാനപാത്രങ്ങളിലൂടെ കഥാഗതി അറിയിക്കാനുള്ള രൂപകങ്ങളിലെ ഉപാധിയാണിത്. മാമാങ്കം കാണാനെത്തുന്ന പരദേശികളാണിവിടെ പാത്രങ്ങൾ. അങ്കക്കലി കണ്ടതിലുള്ള സംതൃപ്തിയാണവർക്ക്. പക്ഷേ വാര്യർ അവരുടെ മനോഭാവത്തെ ഉപഹസിക്കുന്നു. സഖാവ്

കുഞ്ചുവായി രൂപാന്തരപ്പെടുന്ന (അരങ്ങിൽവച്ചാണ് അണിയലുകൾ) കുഞ്ചുപ്പണിക്കരും വാര്യരും തമ്മിലുള്ള സംവാദമാണ് ഒന്നാംരംഗത്തിൽ. രണ്ടാംരംഗം മൂസ്സതിരുമേനിയെ വധിക്കുവാനുള്ള ഗൂഢാലോചനയാണ്. കുഞ്ചുവും സംഘവുമാണ് അരങ്ങിൽ. ഇവിടെയും സന്ദേഹി - സഖാവ് രാഘവൻ - വധിക്കപ്പെടുന്നു. (പിതാവിനെതിരേ തോക്കുചൂണ്ടില്ലെന്ന ആദർശത്തിനുവേണ്ടിയുള്ള പ്രാണത്യാഗമാണ് അത്). നാലാമങ്കത്തിൽ അറുത്തെടുത്ത തിരുമേനിയുടെ തലയുമായി എത്തുകയാണ് സഖാവ് കുഞ്ചു. വാര്യർക്ക് ആവശ്യമായ പണം നല്കി, തല ആർത്തറയിൽവച്ച് കുഞ്ചു പോകുന്നു. രംഗം വിടാനൊരുങ്ങുന്ന വാര്യരെ തിരുമേനിയുടെ ശൃംഗാരപ്പദം തടയുന്നു. തിരുമേനി എത്തുമ്പോൾ, പെട്ടെന്നുണ്ടായ അന്ധാളിപ്പിൽ ഒഴിഞ്ഞുമാറാൻ ശ്രമിക്കുകയാണ് വാര്യർ. പണം വേണ്ടെന്നുപറയുന്ന വാര്യരോട് യാത്രപറഞ്ഞ് അരങ്ങൊഴിയുന്നു തിരുമേനി. അറുത്തുവച്ച തലയും പേഴ്സിൽ വച്ചരൂപയും, അപ്രത്യക്ഷമായെന്നറിയുമ്പോൾ വാര്യർ പരിക്ഷീണനാവുന്നു. ഒടുവിൽ സൂത്രധാരധർമ്മം ഏറ്റെടുത്ത് സദസ്യർക്കു മംഗളമോതി വാര്യർ, സ്റ്റേജിനുവെളിയിലെത്തുമ്പോൾ ചാവേർപ്പടയുടെ ബാഹ്യശില്പം പൂർണ്ണമാകുന്നു. സദസ്സിൽ നിന്നും അരങ്ങിലേക്കും അവിടെ നിന്നും സദസ്സിലേക്കുമുള്ള സൂത്രധാരയാത്രയുടെ സമമിതി (Symmetry) ഇവിടെ സൃഷ്ടിക്കപ്പെടുന്നു.

അതിഭാവുകത്വത്തിന്റേയും അമിതവൈകാരികതയുടേയും നിറച്ചാർത്തോടുകൂടി മാത്രം ആവിഷ്കരിക്കപ്പെട്ടിരുന്ന പ്രമേയവസ്തുവെ വേറിട്ടൊരു വീക്ഷണകോണിലൂടെ സമീപിക്കുന്നതിനാൽ അപരിചിതമായ ഒരു രൂപ-ഭാവ മണ്ഡലം അനിവാര്യമായി വരുന്നു. അവയ്ക്കാധാരം നാടകബീജം നിബന്ധിക്കുന്ന ബാഹ്യആഭ്യന്തരശില്പംതന്നെ. അവയുടെ പരസ്പാരാശ്രിതസന്നിവേശത്തിലാണ് നാടകവിജയം സംഭവിക്കുന്നത്. അവ്വിധമൊരു നിബന്ധനം സാധ്യമാക്കിയിരിക്കുകയാണ് ചാവേർപ്പട. പരീക്ഷണോന്മുഖമാണ് ഇതിന്റെ സമീപനം. പശ്ചാത്യവും പൗരസ്ത്യവുമായ വിവിധ സമീപനങ്ങളെയും സങ്കേതങ്ങളെയും അതിനായി സ്വാംശീകരിക്കുന്നുമുണ്ടിവിടെ. Louis Pirandello, Thronton Wilder എന്നിവരുടെ MetaTheatre സങ്കല്പവും Brechtന്റെ Epic Theatre സമീപനവും സി.ജെ.യുടെ വിഖ്യാതമായ '1128 ൽ ക്രൈം 27' ന്റെ പരീക്ഷണസ്വഭാവവും അസീസിനെ പ്രചോദിപ്പിച്ചുണ്ടാവാം. ഒരു ദർശനത്തെ പ്രമേയബീജമാക്കുമ്പോൾ അതിനാവശ്യമായ വൈചാരിക പ്രേക്ഷകനെയും സംജാതമാക്കണം. ബ്രഹ്തിയൻ വിവക്ഷയിലെ അന്യവത്കൃതനായ പ്രേക്ഷകൻ കൂടിയേതീരൂ. അരങ്ങിലെ മതിഭ്രമം (Illusion) ബോധപൂർവ്വം തകർത്തേ മതിയാവൂ. 'രംഗത്ത് യാഥാതഥ്യത്തിന്റെ പ്രതീതി സൃഷ്ടിക്കുവാൻ ഞങ്ങൾ

ഉദ്ദേശിക്കുന്നില്ല' എന്ന് സൂത്രധാരൻ പറയുന്നത് ഇതിനാലാണ്. നാടകമാണ് കാണുന്നതെന്ന് നിരന്തരം ഓർമ്മിപ്പിക്കുവാനും നാടകത്തിന്റെ സാങ്കേതിക വശങ്ങളെയും അണിയറ പ്രവർത്തനങ്ങളെയും തുറന്നുകാട്ടുവാനും അരങ്ങിലെ സംഭവങ്ങളിൽ നേരിട്ട് ഇടപെടുവാനും വഴിതിരിച്ചുവിടുവാനുമുള്ള സ്വാതന്ത്ര്യം ഇതിന്റെ ബാഹ്യശില്പം നല്കുന്നു. അഭിനയവിധി പരമാവധി ശൈലീകൃതമാക്കിയതും താദാത്മ്യപ്പെടാത്ത പ്രേക്ഷകനെ മുന്നിൽ കണ്ടുകൊണ്ടാണ്. നമ്മുടെ നാടോടി നാടകങ്ങളിലെ രംഗഭാഷയുടെ സമൃദ്ധമായ പ്രയോഗവും റിയലിസത്തിൽനിന്നും ഭിന്നമായ അന്തരീക്ഷ സൃഷ്ടിക്കു സഹായകമാണ്. അവിടെ ആ ക്രിയകളിൽനിന്നും വ്യത്യസ്തമായ പട്ടുതിയിലാണ് - വേറിട്ടു നില്ക്കുകയാണ് - K.E. വാര്യർ എന്നതും ചിന്താപരമായ അനുധാവനത്തിന് പ്രേക്ഷകനെ സഹായിക്കുന്നു. ബാഹ്യശില്പത്തിലെ ശൈഥില്യമാണ് ആന്തരികശില്പത്തിലെ പ്രമേയം സാധ്യമാക്കിയത്. ചിരപരിചിതമായ യഥാതഥസങ്കേതം ധർമ്മോപദേശപരമായ ഒരു നാടകാസ്വാദനം മാത്രമേ സാധ്യമാക്കുകയുള്ളൂ. അതിൽ നിന്നും മുന്നേറുവാൻ അസീസിന് കഴിയുന്നത് ഇവ്വിധമൊരു രൂപശില്പ നിർമ്മിതി മൂലമാണ്.

ഭാഷ നവീകരിക്കുക - അപരിചിതമാക്കുക എന്നത് കലയുടെ അടിസ്ഥാനസ്വഭാവമാണ്. സർഗാത്മകതയുടെ അടയാളമാണ്. ഇവിടെ പരീക്ഷണോന്മുഖനായ നാടകകാരൻ നാടകത്തിന്റെ ഭാഷ നവീകരിക്കുകയാണ്. അതിലൂടെ പുതിയൊരു അർത്ഥബോധനം സാധ്യമാക്കുകയാണ്. അതിനുള്ള വാക്കും വാക്യങ്ങളും കണ്ടെത്തുവാനായി പാരമ്പര്യ ഈട്ടുവയ്പുകളിലേയ്ക്ക് ഇറങ്ങിപ്പരതുകയാണ്. മലനാടിന്റെ സമൃദ്ധമായ ദൃശ്യബിംബങ്ങളിൽ നിന്നും ഉചിതമായവ സ്വാംശീകരിക്കുകയാണ്. കളരിയും തുള്ളലും ചവിട്ടുനാടകവും ബാലെയും നിഴൽ നാടകവും മുഖാവരണവും മാത്രമല്ല സമകാലിക രാഷ്ട്രീയ അനുഷ്ഠാനമായ ജാഥയിലെ സമരഗാനംപോലും ഈ സമരനാടകത്തിന്റെ ഭാഷ കരുപ്പിടിപ്പിക്കുന്നതിനായി അയാൾ പ്രയോഗിക്കുന്നു. സംസ്കൃതിയുടെ അടിവേരുകളിൽ നിന്നും ഉരുവം കൊള്ളുന്ന - നാടോടി അരങ്ങിന്റെ സ്പന്ദമറിയുന്ന ഒരു രംഗഭാഷ സൂത്രധാരനെന്ന നമ്മുടെ പൂർവാഖ്യാതാവിനെ മുൻനിർത്തി അരങ്ങിൽ പ്രയോഗിക്കുകയാണ്. അതീതയാഥാർത്ഥ്യത്തിന്റെ രംഗഭാഷാസ്വരൂപണത്തിലൂടെ തനിക്കുപറയുവാനുള്ള വിരുദ്ധദർശനത്തെ നാടകീയമായി ആവിഷ്കരിക്കുകയാണ്. ഇതിന് ഇതിൽപ്പരം ഉപയുക്തമായ മറ്റൊരു ഭാഷ ഇല്ലെന്നു തന്നെ തോന്നിപ്പോകുന്നു. ഹൃദയശൂന്യമായ കഠോരവൃത്തികൾ പോലും സമരനൃത്തങ്ങളിലൂടെയാണ് വ്യഞ്ജിപ്പിച്ചിരിക്കുന്നത്; വിപുലീകരിച്ച ശൈലീകരണങ്ങൾ ഒരുപക്ഷേ

അപഹാസദ്യോതകമാകാനൊരുമ്പെടുന്നതും നമുക്കു കാണാനാവും നാടകത്തിലെ ഭാഷ (സംഭാഷണം) യെക്കാൾ മുൻതൂക്കം നാടകത്തിന്റെ ഭാഷ (അവതരണം)യ്ക്ക് അസീസ് കല്പിക്കുവെന്നതും പ്രസ്താവ്യമാണ്. മെയ്യഭ്യാസത്തിന്റേയും നിറം പിടിപ്പിച്ച ആംഗികാഭിനയങ്ങളുടേയും കാര്യത്തിൽ മാത്രമല്ല ചമയത്തിലും വെളിച്ച നിർദ്ദേശത്തിലുമെല്ലാം നാടകകാരൻ അതീവശ്രദ്ധാലുവാണ്. ബ്ലാക്ക് ഔട്ടുസീനുകളും പാച്ച് ലൈറ്റിംഗ് സമ്പ്രദായവും റാന്തൽ വിളക്കിന്റെ പ്രയോഗവും നിഴലാട്ടവുമെല്ലാം അരങ്ങിലെ ദൃശ്യഭാഷാസ്വരൂപണത്തിനായി അസീസ് കണ്ടെടുക്കുന്ന വസ്തുതകളാണ്. കഥകളി, ഓട്ടംതുള്ളൽ, സമരഗാനം എന്നിവയുടെ സംഗീതം ഉചിതഘട്ടങ്ങളിൽ സന്നിവേശിപ്പിക്കുന്നതിനോടൊപ്പം സൗണ്ട് ഇഫക്ടുകളും അരങ്ങിലെ ക്രിയകളെ പൊലിപ്പിക്കുവാനായി പ്രയോഗിക്കുന്നു. വെളിച്ചപ്രയോഗത്തിലും എപ്പിസോഡിക് ഘടനാസങ്കല്പത്തിലും സിനിമയുടെ സാങ്കേതികത അസീസിനെ സ്വാധീനിച്ചതായും കാണുവാൻ കഴിയും. എന്തുതന്നെ ആയാലും നവീനമായൊരു രംഗഭാഷ ഇവിടെ പ്രയോഗക്ഷമമാകുന്നുവെന്നതും അതിന് ആധാരമായുള്ളത് നമ്മുടെ നാടോടിനാടകങ്ങളുടെ ദൃശ്യഭാഷയാണെന്നതും ഓർക്കേണ്ടതുണ്ട്. തികഞ്ഞ തനതുകാർക്കോ പാശ്ചാത്യനാടകവേദിയിൽ ഉണ്ടായിക്കൊണ്ടിരിക്കുന്ന അദ്ഭുതകരങ്ങളായ മാറ്റങ്ങളുടെ മാറ്റൊലി മലയാളമണ്ണിൽ ഉയർത്താൻ വെമ്പിനിന്നവർക്കോ തീർത്തും നിഷേധിക്കാൻ തോന്നാത്ത ഒരു പ്രത്യേക ഭാവ- രൂപ ശില്പവുമായിട്ടാണ് ചാവേർപ്പട അരങ്ങിലെത്തിയതെന്ന് പി.കെ വേണുക്കുട്ടൻനായർ വിലയിരുത്താനുള്ള കാരണമിതാണ്. പാരമ്പര്യാർജ്ജിതവും അനന്യവുമായ ഒരു രംഗഭാഷാ സ്വരൂപണമാണ് നാടകകളരിയുമായി നേരിട്ടു ബന്ധമില്ലെങ്കിൽക്കൂടി അസീസ് പ്രയോഗിക്കുന്നത്. ജി. ശങ്കരപ്പിള്ളയും പി.കെ. വേണുക്കുട്ടൻ നായരുമൊക്കെ വിശദമാക്കാതെപോയ അംശവും ഇതത്രേ!

കൊളാഷിന്റെ സമ്പ്രദായം സ്വീകരിക്കുക, കഥാപാത്രങ്ങളുടെ ആന്തരികവൃത്തി മനഃശാസ്ത്രപരമായി അപഗ്രഥിക്കാതിരിക്കുക, കഴിവതും അവർക്ക് പ്രാതിനിധ്യസ്വഭാവം ആരോപിക്കുക, പ്രമേയബന്ധിയായ സംഭവങ്ങൾ പലവുരു ആവർത്തിക്കുക, ഇവയ്ക്കൊക്കെ ഉപരിക്കാഴ്ച നടത്താൻ ത്രാണിയുള്ള ആഖ്യാതാവിനെ- ക്രിയാംശബന്ധിനല്ലാത്ത കഥാപാത്രത്തെ കല്പിച്ചൊരുക്കുക- മുതലായ മെറ്റാതിയേറ്റർ സങ്കേതമാണ് ചാവേർപ്പടയുടെ സാമാന്യരീതിയെന്ന് മനസ്സിലാക്കാം. ഇതിനോടൊപ്പം തീക്ഷ്ണമായ പരിഹാസവും സംരക്ഷിക്കപ്പെടുന്നുണ്ട്. കഥാസന്ദർഭങ്ങൾ കൊണ്ടോ പാത്രങ്ങളുടെ അബദ്ധങ്ങൾ കൊണ്ടോ വന്നുചേരുന്ന ഫലിതത്തേക്കാൾ

രംഗക്രിയകളുടെ സങ്കേതബന്ധിയായ ഫലിതത്തിനാണ് അസീസ് മുൻതൂക്കം നല്കുന്നത്. അതിനായി ഭാഷണത്തിന്റെ പലമട്ടിലുള്ള ടോണുകളും (വാര്യരുടേയും കുഞ്ചുപ്പണിക്കരുടേയും സംഭാഷണങ്ങൾക്കുള്ള വൈചിത്ര്യം) ഇംഗ്ലീഷ് പദങ്ങളുടെ പ്രയോഗവും മറ്റും (ഈ പോസിൽ നിങ്ങൾ നിന്നാൽ...) ഉപയോഗിക്കുന്നുണ്ട്. ഫ്യൂഡൽബന്ധങ്ങളും സംബുദ്ധികളും പ്രകടിപ്പിക്കുന്ന സംഭാഷണങ്ങളും (നമ്പൂതിരി/വാര്യർ) അതിഭാവുകത്വം തുളുമ്പുന്ന ഢംകാരകലുഷിതമായ ചാവേറുകളുടെ ഭാഷയും ആജ്ഞാശക്തിയുള്ള - മാനകഭാഷയോടടുത്തു നില്ക്കുന്ന വിപ്ലകാരികളുടെ ഭാഷണവും സൂക്ഷ്മതയോടു കൂടി വ്യത്യസ്തമാക്കുന്നതിലൂടെ ഈ ഫലിതബോധം വളർത്തിയെടുക്കുകയാണ് അസീസ്. തിരോപ്രേത്തുകാരനെന്ന് നമ്പൂതിരിയോടും തിരുവേഗപ്രെന്ന് കുഞ്ചുവിനോടും വാര്യർ പറയുവാനുള്ള കാരണം ഇതത്രേ!

സാർവ്വലൗകികമായൊരു മാനവിക ദർശനത്തെ അരങ്ങിലെത്തിക്കുവാൻ ഉചിതമായ നാട്യാംശങ്ങളെ നാടോടി/ഫോക് പൈതൃകത്തിൽ നിന്നും സ്വാംശീകരിക്കുകയും നവീനമായൊരു രംഗഭാഷ സൃഷ്ടിക്കുകയും ചെയ്തു എന്നതാണ് ചാവേർപ്പടയുടെ വിജയം. അരങ്ങിലെ സൃഷ്ടിയാണ് നാടകമെന്ന പരീക്ഷണ നാടകകാരന്മാരുടെ നിലപാടാണ് അസീസിന് പ്രമാണം. അതാവട്ടെ എല്ലാത്തരം പ്രേക്ഷകരെയും അനുധാവനം ചെയ്യിക്കുവാൻ ലക്ഷ്യം വയ്ക്കുന്ന അരങ്ങിന്റെ അർത്ഥം ആരായലായും അനുഭവപ്പെടും.

●

ചിന്നംവിളിച്ച തേവരും തിടമ്പേറിഞ്ഞ ആനയും

പാശ്ചാത്യർക്ക് നായുംപൂച്ചയും പെറ്റാ(pet)യിരുന്നപ്പോൾ നമുക്ക് ആനയായിരുന്ന വളർത്തുമൃഗം. കാനനങ്ങളിലലരൻ ആനകളിച്ചെന്നതുമാത്രമല്ല അപ്പോഴരുവംകൊണ്ട ഗണപതി, വിഘ്നേശ്വരനായിത്തീർന്നെന്ന മിത്തും നമുക്കുണ്ട്. മിത്തിൽ നിന്നും ചരിത്രത്തിലെത്തിയപ്പോഴേയ്ക്കും ആന ആഘോഷത്തിന്റെയും ആഢ്യത്വത്തിന്റെയും അടയാളമായി. അക്ഷരംപഠിക്കുമ്പോൾ 'അമ്മ' കഴിഞ്ഞാലുള്ളസ്ഥാനം ആനയുടേതാണ്. കേരളീയമനസ്സിന്റെ ആദി പ്രരൂപങ്ങളിൽ 'ആ'നയ്ക്കിടമുണ്ട്. കേവലമൊരുമൃഗമെന്ന നിലയിലല്ല അതിനുമപ്പുറമുള്ള സാംസ്കാരികസ്വത്വത്തിന്റെ ഭാഗമായിത്തന്നെ യാണത് വർത്തിക്കുന്നത്. കളിക്കാൻ നായ്ക്കോലവും മാൻകോലവും പക്ഷിക്കോലവും യക്ഷിക്കോലവും അന്നക്കോലവുമെല്ലാം നമുക്കുണ്ട്. അനുഷ്ഠാനങ്ങളിൽ കുതിരയും കാളയുമെല്ലാം വരവുവരും. എന്നാലവിടെയല്ല ഗജവീരപ്രധാനം. പൂരത്തിന്പുലിവേഷം നമ്മൾ കെട്ടുമെങ്കിലും ആനവേഷംകെട്ടാറില്ലല്ലോ?കോലമല്ല, സാക്ഷാൽ കരിവീരൻ തന്നെയാണ് തിടമ്പേറ്റുക. ഭഗവതിയെ തോളേറ്റാൻ തലയെടുപ്പുള്ളത് ആനയ്ക്കല്ലാതെ മറ്റാർക്ക്! നടയിരുത്തി ദേവനെ സേവിക്കാൻ ആനയോളം കരയിൽ തലപ്പൊക്കമാർക്ക്! കളിയിലെ പൊയ് മുഖങ്ങളിൽ നിന്നുമാറി, സചേതനമായി, ചടങ്ങിന്റെ കേന്ദ്രത്തിലേയ്ക്ക് കടന്നുനില്ക്കാനുള്ള അവകാശം നമ്മൾ ആനക്കുമാത്രം നല്കി. കൂടിയാട്ടംപോലുള്ള ക്ലാസ്സിക്കൽ കലാരൂപങ്ങളിൽ നടന്റെ മനോധർമ്മത്തിനായി, ഇളകിയാട്ടങ്ങൾക്കായി ആന അരങ്ങിലെത്തി. നടനൊരുവെല്ലുവിളിയാണ് 'അജഗളകബരിത'മെന്നതിൽ

സംശയമില്ല. നാടോടിവേദിയല്ല ആഢ്യവേദിയിലാണ് അരങ്ങേറ്റമെന്നത് ശ്രദ്ധിക്കണം. അവിടെനിന്നാണ് ഒറ്റയാനെ കാവാലം നാരായണപ്പണിക്കർ കണ്ടെത്തുന്നത്. 'സഹ്യന്റെ മകന്റെ' മനസ്സിലൂറുന്ന നോവുകളും ചിത്തഭ്രമങ്ങളും, ആദിമവും വന്യവുമായ വിളികളും ആധുനികകാലത്ത് നമ്മുടെ സാഹിത്യത്തിൽ പ്രതിഷ്ഠാപിതമായി. സവിശേഷസ്ഥാനം നല്കി, തെല്ലൊരു ആരാധനയോടും അനുഭാവത്തോടുംകൂടിയാണ് നാമവനെ നെഞ്ചേറ്റിയത്.

തിരുവിതാംകൂർ രാജചിഹ്നത്തിൽ നിന്നും കെ.എസ്.ആർ.ടി.സി.യുടെ എംബ്ലത്തിലേയ്ക്ക് രണ്ടാനകൾ കടന്നുവന്നപ്പോഴേയ്ക്കും ആനവണ്ടിയെന്ന ദൈനംദിനസാമീപ്യമായും ആന കേരളീയജീവിതത്തിൽ കൂടുതലുറച്ചു. വർത്തമാനകാലത്തെ പ്രബലയാഥാർത്ഥ്യമായ അഴിമതി സൂചിപ്പിക്കാൻ വെള്ളാനയെന്ന് പ്രയോഗിക്കുന്നത് മതി ഇന്നും ഭാഷയിലും ജീവിതത്തിലും ആനയ്ക്കുള്ള സ്ഥാനമറിയാൻ. ആ ആനയെയാണ്, കഴുതയെയല്ല പൊതുജനമായി ഓംചേരി കല്പിക്കുന്നത്. സാമാന്യ രാഷ്ട്രീയവ്യവഹാരത്തിൽ നിന്ദാഭരിതമായി കഴുതയായി ചിത്രീകരിക്കുന്ന പൊതുജനത്തിനെ ആനയായി വിഭാവനചെയ്യുന്നതിലൂടെ മെലിഞ്ഞെങ്കിലും തൊഴുത്തിൽ കെട്ടാനാവാത്ത, ആദരവും സഹാനുഭൂതിയുമാവശ്യപ്പെടുന്ന, കേരളീയ/ഭാരതീയജനതയുടെ ദുർഗതിയെ സർഗാത്മകമായി അരങ്ങിലെത്തിക്കുവാൻ അദ്ദേഹത്തിനായി. സ്കൂൾവിഴുങ്ങി, സംഘംവിഴുങ്ങി, അമ്പലം വിഴുങ്ങി, ആനവിഴുങ്ങി മുതലായപ്രയോഗങ്ങളിൽ വിഴുങ്ങപ്പെടുന്നവയെയാണ് സൂചിപ്പിക്കുന്നതെങ്കിൽ ഇവിടെ ആനവിഴുങ്ങികളായ കപടരാഷ്ട്രീയക്കാരെ ആനതന്നെ വിഴുങ്ങേണ്ടിവരുകയും ആനയുടെ ദുരിതകാരണം ബോധിപ്പിക്കുകയും ചെയ്യുന്നെന്ന ഭാഷാകേളികൂടി കാണാമെന്ന പ്രത്യേകതയുമുണ്ട്. യോനെസ്കോയുടെ 'കാണ്ടാമൃഗ'മല്ല, അതിലെ അസംബന്ധസമീപനമല്ല, മറിച്ച് കേരളത്തിന്റെ സാമൂഹ്യാബോധത്തിൽനിന്നും കണ്ടെടുത്ത ആനയെന്നപ്രരൂപത്തെ നാടോടിനാടകത്തിന്റെ അയഞ്ഞഘടനയിൽ വിളക്കി, പുത്തനൊരു നാടകശില്പം വാർത്തെടുക്കുകയായിരുന്നു ഇവിടെ എന്നുപറയേണ്ടതുണ്ട്. കാക്കാരിശ്ശിയിലും പൊറാട്ടിലുമുള്ള ചിരിയും അയവും സംരക്ഷിച്ച് അവയോടൊത്ത് കുറിക്കുകൊള്ളുമട്ടിൽ കൂട്ടിച്ചേർത്ത നിർവഹണവുമാണിതിൽ. നമ്മുടെ മണ്ണിലാണ് 'കേശവനാന' നടക്കുന്നത്. ചിന്നംവിളിച്ചുണരുന്നത് എന്നൊരതിപരിചയംകൂടി കൂട്ടിനുമുണ്ട്.

ഡൽഹിയിലെത്തപ്പെട്ട ആദ്യനാളുകളിൽത്തന്നെ, എ.കെ.ജി. യുടെ നിർദ്ദേശപ്രകാരം ആലപ്പുഴയിലെ കയർത്തൊഴിലാളി സമരത്തിനുള്ള ധനശേഖരണാർത്ഥം ഒരുനാടകമെഴുതിക്കൊണ്ടാണ് നാടകരചനയിലേയ്ക്ക് താൻകടന്നുവന്നതെന്ന് ഓംചേരി

സാക്ഷ്യപ്പെടുത്തുന്നുണ്ട്. അങ്ങനെയെഴുതിയ 'വെളിച്ചം വിളക്ക ന്വേഷിക്കുന്നു'വെന്ന നാടകം കെ.സി. ജോർജ്ജ്, ഇമ്പിച്ചിബാവ, പി.ടി. പുന്നൂസ് തുടങ്ങിയ എം.പി. മാരും വി.പി. നായരും റോസ് കോട്ടു കൃഷ്ണപിള്ളയുമടങ്ങുന്ന നടന്മാരുംചേർന്ന് ഡൽഹിയിൽ അവതരിപ്പിച്ചതിനെക്കുറിച്ചും അതിന് നല്ല സ്വീകരണം ലഭിച്ച തിനെക്കുറിച്ചും നാടകകൃത്ത് ഓർക്കുന്നുണ്ട്. 'പാട്ടബാക്കി'യുടെ സമാനമായൊരു സന്ദർഭമാണ് ഇവിടെയും രചനയ്ക്കുപ്രേരണയായി വർത്തിക്കുന്നതെങ്കിലും പ്രത്യക്ഷത്തിൽ മുതലാളി/ തൊഴിലാളി പ്രമേയത്തിലൂന്നുന്നതിനേക്കാൾ കഷ്ടമനുഭവിക്കുന്ന തൊഴിലാ ളികളുടേയും അവരെ ദുരിതത്തിലാക്കുന്ന കപടഭക്തനായ മുത ലാളിയുടേയും കഥയാണ് പറയുന്നത്. അത് തന്നെ നല്ലവനായ ഒരു പുരോഹിതനെ നായകസ്ഥാനത്തുനിറുത്തി, അദ്ദേഹത്തിൽ വന്നുചേരുന്ന പുതിയ തിരിച്ചറിവെന്ന നിലയിലാണ് ആഖ്യാനം. സ്വാർത്ഥനായ മുതലാളിയുടെ കപടഭക്തിയേയും അതിന്റെ മറവിൽ, കപ്പേളകെട്ടുവാനായി കുടിയിറക്കപ്പെടുന്ന പപ്പപിള്ളയേയും അവത രിപ്പിക്കുന്നു. കഷ്ടതയനുഭവിക്കുന്ന തൊഴിലാളിയുടെ ഭാഗംചേർന്ന്, അയാളുടെ അംഗഭംഗത്തിനും ദാരിദ്ര്യത്തിനുംകാരണക്കാരനും കരുണയില്ലാത്തവനുമായ മുതലാളി കപ്പേള കെട്ടേണ്ടയെന്ന് അച്ചൻ നിലപാടെടുക്കുകയും സമരസന്നദ്ധനാവുകയുംചെയ്യുന്നു. മൂലധന ത്തെയും തൊഴിലില്ലായ്മയെയും ചൂഷണവ്യവസ്ഥയെയും അവയ്ക്കു പരിഹാരമായ സഹകരണപ്രസ്ഥാനത്തെയും പ്രതിപാദിക്കുന്ന ഒരു പ്രതിബദ്ധനാടകസാഹിത്യമാണ് അദ്ദേഹം പിന്നീടെഴുതിയ 'ഇത് നമ്മുടെ നാടാണ്'' എന്ന നാടകം. അന്നത്തെനിലയ്ക്ക്, സ്വീകരിക്കപ്പെ ട്ട യഥാതഥസ്വഭാവമുള്ള സംഭാഷണപ്രധാനമായൊരു നാടകമാണ് ഇതും. ഈ ആദ്യകാലനാടകങ്ങളുടെ പരിചരണങ്ങളിൽ നിന്നും ക്രമേണ വികസിതമാകുന്നൊരു നാടകസങ്കല്പം പിന്നീടുള്ള നാടക ങ്ങളിൽ അദ്ദേഹം കാഴ്ചവയ്ക്കുന്നു. റേഡിയോ നിലയത്തിലെ ഔദ്യോ ാഗികജീവിതത്താലും റേഡിയോ നാടകങ്ങൾ കൂടുതൽ എഴുതേണ്ടി വന്നതിനാലും സംഭാഷണാഭിമുഖ്യം അദ്ദേഹത്തിന്റെ കൃതികളിൽ കൂടുതലുണ്ട്. എങ്കിലും തുടർന്നുള്ള രചനകളിൽ, സമകാലികഭാര തീയ/കേരളീയ നാടകമണ്ഡലത്തിലെ ചലനങ്ങളുടുത്തറിയാവുന്ന ഓംചേരി അവയെ സ്വാംശീകരിച്ചിരിക്കുന്നുവെന്ന് കാണുവാനാകും. ഡൽഹി എക്സ്പെരിമെന്റൽ തിയേറ്ററിനുവേണ്ടി പി. ആർ. എസ്. പിള്ള സംവിധാനംചെയ്ത 'പ്രളയ'വും തൃശ്ശൂർ റൂട്ടിനുവേണ്ടി ജോസ്ചി റമ്മേൽ സംവിധാനംചെയ്ത 'തേവരുടെ ആന'യും രസികയ്ക്കുവേണ്ടി കലാധരൻ ചിട്ടപ്പെടുത്തിയ 'ഉലകുടപെരുമാളും' കെ. എസ് ശ്രീനാഥ് സംവിധാനംചെയ്ത 'നല്ലവനായഗോദ്സെ'യുമെല്ലാം തികച്ചും

വ്യത്യസ്തവും നൂതനവുമായ അവതരണഭാഷതേടുന്ന പരീക്ഷണ നാടകങ്ങളായിരുന്നു. ടെലിവിഷൻ സ്ക്രീനിലെ ദൃശ്യങ്ങളും ടെലഫോണിലൂടെയുള്ളസംഭാഷണങ്ങളും നാടകീയതയോടുകൂടി അരങ്ങിലെ ക്രിയാംശത്തോട് വിളക്കിച്ചേർത്തുള്ള 'പ്രളയ'ത്തിലെ രംഗാവിഷ്കാരം പുതുമയെന്നനിലയിൽമാത്രമല്ല അരങ്ങിന്റെ വിപുലനമെന്നലക്ഷ്യം കൂടി മുന്നിൽകണ്ടുള്ള പരീക്ഷണമായിരുന്നു. കാലദേശങ്ങളുടെ രേഖീയതയെ ഉല്ലംഘിക്കുന്നതിലൂടെ, നോഹയുടെ കഥപറയുന്ന ആഖ്യാനത്തിലെ യഥാതഥ്യവും ഫാന്റസിയും അനായാസം ഇഴുക്കിച്ചേർക്കാൻ അദ്ദേഹത്തിനായി. തനത് അവതരണങ്ങളുടെ ചുവടുപിടിച്ചുള്ള രംഗാവിഷ്കാരമായിരുന്നു കാവാലശിഷ്യനായ കലാധരൻ 'ഉലകുടപെരുമാളി'ന്ന നല്കിയത്. സോപാനം ആഡിറ്റോറിയത്തിൽ ചുവടുവച്ചെത്തുന്ന വിഡ്ഢിയായ പെരുമാളും അയാളുടെ പതനവുമെല്ലാം ആമട്ടിലാണ് പ്രേക്ഷകരെ സ്വാധിനിച്ചത്. എന്നാൽ മലയാളത്തിലെ നാടകപ്രവർത്തകരെ സംബന്ധിച്ചിടത്തോളം ആവേശത്തോടെ ഏറ്റെടുത്ത ഓംചേരിനാടകം 'തേവരുടെ ആന'യായിരുന്നു. പ്രത്യേകിച്ചും ജോസ്ചിറമ്മേലിന്റെ രംഗഭാഷ്യം. നാടോടിനാടക സംസ്കൃതി തേടിയലഞ്ഞ കാവാലത്തിന്റെയും ശങ്കരപ്പിള്ളയുടേയും തുടർച്ചയും വികാസവുമായിരുന്നു ജോസിന്റെ സർഗസംരംഭങ്ങൾ. വിപുലമായ പ്രൊഡക്ഷനുകളായിരുന്നു, കഴിയുന്നത്ര സ്പെക്ടക്കിളാക്കി നാടകാവതരണം നടത്തുകയെന്നതായിരുന്നു ജോസിന്റെ രീതി. 'കുരിശിന്റെ വഴി'പോലുള്ള അദ്ദേഹത്തിന്റെ തെരുവുനാടകസംരംഭം വിജയിച്ചിരുന്നുവെങ്കിൽ മലയാളനാടകത്തിന് മറ്റൊരുമുഖംകൂടി ഉണ്ടാകുമായിരുന്നു. 'മത്തവിലാസത്തി'ലുണർന്നുകണ്ടസർഗാത്മകതയുടെ ലഹരിയിൽനിന്നും വഴിപിരിഞ്ഞുപോയ അദ്ദേഹത്തിന്റെ ജീവിതത്തിന്റെ രണ്ടാംപകുതി തരിശായിപ്പോയതും നമ്മൾ കണ്ടതാണ്. എന്തായാലും 'തേവരുടെ ആന'യെന്ന കൃതിയെ വിപുലമായൊരു കാഴ്ചപ്പൊലിമയാക്കി, അരങ്ങനുഭവമാക്കുവാൻ ആ സംവിധായകന് കഴിഞ്ഞു. മറവിയിലേയ്ക്കുപോയ നമ്മുടെ നാടകചരിത്രത്തിലെ ആരോഗ്യകരമായൊരു ഇഴ രേഖപ്പെടുത്തുകയാണിവിടെ.

ഒരമ്പലമുറ്റത്തെ ആലില്ലാത്ത ആൽത്തറയിലൊത്തുകൂടി കഥാപ്രസംഗപരിശീലനം നടത്തുകയാണ് ഭാസ്കരനും സംഘവും. 'കൊച്ചാമ്പിള്ളികേശവൻ' എന്ന ആനയുടെ കഥയാണ് അവർ പറയുന്നത്. റിഹേഴ്സൽ തുടങ്ങുമ്പോൾ തന്നെ കഥാപാത്രങ്ങൾ പ്രവേശിക്കുകയും വിഘ്നങ്ങളുണ്ടാക്കുകയും ചെയ്യുന്നു. ലൂയിപിരാന്തലോയുടെ ആറുകഥാപാത്രങ്ങളല്ല ഇവിടെ. കഥയുള്ള, എഴുതിപ്പഠിച്ച് പറയാൻ തുടങ്ങുന്ന കഥയിലെ പാത്രങ്ങൾതന്നെയാണ് പലപ്പോഴായി ഇടപെട്ട് ആടിക്കാണിക്കുന്നത്. അതാവട്ടെ മിക്കപ്പോഴും കഥാഗതിയ്ക്ക് വിഘ്നം

വരുത്തിക്കൊണ്ടുള്ള ഇടപെടലാണെന്നുമാത്രം. കൊച്ചാമ്പള്ളി കേശവൻ വാരിക്കുഴിവച്ച് പിടിക്കപ്പെട്ട ആനയാണ്. നാട്ടിലെ കൊലക്കേസ് പ്രതിയായ ധനാഢ്യന്റെ ഉപകാരസ്മരണയ്ക്കായി അവനെ കൊച്ചാമ്പള്ളിത്തേവരുടെ നടയ്ക്കിരുത്തുകയാണ്. ചതിച്ച് പിടിച്ച് അടിമയാക്കിയവർ അവനിട്ടപേരാണ് കേശവൻ. തേവരുടെ ബിംബം മാത്രമല്ല, മുതുകത്തുകയറുന്ന ആലവട്ട-വെഞ്ചാമരക്കാരെ മുഴവനേന്തിയാലും അല്പം തെങ്ങോലയോ പനമ്പട്ടയോ മാത്രമാണ് മിച്ചം. കാഴ്ചക്കാർക്കിമ്പം നല്കുന്ന നെറ്റിപ്പട്ടവും അണിയലങ്ങളും അവന് ഭാരംമാത്രമാകുന്നു. അടിമത്തിന്റെ ആഘോഷമായി അവൻ തേവരെ ഏറ്റിനടക്കേണ്ടിവരുന്നു. പാപ്പാന്റേതുൾപ്പെടെ ഏവരുടേയും ശിക്ഷ അകാരണമായി ഏറ്റുവാങ്ങേണ്ടിവരുന്നു. അതിനാലവൻ ഒരുനാൾ ബിംബം വലിച്ചെറിയുന്നു. നമ്പൂരാരെയും കുടഞ്ഞെറിയുന്നു. ബിംബം തകർപ്പനെന്ന് പേരുകേട്ട കേശവനെ എഴുന്നള്ളത്തിനു വിളിക്കാതായി. പാപ്പാൻ ശങ്കുനായർക്കും ആനോപജീവികൾക്കു മെല്ലാം പണിയില്ലാതായി. വരുമാനത്തിനുള്ള അടുത്തവഴിതേടി ശങ്കുനായർ അവനെ തടിപിടിപ്പിക്കാൻനോക്കിയെങ്കിലും അതും ഫലിച്ചില്ല. അതാണാദ്യം അരങ്ങിലാടുന്നത്. എല്ലാവരും ചേർന്ന് അവനെ പട്ടിണിക്കിട്ടു. ആനയുടെ അഹമ്മതി മെരുക്കിയെടുക്കാൻ ശങ്കുനായർ പണിപ്പെട്ടു. ആന നാൾക്കുനാൾ മെലിഞ്ഞു. പക്ഷേ, അനു സരിക്കാൻ സന്നദ്ധനായില്ല. ശങ്കുനായർക്കുമരിശംകൂടിയതേയുള്ളൂ.

ഭരിക്കുന്നവരെക്കുറിച്ചെഴുതാൻ ഭയമുള്ളതിനാൽ, ആനയുടെ രോഗവിവരം സ്വ.ലേ. പരസ്യപ്പെടുത്തി. അതറിഞ്ഞ് ആദ്യമെത്തു ന്നത് പൊതുകാര്യവ്യഗ്രനായ നേതാവാണ്. സന്തതസഹചാരിയായ മെഗാഫോണുമുണ്ട്. ചായക്കടയിലേയും നാട്ടുമൂലയിലേയും പൊതുജ നങ്ങളെയുദ്ദേശിച്ച്, ഫ്യൂഡൽ മൂല്യങ്ങളാണ് ആനയെ അമ്പലത്തിന്റെ സ്വകാര്യസ്വത്താക്കുന്നതെന്നും പുരോഗമനജനാധിപത്യസോഷ്യ ലിസ്റ്റ്സമൂഹത്തിന് അത് അംഗീകരിക്കാനാവില്ലെന്നും ആനയെ ദേശസാത്ക്കരിക്കണമെന്നും അതിനുവേണ്ടി എന്നെത്തന്നെ തിരഞ്ഞെടുക്കണമെന്നും അയാൾ പ്രസംഗിക്കുന്നു. അതേമെഗാഫോ ണുപയോഗിച്ച്, അപ്പോൾതന്നെ അമ്പലത്തിലേയ്ക്ക് തിരിഞ്ഞുനിന്ന് ക്ഷേത്രാചാരങ്ങളുടെ പാരമ്പര്യത്തിൽ ആനയ്ക്കുള്ളപങ്ക് കണക്കിലെ ടുത്ത് അവയെ ആർക്കും വിട്ടുകൊടുക്കാതിരിക്കുന്നതിനുവേണ്ടി താൻ സമരംചെയ്യുമെന്നും പറയുന്നു. ഈ ഇരട്ടത്താപ്പ് പിന്നീടുള്ള മിക്കകഥാപാത്രസൃഷ്ടികളിലും കാണാനാവും, പ്രത്യേകിച്ചും ഭൂണക ഥാപാത്രങ്ങളിൽ. എന്തായാലും ആനയോടൊത്തുള്ള ഫോട്ടോയെടു ത്ത് അതിന്റെ ന്യൂസ് വാല്യൂ വോട്ടാക്കിമാറ്റുകയല്ലാതെ അയാൾക്ക് മറ്റൊരുദ്ദേശ്യവുമില്ല. ഫോട്ടോയ്ക്ക് പോസുചെയ്യുമ്പോൾ ആന അയാളെ

ഞെരിക്കുകയും തന്റെ കപടനാട്യങ്ങളിൽ നിന്നും ചൂഷണമനോഭാവ ത്തിൽ നിന്നും പിൻമാറാമെന്ന അയാളുടെ ഉറപ്പിൽ മോചിപ്പിക്കുക യും ചെയ്യുന്നു. എന്നാൽ പോകുന്നതിനുമുൻപ്, ചാകാറായ കേശവന്റെ കൊമ്പ് തരപ്പെടുത്താനുള്ള ഗൂഢാലോചനയ്ക്കായി അയാൾ ഭാസ്കരനെ സമീപിക്കുകയാണ് !

അതിനുശേഷം ഓട്ടൻ തുള്ളലിന്റെ താളത്തിൽ കഥാപ്രസം ഗത്തിന്റെ തുടർഭാഗം പ്രാക്ടീസുചെയ്തു തുടങ്ങുകയാണ് ഭാസ്കരനും സഹായി കമ്പരും. അപ്പോഴേയ്ക്കും അവിടെ പ്രത്യക്ഷപ്പെടുന്നത് വില്ലേജാഫിസർ എന്ന കഥാപാത്രമാണ്. കേശവനെക്കുറിച്ച് മരിച്ചു പോയ ആരോ പണ്ടെങ്ങോ നല്കിയ പരാതി അന്വേഷിക്കുകയാണ്, അതിലൂടെ വല്ലോം തരപ്പെടുത്തുകയാണ് അംഗീകൃത അഴിമതി ക്കാരനായ അയാളുടെ ആഗമനോദ്ദേശ്യം. സാങ്കേതികത്വങ്ങളുടെ പട്ടികനിരത്തി ഔദ്യോഗികഭാഷണത്തിന്റെ കൃത്രിമത്വത്തിലൂടെ പാപ്പാന്റെഭാവി തന്റെ റിപ്പോർട്ടിലാണെന്നും അത് നേരേയാകണ മെങ്കിൽ തന്നെ നേരേചൊവ്വേ പ്രീണിപ്പിക്കണമെന്നും പ്രസ്താവി ക്കുന്ന ഓഫീസർ പോകുന്നതിനുമുൻപ്, ആനവാൽമോതിരത്തിന് ആഗ്രഹം പ്രകടിപ്പിക്കുകയും അതിനായിശ്രമിക്കുമ്പോൾ ആന അയാളെ ആക്രമിച്ച് ഫയലുകളെല്ലാം തട്ടിക്കളയുകയും ചെയ്യുന്നു. നിരാശനായ വില്ലേജോഫീസർ ഒടുവിൽ ഭീഷണിമുഴക്കി സ്ഥലം കാലിയാക്കുകയാണ്.

തുടർന്നുപ്രവേശിക്കുന്ന ഡോക്ടറും കിട്ടുപ്പണിക്കരും ഏറക്കുറേ ഇതേ പാത്രധർമ്മമാണ് താന്താങ്ങളുടെ വേഷത്തിലൂടെ പൂരണം ചെയ്യുന്നത്. കേശവന് രോഗമുണ്ടെന്നുകേട്ട് ഗ്രൂപ്പുകൾ പലതുണ്ടാകു ന്നു. അതിലൊരുഗ്രൂപ്പായ ആൾ കേരള കൗൺസിൽ ഫോർ ദി ട്രീ റ്റ്മെന്റ് ഓഫ് കേശവാ.. ആവശ്യപ്പെട്ടപ്രകാരം ആനയെ ചികിത്സി ക്കുവാനെത്തിയ ആധുനികവൈദ്യശാസ്ത്ര പ്രതിനിധിയാണയാൾ. വിദഗ്ധ പരിശോധനനടത്തി, അലർജിക്കുള്ള മരുന്നുകൾ അയാൾ കുറിക്കുന്നു. ഭാരിച്ചപരിചരണങ്ങളും ഭക്ഷണക്രമവും നിർദ്ദേശിക്കുന്നു. അതേസമയംതന്നെ മറുഗ്രൂപ്പായ അഖിലഭാരതീയ കേശവസേവാപ രിഷത്തിന്റെ പ്രതിനിധിയും ആർഷസംസ്കാരവാദിയുമായ കിട്ടുപ്പണി ക്കർ, കവടി നിരത്തി പ്രശ്നം വച്ച് ദൈവകോപത്തിനുള്ള ചികിത്സ യാരംഭിക്കുകയാണ്. പ്രായശ്ചിത്തമായി ബ്രാഹ്മണസദ്യ, മുഴക്കാപ്പ്, ഗരുഡൻതൂക്കം എന്നിവ വിധിക്കുന്നു! ഇരുവരുടേയും മത്സരാധിഷ്ഠിത പരിശോധനയും പരിഹാരബഹളകോലാഹലങ്ങളും മുന്നേറുമ്പോ ഴേയ്ക്കും അക്ഷമനായ കേശവൻ അവരെ വിഴുങ്ങിക്കളഞ്ഞു. ഒഴിഞ്ഞ വയറിനുള്ളിലായ അവരവിടെ സത്യം കണ്ടെത്തുകയും തങ്ങളുടെ തെറ്റ് തിരുത്തി, വിശപ്പാണ് രോഗകാരണമെന്നറിയിക്കുകയും

ചെയ്യുന്നു, മാത്രമല്ല, വിശപ്പ് തുടർന്നാൽ കേശവൻ മുഴുവനാളുകളെയും വിഴുങ്ങിക്കളയുമെന്ന മുന്നറിയിപ്പും നല്കുന്നു! നാടകത്തിന്റെ ആഭ്യന്തര ക്രിയാംശം ഇവിടെ അവസാനിക്കുമെങ്കിലും അല്പംകൂടി വലിച്ചുനീട്ടി, നാടോടിനാടകങ്ങളുടെ നിർവഹണത്തിനു സമാനമായ ബാഹ്യക്രിയാംശത്തിലാണ് നാടകം അവസാനിപ്പിക്കുന്നത്. ആന വിസർജിച്ച, ഡോക്ടറും പണിക്കരും ജനിച്ചപടിയായതിനാൽ അരങ്ങിലെത്താനാവാതെ കുഴങ്ങുന്നതും അവരെത്താൻവേണ്ടി കർട്ടനിടാൻ ഭാസ്കരൻ പറയുന്നതുംകൂടിക്കാണിച്ചിട്ടാണ് നാടാകാന്ത്യം.

പൊറാട്ടിലും കാക്കാരിശിയിലും കണ്ടുവരുന്ന പൊതുവായ സവിശേഷത അതിന്റെ അവതരണത്തിലെ അനായാസതയും ലാഘവത്വവുമാണ്. അയഞ്ഞഘടനയും ഫലിതോക്തികളും മേമ്പൊടിയായുണ്ടാവും. മിക്കപ്പോഴും യുഗ്മങ്ങളായി കടന്നുവരുന്ന നാടോടിക്കഥാപാത്രങ്ങളുടെ ആവർത്തനമതിലുണ്ടാവും. കുറവനും കുറത്തിയും പൂക്കാരനും പൂക്കാരിയും.. പോലെ. ക്രിയകൾ പലപ്പോഴും മുൻരംഗങ്ങളുടെ ആവർത്തനങ്ങളോ നാമമാത്രവ്യതിയാനമുൾക്കൊള്ളുന്നതോ ആവാം. എങ്കിലും പൊതുവായൊരു കെട്ടുമുറ ഇവയുടെ പാറ്റേൺ നിയന്ത്രിക്കുന്നുണ്ടാവും. തൗര്യത്രികം അവിഭാജ്യമാണ്. വായ്പ്പാട്ടും മെയ്ത്താളവും പ്രകടനത്തിന്റെ മർമ്മമാണ്. സാമൂഹ്യവിമർശനത്തിനും സമകാലികസംഭവവിശകലനത്തിനും അവയിൽ ഇടമുണ്ട്. അതിശയോക്തി അവയുടെ വ്യവഹാരസവിശേഷതയാണ്. വിപുലീകരിച്ച രൂപങ്ങളും വക്രീകരിച്ച ആഖ്യാനങ്ങളും അവയിലുണ്ടാകും. ചൊറിച്ചുമല്ലുപോലുള്ള ഭാഷാകേളി കാക്കാരിശ്ശിയിൽമാത്രമല്ല, അനുഷ്ഠാനകലയായ കാളിയൂട്ടിലും യഥേഷ്ടം പ്രയോഗിച്ചിരുന്നുവെന്നും മനസ്സിലാക്കണം. തനതന്വേഷണത്തിന്റെ രംഗവഴികൾ പലദിശകളിലന്ന് യാത്രചെയ്തു. അനുഷ്ഠാനങ്ങളുടെ വർണമേളങ്ങളുടേയും കെട്ടുകാഴ്ചകളുടേയും മാസ്മരികതയിലാണ് ഏറെപ്പേരുടേയും കണ്ണുടക്കിയത്. എന്നാൽ കണിശമായ രാഷ്ട്രീയത്തെ വിഷയമാക്കിയപ്പോൾ അസീസിനെപ്പോലുള്ളവർ തുള്ളലിനെ പുത്തനരങ്ങിലേയ്ക്കാവാഹിക്കാൻശ്രമിച്ചു. ആ ശ്രമങ്ങളുടെ തൊട്ടുതുടർച്ചയായിട്ടാണ് എഴുപതുകളിലെ തേവരുടെ ആനയുടെ അരങ്ങുസമീപനമെന്നുകാണവുക. പിന്നീടതിന്റെ സാർഥകമായ തുടർച്ചകാണുന്നത് പി.എം. താജിലാണ്. നരേന്ദ്രപ്രസാദിന്റെയും എൻ. പ്രഭാകരന്റേയും ഇടപെടലുകളുമുണ്ട്. ഇത്തരം നാടകങ്ങൾ പ്രമേയതലത്തിലുയർത്തുന്ന ബദൽ രാഷ്ട്രീയത്തിനുപൂരകമായി സൗന്ദര്യശാസ്ത്രപരമായ അന്വേഷണം കൂടി നടത്തുന്നുവെന്നതാണ് ശ്രദ്ധേയം. അവർക്ക് നാടകമെന്നത് കേവലം ആശയപ്രചരണത്തിനുള്ള ഒരുപാധിമാത്രമല്ല, സർഗാത്മകമായൊരുസൃഷ്ടികർമ്മംകൂടയാണ്. ഉള്ളടക്കത്തിൽമാത്രമല്ല

പ്രയോഗത്തിലും വിപ്ലവാത്മകമാകണം നാടകമെന്ന വിശ്വാസമാണ് ഇത്തരക്കാർക്ക്. ക്രിയാപദ്ധതിയായി നാടകത്തെ സമീപിക്കുമ്പോൾ അരങ്ങും അതിലെ പ്രയോഗവും സമഗ്രതയിൽ സൃഷ്ടിക്കുന്ന നവോത്ഥാനമാണ് അവരുടെ ലക്ഷ്യം. അവിടെ സൗന്ദര്യാത്മ രംഗവേദിയെന്നത് അവഗണിക്കപ്പെടേണ്ട ഒന്നല്ലെന്നും ഇത്തരം നാടകങ്ങൾ പ്രയോഗിച്ചുകാണിക്കുന്നു. ജി. ശങ്കരപ്പിള്ള വിശേഷിപ്പിച്ച അർഥപൂർണമായൊരു രംഗവേദിയെന്ന സങ്കല്പം ഒരുപക്ഷേ ഇതായിരിക്കാം. അഥവാ അതിലേക്കുള്ള വഴി ഇതായിരിക്കാം. എന്തായാലും മറ്റെല്ലാത്തിനുമുപരിയായി നാടകാവതരണവും അതിലൂടെ പ്രദാനംചെയ്യുന്ന നാടകാനുഭൂതിയുമാണ് അക്കൂട്ടർക്ക് പഥ്യമായിരുന്നത്. 'തേവരുടെ ആന'യും അതുതന്നെയാണ് നിർവഹിച്ചത്.

തനതന്വേഷണത്തിന്റെ ആദ്യകാല ഇന്ത്യൻ മാതൃകകളിൽ പ്രാധാന്യമർഹിക്കുന്നത് ഹബീബ് തൻവീറിന്റെ 'ചരൺദാസ്ചോറാ'ണ്. നയതിയേറ്റർ അവതരിപ്പിച്ച, ആദിവാസി സംഘത്തിന്റെ ആ അവതരണം അവർക്കിടയിലുള്ള മിത്തിൽ നിന്നും വികസിപ്പിച്ചെടുത്തതായിരുന്നുവെന്നുമാത്രമല്ല, സമകാലിക രാഷ്ട്രീയത്തിന്റെ ശക്തവുംസർഗാത്മകവുമായ വിമർശനവുമായിരുന്നു. നാടോടിപ്പാട്ടുകാരെ അരങ്ങത്തെത്തിച്ച്, അവരുടെ പാട്ടിനൊപ്പിച്ചുവികസിച്ചുവരുന്ന കഥആടിക്കാണിക്കുന്നിടമായി, പിന്നരങ്ങിലെ മരച്ചുവടുംമറ്റും മാറുന്ന മട്ടിലായിരുന്നു അതിന്റെ ചിട്ടപ്പെടുത്തൽ. ഏറക്കുറേസമാനമായൊരു ഘടനതന്നെയാണ് ഈ നാടകവും വിഭാവനചെയ്യുന്നത്. കേരളത്തിന്റേതായ നാടോടി ആട്ടത്തറയൊരുക്കുവാനായി, സംവിധായകൻ തുറന്ന വേദിയെ തിരഞ്ഞെടുക്കുമ്പോൾ അത്കൂടുതൽ അർഥപൂർണമാകുന്നു. അയ്യപ്പൻവിളക്കിന്റെ വാഴപ്പോളക്ഷേത്രവും കാളിയൂട്ടിന്റേയോ മുടിയേറ്റിന്റേയോ വിശാലമായ അമ്പലപ്പറമ്പും നമുക്കാട്ടത്തറയാണല്ലോ?മാത്രമല്ല, കെട്ടിയുണ്ടാക്കിയ വാഴപ്പോളക്ഷേത്രത്തിന്റെയും കുരുത്തോലയലങ്കാരങ്ങളുടെയും മുന്നിലാണ് നാടകാവതരണം. പിന്നരങ്ങിൽ നിലകൊള്ളുന്ന, മെലിഞ്ഞവനെങ്കിലും പ്രതാപിയായ ആനയുടെ സാക്ഷ്യത്തിലാണ് അരങ്ങൊരുങ്ങുന്നത്. മുളങ്കീറുകൊണ്ടും മറ്റുഭാരം കുറഞ്ഞവസ്തുക്കൾകൊണ്ടും മുൻകാലിലൂന്നി, കിടക്കുന്ന വലിയൊരാനക്കോലത്തെ അവിടെ സജ്ജമാക്കിയിരുന്നു. അതിന്റെ ഉള്ളിലേയ്ക്കും പിന്നിലേയ്ക്കുമുള്ള പ്രവേശനദ്വാരങ്ങളും നല്കിയിരുന്നു. മാത്രമല്ല, ഇളക്കിമാറ്റാവുന്ന തലയും അതുമായി അരങ്ങിലെത്തുന്ന ആനയെയും നാടകത്തിൽ പ്രയോഗക്ഷമമാക്കി. നാടകാരംഭത്തിനുമുമ്പുതന്നെ പ്രേക്ഷകകൗതുകം പിടിച്ചെടുക്കുന്നതിന് ഉപയുക്തമാണ് ആനക്കോലത്തിന്റെ സാന്നിധ്യം. കേളികൊട്ട് കാഴ്ചപ്പൊലിമയിലൂടെ സാധിച്ചെടുക്കാനാവുമെന്നതാണതിന്റെ മെച്ചം.

ആസ്വാദകനെ അരങ്ങിലേയ്ക്ക് ക്ഷിപ്രം അടുപ്പിച്ചാലും അവന്റെ പ്രതീക്ഷകൾക്ക് തീർത്തും വിരുദ്ധമായതുമായ തുടക്കമാണ് ഉണ്ടാകുന്നതെന്നുവരുമ്പോൾ കാഴ്ചക്കാരന്റെ ജിജ്ഞാസ വർധിക്കുവാനാണിട. ക്ഷേത്രോത്സവങ്ങളുടെ ഭാഗമായി, നമ്മുടെ പുരോഗമനോദ്യമങ്ങളുടെ ചാർച്ചയായി, സുപരിചിതമായ കഥാപ്രസംഗമാണവിടെ അരങ്ങേറുന്നത്. അതും കഴിയുന്നത്ര സ്വാഭാവികതയോടുകൂടി. പ്രൊസീനിയത്തിൽ നിന്നും നിരന്ന തറയിലേയ്ക്കിറങ്ങി നാടകം ചിട്ടപ്പെടുത്തുമ്പോഴുണ്ടാകുന്ന പ്രേക്ഷ-അവതാരകബന്ധവും ഇത്തരമൊരാരംഭത്തെ കൂടുതൽ മിഴിവുറ്റതാക്കും. തുടർന്നുള്ള കമ്പരുടെ, അമ്പലപ്പറമ്പിലെ വഴിവാണിഭക്കാരന്റെ രംഗപ്രവേശത്തിന് അത് സ്വാഭാവികസാധ്യതയിടും. കാണികളുടെയിടയിലൂടെ നാട്ടുകവലയിലെ കള്ളുഷാപ്പിൽ നിന്നും കയറിവരാൻ ശങ്കുപിള്ളയ്ക്കും അവസരമൊരുക്കും. സുന്ദരൻകാക്കാലന്റെ രംഗപ്രവേശംപോലെ പരിചിതമായൊരുനാടോടിക്കഥാപാത്രമായി അയാളെയും പ്രേക്ഷകർ സ്വീകരിക്കും.

അനിൽസാരിയെന്ന നിരൂപകൻ വിലയിരുത്തിയപോലെ അസംബന്ധനാടകത്തോടല്ല തേവരുടെ ആനയ്ക്ക് ചാർച്ചയെന്നാണ് എന്റെപക്ഷം. രണ്ടുതരം കഥാപാത്രങ്ങളിതിലുണ്ട്. കല്പിതപാത്രങ്ങൾ പേരില്ലാത്തവരും (ഭാസ്കരാദികളെയല്ല, വിമർശനവിധേയരാകുന്ന നേതാവ്, വില്ലേജോഫീസർ, ഡോക്ടർ തുടങ്ങിയപാത്രങ്ങളെയാണുദ്ദേശിക്കുന്നത്) ഒരാശയത്തെയോ വ്യവസ്ഥിതിയെയോ പ്രതിനിധാനം ചെയ്യുന്നവരുമാണ്. അതിനാൽതന്നെ അവരുടെ പാത്രസ്വഭാവപഠനത്തിന് ഉതകുന്ന ആന്തരികചിത്തവൃത്തികളല്ല, വിപുലീകരിച്ചതോ ന്യൂനീകരിച്ചതോ ആയ കാരിക്കേച്ചറുകളാണ് അരങ്ങിലവതരിപ്പിച്ചിട്ടുള്ളത്. രംഗഭാഷയുടെ സവിശേഷപ്രയോഗത്തിനായി അതിശയോക്തികലർന്നതും നിറംപിടിപ്പിച്ചതുമായ രൂപങ്ങളും പെരുമാറ്റങ്ങളും ഉണ്ട്. പുറമോടിക്കാണ് ആഭ്യന്തരസംഘർഷങ്ങളിലല്ല ശ്രദ്ധ. നാടകത്തിന്റെ മുഖ്യബിംബമെന്ന നിലയിൽ നെയ്യെടുത്ത ആന, എല്ലാറ്റിനും സാക്ഷിയായി, സചേതനമായി മുഴുവൻ രംഗക്രിയകളെയും നിയന്ത്രിച്ചുകൊണ്ട് നിലകൊള്ളുന്നുണ്ടുതാനും. എൽമർറൈസിന്റെ 'ആഡിംഗ് മെഷീനി'ലെ കംപ്യൂട്ടറിനു സമാനമായ വിധാതാവാണ് അവൻ. എല്ലാറ്റിനുമുപരി അസംബന്ധനാടകത്തിൽ നിന്നുംവ്യത്യസ്തമായി കണിശമായ പ്രത്യയശാസ്ത്ര സ്ഥാപനം നാടകം നടത്തുന്നുമുണ്ട്. വർത്തമാനകാലത്തെ ജനാധിപത്യവിരുദ്ധതയെയും അടിമകളും ബിംബംചുമട്ടുകാരുമായിത്തീർന്ന ജനലക്ഷങ്ങളുടെ വിശപ്പെന്നപൊള്ളുന്ന യാഥാർഥ്യത്തെയും ശക്തിയുക്തം നാടകം അവതരിപ്പിക്കുന്നുമുണ്ട്. 'സമകാലീനസമൂഹത്തിന്റെ ഒരു ശസ്ത്രക്രിയ തന്നെയാണ് നർമ്മ സുരഭിലമായ ഈ

നാടക'മെന്ന് കെ, സച്ചിദാനന്ദൻ നിരീക്ഷിക്കുന്നുമുണ്ട്. പ്രസ്താവനയും പ്രഖ്യാപനവുമായല്ല, നാടകീയാനുഭവമെന്ന നിലയിലാണത് സാധിച്ചതെന്നുമാത്രം. അത് നാടകത്തിന്റെ കോട്ടമല്ല, നേട്ടമാണ്. ഒനീലും ഒകാസിയുമൊക്കെയടങ്ങിയ ഭാവാത്മകനാടകകാരന്മാരുടെ വഴി അതായിരുന്നു. തേവരുടെ ആന ചിന്നം വിളിച്ചെത്തിയതും എക്സ്പ്രഷണിസ്റ്റ് നാടകാവിഷ്കരണ രീതിയിലേയ്ക്കാണ്. അതാവട്ടെ പരമാവധി നമ്മുടെ മണ്ണിനോട് ചേർന്നുനിന്നുവികസിക്കുകയും രൂപപരമായും അനുഭൂതിപരമായും നൂതനമായ ഒന്നായിത്തീരുകയുമാണുണ്ടായത്. കേരളീയാബോധത്തിലടിഞ്ഞിരിക്കുന്ന ആനപ്രരൂപത്തെ കണ്ടെത്തി, വർത്തമാനകാലത്തെ രാഷ്ട്രീയ സമസ്യയ്ക്കാധാരമാക്കി വളർത്തിയെടുത്ത്, നാടോടിസംസ്കാരത്തെയും ഫലിതബോധത്തെയും മുൻനിർത്തി നവീനമായൊരു അരങ്ങുഭാഷ്യമൊരുക്കുകയായിരുന്നു ഓംചേരി.

ഓംചേരിനാടകങ്ങളുടെ പ്രകടസവിശേഷത അതിലെ ഹാസ്യപ്രയോഗമാണ്. സംഭാഷണരചനയിലാണ് അത് കൂടുതൽ പ്രത്യക്ഷമാകുന്നത്. കേവലം വാഗ്മ്ലവാ പറയുന്നതിലുള്ള ഭാഷണകുശലതയല്ല, മറിച്ച് അതിന്റെ രാഷ്ട്രീയമുനകളാണ് മിക്കപ്പോഴും ഫലിതകാരണമായിത്തീരുക. എങ്കിലും സി. ജെതോമസിന്റെ കറുത്തഹാസ്യമോ എൻഎൻപിള്ളയുടെ ആക്ഷേപഹാസ്യമോ അല്ലിത്. ഉക്തിവൈചിത്ര്യങ്ങളെയും വിരുദ്ധാർഥധ്വനികളെയും അദ്ദേഹം ഹാസ്യാധാരമാക്കാറുണ്ട്. ഒന്നിനൊന്ന് ചേരാത്ത വാക്കുകളടുക്കുന്നതിലൂടെയും ഓംചേരി ചിരിപടർത്തുന്നു. കണ്ടകടച്ചാണികളെല്ലാം വില്പന നടത്തുന്ന സഞ്ചരിക്കുന്ന വ്യാപാരശാലയായ കമ്പരുടെ വിളിച്ചുപറയൽ നോക്കുക!

അണ്ടിപ്പരിപ്പ്, തോൽച്ചെരുപ്പ്, കമ്പരാമായണം, പിണ്ഡതൈലം, തിരുപ്പൻ, ഭാഗ്യക്കുറി, മെതിയടി, കാമസൂത്രം, ഭഗവത്ഗീത, ചെവിത്തോണ്ടി, കൺമഷി, ഇലക്ഷൻമാനിഫെസ്റ്റോ, പഞ്ചാംഗം, പൽപ്പൊടി, തീർഥയാത്രാടിക്കറ്റ്..

നാടകാദിയിൽത്തന്നെ കഥാപ്രസംഗത്തിന് ഭക്തർക്കുവേണ്ടിയും സോഷ്യലിസ്റ്റുകൾക്കുവേണ്ടിയും വേറേവേറെ രണ്ടവതരണഗാനങ്ങളുണ്ടെന്നു പറയുന്നിടത്തു തന്നെ അത് ആരംഭിക്കുന്നു.

പെൺമണിത്തിരുമേനി, ഉല്ക്കണ്ട, മതേരതത്വം എന്നിങ്ങനെ തെറ്റിച്ചുപറയുന്നതിലൂടെയും അരങ്ങിൽ ചിരിയ്ക്ക് അവസരമൊരുക്കുന്നു. ഇല്ലാത്ത ആധികാരികതവരുത്തുവാനായി, 'എല്ലാവർക്കുംഅവരവരുടേതായ വിശ്വാസവും ആചാരക്രമങ്ങളും സംരക്ഷിക്കുവാൻ അവകാശമുണ്ടെന്ന് മഹാത്മഗാന്ധിയും ലൂയിപാസ്റ്ററും പറഞ്ഞു.'

എന്നുകാച്ചിവിടുന്ന നേതാവ് ഹാസ്യകാരണമാകുന്നു. അയാൾ വോട്ടഭ്യർഥിക്കുന്നതിനുമുൻപ് ശബ്ദം മാറ്റി അയാളെത്തന്നെ പരിചയപ്പെടുത്തുകയും സ്വാഗതംചെയ്യുകയും ചെയ്യുന്നതും ചിരിപരത്തും. വില്ലേജ് ഓഫീസറുടേയും ഡോക്ടറുടേയും കണിയാന്റേയും സംഭാഷണങ്ങൾ അവയുടെ കൃത്രിമത്വംകൊണ്ടും അനൗചിത്യംകൊണ്ടുമാണ് ഫലിതകാരണമാകുന്നത്. അത്യന്തം നിറംപിടിപ്പിച്ചാണവ രചിച്ചിരിക്കുന്നത്. വകുപ്പും ഉപവകുപ്പും ചേർന്ന് സാങ്കേതികത്വങ്ങളെല്ലാം വിശദീകരിക്കുന്ന സന്ദർഭം നോക്കുക

വില്ലേജാഫീസർ:...വനംവകുപ്പ് നടപടിച്ചട്ടം 5-ാംവകുപ്പ് 7-ാം ഉപവകുപ്പ് അനുസരിച്ച് ആനയെകുഴിയിൽവീഴിക്കുകയും 18-ാംവകുപ്പും 20-ാം ഉപവകുപ്പുമനുസരിച്ച് താപ്പാനകളുടെമേൽനോട്ടത്തിൽ പൊക്കിയെടുത്ത് വേണ്ടത്ര രക്ഷാബന്ധവസ്തുകളോടെ കാട്ടിൽനിന്നിറക്കുകയും 54-ാംവകുപ്പ് 37-ാം ഉപവകുപ്പിൽ പറഞ്ഞിട്ടുള്ള ഉപാധികൾക്കനുസരണമായി മൂന്നുദിവസങ്ങൾക്കകം പത്രത്തിൽ പരസ്യംചെയ്ത് 420-ാംഉപവകുപ്പും 620-ാം ഉപവകുപ്പും ചേർത്തുവായിക്കുമ്പോഴുള്ള അർഥക്രമത്തിനു വിപരീതമല്ലാത്തവിധം പരസ്യമായി ലേലംവിളിച്ച് സ്ഥിരപ്പെടുത്തി ലേലത്തുകയ്ക്കുള്ള ചെല്ലാൻ ട്രഷറിയിലടച്ച് രസീതു കൈപ്പറ്റിക്കൊണ്ടും ആനയെ വിളികേട്ടയാൾക്ക് 419-ാംവകുപ്പ് 210-ാം ഉപവകുപ്പനുസരിച്ച് ആനയെ വിട്ടുകൊടുക്കേണ്ടതും പിന്നീട് അതുസംബന്ധമായി ബാധ്യതയൊന്നും ഈ വകുപ്പിനില്ലാത്തതും ആകക്കൊണ്ട് ഈ പരാതി സംബന്ധമായി നടപടി ഹോം ഡിപ്പാർട്ടുമെന്റ് നേരിട്ടെടുക്കുകയോ അല്ലാത്തപക്ഷം നിലവിലുള്ള നടപടിച്ചട്ടങ്ങൾ ഭേദഗതി ചെയ്യേണ്ടതിലേയ്ക്ക് നിയമിക്കുകയോ ചെയ്യാവുന്നതാകുന്നു.

ഭാസ്കരൻ: അർഥം മനസ്സിലായില്ല.

വില്ലേജാഫീസർ:മലയാളം പറഞ്ഞാൽ മനസ്സിലാവില്ലേ? വനത്തിൽനിന്നു പിടിച്ച ആനയെ വിറ്റുകഴിഞ്ഞാൽ പിന്നെ വനംവകുപ്പിനു യാതൊരുത്തരവാദിത്വവുമില്ലെന്നുചുരുക്കം.

മറ്റൊരുസന്ദർഭത്തിൽ 'മിസ്റ്റർ' പ്രയോഗം ഫലിതാധാരമാകുന്നതെങ്ങനെയെന്നുനോക്കുക

ഡോക്ടർ: പാപ്പാൻ?

ഭാസ്കരൻ: മിസ്റ്റർ പാപ്പാൻ തടിപിടക്കാൻ പോയിരിക്കുകയാണ്. മിസ്റ്റർ കേശവനു സുഖമില്ലാത്തതുകൊണ്ട് മിസ്റ്റർ പാപ്പാനാണ് ഈയിടെ തടിപിടുത്തം. മിസ്റ്റർ ശാന്തിക്കാരൻ നമ്പൂതിരി സ്വന്തം തലയിൽഎഴുന്നള്ളിക്കുന്നു.

ഡോക്ടറെയും കിട്ടപ്പണിക്കരെയും കേശവൻ വിഴുങ്ങിയതറിയുമ്പോഴുള്ള കമ്പരുടെ ആത്മഗതം 'അയ്യോ പറ്റിച്ചോ? ഇനിയിപ്പം വിഷബാധകൂടി വരുമല്ലോ ആശാനേ' എന്നാണ്. ഓംചേരിയുടെ പരിഹാസശരത്തിന്റെ മൂർച്ചയറിയാനിതുമതി.

നാടകാദിയിൽ കഥാപ്രസംഗത്തിന്റെ ഇതിവൃത്തസൂചനയിൽ, ചിരിപ്പിക്കലിലൂടെ ചിന്തിപ്പിക്കുക. കപടവേഷക്കാരാണെങ്കിലും സ്വയം ചിന്തിക്കാൻ തുടങ്ങിയാൽ പൊയ്മുഖങ്ങൾ താനേ ഇളകും എന്ന് കാവ്യകടാക്ഷം പ്രസ്താവിക്കുന്നതും ശ്രദ്ധേയമാണ്.

കഥാപ്രസംഗത്തിന്റെയും തുള്ളലിന്റെയും കാവ്യാത്മകമായ അന്തരീക്ഷത്തിന്റെ അകമ്പടിയോടെ സവിശേഷമായൊരു ആലാപന-ആട്ടത്തിന്റെ ചിട്ട നാടകത്തിനുവരുന്നുവെങ്കിലും നാടകത്തിന്റെ സമഗ്രതയിലുണ്ടാകുന്ന നാടകീയാനുഭവം തന്നെയാണ് 'തേവരുടെ ആന' ലക്ഷ്യം വയ്ക്കുന്നത്. നാടകത്തിന്റെ സമഗ്രതയിലുളവാകുന്ന കാവ്യാനുഭൂതിയെന്നും പറയാം. 'നാടകാനുഭൂതി കൈമോശംവന്ന അനുകരണാവതരണങ്ങളുടെ ഏറ്റവും വിരസമായ ഏകതാനതസൃഷ്ടിക്കാൻമാത്രം കഴിയുന്ന അവതരണബോധത്തോടെ രചിക്കപ്പെടുന്ന സമകാലീനകൃതികൾ. ദുരൂഹതയും ഭാഷാപാണ്ഡിത്യവും പ്രകടിപ്പിക്കുന്ന ആശയദരിദ്രനാടകങ്ങൾ. രൂപഭാവപ്പൊരുത്തമില്ലാതെ കെട്ടിയാട്ടങ്ങളായി മാറുന്ന ആനുകാലികപ്രശ്നാവതരണങ്ങൾ. ഇവയ്ക്കിടയിലൂടെയായിരുന്നു കണ്ണുനിറയെ രൂപപ്പൊലിമയ്ക്കുള്ളഭാവഹാവാദികളോടെ, സമകാലീനപ്രശ്നങ്ങളുടെ ആശയഗാംഭീര്യത്തോടെ തേവരുടെ ആനയുടെ എഴുന്നള്ളത്ത്...'എന്ന് 1979-ൽ നാടകസംവിധാനം നിർവഹിച്ച ചിറമ്മേൽ സാക്ഷ്യപ്പെടുത്തുന്നു. മലയാളനാടകഭാവുകത്വപരിണാമത്തിനായി അക്ഷീണം യത്നിച്ചവരുടെ കൂട്ടത്തിൽ ചെറുതല്ലാത്ത ഇടം നിശ്ചയമായും ഓംചേരിയെന്ന ഡൽഹിവാസിക്കുണ്ടെന്നകാര്യം വിസ്മരിക്കാവതല്ല. അദ്ദേഹത്തിന്റെ വിപുലമായ ഏകാങ്കശേഖരങ്ങളും അതേറ്റുവാങ്ങിയ അമച്വർ നാടകപ്രവർത്തകരും നമ്മുടെ നാടകവേദിക്കുനല്കിയ സംഭാവനകളും ഇനിയും വേണ്ടവിധം വിലയിരുത്തപ്പെട്ടിട്ടില്ല. എന്നിരുന്നാലും അരങ്ങിലും കൃതിയിലും പരീക്ഷണോന്മുഖതയിലും 'തേവരുടെ ആന' കൂടുതൽ തലയെടുപ്പോടുകൂടി നിലകൊള്ളുന്നു എന്നുപറയാനാണ് എനിക്കിഷ്ടം.

●

ആധാരം

ഓംചേരിയുടെ തിരഞ്ഞെടുത്ത നാടകങ്ങൾ-ഓംചേരി

കീഴാളന്റെ നാട്ടുഗദ്ദിക

അടിച്ചമർത്തപ്പെട്ടവരെ സമരസജ്ജരാക്കുകയാണ് 'നാട്ടുഗദ്ദിക'യെന്ന കെ.ജെ. ബേബിയുടെ നാടകദൗത്യം. പ്രതിബദ്ധതയും പ്രബോധനവും അതിന്റെ സവിശേഷതകളാണ്. തന്മൂലം മുൻകാലനാടകങ്ങളുടെ സംവേദനവും വിശകലനവിധികളും ഇവിടെ അപര്യാപ്തമാകുന്നു. കലയുടെ ഭാവാത്മക വിനിമയത്തേക്കാൾ അതുണർത്തേണ്ടുന്ന ക്ഷിപ്രവും കർമ്മോന്മുഖവുമായ സംവേദനമാണ് ഇവിടെ ലക്ഷ്യമാക്കുന്നത്. ബഹുകാര്യവ്യഗ്രരായി എത്തുന്ന തെരുവിലെയും മറ്റും പ്രേക്ഷകരെയായിരുന്നു നാട്ടുഗദ്ദിക തേടിയെത്തിയത്. ചടുലവും കാര്യമാത്രപ്രസക്തവും ലഘുവുമായ രംഗാവതരണത്തിലൂടെ പ്രേക്ഷകരെ തങ്ങളുടെ പ്രത്യയശാസ്ത്ര നിലപാടുകളോട് അടുപ്പിക്കുകയും സമര സന്നദ്ധരാക്കുകയുമാണ് ഇത്തരം നാടകങ്ങളുടെ ഉന്നം. എഴുപതുകളിൽ, പ്രത്യേകിച്ചും അടിയന്തരാവസ്ഥാന്തരമുള്ള കേരളത്തിലെ സാംസ്കാരികാന്തരീക്ഷത്തിൽ ശ്രദ്ധേയമാംവിധം ഇടപെട്ടുകൊണ്ടിരുന്ന ജനകീയസാംസ്കാരികവേദിയുടെ പ്രവർത്തനങ്ങളുടെ ഭാഗമായാണ് 'ഡ്രോപ്പ്നാടകസംഘം' നാട്ടുഗദ്ദിക അവതരിപ്പിച്ചത്. ഭരണകൂട ഭീകരതയ്ക്കും അഴിമതിക്കും അസമത്വത്തിനും അനീതിക്കുമെതിരെ പോരാടിയ സാംസ്കാരികവേദി, നിലവിലുള്ള യാഥാസ്ഥിതിക മൂല്യങ്ങളോട് സ്വാഭാവികമായും കലഹിച്ചു. അധീശത്വം നേടിയ ജ്ഞാനപദ്ധതികളിൽ നിന്നും വിമോചനം നേടാൻ സ്വന്തം മിത്തും കലയും കണ്ണനീരും കണ്ടെടുത്തു. കല ആത്യന്തികമായി വിമോചനായുധമെന്നു കരുതി, അടിച്ചമർത്തപ്പെട്ടവരിൽ സമത്വപ്രത്യാശ നല്കി ഉയർന്നുവന്ന ഇവിടുത്തെ നക്സൽ സമരങ്ങളും അവരുയർത്തിയ ആവേശകരമായ ആദർശവിശ്വാസങ്ങളും

അതിനുള്ള പശ്ചാത്പ്രേരണയായി. രോഗശമനത്തിനും ബാധോച്ചാടത്തിനുമായി തങ്ങളുടെ ഊരിൽ അനുവർത്തിക്കുന്ന നാട്ടുഗദ്ദികയെന്ന അനുഷ്ഠാനരൂപത്തെ അടിയോരുടെ ഭാഷയ്ക്കൊപ്പം തെരുവരങ്ങിൽ എത്തിക്കുകയാണ് ഈ ആദിവാസി നാടകസംഘം ചെയ്തത്. അവരുടെ സ്വന്തം ജീവിതവും കലയും ഉയർത്തിപ്പിടിച്ച് പൊതുസമൂഹത്തിന്റെ ചരിത്രത്തിലേയ്ക്കും കലയിലേയ്ക്കും കടന്നുകയറുകയാണ് ഈ കറുത്തവർ. കാട്ടിൽ നിന്നും നാട്ടിലേയ്ക്കിറങ്ങിയ ആദിവാസികുട്ടിയുടെ നിലവിളിയാണ് ഈ നാടകം. ആദിവാസികളെയും ദളിതുകളേയും കുറിച്ചുള്ള നാടകങ്ങളധികമുണ്ടെങ്കിലും പൂർണമായും അവരുടേതായ - പ്രമേയത്തിലും അവതരണത്തിലും - നാടകങ്ങൾ ഇന്നും ഇവിടെ വിരളമാണ്. (ആദിവാസി ഇന്ന് എഴുതുന്ന നോവൽ (കൊച്ചരേത്തി)പോലും ആദർശമാക്കുന്നത് യാഥാസ്ഥിതികവും വ്യവസ്ഥാപിതവുമായ മുഖ്യധാരാസംവേദനമാണ്. പണിയകലാകാരന്മാരെ മാത്രം പങ്കെടുപ്പിച്ചുകൊണ്ട് 2001-ൽ മനോജിന്റെ സംവിധാനത്തിൽ അരങ്ങേറിയ ചെന്നായ്ക്കൾ അഥവാ പട്ടിണിമരണം (ജോൺ എബ്രഹാം) പണിയ ഭാഷ ഉപയോഗിക്കുന്നുവെന്നല്ലാതെ തികച്ചും അവരുടേതു മാത്രമായ സാംസ്കാരിക അടയാളങ്ങൾ ശേഷിപ്പിക്കുന്നില്ല എന്നതും ഉറാട്ടിയെന്ന അടുത്ത നാടകത്തിൽ ഇത് പരിഹരിക്കാൻ അയാൾ ശ്രമിക്കുന്നുവെന്നതും ഇവിടെ സൂചിപ്പിക്കേണ്ടതുണ്ട്). അവിടെയാണ്, ഭാഷയിലും വേഷത്തിലും പെരുമാറ്റത്തിലും വ്യതിരിക്തമായ ഒരു രംഗാനുഭവമുണ്ടാകുന്ന 'നാട്ടുഗദ്ദിക'യുടെ പ്രസക്തി. പൊതുസമൂഹം ആദിവസികളെന്ന ഒറ്റസംജ്ഞയിൽ ഒതുക്കുന്ന സമൂഹത്തിൽ നിന്നും അടിയോരുടെ ചെത്തവും ചോട്ടും വേറിട്ട് സ്വന്തം സാന്നിദ്ധ്യം അറിയിക്കാൻ തുടങ്ങുകയാണിവിടെ. കാട്ടുവാസികളുടെ കനവു മലയിലേയ്ക്കുള്ള ചലനം അരങ്ങിൽ ആരംഭിക്കുന്നിടത്താണ് ഇതിന്റെ രംഗഭാഷയും രംഗവിചാരവും അപരിചിതമാംവിധം ഭിന്നമാകുന്നത്. ലക്ഷ്യവും പ്രയോഗവും വിനിമയവുമെല്ലാം ഭിന്നമാകയാൽ ഇതിന്റെ ആട്ടക്കളവും മാറാതെവയ്യ. ആദിമവും വന്യവുമായ ഒരു ജീവിതത്തിന്റെ അരങ്ങായി അത് ഉടലെടുക്കുകയാണ്.

പൂർവകാല നവോത്ഥാന-പ്രചരണ-രാഷ്ട്രീയനാടകങ്ങൾ നിലവിലുണ്ടായിരുന്ന രംഗശീലങ്ങളെ പിൻപറ്റി നീങ്ങുമ്പോൾ ഗദ്ദിക അതിന്റെ ഘടനയെത്തന്നെ വർജിക്കുകയാണ്. ബൂർഷ്വാസങ്കല്പങ്ങളോടുള്ള പ്രതിഷേധരൂപങ്ങളിൽ ഒന്നെന്ന് സഫ്ദർഹശ്മി നിരീക്ഷിച്ച തെരുവുനാടകവേദിയുടെ ആട്ടത്തറയിൽ എത്തുകയാണ്. ലോകമെമ്പാടുള്ള ആദ്യകാല പ്രതിബദ്ധനാടകങ്ങൾ പ്രൊസീനിയം രംഗവേദിയിലായിരുന്നു അരങ്ങേറിയിരുന്നത്. ക്ലിഫോർഡ്ഓഡറ്റ്സി (Clifford Odets)ന്റെ വിപുലീകരണമായിരുന്നു പിസ്കാറ്ററു (Erwin

Piscator)ടെ Proletarian Theatre. ഭാരിച്ച സാമിഗ്രികളുടേയും ഫിലിം, സ്ലൈഡ് തുടങ്ങിയവകളുടേയും ഉപയോഗവും ഇതിൽ അധികമായി കാണാം. തുടർന്ന് വിയസ് (Peter Weiss)ന്റേയും ഹൊക്കത്തി (Rolf Hochhuth)ന്റെയും രചനകളെ അടിസ്ഥാനമാക്കിയുള്ള ഡോക്കമെന്ററി തിയേറ്ററും അദ്ദേഹം സൃഷ്ടിക്കുന്നുണ്ട്. പ്രതിബദ്ധതയും പ്രചരണപരതയും ശക്തമാക്കുവാൻ കണക്കുകളും ഡാറ്റാകളും അദ്ദേഹം ഉപയോഗിച്ചിരുന്നു. ബ്രെഹ്തിന്റെ എപിക് തിയേറ്റർ, വൈരുദ്ധ്യാത്മക നാടകവേദി മുതലായ സങ്കല്പങ്ങൾ ഇതിന്റെ തുടർച്ചയും വികാസവുമാണ്. നാടകധർമ്മം, പ്രേക്ഷക പങ്കാളിത്തം മുതലായവയെക്കുറിച്ചുള്ള പുതിയ നിലപാടുകളാണ് ഇത്തരം അന്വേഷണങ്ങൾക്ക് അടിത്തറ. അനാർഭാട നാടകവേദിയെക്കുറിച്ചുള്ള അന്വേഷണങ്ങളും ഇതിനോട് സമാന്തരമായി നടക്കുന്നുണ്ടായിരുന്നു. അർത്തോയും (Antonin Artaud) ഗ്രോട്ടോവ്സ്കി (Jerzy Grotowski)യും പീറ്റർബ്രൂക്കും (Peter Brook) ഷെഹ്നറും (Richard Schehner) മറ്റും പ്രേക്ഷകപങ്കാളിത്തത്തേയും മനോവിശ്ലേഷണത്തേയും ഗോത്രകലാപ്രയോഗത്തേയും പാരിസ്ഥിതികവേദിയേയും സ്വാംശീകരിക്കുന്നതിലൂടെ രംഗവേദിയിൽ സംജാതമാകാവുന്ന അതീത വിനിമയത്തിന്റെ ഭാവപരകോടിയിൽ എത്തിപ്പെടുവാൻ ആഗ്രഹിക്കുകയായിരുന്നു.

അടിയന്തര പ്രതികരണമുളവാക്കേണ്ടുന്ന പ്രക്ഷോഭകരങ്ങളായ അജിറ്റ്പ്രോപ്പ് (Agitatlion & Propaganda) നാടകങ്ങൾ വേറൊരു വഴിക്കാണ് പ്രേക്ഷകപങ്കാളിത്തം ഉറപ്പിച്ചത്. നാടോടിനാടകങ്ങളുടേയും മധ്യകാല മതനാടക (Mystery Plays & Sacred Plays)ങ്ങളുടേയും ജനകീയവിനോദ (Comedia dellarte) നാടകങ്ങളുടേയും ഘടനയും കീഴാള പ്രത്യയശാസ്ത്ര ഉള്ളടക്കവുമുള്ള നാടകങ്ങൾ സൃഷ്ടിക്കുകയായിരുന്നു അവർ. തെരുവിലേയ്ക്ക് ഇറങ്ങിച്ചെന്ന് ജനങ്ങളെ അഭിസംബോധന ചെയ്യുകയും സജീവവും ചലനാത്മകവും ദൈനംദിന പ്രാധാന്യമുള്ളതുമായ വിഷയങ്ങളെ സംവാദത്തിനെടുക്കുകയും ചെയ്യുക ഇവരുടെ രീതിയായിരുന്നു. റഷ്യൻ ഗവൺമെന്റിന്റെ പിന്തുണയോടുകൂടി പതിനായിരക്കണക്കിന് പ്രേക്ഷകർക്കായി, വിശാലമായ പട്ടണത്തെ മുഴുവൻ അരങ്ങാക്കി മേയറോൾഡ് അവതരിപ്പിച്ച 'മിസ്റ്ററിബുഫെ' ഒഴികെയുള്ള തെരുവ് നാടകങ്ങളേറെയും ഭരണകൂടവിരുദ്ധമായ നിലപാടുള്ളതുമായിരുന്നു. അതിനാൽത്തന്നെ അനാർഭാടവും വീറുള്ളതുമായ അവതരണവും അവയുടെ പ്രത്യേകതയായിരുന്നു. സാൻ ഫ്രാൻസിസ്കോ മൈം തിയേറ്ററും ജൂലിയൻ ബക്കി(Julian Beck)ന്റെ ലിവിംഗ് തിയേറ്ററും ഷൂമാ(Edward Schumman)ന്റെ ബ്രഡ്ആന്റ് പപ്പറ്റ് തിയേറ്ററും ബോളി (Augusto Boal))ന്റെ തിയേറ്റർ ഓഫ് ഒപ്രസ്സ്ഡും ഗാട്ടി (Armand Gatti) യുടെ സ്പെക്റ്റേറ്റർലെസ്സ് നാടകവും

ഇത്തരം ഉദ്യമങ്ങളായിരുന്നു. പ്രോപ്പർട്ടിലെസ്സ് തിയേറ്ററാണ് നിർധനരുടെ നാടകവേദിയെന്നു പ്രഖ്യാപിച്ച ടോം തോംസനും ലിവിംഗ് ന്യൂസ് പേപ്പറെന്ന ചൈനയിലെ കമ്മ്യൂണിസ്റ്റ് നാടകസംഘത്തിന്റെ തലവനും സാംസ്കാരിക വിപ്ലവകാലത്ത് മാവോയിസ്റ്റുകളാൽ വേട്ടയാടപ്പെട്ടവനുമായ യീൻ ഹാനും (Yeinhan) ആൽബർട്ട് ഹണ്ടും മറ്റും തെരുവുനാടകമെന്ന മാധ്യമത്തിന്റെ ശക്തി തെളിയിച്ചവരാണ്. കപ്രോവി(Allan Kaprov)ന്റെ ഹാപ്പനിംഗ്സും അമേരിക്കയിലെ തന്നെ ഗറില്ല (Guerrilla) തിയേറ്ററും ഉളവാക്കിയ സാമൂഹ്യചലനങ്ങൾ ശ്രദ്ധേയങ്ങളായിരുന്നു. നിയതമായ ഒരു സ്ക്രിപ്റ്റില്ലാതെ തന്നെ സംവാദത്തിലൂടേയും പ്രകോപനങ്ങളിലൂടേയും നാടകം അപ്രതീക്ഷിതമായി, ഒളിപ്പോരുപോലെ സംഭവിക്കുകയാണ് അവിടെ. ട്രാൻസ്പോർട്ട് കോർപ്പറേഷന്റെ സമരത്തോടനുബന്ധിച്ചുണ്ടായ ജനനനാട്യമഞ്ചിന്റേയും സമാനസമരങ്ങളിലെ പ്രസന്നയുടേയും നാടകങ്ങളും 89ലെ സഫ്ദർ ഹശ്മിയുടെ രക്തസാക്ഷിത്വവും അതേത്തുടർന്നു രൂപമെടുത്ത സഹമതിന്റെ പ്രവർത്തനങ്ങളുമാണ് ഇന്ത്യൻ നാടകവേദിയിൽ തെരുവു നാടകങ്ങൾക്ക് പുത്തനുണർവ്വ് നല്കിയ സംരംഭങ്ങൾ. തുടർന്ന് പണിമുടക്കുകൾ, പ്രതിഷേധങ്ങൾ, രാഷ്ട്രീയാശയ പ്രചരണങ്ങൾ എന്നിവയ്ക്കുള്ള ശക്തിയാർന്ന വേദിയായി അത് അടയാളപ്പെട്ടു. അതിനും വർഷങ്ങൾക്കു മുൻപുതന്നെ ഇതേ ലക്ഷ്യത്തിൽ നാട്ടുഗദ്ദിക കേരളത്തിലെ തെരുവോരങ്ങളിലും പൊതുസ്ഥലങ്ങളിലും ഗ്രാമമൂലകളിലും അവതരിപ്പിച്ചിരുന്നു. ആദ്യം അത് പ്രൊസീനിയം രംഗവേദിയിൽ അവതരിപ്പിക്കാനുദ്ദേശിച്ചിരുന്നുവെന്നും പിന്നീട് തുറന്ന അരങ്ങിലേയ്ക്കെത്തിച്ചേർന്നതാണെന്നും കേട്ടിട്ടുണ്ട്. ആശയപ്രചാരണവ്യഗ്രതയും സമരാഹ്വാന താല്പര്യവും മറ്റുംകൊണ്ട് തെരുവ് പ്രബോധന-പ്രതിബദ്ധ നാടകരീതികളാണ് നാടകം പ്രകടിപ്പിക്കുന്നത്. എന്നാൽ രചനയുടെ സവിശേഷതയും തെരുവിലെ സംവേദനത്തിന് വിഘാതം സൃഷ്ടിക്കുന്ന ഭാഷാരൂപവും ചരിത്രത്തോടൊത്ത് വികസിക്കുന്ന - നൈരന്തര്യം കാക്കുന്ന - ഘടനാശില്പവും മറ്റും തെരുവിലെ ക്ഷണിക നാടകരീതിയിൽ നിന്നും ഭിന്നമാകുന്നു. തെരുവിന്റെ സമഗ്രതയും പ്രേക്ഷകന്റെ പങ്കാളിത്തവും പോലും ഇവിടെ അനിവാര്യതയായിത്തീരുന്നില്ല. 'തുറന്ന അരങ്ങിലെ ഒരു സമ്പൂർണ്ണ നാടകാവതരണമാണിത്'' എന്ന് സിവിക്ചന്ദ്രൻ (നാട്ടുഗദ്ദികയിലേക്കുള്ള ദൂരം, നാട്ടുഗദ്ദിക) അഭിപ്രായപ്പെടാൻ കാരണമിതാണ്. ഈ നിരീക്ഷണത്തിലെ സമ്പൂർണത തെരുവിൽ ആശാസ്യാംശമല്ല. ചുരുക്കത്തിൽ, നാട്ടുഗദ്ദിക ഡോക്കുമെന്ററി തിയേറ്ററിന്റേയും തെരുവുനാടകങ്ങളുടേയും സ്വഭാവങ്ങൾ പ്രകടിപ്പിക്കുന്നു.

1977 ൽ ബേബി എഴുതിയ അപൂർണ്ണ എന്ന നാടകത്തിന്റെ വിപുലനവും പരിഷ്കരണവുമാണ് നാട്ടുഗദ്ദിക. വയനാട്ടിലെ തിരുനെല്ലിയിലെ അടിയോരെന്ന ആദിവാസി വിഭാഗത്തിന്റെ അനുഷ്ഠാനമായ ഗദ്ദികയിൽ നിന്നും പുതിയൊരു രംഗഭാഷ ചമച്ചതിനെപ്പറ്റി നാടകകാരൻ പ്രസ്താവിക്കുന്നുമുണ്ട്. തിരുനെല്ലി അമ്പലത്തിനു താഴെയുള്ള ആൽത്തറയിൽ നിന്നും ആരംഭിക്കുന്ന ഈ അനുഷ്ഠാന (ഗദ്ദിക) യാത്ര മുഴുവൻ സമൂഹത്തിന്റേയും രോഗശാന്തിക്കും ക്ഷേമത്തിനും വേണ്ടി കൊണ്ടാടുന്നതാണ്. തുടി അടിച്ചും, ചീനി ഊതിയും സംഘം ഓരോ വീടും കയറിയിറങ്ങുന്നു. അപ്പം, അരി, കോഴി, ഇളനീർ തുടങ്ങിയ നേർച്ചകൾ സ്വീകരിക്കുന്നു. ഗദ്ദികസംഘം ചെല്ലുമ്പോഴേയ്ക്കും ഗ്രാമം മുഴുവനും ഒരൊറ്റ സംഘമായിതീർന്നിരിക്കും. അവിടെ വെച്ച് ഗദ്ദിക എന്ന സംഘപൂജ നടക്കുന്നു. പടേനി പോലുള്ള ഇതര നാടോടി അനുഷ്ഠാനങ്ങളിലും ഇതിന് സമാനമായ സമൂഹപങ്കാളിത്തവും ആഭിചാരക്രിയകളും അവതരണരീതികളും അലൗകികകാന്തരീക്ഷവും കാണുവാൻ കഴിയും. അവിടെ മിക്കപ്പോഴും സംവേദനത്തിന്റെ മുഖ്യഉപാധിയായി വർത്തിക്കുന്നതും ഇത്തരം അംശങ്ങളായിരിക്കുകയും ചെയ്യും. തനത് നാടകാന്വേഷകരും ആർത്തോഡും ബ്രൂക്കും മറ്റും പുത്തനരങ്ങിൽ പരീക്ഷിച്ചതും ഇവകളായിരുന്നു. എന്നാൽ ആഖ്യാനത്തിൽ മാന്ത്രികാംശങ്ങളുടെ പ്രാധാന്യം കുറച്ചു കൊണ്ടുവരുവാനും മറ്റൊരർത്ഥത്തിലേയ്ക്ക് അവയെ വ്യാവർത്തിപ്പിക്കുവാനുമാണ് ബേബിയുടെ യത്നം. സാമൂഹിക പ്രശ്നങ്ങൾക്കും അനീതിക്കുമെതിരേയുള്ള ചർച്ചകളും പോംവഴിതേടലും കീഴാള പ്രത്യയശാസ്ത്ര പ്രബോധനവും അങ്ങനെ സാധ്യമാക്കുവാനാകുമെന്നും അദ്ദേഹം കരുതുന്നു. അതീതശക്തികളുടെ മിഥ്യാടന അരങ്ങിൽ ചട്ടുലവും ലക്ഷ്യോന്മുഖവുമായ പ്രതികരണങ്ങൾ അസാധ്യമെന്നും വിവക്ഷയുണ്ടാവാം.

ലാളിത്യം, ആവർത്തനം മുതലായ ഗുണങ്ങൾ നാടൻ കലകളുടെ സവിശേഷതകളാണ്. ബോധന(Pedagogy)ത്തിന് ഇത് സഹായകവുമാണ്. തങ്ങളുടെ പ്രത്യയശാസ്ത്ര നിലപാടിനെ ആവർത്തിച്ച് ഉറപ്പിക്കുവാൻ ഈ സമ്പ്രദായം ഉപയുക്തമാവുകയും ചെയ്യും. പ്രത്യേകിച്ചും തെരുവിൽ. ചൂഷണ-പീഡാനുഭവങ്ങളുടെ ലഘുരംഗങ്ങൾ ഏറെക്കുറേ ആവർത്തനസ്വഭാവത്തോടുകൂടി ഇവിടെ ബേബി അടുക്കി വെയ്ക്കുന്നതിന്റെ സർഗ്ഗാത്മകലക്ഷ്യം ഇതാണ്. പാത്രങ്ങളുടെ പ്രാതിനിധ്യം വ്യത്യസ്തമാകാതെ, ചരിത്രത്തിന്റെ ഗതി മാത്രമാണ് മിക്കരംഗങ്ങളിലും ആവിഷ്കരിക്കുന്നത്. കാലാകാലങ്ങളിൽ ആവർത്തിക്കപ്പെടുന്ന അടിയോരുടെ കഷ്ടപ്പാടും പീഡനവുമാണ് പ്രമേയം. എട്ടു ലഘു രംഗങ്ങളിലാണ് ബാഹ്യശില്പം ചിത്രീകരിക്കുന്നത്. പ്രശ്നനാടകങ്ങളിലും

മറ്റും കാണുന്ന ക്രിയാംശവികാസവും ബാഹ്യആഭ്യന്തര ശില്പപ്പൊരുത്തവും ഒന്നിനൊന്ന് ചേർന്ന് മുന്നേറുന്ന ഘടനയും ഇവിടെ വിശദാംശങ്ങളോടുകൂടി സംരക്ഷിക്കുന്നില്ല. അതിനാൽ പ്രതിപാദ്യത്തിലും കഥാപാത്രങ്ങളിലും ആന്തരിക സംഘർഷങ്ങളും ജീവിതനിഗൂഢതകളും നട്ടുവളർത്തുന്നുമില്ല. ഋജുവായ ഒരു അവതരണമാതൃകയിൽ പലകാലങ്ങളിലെ അടിമക്കഥ തുന്നിച്ചേർക്കുംവിധമാണ് ബാഹ്യശില്പ നിർമ്മിതി. അതിൽത്തന്നെ നാടകകാര്യത്തിന്റെ നിവർത്തനം നടക്കുന്ന അന്ത്യരംഗത്തിൽ മാത്രമാണ് ആഭ്യന്തര ക്രിയാംശഗതിക്ക് വളർച്ചയും പരിണാമവും ഉണ്ടാകുന്നതെന്നും കാണാവുന്നതാണ്.

കാഴ്ചക്കാർക്കിടയിൽ നിന്നും യാചനെ തമ്പുരാൻ വലിച്ചിഴച്ച്, തെരുവു മൂലയിലെ താല്ക്കാലിക കളിയിടത്തിൽ എത്തിക്കുമ്പോഴാണ് നാടകാരംഭം. അവശനും പീഡിതനുമായ യാചനേയും കുടുംബത്തേയും മുൻനിർത്തി മൊത്തം ആദിവാസികളുടേയും കഥ പറയുകയാണ്. വെള്ളയെന്ന മകളും അന്ധനായ വെള്ളിയും പഠിപ്പുള്ള ലക്ഷ്മണനും അരങ്ങിലെത്തുന്നു. ഭിക്ഷാടനത്തിലും വേശ്യാവൃത്തിയിലും അടിമത്തത്തിലും തങ്ങളെങ്ങനെ എത്തിയെന്നും അതിനെ മറികടക്കാനുള്ള തടസ്സങ്ങളെന്തെന്നും കാട്ടിത്തരുന്നു. പൊതുജീവിതത്തിലും ചരിത്രത്തിലും സ്ഥാനമില്ലാതിരുന്ന അവരെ പുതിയ അറിവും അക്ഷരങ്ങളും കീഴ്പ്പെടുത്തിയതിന്റെ ലക്ഷ്യങ്ങൾ നല്കുന്നു. അക്ഷരം പഠിപ്പിച്ചതിലൂടെ, ബ്രഹ്മാവ്,/വിരാട്പുരുഷ കഥകളിലൂടെ, വർണ്ണ-ജാതിവ്യവസ്ഥയുടെ പാഠങ്ങൾ തമ്പുരാൻ ഉറപ്പിക്കുന്നു. ഒടുവിൽ ലക്ഷ്മണൻ പഠിച്ചത് കൂട്ടുകാരെ വെറുക്കുവാൻ മാത്രം. കാളിയെപ്പാടിയുണർത്തി കഷ്ടപ്പാടകറ്റാനായുള്ള കൂട്ടക്കാരുടെ പാട്ടിന്റെ വെളിച്ചത്തിൽ അന്ധനായ വെള്ളിയും സംഘവും അരങ്ങിലെത്തുന്നു. പയിക്കിന്റോ (വിശക്കുന്നു) എന്ന വെള്ളിയുടെ നിലവിളി ഗദ്ദികക്കാരന്റെ ചിലമ്പുണർത്തുന്നു. അരങ്ങിലെത്തിയ അയാൾ ആഭിചാരക്രിയപോലെ വെള്ളിക്കു ചുറ്റും തുടിയടിച്ചാടുകയാണ്. ആഖ്യാതാവിന്റെ കൂടി ദൗത്യമുള്ള ഈ കഥാപാത്രം വർത്തമാനകാലത്തിലാണ് വ്യാപരിക്കുന്നത്. അടിച്ചമർത്തപ്പെട്ടവന്റെ വേദനയും അതിനുള്ള കാരണവും അയാൾ മിക്കപ്പോഴും വിശദമാക്കും. അവരെ പതനങ്ങളിൽ നിന്നും രക്ഷിക്കുവാനും വിമോചനമാർഗം ഓതിക്കൊടുക്കുവാനും ശ്രമിക്കുന്നതും ഗദ്ദികക്കാരനാണ്. വിശപ്പുമാറ്റാനായി തെരുവോരത്തിൽ സ്വയം വില്ക്കാൻ സന്നദ്ധയാകുന്ന വെള്ളയെ രക്ഷിച്ചെടുത്ത് അയാൾ വെള്ളിക്കരികിലെത്തിക്കുന്നു. യാചനേയും ലക്ഷ്മണനെയുമൊക്കെ ഒന്നിപ്പിച്ച് ഉടയോരുടെ നീതിയേയും ദൈവങ്ങളേയും ചെറുക്കുവാനും എല്ലാവരും എല്ലാവർക്കും വേണ്ടി ജീവിച്ചിരുന്ന മാവേലിക്കാലത്തിന്റെ നന്മയെക്കുറിച്ചോർക്കുവാനും അവൻ പ്രേരിപ്പിക്കുന്നു. ഉടൻ,

പൊള്ളുന്ന വർത്തമാനമായി പയിക്കിന്റ്റോയെന്ന വെള്ളിയുടെ നിലവിളി മുഴങ്ങുകയായി. വെള്ളിയുടെ നിലവിളി യാചന്റെ വേദനാനിർഭരമായ ഓർമകൾക്ക് ചിറകേകുന്നു. വംശസ്മൃതിയുടെ ആദിമകഥകളിലേയ്ക്ക് അയാൾ ഊളിയിടുകയാണ്. '...സ്വതന്ത്രരായിരുന്ന പൂർവ്വികർ, മേലോരച്ചനും കീയോര്ത്തിയും, ഉത്തപ്പനും ഉത്തമ്മയും. അവരെ തമ്പുരാൻമാർ കൗശലത്തിൽ പിടിച്ച് അടിമകളാക്കി. അന്നുമുതൽ തുടങ്ങി ഞങ്ങളുടെ വിശപ്പും ദുരിതങ്ങളും.' പുലർകോഴി കൂവും മുമ്പു തുടങ്ങുന്ന കഠിനമായ അടിമപ്പണികളെക്കുറിച്ച് യാചൻ ഓർക്കുമ്പോൾ ഒന്നാംരംഗം അവസാനിക്കുന്നു. കുഴൽച്ചെത്തത്തിൽ അരങ്ങ് പഴങ്കാലത്തിലേക്ക് പരിവർത്തിക്കപ്പെടുന്നു.

രാത്രിയിൽ ഉറങ്ങിക്കിടക്കുന്ന അടിമകളെയാണ് അടുത്ത രംഗത്തിൽ ചിത്രീകരിക്കുന്നത്. കുറിയണിഞ്ഞ്, വാളും പന്തവുമേന്തിയെത്തുന്ന തമ്പുരാൻ അവരെ ഭീഷണിപ്പെടുത്തി പണിയെടുപ്പിക്കുന്നു. അവരുടെ പാട്ടുകൾക്കൂടി, തന്റെ കനവുകൾക്കായി പ്രയോഗിക്കുന്നു. കാവിലമ്മയുടെ ഉഗ്രകോപം പണിയെടുക്കാത്തവരിൽ പതിക്കുമെന്നു വിശ്വസിപ്പിക്കുന്നു. കൂലി നൽകാതെ, ജാതിയും ഭാഷയും തൊഴിലുമൊക്കെയായി അവരെ ഭിന്നിപ്പിച്ച് ചൂഷണം ചെയ്യുന്നു. അയിത്തവും ദാരിദ്ര്യവും ചൂഷണവുമെല്ലാം സംസ്ഥാപിതമാക്കി മടങ്ങുന്നു. വെള്ളിയുടെ നിലവിളിയിൽ അരങ്ങ് വർത്തമാനകാലത്തിലെത്തുകയാണ് വീണ്ടും. സ്വന്തം സ്വപ്നങ്ങളുടെ അവസാന തുണ്ടും കൊള്ളയടിക്കപ്പെടുകയും വീണ്ടും വീണ്ടും പുതിയ ഇല്ലിക്കാടുകൾ തമ്പുരാക്കന്മാർക്കായി തെളിക്കേണ്ടിവരുകയും ചെയ്യുന്ന അവരുടെ ദൈന്യതയെക്കുറിച്ച് ഓർമ്മിപ്പിക്കുകയാണ് പിന്നീട് ഗദ്ദികക്കാരൻ. വെള്ളിയുടെ പയിക്കിഞ്ചോ, വീണ്ടും യാചനെ ഓർമ്മകളിലേയ്ക്ക് നയിക്കുന്നു. അടിമക്കൂട്ടിൽ നിന്നും ഒളിച്ചോടുവാൻ പോലുമാവാഞ്ഞ കാരണോന്മാരുടെ കഥകളാണ് ഇപ്പോഴുണരുന്നത്.

"ചാടിപ്പോയ കറുപ്പനെ തേടുന്നതാണ് അടുത്തരംഗം. വാളും വടിയുമേന്തി ആജ്ഞാപിക്കുന്നതിനിടയിലാണ് തമ്പുരാൻ കാര്യം മനസ്സിലാക്കുന്നത്. ഓനേത് കാട്ടിലേക്കാ ഓടീന്ന് വെച്ചാ ആടെപ്പോയി കൂട്ടീട്ട് ബന്നോ... ങ്ഉം...ങ്ഉം" എന്ന് അവരോട് കല്പിക്കുകയും അവനെ മാതൃകാപരമായി ശിക്ഷിക്കാൻ തുനിയുകയുമാണ് തമ്പുരാൻ. മാത്രമല്ല ഇവിടെ നിന്നും ആർക്കും ഒരിക്കലും രക്ഷപ്പെടാനാവില്ലെന്ന് അയാൾ ഉറപ്പിച്ചു പറയുകയും ചെയ്യുന്നുണ്ട്. കീയുലോകസിദ്ധാന്തം അവതരിപ്പിച്ച് അവരുടെ മരണാനന്തരമുള്ള മോചന സ്വപ്നത്തെക്കൂടി അയാൾ കരിച്ചുകളഞ്ഞു. കാലെ കാങ്കോറെണന്റെ നടത്തിപ്പിലുള്ള കീയുലോകവും തമ്പുരാന്മാരുടേതാണെന്നും

അവിടേയ്ക്കാണ് മരണശേഷം അടിമകളെത്തുന്നതെന്നുമാണ് തമ്പുരാൻ പ്രഖ്യാപിക്കുന്നത്. കറുപ്പനെ അനുനയിപ്പിച്ച് തിരികെ എത്തിക്കുവാൻ ഇടയ്ക്ക് കൂട്ടക്കാരും ശ്രമിക്കുന്നുണ്ട്. കറുപ്പന്റെ കല്പിത കഥയിൽ നിന്നും അനതിവിദൂര കേരള ചരിത്രത്തിലേയ്ക്ക് നാടകക്രിയ പെട്ടെന്ന് സംക്രമിക്കുന്നു. പഴശ്ശിയെ തിരയുന്ന ബ്രിട്ടീഷ് ഈസ്റ്റിന്ത്യാകമ്പനിയുടെ വിളംബരം ഇതിനു നിമിത്തമാകുന്നു. ഭീരുത്വവും അവസരവാദവും അധികാരത്തോടുള്ള വിധേയത്വവും തമ്പുരാന്റെ മുഖമുദ്രയാണെന്ന് ഈ സന്ദർഭം വ്യക്തമാക്കുന്നു. പഴിയെല്ലാം അടിമകൾക്കും ആദരവ് അധികാരിക്കും ലാഭം തനിക്കും പങ്കിടുകയാണ് അയാളുടെ രീതി. ആദിവാസികളായ കുറുമരും കുറിച്യരുമടങ്ങുന്ന പഴശ്ശിയുടെ സ്വാതന്ത്ര്യപ്പോരാളികളെ ഒറ്റുകൊടുക്കുവാൻ അടിമകളാക്കിയ അവരെത്തന്നെ ഉപയോഗിക്കുകയാണ് തമ്പുരാൻ. കമ്പിനിയെ കുമ്പിട്ട് ആരെടാ പൈച്ചിയെന്ന് വാളുവീശി ശൗര്യം കാട്ടി, വീണ്ടും അടിമകൾക്ക് വല്ലി കൊടുക്കാതെ അരങ്ങൊഴിയുകയാണ് ഈ കഥാപാത്രം. അപ്പോൾ, വിഷാദാത്മകമായി സംഘം പഴമ്പാട്ടുപാടുകയാണ്. അവരുടെ ആശകൾക്കുടി കൈമോശം വന്നതെക്കുറിച്ച് ഗദ്ദികക്കാരൻ ഉദ്ബോധിപ്പിക്കുമ്പോൾ വിശപ്പിന്റെ വർത്തമാനം വീണ്ടും അലയ്ക്കുന്നു. തുടർന്ന് വള്ളിയൂർക്കാവുത്സവത്തിലെ നിപ്പപണം വാങ്ങിയതിനെക്കുറിച്ചുള്ള സ്മരണകളിലേയ്ക്ക് യാചൻ ഒഴുകിത്തുടങ്ങി. കുഴൽനാദം അതിനകമ്പടിയാകുമ്പോൾ രംഗാന്ത്യം.

ഉത്സവച്ചെലവായ നിപ്പപണം വാങ്ങാനെത്തുന്ന അടിമകളാണ് നാലാം രംഗത്തിൽ. കണക്കുകളിലെ കള്ളങ്ങളിലൂടെ ആജീവനാന്തം അവരെ കടക്കാരാക്കുന്ന തമ്പുരാനാണിവിടെ. അടിമകളുടെ തുച്ഛമായ മോഹങ്ങളേയും സ്വാതന്ത്ര്യ(വേഷം)ത്തേയുംപോലും അയാൾ അധിക്ഷേപിക്കുന്നു, നിയന്ത്രിക്കുന്നു. കൂടാതെ കുടിയേറ്റക്കാർക്കായി മണ്ണ് വീതം വയ്ക്കുന്നതും അവരെക്കാട്ടി അടിമകളെ ഭീതിപ്പെടുത്തുന്നതും ഇവിടെ ആവിഷ്കരിക്കുന്നുണ്ട്. തങ്ങളുടെ വിശപ്പാറ്റിയിരുന്ന കാട് കൂടുതൽ കൂടുതൽ കൈവിട്ടു പോകുന്നതിന്റെ വേദനയിലാണ് അവർ. ഗദ്ദികക്കാരൻ ഈ വേദന പങ്കുവെയ്ക്കുന്നു. വള്ളി വീണ്ടും കരഞ്ഞുണർത്തുന്നത് യാചന്റെ പൂർവ്വസ്മൃതികളാണ്, തമ്പുരാമ്പാടത്തെ കമ്പളനാട്ടിനടുന്നതിന്റെ സ്മരണകളാണ്.

തുടി അടിച്ച് കുഴലൂതി കൃഷി നടക്കുന്നതിനിടയിലാണ് അഞ്ചാം രംഗാരംഭം. അവരോട് കയർത്തും ആക്രോശിച്ചും പണിയെടുപ്പിക്കുന്നതിനിടയിൽ സ്വാതന്ത്ര്യസമരത്തെക്കുറിച്ചും ഗാന്ധിയെക്കുറിച്ചും വെറുപ്പുപ്രകടിപ്പിക്കുകയാണ് തമ്പുരാൻ. സൂര്യനസ്തമിക്കാത്ത സാമ്രാജ്യത്തിന്റെ പ്രതാപത്തെക്കുറിച്ചും പ്രതിലോമകരമായ സ്വന്തം

നിലപാടിനെക്കുറിച്ചും ഊറ്റം കൊള്ളുകയാണ് അയാൾ. നവോത്ഥാന സംരഭങ്ങളെയെല്ലാം അധിക്ഷേപിക്കുവാനും അയാൾ മറക്കുന്നില്ല. സ്വാഭാവികമായും അടിമകൾക്ക് ഇതിലൊന്നും പങ്കുണ്ടായതുമില്ല. കഞ്ഞിയും കറിയുമില്ലാതെ, കിഴങ്ങു മാന്താനുള്ള കാടുപോലും അന്യാധീനപ്പെട്ട അവർക്ക് മഹത്തായ ദേശീയ സമരങ്ങളൊന്നും മനസ്സിലായതു പോലുമില്ല. തങ്ങളിലേക്കെത്തേണ്ടിയിരുന്ന നല്ല വാക്കുകളും പെരുമാറ്റങ്ങളുംകൂടി തട്ടിത്തെറിപ്പിച്ചതെപ്പറ്റി ഗദ്ദിക ക്കാരൻ സൂചിപ്പിക്കുന്നു. അന്ധന്റെ വിശപ്പ് അപ്പനെ ഓർമ്മകളിലേ യ്ക്ക് വലിച്ചിഴക്കുകയാണ്. തമ്പുരാന്റെ അറയിൽ പഴനെല്ല് കത്തിച്ച് പുന്നെല്ല് നിറയ്ക്കാനായി, കാഞ്ഞവയറുമായി പണിയെടുത്തതിനെ പ്പറ്റി അവനോർത്തു.

വിശപ്പും ക്ഷീണവുമുണ്ടെങ്കിലും തമ്പുരാന്റെ കളത്തിൽ പണി യെടുക്കേണ്ടിവരുന്ന അടിമകളാണ് ആറാം രംഗത്തിൽ. ത്രിവർ ണ്ണക്കൊടിയേന്തി, ഖദർധാരിയായി തമ്പുരാൻ അവിടെയെത്തുന്നു. നേരാംവണ്ണം പറയാനറിയില്ലെങ്കിലും ഗാന്ധിക്കും നെഹറുവിനും ജയ് വിളിക്കുന്നുണ്ട് അയാൾ. ഏതു പ്രമാണത്തേയും മലിനീകരിക്കുവാനും സ്ഥാപിത താല്പര്യത്തിനായി ഉപയോഗിക്കുവാനും അയാൾക്ക് വിരു തേറെയുണ്ട്. വിദേശികൾക്കു പകരം സ്വദേശികൾ വന്നുവെങ്കിലും അടിമകളുടെ നിലയ്ക്ക് മാറ്റമുണ്ടായില്ല. സ്വാതന്ത്ര്യം എന്ന വാക്കിന്റെ അർഥംപോലും അവരറിഞ്ഞില്ല. കൂലി കൊടുത്തില്ല എന്നുമാത്രമല്ല രാജ്യത്തിമൊത്തത്തിക്ഷീണാടാ... ക്ഷാമാടാ.... അതുകൊണ്ട് നെഹ്റുവെന്താ പറഞ്ഞേന്നോ? ബല്ലീം കൂലീം ഒന്നും കൊടുക്കണ്ടാന്ന്! അല്ലെങ്കിലെന്തിനാടാ നിങ്ങക്കീ ബല്ലീം കൂലീം? നമ്മുടെ മഹാത്മാ ഗാണ്ടിയൊരുദിവസി ഒരു പഴവാടാ തിന്നുന്നത് - ഒരു പഴം. എന്ന് സിദ്ധാന്തവത്ക്കരിക്കുകകൂടി ചെയ്യുന്നു. ഗദ്ദികക്കാരൻ പങ്കുവച്ച ചരി ത്രത്തിനു ചുറ്റംകൂടിയ അവർ'വെള്ളിയുടെ നിലവിളിയാൽ വീണ്ടും വർത്തമാനത്തിന്റെ നേരറിയുന്നു. കന്നുകാലികളും അടിമകളും കൂടി തമ്പുരാന്റെ ഒക്കൽ കളത്തിൽ കറ്റമെതിക്കുന്ന ചിത്രത്തിലേയ്ക്കുള്ള യാചന്റെ യാത്രയ്ക്ക് അത് നിമിത്തമായി.

ഒക്കൽ പാട്ടോടുകൂടിയാണ് ഈ രംഗം ആരംഭിക്കുന്നത്. കമ്മ്യൂ ണിസ്റ്റുകാർക്കെതിരേയാണ് ഇപ്പോൾ തമ്പുരാന്റെ ക്ഷോഭം. താൻ നടത്തിയ ഐതിഹാസിക സ്വാതന്ത്ര്യസമരങ്ങളെക്കുറിച്ച് അയാൾ അടിമകളെ പഠിപ്പിക്കുന്നുമുണ്ട്. കേരളത്തിലെ കമ്മ്യൂണിസ്റ്റ് മന്ത്രി സഭാ രൂപീകരണം, ഭൂപരിഷ്കരണം, വിമോചനസമരം, മന്ത്രിസ ഭാതകർച്ച എന്നിവയെല്ലാം ഇവിടെ പരാമൃഷ്ടമാകുന്നു. അപ്പോഴും അടിമകൾക്ക് കൂലി കിട്ടുന്നില്ല. നമ്മൾ തിരഞ്ഞെടുക്കുന്ന ഒരു

ഗവണ്മെന്റിൽനിന്നും എത്രടം വരെ പ്രതീക്ഷിക്കാം എന്ന അറിവും നമ്മളിലേയ്ക്കെത്തിയില്ല എന്ന തിരിച്ചറിയുകയാണ് ഗദ്ദികക്കാരൻ. അപ്പോഴും വെള്ളികരയുകയും യാചൻ സ്മരണകളിൽ അകപ്പെട്ടുകയും ചെയ്യുന്നു. സ്വന്തക്കാരും കൂട്ടുകാരുമൊത്ത് ചേർന്ന പെല ദിവസത്തെ ക്കുറിച്ചാണ് ഇപ്പോൾ യാചൻ ചിന്തിക്കുന്നത്.

അവസാനരംഗം പെലപ്പുരയിലെ തുടിതാളത്തിൽ തുടങ്ങുന്നു. കഷ്ടപ്പാടുകൾ തീർത്തുതരുവാൻ, മരിച്ചുപോയ കാരണവന്മാരെ വിളിച്ചു കേഴുന്ന ഗദ്ദികക്കാരനാണിവിടെ. അതിനായുള്ള അനുഷ്ഠാനകർമ്മം നടത്തുകയാണ് അയാൾ. മാവേലിയുടെ കയ്യിൽ നിന്നും തമ്പുരാക്കൾ തട്ടിയെടുത്ത മണ്ണും ഓലയും സ്വന്തമാക്കുകയാണ് അയാളുടെ ലക്ഷ്യം. അതിനായി അടിമകൾ സംഘടിച്ചേതീരൂ എന്നും ചോദ്യം ചെയ്തേ മതിയാവൂ എന്നും ഉദ്ബോധിപ്പിക്കുന്നുണ്ട് ഗദ്ദികക്കാരൻ. വലിയ വലിയ കാര്യങ്ങളിലേയ്ക്കെത്തപ്പെടേണ്ടുന്ന വഴികൾ കണ്ടുപിടിക്കാനും അറിയാനുമായി ചെറിയ ചെറിയ കാര്യങ്ങൾ അവർ ചോദിക്കുന്നു. മുളങ്കുറ്റി മാറ്റി ലിറ്ററിൽ കൂലി നെല്ല് അവർ ആവശ്യപ്പെടുന്നു. തനിക്കു കിട്ടിയ സ്വാതന്ത്ര്യസമര സേനാനിയുടെ താമ്രപത്രം ഉയർത്തിക്കാട്ടിയിട്ടും കോപിച്ചിട്ടും തമ്പുരാന് ഒടുവിൽ വഴങ്ങേണ്ടിവന്നു. അടിമകൾ ആദ്യമായി സന്തോഷമറിയുന്നത് ഈ സമരവിജയത്തിലാണ്. അതാവട്ടെ കൂട്ടക്കാരോട് പങ്കുവയ്ക്കുവാനും വ്യാപിപ്പിക്കുവാനും മുതിരുമ്പോഴേയ്ക്കും ചെങ്കൊടിയേന്തി സിന്ദാബാദ് മുഴക്കി കർഷക നേതാവായി രംഗത്തെത്തുകയാണ് നാട്ടുവാഴും തമ്പുരാൻ (!) മാത്രമല്ല, നിങ്ങളെന്നെ കമ്മ്യൂണിസ്റ്റാക്കിയെന്നും, വർഗ്ഗസമരമല്ല വർഗ്ഗസഹകരണമാണ് നമുക്കാവശ്യമെന്നും അയാൾ പ്രഖ്യാപിക്കുന്നു!. സംഘത്തിൽ ചിലർ ഈ ഭാവപ്പകർച്ചയിൽ ആകൃഷ്ടരാവുകയും ചേരിതിരിയുകയും ചെയ്യുന്നുണ്ട്. മറ്റുള്ളവർക്കായ് ത്യാഗമനുഷ്ഠിക്കുന്നതിനാലാണ് താൻ എല്ലാ പ്രസ്ഥാനങ്ങളുടേയും തലപ്പത്തെത്തുന്നതെന്ന് തമ്പുരാൻ വിനയാന്വിതനായി വീമ്പു പറയുന്നു. എന്നാൽ തമ്പുരാന്റെ വസ്തുങ്ങളായി മാറിക്കഴിഞ്ഞ കൊടികളോരോന്നും ഗദ്ദികക്കാരൻ വലിച്ചഴിക്കുന്നു. 'ഈ കൊടികളെ, ഇതുകളുടെ പൂർത്തിയാകാത്ത ഉദ്ദേശ്യങ്ങളിലേക്ക് നമുക്കു വിനയത്തോടെ കൊണ്ടുപോകാം.' എന്ന് സമരപ്രഖ്യാപനം നടത്തുകയാണ് ഗദ്ദികക്കാരൻ. ആവേശിതരായ അടിയോർ കൊടികൾ കൈക്കലാക്കുകയും പ്രതിരോധങ്ങൾ മെനയുകയും ചെയ്യുന്നു. തമ്പുരാന്റെ കാവലാളുകൾ വർദ്ധിത ക്രൗര്യത്തോടെ അടിയന്തരാവസ്ഥാവിളംബരവും ആക്രമണങ്ങളും അഴിച്ചുവിട്ടു. വിചാരണപ്പറമ്പിൽ വച്ച് ആചാരമുണ്ട് അഴിച്ചെടുത്ത്, കഠിനപീഡനങ്ങൾക്കു വിധേയനാക്കി ഗദ്ദികക്കാരനെ കൊന്നുകളഞ്ഞു. എങ്കിലും അവന്റെ ശബ്ദം പ്രേരകശക്തിയായി

അരങ്ങിൽ നിറയുന്നു. പീഡിപ്പിക്കപ്പെട്ട ആചാരമുണ്ട് അരയിൽ ചുറ്റി പുതിയൊരുവൻ ഗദ്ദികയാട്ടം തുടരുന്നു. അവർക്കുമുന്നിൽ തമ്പുരാൻ അടിപതറുകയാണ്. അവരുടെ വിചാരണയ്ക്കു മുന്നിൽ അയാളുടെ കാപട്യങ്ങൾ ഒന്നൊന്നായി അഴിഞ്ഞുവീണു. ക്രൂരതകൾ വെളിപ്പെട്ടു.

ഇനി ഈ പൂമിനെ തൊട്ടുതോകണം.....

ഇനി ഈ മണ്ണിനെ കെട്ടി പുടിച്ച് മാപ്പ് പറയണം.

എന്ന അവരുടെ നിർബന്ധത്തിനു മുന്നിൽ അയാൾക്ക് വഴങ്ങേണ്ടി വന്നു. ചുടലകൾ പോലും തട്ടിപ്പറിച്ച, മണ്ണുകട്ട കാട്ടുവെട്ടിയ, കണ്ണുകട്ട് ഉശിരു കാട്ടിയ തമ്പുരാനെ, കാർന്നോമ്മാരുടെ കനവു മൂടിയ മലയിലേക്ക് നാട്ടുഗദ്ദിക തീർക്കാനായി അവർ ബലമായി കൂട്ടികൊണ്ടു പോകുമ്പോൾ നാടകം പൂർണ്ണമാകുന്നു.

ബാഹ്യശില്പ നിർമ്മാണത്തിൽ അനുവർത്തിക്കുന്ന തത്വത്തെക്കുറിച്ച് മുമ്പ് സൂചിപ്പിച്ചിരുന്നു. ലാളിത്യവും ആവർത്തനവും ഇവിടെ എത്രമാത്രം പ്രയോജനപ്പെടുത്തിയെന്നതാണ് ഇനി ആലോചിക്കേണ്ടത്. പൊതുവേ പരുഷമായ നാടകാന്തരീക്ഷമാണ് ഇവിടെയുള്ളത്. തമ്പുരാന്റെ ക്രൗര്യവും അടിമകളുടെ പൊറുതിമുട്ടലുമാണ് മുഖ്യമായും അവതരിപ്പിക്കപ്പെടുന്നത്. അന്ത്യരംഗമൊഴികെയുള്ളവ ആരംഭിക്കുന്നതുതന്നെ ക്ഷുഭിതനായ തമ്പുരാനിൽ നിന്നുമാണ്. അടിയോരുടെ ദൈന്യതയിലേക്കും ഗദ്ദികക്കാരന്റെ വിശകലന-വിശദീകരണങ്ങളിലേയ്ക്കും പുരോഗമിക്കുന്ന രംഗങ്ങൾ വള്ളിയുടെ നിലവിളിയിലും പിന്നീട് യാചന്റെ ഓർമ്മകളിലും എത്തിച്ചേരുന്ന വിധമാണ് രചിച്ചിട്ടുള്ളത്. ആ ഓർമ്മകളുടെ അരങ്ങേറ്റമാണ് - പറഞ്ഞശേഷം അവതരിപ്പിക്കുകയാണ് - അടുത്ത രംഗാരംഭമെന്നതും ശ്രദ്ധേയമാണ്. ക്രിയാനിബന്ധനത്തിൽ ഈ മാതൃക(Pattern)യാണ് കെട്ടുമുറയായി സ്വീകരിച്ചിരിക്കുന്നത്. ഭൂത-വർത്തമാനകാലങ്ങൾ ഇടവിട്ട് വരുംമട്ടിലാണ് നാടകകാലം. ഓർമ്മകളിൽ - ചരിത്രത്തിൽ - നിന്നും വർത്തമാനത്തിലേക്കും അവിടെനിന്ന് ഭാവി(കനവ്)യിലേക്കും വ്യാവർത്തിക്കാവുന്ന സമയസങ്കല്പനമാണ് ഇവിടെയുള്ളത്.

കാര്യകാരണപ്രതിവിധികളിലൂടെ വിമോചനമെന്ന ക്രിയാംശബീജത്തെ വളർത്തിയെടുത്തതാണ് ആഭ്യന്തരശില്പം. ചൂഷണം, പ്രതിഷേധം, മറികടക്കൽ എന്നീ മുഹൂർത്തങ്ങളിലൂടെയാണ് ഇത് വളർത്തുന്നത്. നാടകത്തിന്റെ ക്രിയാംശഗതിക്ക് ചടുലമായ വ്യതിയാനമുണ്ടാകുന്ന അന്ത്യരംഗത്തിൽ മാത്രമാണ് പൊതു പാറ്റേൺ വ്യത്യാസപ്പെടുന്നത്. ഗദ്ദികക്കാരന്റെ നേതൃത്വത്തിലുള്ള 'പെല' അനുഷ്ഠാനത്തോടു കൂടിയാണ് ഈ രംഗാരംഭം. മുൻ രംഗങ്ങളിൽ അവതരിപ്പിച്ച ചൂഷണത്തിന്റേയും അടിമത്തത്തിന്റേയും ചരിത്രപരമായ

വിശകലനങ്ങളെ അടിസ്ഥാനമാക്കിയ ബദൽ നിർദ്ദേശമാണ് ഇതിൽ അരങ്ങേറുന്നത്. പ്രാകൃത കമ്മ്യൂണിസം, ഫ്യൂഡലിസം, മുതലാളിത്തം തുടങ്ങിയ വ്യവസ്ഥിതികളിലൂടെ കടന്നുവന്നിട്ടും അടിമകൾ എന്നും അടിമകൾ തന്നെയെന്നും സംഘടിത സമരത്തിലൂടെ മാത്രമേ അത് മറികടക്കാനാവൂ എന്നുമാണ് ഇവിടെ കാട്ടുന്നത്. പാരിസ്ഥിതികമായ ആഭിമുഖ്യവും അവിടെ നിയാമകം ആകുന്നുണ്ട്. ഗദ്ദികക്കാരൻ കൊല്ലപ്പെട്ടാൽപോലും അവന്റെ വാക്കുകളിൽ നിന്നും ആവേശമുൾക്കൊണ്ട് ഗദ്ദികയാട്ടം തുടരുക തന്നെയാണ്. തമ്പുരാൻ കീഴടക്കപ്പെടുന്നത് അപ്പോഴാണ്. മറ്റൊന്നു കൂടി ഇവിടെ പ്രസക്തമാകുന്നുണ്ട്. യാചൻ ഓർമ്മകളിലേക്ക് ഒളിച്ചോടാതെ വർത്തമാനത്തെ നേരിടുന്നതും ഇവിടെ മാത്രമാണ്. കനവുവലയിലെ ശാന്തസ്വപ്നങ്ങളിലേയ്ക്കാണ് അവർക്കു പോകേണ്ടത്. അതിനുള്ള മുന്നുപാധി തമ്പുരാൻ അഹന്ത വെടിഞ്ഞ് മണ്ണിൽ ചുംബിക്കുകയാകുന്നു. പ്രപഞ്ചത്തിന്റെ സഹജനീതിക്കു കീഴടങ്ങി സമത്വ സാഹോദര്യങ്ങളോടുകൂടി പുലരുകയാകുന്നു. സൂക്ഷ്മമെങ്കിലും ഇത്തരമൊരു ആദർശമാണ് ആഭ്യന്തരക്രിയാ നിർമ്മാണത്തിനായി നാടകകാരൻ കണ്ടെടുക്കുന്നത്.

ആദ്യകൃതിയിൽ നിന്നും ചില്ലറമാറ്റങ്ങൾ വരുത്തിയ പതിപ്പാണ് (93) ഇവിടെ പഠനത്തിന് ആധാരം. ഒന്നാം അവതരണപാഠത്തിൽ, ഗദ്ദികക്കാരനെ വരവുവിളിച്ച് അവനാൽ ആവിഷ്ടരായി അങ്കംകുറിച്ച്, ജന്മിയെ അടിപ്പെടുത്തുന്നു. ഇപ്പോഴത്തെ അവതരണ പാഠത്തിലാവട്ടെ, കൊലചെയ്യപ്പെട്ട ഗദ്ദികക്കാരന്റെ ഉടയാട ഒരു പുതിയ ഗദ്ദികക്കാരൻ എടുത്തണിയുകയും അവന്റെ നേതൃത്വത്തിൽ ഉടയോന്റെ ഊറ്റം കളയിച്ച് തങ്ങളുടെ വാഗ്ദത്തഭൂമിയായ കനവുമലയിലേക്ക് മഹാപ്രസ്ഥാനം നടത്തുകയും ചെയ്യുകയാണ്. (ടി.പി. സുകുമാരൻ, അവതാരിക, നാട്ടുഗദിക) ക്രിയാംശ നിർവഹണത്തിലെ ഈ വ്യത്യാസം കാലാനുസാരിയും ദർശനാനുബന്ധിയുമാണ്. വയനാടൻ മലകളിൽ ഗോത്രവർഗ്ഗക്കാരിൽ ആത്മാഭിമാനത്തിന്റേയും വിപ്ലവബോധത്തിന്റേയും വിത്തുപാകിയ നക്സൽ വർഗീസിനെ അനുസ്മരിപ്പിക്കുന്ന ഗദ്ദികക്കാരന്റെ ഉന്മൂലനസിദ്ധാന്തവിജയമായിരുന്നു ആദ്യനാടകത്തിൽ. ലിറ്ററിലെ വല്ലിക്കായുള്ള സമരത്തെയും ഗദ്ദികക്കാരന്റെ കണ്ണുകളെക്കുറിച്ചും മരണത്തെക്കുറിച്ചുമുള്ള പരാമർശവും ചരിത്ര സൂചനകളാണ്. വർഗ്ഗീസിന്റെ ചൂഴ്ന്നെടുത്ത കണ്ണുകൾ - ഉറുമ്പെടുത്ത കണ്ണുകൾ? - കേരളത്തിൽ സവിശേഷമായ ഭീതിയും ഉത്തിഷ്ഠതയും ഉണർത്തിയ, കക്കയം ക്യാമ്പുകളുടേയും ഭരണകൂട ഭീകരതയുടേയും നഗ്നമായ സ്വാതന്ത്ര്യലംഘനങ്ങളുടേയും കാലമായിരുന്നു അത്. കാലം കടന്നുപോവുകയും ചൂഷണത്തിന്റെയും അധികാരത്തിന്റേയും ചെറുത്തുനില്പിന്റേയും പ്രത്യാശകളും

സമവാക്യങ്ങളും മാറുകയും (നക്സൽ സമരങ്ങൾ പരാജയമടയുകയും കമ്മ്യൂണിസ്റ്റാദർശം അപര്യാപ്തമാവുകയും) ചെയ്യുമ്പോഴാണ് ഈ തിരുത്ത് സംഭവിക്കുന്നത്. കിഴക്കൻ യൂറോപ്പിലെ കമ്മ്യൂണിസ്റ്റ രാഷ്ട്ര ങ്ങളുടെ പതനവും റഷ്യയുടെ ശകലീകരണവും കഴിഞ്ഞ്, നാലാം ലോകങ്ങൾ ത്രിശങ്കുവിൽ അഭയപ്പെടുന്ന വേളയാണിത്. അപ്പോഴും കീഴാളന്റെ വിമോചന സ്വപ്നങ്ങളെ നാടകം താലോലിക്കുന്നുണ്ട്. സ്വന്തം മാവേലി മന്റത്തിലേയ്ക്ക് അവർക്ക് എത്തിച്ചേരാമെന്നും കാടും മണ്ണും ഓലയും എഴുത്തും കുഴലും തുടിയും സ്വന്തമാക്കാമെന്നും പ്രതീക്ഷയുണ്ട്. വർഗ്ഗസമരത്തിന്റെ ഉള്ളടക്കത്തോടൊപ്പം പാരി സ്ഥിതികമായ സമതുലിതത്വത്തിന്റെ വീണ്ടെടുക്കൽകൂടി അതിന് ആവശ്യമാണെന്ന്, പുതിയ ലോകക്രമത്തിൽ അവർ കണ്ടറിയുന്നു. 'ഡ്രോപ്പിന്' പകരം 'മഞ്ഞുമലൈ മക്കൾ' എന്ന് സംഘത്തിനു പേരു മാറ്റുന്നു, നർമ്മദയിലെ മേധാ പാട്ക്കറുടെ ജലസമാധി സമരത്തിന് ഐക്യദാർഢ്യമായി നാടകം അവതരിപ്പിക്കുന്നു. വിമോചനമാർഗത്തെക്കുറിച്ചുള്ള പുതിയ കാഴ്ചപ്പാടിൽ നിന്നുമാണ് നാടകത്തിന്റെ ആഭ്യന്തരക്രിയാശില്പത്തിനും ഇത്തരം വ്യത്യാസം വന്നുചേർന്നതെന്നു കരുതാവുന്നതാണ്. അപ്പോഴും മിക്ക പ്രതിബദ്ധ നാടകങ്ങളിലേയും സമാനാന്ത്യത്തെ ഓർമ്മിപ്പിക്കും വിധം നിഷ്ഠുര പ്രതിയോഗിയുടെ പതനവും അടിച്ചമർത്തപ്പെട്ടവന്റെ വിജയവും തന്നെയാണ് ഇവിടെയും ആഘോഷിക്കപ്പെടുന്നത്.

ഹബീബ്തൻവീറിന്റെ ചരൺദാസ് ചോറിലെപ്പോലെ ഒരു സംഘം നിരക്ഷര ആദിവാസികളാണ് ഈ നാടകം അവതരിപ്പിച്ചത്. അവരുടെ കോറസ്സിന്റെ സംഘനടനം സവിശേഷമായ ഒരു ദൃശ്യ ഭാഷാനുഭവംതന്നെ സൃഷ്ടിച്ചു. അവരുടെ പുരാവൃത്തങ്ങൾ, വിശ്വാസ ങ്ങൾ, സ്വപ്നം, തുടി, കളി, പാട്ട്, ആട്ടം, വേഷം, പെരുമാറ്റം, ഭക്ഷണം, ഭാഷ എന്നിവ ഈ പുതുകാട്ടരങ്ങിന്റെ ദൃശ്യഭാഷതേടി. അരങ്ങിൽ വച്ച് നടക്കുന്ന കരണ-പ്രതികരണങ്ങളിലൂടെ വികസിക്കുന്ന മട്ടല്ല ഇത് ചിട്ടപ്പെടുത്തിയിരിക്കുന്നത് എന്നതിനാലാവാം, പരസ്പര വിനി മയത്തിനായുള്ള, സംഭാഷണങ്ങൾ ഇവിടെ തുച്ഛമാകുന്നത്. വെള്ളി പയിക്കിന്റോ എന്ന ഒറ്റവാക്കു മാത്രമാണ് ഉടനീളം ഉച്ചരിക്കുന്നത്, യാചനാവട്ടേ നാനോർക്കിഞ്ചെയെന്നാവർത്തിച്ച് ലഘുവും കാര്യമാ ത്രപ്രസക്തവുമായ ഒരു സ്മരണയിലേക്ക് നാടകത്തെ മാറ്റുകയാണ്. മാനകഭാഷയോട് അടുപ്പം കാട്ടുന്നത് ഗദ്ദികക്കാരനും തമ്പുരാനും മാത്രം. അതുതന്നെ പാത്രങ്ങളുടെ ആത്മസംഘർഷങ്ങളെ വെളി പ്പെടുത്തുവാനോ സ്വഭാവവിശേഷങ്ങൾ വ്യക്തമാക്കുവാനോ എന്ന തിനേക്കാൾ പ്രസ്താവനാരൂപത്തിലുള്ള വിവൃതഭാഷണങ്ങളാണ്. ആഖ്യാതാവിന് മാനകഭാഷയും അടിയോർക്ക് ആദിവാസിഭാഷയും

നല്കിയിട്ടുള്ളത് സംവേദനത്തെ എളുപ്പമാക്കുവാൻ വേണ്ടി ആവാമെങ്കിലും തെരുവുനാടകത്തിന്റെ പ്രേക്ഷകനെ അത് പലപ്പോഴും അകറ്റിനിർത്തുന്നു. ഫ്രാൻസിലെ ടൂറിംഗ് നാടകക്കമ്പനിയായ ഫുട്സ്ബാൻ (Footsban Theatre) ഒഡിസ്സി അവതരിപ്പിക്കുന്നത് വിവിധ ലോകഭാഷകളെ (Multilingual) ഉൾക്കൊള്ളിച്ചു കൊണ്ടാണ്. ഫ്രഞ്ചും സ്പാനിഷും മലയാളവുമെല്ലാം ഒരേ നാടകത്തിൽ പറയുന്ന ഈ പരീക്ഷണത്തിൽ കഥാസൂചനയ്ക്കായി ഇംഗ്ലീഷും പ്രയോഗിക്കുന്നുണ്ട്. പക്ഷേ, അവിടെ (പ്രൊസീനിയത്തിൽ) സജ്ജമായ ഒരു പ്രേക്ഷക സമൂഹത്തെയാണ് നാടകം അഭിസംബോധന ചെയ്യുന്നത്. 'നാട്ടുഗദ്ദിക' അങ്ങനെയല്ല. രംഗങ്ങളുടെ ലൂജ്ഞതയും, ആവർത്തനത്വവും നടന്മാരാൽ സൃഷ്ടിക്കപ്പെടുന്ന ശില്പമാതൃകകളും ഭാഷാസ്പദമല്ലാത്ത ഒരു വിനിമയം ലക്ഷ്യമാക്കുന്നതിനാൽ ഈ പോരായ്മ മറികടക്കുവാൻ കഴിയുന്നു. ആദിവാസി ഭാഷയുടേയും പാട്ടിന്റേയും താളമട്ടുകൾ അരങ്ങിൽ ഉപയോഗിക്കുന്നുവെങ്കിലും കഥാഖ്യാനത്തിന്റെ കേന്ദ്രസ്ഥാനത്തേയ്ക്ക് അവയെ നിബന്ധിക്കുവാൻ ബേബി ആഗ്രഹിക്കുന്നില്ല. ഉറയൽ, കുരവ, ആവാഹനക്രിയകൾ, ഗദ്ദികയാട്ടം അനുഷ്ഠാനപരമായ അംശങ്ങൾ മുതലായവയാണ് ദൃശ്യ ഭാഷാപൂരണത്തിനായി ഉപയോഗിക്കുന്നത്. ലളിതമായ രംഗവസ്തു (കൊടി, വടി, ചിരട്ട, വാൾ തുടങ്ങി)ക്കളിലൂടെ പ്രതീകാത്മകവും സാരവത്തുമായ അർത്ഥസംവേദനം നടത്തുവാനും ശ്രമിക്കുന്നുണ്ട്. വെളിച്ചത്തിന്റേയും സംഗീതത്തിന്റേയും പ്രയോഗം ഇത്തരം അവതരണങ്ങളിൽ താരമ്യേന കുറവായിരിക്കുമെന്നത് പറയേണ്ടതില്ലല്ലോ? എങ്കിലും ഗോത്രവാദ്യങ്ങളുടെ അകമ്പടിയും പഴമ്പാട്ടിന്റെ വിനിയോഗവും അവിടെ സാധാരണമാണ്, ഇവിടേയും. ഗദ്ദികക്കാരന്റെ മരണവും പരകായപ്രവേശവും ഇമ്മട്ടിൽ ശക്തിമത്താകുന്ന നാടകീയ മുഹൂർത്തങ്ങളാണ്. എങ്കിലും സർവ്വഥാ ചലനവത്താകുന്ന - സഞ്ചരിച്ച് കൊണ്ട് അവതരിപ്പിക്കും മട്ടിലുള്ള - ഒരു കൃതിയെന്ന നില ഇതിനു കൈവന്നിട്ടില്ല. ശൂന്യമായ വെളിമ്പുറങ്ങളിൽ നടന്മാരാൽ സൃഷ്ടിക്കപ്പെടുന്ന കൃഷിയിടവും കാടും വള്ളീയൂർക്കാവും പത്തായപ്പുരയും ഒക്കൽകളവും പെലപ്പുരയുമൊക്കെ സങ്കല്പിക്കാൻ കഴിഞ്ഞതും പ്രബോധന - പ്രതിബദ്ധ നാടകങ്ങൾക്ക് അനാർഭടവും ശക്തവും നേരിട്ടുള്ളതുമായ ഒരു മുഖം നല്കാൻ കഴിഞ്ഞതും നാട്ടുഗദ്ദികയുടെ നേട്ടം തന്നെയാണ്.

നാട്ടുഗദ്ദിക കേരളത്തിൽ ഉയർത്തിയ പ്രതികരണം ശക്തമായിരുന്നു. അതിനാൽ അന്നത്തെ ഇടത് ഭരണകൂടം അത് നിരോധിച്ചു. കലാകാരന്മാരെ ജയിലിലടച്ചു. തെരുവിലെ നാടകങ്ങൾ മുഴുവൻ വിലക്കപ്പെടേണ്ടതാണ് എന്ന ധാരണപോലും ആദ്യകാലത്ത് ഉണ്ടായി. പിന്നീട് കക്ഷിരാഷ്ട്രീയ ഭേദമെന്യേ, കരുത്തുള്ള

ആശയവിനിമയോപാധി എന്ന മട്ടിൽ ഈ രൂപം സ്വീകരിക്കപ്പെട്ടു. ഇലക്ഷൻ പ്രചരണാർത്ഥം രാഷ്ട്രീയപ്പാർട്ടികളും ആശയപ്രചരണത്തിനായി മറ്റ് ഏജൻസികളും ഈ മാധ്യമത്തെ പ്രയോജനപ്പെടുത്തി. കേരള ശാസ്ത്രസാഹിത്യപരിഷത്തും ഫെമിനിസ്റ്റ്പ്രവർത്തകരും യുക്തിവാദിസംഘങ്ങളും മറ്റും ഇക്കൂട്ടത്തിൽപെടും. ജി. ശങ്കരപ്പിള്ളയുടേയും നാടകയോഗം രഘുവിന്റെയും യുവകലാവേദിയിലെ ടി.പി. അജയന്റേയും (സത്യപാലൻ കൊല്ലപ്പെട്ടു) സാജോപനയംകോട്ടും സംഘവും അവതരിപ്പിച്ച 'അന്വേഷണ'വും 'മുക്കുവനും ഭൂതവും' പി.എം. ആന്റണിയുടെ നേതൃത്വത്തിലരങ്ങേറിയ 'സൈക്കിൾ നാടകങ്ങളും' ഇവിടെ പ്രസ്താവ്യയോഗ്യമാണ്. എങ്കിലും സമ്പൂർണ്ണമായും തെരുവിന്റെ സാധ്യതകൾ പ്രയോജനപ്പെടുത്തുവാനും കിലോമീറ്ററുകളോളം നീണ്ടുകിടക്കുന്ന നാടകം അവതരിപ്പിക്കുവാനുമുള്ള ജോസ്ചിറമ്മേലിന്റെ(കുരിശിന്റെ വഴി)ഉ പോലുള്ള ശ്രമങ്ങൾ പൂർണ്ണമായും വിജയിച്ചിട്ടില്ല. പ്രേംപ്രസാദിന്റെ 'അങ്കക്കോഴി', കരിവെള്ളൂർ മുരളിയുടെ 'പടയോട്ടം' മുതലായ നാടകങ്ങളും തെരുവിലെ അരങ്ങ് തേടിയവയായിരുന്നു.

ചുരുക്കത്തിൽ ഭാവാത്മകസംവേദനത്തിൽ നിന്നും ഭിന്നമായ പ്രബോധന - പ്രതിബദ്ധ നാടകാന്വേഷണമാണ് നാട്ടുകഗദ്ദിക. അടിച്ചമർത്തപ്പെട്ടവന്റെ മോചനസമരത്തെ ത്വരിതപ്പെടുത്തുകയാണ് അതിന്റെ ലക്ഷ്യം. ആദിവാസികളുടെ അനാർഭാടമായ അരങ്ങാണ് ഇവിടെ മാർഗം. പ്രേക്ഷകരുടെ ഇടയിലേയ്ക്ക് അവരെത്തേടിയെത്തി, അവരുടെ സമനിരപ്പിൽ നിന്നാണ് വിനിമയം. അനലംകൃതവും വളച്ചു കെട്ടാത്തതുമായ - അവതാരകരുടെ നിത്യജീവിതഭാഷയോട് അടുത്തു നില്ക്കുന്ന - ഭാഷയാണ് പ്രയോഗിക്കുന്നത്. ഒക്കെച്ചേർന്ന് ശക്തവും അപരിചതവുമായ സംവേദനത്തിന്റെ അരങ്ങ് ഗദ്ദികയിലൂടെ കേരളം തിരിച്ചറിയുകയായിരുന്നു. മണ്ണിനെ പ്രണമിച്ച്, മണ്ണിൽ നിലനിന്ന്, മണ്ണുതിരിച്ചുപിടിക്കുവാൻ ആഹ്വാനം ചെയ്യുന്ന ഈ നാടകം കീഴാളരോഷത്തിന്റെ അരങ്ങുകണ്ടെത്താനുള്ള യത്നമാണ്.

●

ദളിതമഹാഭാരതം

ലോക പൈതൃകമെന്ന മട്ടിലായിരുന്ന പീറ്റർബ്രൂക്ക് മഹാഭാരതത്തെ അരങ്ങിലെത്തിച്ചത്. വിവിധഭൂഖണ്ഡങ്ങളിലെ നടന്മാരെ അതിനായി തെരഞ്ഞെടുത്തു എന്നതു മാത്രമല്ല തുറന്ന അരങ്ങും വനപ്രകൃതിയുമെല്ലാം നാടകാവതരണത്തിനായി ചേർത്തു വെയ്ക്കുകയും ചെയ്തു അദ്ദേഹം. വിശ്വനാടകവേദിയുടെ എക്കാലത്തെയും ശ്രേഷ്ഠമായ അവതരണമായി അത് അറിയപ്പെടുകയും ചെയ്തു. ആ നാടകത്തിന്റെ അവതരണ സമീപനത്തോട് അടുത്തുനില്ക്കാവുന്ന ഒന്നായിരുന്നു ശ്രീ ശ്രീജിത്ത് രമണന്റെ 'മഹാഭാരതത്തിലെ മഞ്ഞു മലകൾ' എന്ന രംഗഭാഷ്യം. ITFOK ഒമ്പതാം എഡിഷന്റെ ഭാഗമായി 2017 ഫെബ്രുവരി 21ന് സ്കൂൾ ഓഫ് ഡ്രാമയിൽ അരങ്ങേറിയ ഈ നാടകം ലോകോത്തരനിലവാരം പുലർത്തിയെന്നു പറയുന്നതിൽ അതിശയോക്തി തെല്ലുമില്ല. മഹാഭാരതമെന്ന ഇതിഹാസത്തെയും അതിലെ ദളിതകഥാപാത്രങ്ങളുടെ ജീവിതത്തെയും കണ്ടെത്തി, സമകാലികമായ ചില ചോദ്യങ്ങൾ ഉയർത്തുകയാണ് നാടകം. ദളിതരും കാട്ടുവാസികളുമായവർ എന്തിനെന്നറിയാതെ ഇരയാക്കപ്പെടുന്ന മഹാസംഗരങ്ങൾക്കുനേരെ അരങ്ങിന്റെ ഭാഷയിൽ സർഗാത്മകമായി പ്രതികരിക്കുകയാണ് നാടകം. ഉരുകിത്തീർന്നിട്ടില്ലാത്ത കടുംദുരിതങ്ങളുടെ മഞ്ഞുപാളികൾക്കിടയിൽ അധികാരത്തിന്റെ എല്ലാ രഥയോട്ടങ്ങൾക്കും കീഴിൽ അരഞ്ഞുതീരുന്ന ദളിതരും ഭിന്നലിംഗക്കാരും പീഢിതരുമായ പരശ്ശതം മനുഷ്യരുടെ ചോരയും വിയർപ്പും വീണ കുരുതിക്ഷേത്രങ്ങളിൽ നിന്നും വിമുക്തി തേടും വിധം മഹാഭാരത മുഹൂർത്തങ്ങളെ ചിത്രീകരിക്കുന്ന നാടകം. ദളിത്, ശരീരഭാഷയുടെ വഴക്കങ്ങളെ കൊരുത്തൊരുക്കിയ ഒരരങ്ങ്ഭാഷയും

അതിനായി സംവിധായൻ വിളക്കിയെടുത്തു.

മുളങ്കാട്ടും വനപ്രകൃതിയും തുറന്ന ആകാശവും മുളച്ചില്ലകളാൽ കെട്ടിയുയർത്തിയ കൊട്ടാരസദൃശ്യമായ കീഴരങ്ങും നിരപ്പില്ലാത്ത കളിമുറ്റവും പ്രേക്ഷകർക്കു പിന്നിലേയ്ക്കുപോലും നീങ്ങുന്ന അരങ്ങിടവുമെല്ലാം ചേർന്ന് തികച്ചും പാരിസ്ഥിതികമായ ഒരു രംഗവേദി ഇവിടെ ഉണ്ടാക്കിയിരിക്കുന്നു. നാടകാദിയിൽ മുപ്പതടിയോളം ഉയരത്തിലുള്ള മുളങ്കൂട്ടത്തിൽ നിന്നും വ്യാസൻ ശ്ലോകം ചൊല്ലുന്നുണ്ട്. മുളയുടെ ഉലച്ചിലും നടന്റെ ആയാസകരമായ നിലയും ആകാശക്കീറുകളുടെ പിന്നരങ്ങുമെല്ലാം ചേർന്ന് അയാളുടെ വാക്കുകൾ —രോഹിത് വെമുലയുടെ വരികൾ— പ്രവചനാത്മകമായ ഔന്നൃത്യത്തിലേക്ക് നാടകത്തെ ഉയർത്തുന്നു. പിന്നെ വാക്കുകളേയില്ലാതെ മണിക്കൂറുകളോളം ചടുലമായി നാടകം മുന്നേറുന്നു. കുരു-പാണ്ഡവ കഥയുടെ മുഹൂർത്തങ്ങൾ ശരീരപെരുമാറ്റങ്ങളിലൂടെ അവതരിപ്പിക്കപ്പെടുന്നു. ആയുധാഭ്യാസവും ചൂതും വസ്ത്രാക്ഷേപവും അശ്വമേധവും വനവാസവും അരക്കില്ലവും ഹിഡുംബ വധവും എല്ലാമെല്ലാം സംഭാഷണ രഹിതമായിതന്നെ അരങ്ങേറ്റപ്പെട്ടു. ഹിഡുംബിയും പാഞ്ചാലി വസ്ത്രാക്ഷേപവും ശിഖണ്ഡിയുമെല്ലാം ചരിത്രത്തെയും വർത്തമാനത്തെയും വിചാരണ ചെയ്യാൻ കരുത്താർജ്ജിക്കുന്നു. ഘടോൽകചനും അശ്വത്ഥമാവുമെല്ലാം സ്വന്തം നിയോഗങ്ങളുടെ പൂരണത്തെപ്പറ്റി വേറിട്ട് ചിന്തിപ്പിക്കാൻ പ്രലോഭിപ്പിക്കുന്നു. കടമ, പാപം, അധികാരം തുടങ്ങിയ സമസ്യകൾ അരങ്ങിലെത്തുന്നു. കാടിന്റെ സ്വാസ്ഥ്യത്തിൽ നിന്നും നഗരത്തിന്റെ അധികാര വടംവലിയിലേക്ക് ചതിച്ചിറക്കപ്പെട്ട കാട്ടുവാസികളുടെ വിലാപമുഴക്കങ്ങൾ കുരുക്ഷേത്രച്ചോരപ്പുഴയിൽ കൂടുതൽ ദീനമായി അലയടിക്കുന്നു. നാട്ടാളരാൽ കവർന്നെടുക്കപ്പെട്ട 'ധർമ്മ' നീതികളെക്കുറിച്ച് പുതിയൊരു ബോധ്യത്തിന് ഇടമുണ്ടെന്ന് നാടകം ഓർമ്മിപ്പിക്കുന്നു. പുത്തൻ നാടകാന്വേഷണം അരങ്ങിന്റെ ഭാഷയെ ഉന്നംവച്ചുള്ളതാകുന്നു. അരങ്ങുതന്നെ വ്യാവർത്തിക്കപ്പെടുന്നതും ത്രിമാനതയുള്ളതുമായി മാറുകയാണിവിടെ. നടനശരീരത്തിന്റെ സാധ്യതകൾ അരങ്ങിലെത്തിക്കുകയാണ് നാടകധർമ്മമെന്ന് സംവിധായകൻ വിശ്വസിക്കുന്നു. അതിനാൽ സംഭാഷണത്തെ പരമാവധി ഉപേക്ഷിക്കുകയാണ്. പ്രഖ്യാതമായ ഇതിഹാസകഥയെ ആഖ്യാനം ചെയ്യുകയല്ല നടനത്തിലൂടെ അഭിയനത്തിന്റെ സർഗാത്മക സംവേദനം കണ്ടെത്തുകയാണ് 'മഹാഭാരത'ത്തിലൂടെ ശ്രീജിത്ത് രമണൻ ലക്ഷ്യം വയ്ക്കുന്നത്. മണ്ണും തീയും വെള്ളവും കാട്ടും മുളങ്കമ്പുമെല്ലാം സ്വന്തം നിലയിൽ പങ്കെടുക്കുന്ന നാടകശില്പം കാഴ്ചയുടെ ചതുര ഫ്രെയിമുകളെ പൂർണമായും വിഗണിക്കുന്നു. പല നിരപ്പുകളിലും പല തലങ്ങളിലും പലസ്ഥായികളിലും ഒരേ സമയം

ഇതിഹാസമാടുന്നു. അരങ്ങിന്റെ വൈപുല്യത്തെ ക്രിയകൾകൊണ്ട് കലാത്മകമായി പൂരിപ്പിക്കുവാൻ സംവിധായകൻ ശ്രദ്ധവയ്ക്കുന്നു. അയോധനകലകൾ അതിനു പിന്തുണയേകുന്നു. പീറ്റർ ബ്രൂക്ക് ഉപദർശിക്കുന്ന Empty space, നട/നടിമാരുടെ ശ്വസനങ്ങളാൽ ചലനാത്മകമാകുന്നു. കാടിന്റെ വന്യപ്രകൃതികളും മരക്കൊമ്പുകളിലെ ഇണചേരലും വന്യജീവികളുടെ വനസഞ്ചാരങ്ങളും കാട്ടുവാസികളുടെ അകളങ്ക ജീവിതവും നൈസർഗിക ചോദനകളുടെ കാട്ടുതേൻ പങ്കു വയ്ക്കലുമെല്ലാം അതീവചാരുതയോടെ പുത്തനൊരു ആട്ടച്ചിട്ടയിൽ അരങ്ങേറി. ചമയചലനസംഗീതച്ചിട്ടകളിൽ സ്വീകരിച്ച തെരഞ്ഞെടുപ്പുകളിലും രംഗോപകരണങ്ങളുടെ വീണ്ടെടുപ്പുകളിലും നാടകം സവിശേഷ ശ്രദ്ധ പുലർത്തുന്നുണ്ട്. ആദിവാസികളുടെ നൃത്തച്ചുവടുകളും ആഫ്രിക്കൻ പദമേളശകലങ്ങളുമെല്ലാം ഒന്നിച്ചൊഴുകി ഏതോ ഭൂതകാലത്തെ അതീതവന്യമായൊരു അരങ്ങുബലിക്കു സാക്ഷ്യം ചമയ്ക്കുകയായിരുന്നു. നടന്മാരോ നടിമാരോ വഹിച്ചതേക്കാൾ ഒട്ടും കുറവല്ലാത്ത പങ്കാളിത്തം, ആടിയുലഞ്ഞ മരക്കൊമ്പുകൾക്കും ഇടതൂർന്നു നിന്ന ഇല്ലിമുളങ്കാടുകൾക്കുമുണ്ടായിരുന്നുവെന്ന കാര്യം പ്രത്യേകം പറയേണ്ടതാണ്. അരങ്ങ്, വെളിച്ചത്താൽ മിഴിതുറക്കും മുമ്പ് തന്നെ അവിടവിടെ ചിതിറക്കിടക്കുന്ന വിധം നട/നടി ശരീരങ്ങൾ നിലകൊള്ളുന്നുണ്ട്. നാദം ക്രമബദ്ധമായി മുഴങ്ങുന്ന വേദിയിൽ ഓരോരുത്തർക്കും ജീവൻ വയ്ക്കുകയാണ്. ക്രമമായ മനുഷ്യപരിണാമത്തിന്റെ, വാനരത്തിൽനിന്നും നിയാണ്ടർതാനിലേക്കുള്ള പരിണാമത്തിന്റെ പ്രഖ്യാത ചിത്രത്തെ ഓർമ്മിപ്പിക്കുന്ന പതിഞ്ഞ ചലനങ്ങളും വളഞ്ഞ പടുതികളുമായി നാടക ജീവിതത്തിലേക്ക് കഥാപാത്രങ്ങൾ പല ദിശകളിൽനിന്നും നടന്നടുക്കുകയാണ്. വ്യാസവചനങ്ങളോടൊത്ത് അരങ്ങത്തെ ചലനം അതിദ്രുതമാവുകയും മഹാഭാരത സംഗരത്തിലേയ്ക്കും അംബ -അംബിക-അംബാലികമാരുടെ കീഴടങ്ങലിന്റെ കഥയിലേക്കും അതിവേഗം നാടക ക്രിയാംശം കടക്കുന്നു. ആദിയിൽ തന്നെ അധിക്ഷേപിക്കപ്പെടുന്ന സ്ത്രീയേയും പകയായ് എരിഞ്ഞ് ശിഖണ്ഡിയായ്ത്തീർന്ന പ്രതികാരമൂർത്തിയെയും (ഞാനൊരു പോരാളിയല്ലേ എന്ന ഒടുവിലത്തെ ചോദ്യംവരെ ശിഖണ്ഡി നിലകൊള്ളുന്നു) അടയാളപ്പെടുത്തുന്നു. അന്ധപിതാക്കളെയും സഞ്ജയനെയും മുകൾത്തട്ടിൽ സാക്ഷിനിറുത്തി, തുടർഭാഗങ്ങൾ മിക്കതും താഴേത്തട്ടിലും വെറുംനിലത്തും കണ്ണെത്താത്ത മുളങ്കാടുകൾക്കുള്ളിലും മറ്റുമായാണ് ചിത്രീകരിച്ചിട്ടുള്ളത്. ശകുനിയുടെ ചൂതാട്ടവും സഭാനാടകത്തിലെ പാഞ്ചാലീവസ്ത്രാക്ഷേപവും അല്പം വിശദമായിത്തന്നെ ചിത്രീകരിച്ചിരിക്കുന്നു. പഞ്ചവീരന്മാരെല്ലാം നിസ്സഹായരാകുന്ന വേളയിൽ, കുരുഗുരു ശ്രേഷ്ഠരെല്ലാം നിശ്ശബ്ദരാകുന്ന മുഹൂർത്തത്തിൽ സ്വന്തം മാനം കാക്കാനായി

ഓടിയോടിത്തളരുന്ന പെണ്ണിനെ, അകം നൊന്ത് അവർ നടത്തു ന്ന ആട്ടിത്തുപ്പിനെ എത്ര ശക്തമായി അവതരിപ്പിച്ചിരുന്നു! ഓരോ പകിടയിലും ഇടിഞ്ഞിടിഞ്ഞു വീഴുന്ന അഭിമാനബോധത്തിന്റേയും നിരാശയുടേയും വേലിയിറക്കങ്ങളും അവസാനത്തെ പ്രതീക്ഷ തേടിയുള്ള മുന്നേറ്റങ്ങളുമെല്ലാം നടന്മാരുടെ സംഘനടനത്തിലൂടെ അതീവ സമർത്ഥമായി അവതരിപ്പിക്കാനായി. ഹിഡുംബിയുടേയും ഭീമസേനന്റേയും രംഗങ്ങളും കുന്തിയും അഞ്ചുമക്കളും സ്വരക്ഷയ്ക്കായി ദളിതരായ അമ്മയേയും അഞ്ചുമക്കളെയും കുരുതിക്കായി അരക്കില്ല ത്തിലെത്തിച്ച് രക്ഷപ്പെടുന്ന രംഗവും, മായായുദ്ധവീരനായ ഘടോൽ ക്കചന്റെ ആയുധാഭ്യാസരംഗവും രാക്ഷസരുടെ ഏറ്റുമുട്ടൽ രംഗവും പരശുരാമനിൽനിന്നും കർണ്ണനേറ്റ ശാപവും നിണപ്പുഴയൊഴുക്കിയ കുരുക്ഷേത്രയുദ്ധത്തിന്റെ സംഹാരശക്തിയും അഭിനേതാക്കളുടെ പൂർണകായാഭിനയത്തിലൂടെ സാധ്യമാക്കുകയായിരുന്നു. കളരിച്ചുവടു കളും ഇതര ആയോധന കലകളും അതിലേക്കു പ്രയോജനപ്പെടുത്തി. കോർപ്പറീയൽ മൈമിന്റെ സാധ്യത ഒരളവോളം കാര്യക്ഷമമായി പ്രയോജനപ്പെടുത്തുകയായിരുന്നു ഈ നാടകം. 'ഉടലാട്ട'ത്തിന്റെ അഭിനയവിധികളിൽ ഏറ്റം പ്രധാനമായ കാര്യം ശരീരാഭിനയത്തെ സമ്പൂർണമായും പ്രസാധനം ചെയ്യുക എന്നതാണ്. മുഖാഭിനയമോ ശാബ്ദികാഭിനയമോ മാത്രമല്ല പേർഫോർമൻസിന്റെ സാധ്യത എന്ന് സാക്ഷാത്കരിക്കുകയാണ്. ലോക പൈതൃകമായി മാറിയ നമ്മുടെ മഹത്തായ ഇതിഹാസത്തിന്റെ ഇരുളിടങ്ങളെയും നിശ്ശബ്ദതകളെയും പുനർവായനയെക്കുടുക്കുന്നതിലൂടെ മാത്രമേ അവയ്ക്ക് സമകാലികമാ യൊരു വ്യഖ്യാനം സാധ്യമാകൂ എന്ന് സംവിധായകൻ വിശ്വസി ക്കുന്നു. അപ്പോഴാണ് വർത്തമാനകാല സമസ്യകൾക്ക് മഹാത്മാ വ്യാസൻ ഒളിപ്പിച്ച് വച്ചിട്ടുള്ള ഉത്തരങ്ങൾ വീണ്ടെടുക്കുവാനാവുക എന്നുമയാൾ കരുതുന്നു. അവ്വിധമൊരു ഉദ്യമത്തിനൊരുങ്ങുമ്പോൾ തന്നെ നിലവിലുള്ള അരങ്ങിന്റെ വ്യാകരണത്തെ ഉഴുതുമറിക്കാനുള്ള, അതിലൂടെ പുതിയൊരു രംഗഭാഷ സൃഷ്ടിക്കുവാനുള്ള വ്യഗ്രതയും നാടകം മുന്നോട്ടു വയ്ക്കുന്നു. നമ്മുടെ പരീക്ഷണ നാടകങ്ങളേറെയും പ്ര ശ്നവത്കരിച്ചിട്ടുള്ള അരങ്ങും - സാഹിത്യവും അരങ്ങും - പ്രേക്ഷകനും അരങ്ങും - സർഗാത്മക ഭാഷയും തുടങ്ങിയ വിഷയങ്ങൾക്കൊക്കെ തന്റേതായ ഉത്തരം കണ്ടെത്തുവാനുള്ള ശ്രമമാണ് ഇവിടെ. ജി. ശങ്കരപ്പിള്ളയിൽ നിന്നുമാരംഭിക്കുന്ന അത്തരമൊരു യത്നത്തിന്ന് അദ്ദേഹം തന്നെ സ്ഥാപിച്ച സ്കൂൾ ഓഫ് ഡ്രാമയുടെ മൈതാനത്ത് നിന്നും വിദ്യാർത്ഥികളുടെ സർഗാത്മകമായൊരു തുടർച്ചയും സാർത്ഥകമായൊരു അവതരണവും അവിടുത്തെ നേതൃത്വത്തിൽ ഉണ്ടായി എന്നു പറയുന്നതിൽ അഭിമാനമുണ്ട്. പ്രത്യേകിച്ചും സ്കൂൾ

ഓഫ് ഡ്രാമയുടെ ഫാക്കൽറ്റികളുടേയും വിദ്യാർത്ഥികളുടേയും കൂട്ടായ്മയിൽ നിന്നുമാണ് അതുണ്ടായതെന്നകാര്യം സ്മരിക്കുമ്പോൾ! ഉടലാട്ടത്തിന്റെ രാസോർജം അർത്ഥപൂർണമായി പ്രയോഗിച്ച് അരങ്ങനുഭവത്തന്റെ പുതിയ സാധ്യതകൾ പ്രേക്ഷകർക്ക് പ്രദാനം ചെയ്യുന്നതിൽ വിജയിക്കുമ്പോൾ തന്നെ കേവലം നിസ്സാരങ്ങളായ ചില പോരായ്മകളും തോന്നാതിരുന്നില്ല. നടീ/നടന്മാരുടെ ചില പരിമിതികളും നിർബന്ധ ബുദ്ധ്യാതിരുകിക്കയറ്റിയ അവസാനരംഗത്തിലെ ഏകതാന പ്രബോധനങ്ങളും ന്യൂനതയായിത്തോന്നി. എന്നിരുന്നാലും ലോകനിലവാരമുള്ള ഒരു അവതരണമായി 'മഹാഭാരതത്തിലെ മഞ്ഞുമലകൾ' നിലകൊള്ളുമെന്നും ഇതിനേക്കാൾ വിപുലവും സാർത്ഥകവുമായ നാടക സംരംഭങ്ങൾ മലയാളത്തിന് നല്കാൻ കരുത്തരായ പ്രതിഭകൾ ഇക്കൂട്ടത്തിലുണ്ടെന്നും അതിന് തുടക്കമിട്ടതിന്റെ പേരിൽ ശ്രീ. ശ്രീജിത്ത് രമണനും സംഘത്തിനും അഭിമാനിക്കാൻ വകയുണ്ടെന്നും നിസ്സംശയം പറയാം. അതാവട്ടെ ഇന്ത്യൻ വർത്തമാന രാഷ്ട്രീയ സമസ്യകൾക്ക് സർഗാത്മകമായ ഉത്തരമായി മാറിയെന്നതും ശരീരഭാഷയെ ആധാരപ്പെടുത്തി ദമിതവും ദളിതവുമായൊരു അരങ്ങുണർത്തി എന്നതും സവിശേഷ പ്രസ്താവം അർഹിക്കുന്നു. കീഴാളമെന്ന പ്രത്യയശാസ്ത്രപരമായ സാമാന്യവത്ക്കരണത്തിൽ നിന്നും ദളിതമായ ഒരു സൗന്ദര്യാതത്മക സംവേദനം വിടർത്തിയെടുക്കാനുള്ള ശ്രമവും ഇതിന് അടിത്തറയായി വർത്തിക്കുന്നുണ്ട്.

2017

●

അരങ്ങ്പടർച്ചകളുടെ കാണിമൂല്യം

കാണി എന്നത് പ്രേക്ഷകൻ (Spectator) എന്ന അർഥത്തിലാണ് ഇവിടെ പ്രയോഗിക്കുന്നത്. അത് എടുത്തു പറയേണ്ടിവരുന്നത് 'കാണി' എന്ന പേരിൽകേരളത്തിൽ ഒരു ഗോത്രവിഭാഗം നിലവിലുള്ളതുകൊണ്ടാണ്! കേരളത്തിലെ സാംസ്കാരിക പഠനങ്ങളുടെ ഏറ്റവും പ്രയാസകരമായ വസ്തുത ഇത്തരം സംജ്ഞകളും അതിന്റെ വിവക്ഷകളും തമ്മിലുള്ള അനവച്ഛിന്നമായ ബന്ധമാണ്. ആകയാൽ, സംജ്ഞകളെ സ്ഥിരപ്പെടുത്തിയശേഷമേ വ്യവഹാരം സാധ്യമാകൂ എന്നുവരുന്നു. പ്രേക്ഷകനെക്കുറിച്ച് ഭരതനും അരിസ്റ്റോട്ടിലും തുടങ്ങി സമകാലികരായ മീമാംസകരെല്ലാം വിലയിരുത്തിയിട്ടുണ്ട്. പലപ്പോഴും സഹൃദയരെന്നോ സമാനഹൃദയരെന്നോ, കഥാർസിസിന് സന്നദ്ധരെന്നോ ഒക്കെയായിരുന്നു പൂർവ മനീഷികളുടെ ഗഹനമായ നിരീക്ഷണങ്ങൾ. പൂർവികരായ കാവ്യമീമാംസകരുടെ കണിശതയേയും ഇഴമുറിച്ചു പരിശോധിച്ച് വസ്തുനിഷ്ഠത കണ്ടെത്താനുള്ള അപാരമായ സിദ്ധിയെയും ആദരിക്കുന്നു. എന്നിരുന്നാലും അവരുടെ നിർവചനങ്ങൾ അതിലളിതവത്ക്കരിച്ചാണ് ഇന്ന് പരക്കെപ്രയോഗിക്കപ്പെടുന്നത്. സവിശേഷമായ ഒരു അവതരണത്തിനു കേവലസാക്ഷിയാകുന്ന വ്യക്തി എന്ന നിലയിലേയ്ക്ക് അത് ചുരുങ്ങി. സ്പോർട്സ് സ്പെക്റ്റേറ്റർ എന്ന മട്ടിലായി. ഈ പരിമിതി മറികടക്കുവാനായി നാടോടിനാടകങ്ങളിലെ പങ്കാളിത്തമുള്ള പ്രേക്ഷകരെക്കൂടി കണക്കിലെടുത്ത് സാംസ്കാരികവും സൗന്ദര്യാത്മകവുമായ ചില ഉത്തരങ്ങൾ തേടുകയാണ് ഇവിടെ. മഹത്തുക്കളായ പൂർവാചാര്യന്മാരോടുള്ള മുഖ്യമായ വിയോജിപ്പ്, അവരുടെ നിർവചനങ്ങൾ ഒരു ആദർശമനുഷ്യനെ മുൻനിർത്തിയുള്ളതായിരുന്നു എന്നതാണ്. നടന്റെ സങ്കല്പയാഥാർഥ്യവും കാണിയുടെ

ദൈനംദിനയാഥാർഥ്യവും തമ്മിലുള്ള വിനിമയമാണ് അരങ്ങനുഭവ മെന്ന പീറ്റർ ബ്രൂക്കിന്റെ പ്രസ്താവത്തിലും ഇതുണ്ട്. വിശ്വമാനവനെ ഗണിക്കുന്ന ആലോചനകൾക്കേ ലോകത്തോളം വളർന്നു മഹത്വ മാർജിക്കാനാവൂ എന്നുതന്നെയാണ് എന്റെയും പക്ഷം. അത്രമാത്രമേ എനിക്ക് സൈദ്ധാന്തികമായി അവയോട് യോജിക്കാനാവുകയുമുള്ളൂ. അതോടൊപ്പം ഓരോ കാണിയെയും കൂടുതൽ അടയാളപ്പെടുത്തേണ്ട തുണ്ടെന്നാണ് എന്റെനിലപാട്. എന്തെന്നാൽ ദേശകാലബദ്ധമാണ് അഥവാ സന്നിഹിത സന്ദർഭങ്ങ(context)ളുമായി ചേർത്തുവച്ചാണ് ഓരോ വ്യവഹാരങ്ങളെയും വിലയിരുത്തേണ്ടത്. അല്ലാത്തപക്ഷം അതിൽ കടന്നുകൂടുന്ന വിവക്ഷകൾ സംവദിക്കപ്പെടാതെ പോയെന്നി രിക്കാം. മാനവികതയുടെ എല്ലാ സാർവലൗകികതകളെയും സാർ വദേശീയതയെയും നിസ്സാരമായിക്കരുതുന്ന അതിവാദത്തിലേയ്ക്കല്ല എന്റെപോക്ക്. വികാരങ്ങളുടെയും സംവേദനത്തിന്റെയും സൂക്ഷ്മ ഇടങ്ങളിൽ വർത്തമാനസ്വത്വവും പ്രസക്തമാകുമെന്നും പരിഗണനീ യമാണ് എന്നും മാത്രം! എന്തെന്നാൽ അവതരണകല ഒരു ജൈവക ലയാണ്. ജീവനുള്ള പങ്കാളികൾ അവിടെ അനിവാര്യം, ആകയാൽ നിർബന്ധമായും അരങ്ങിനെ വിലയിരുത്തുമ്പോൾ അന്നന്നത്തെ അവതാരകരെ മാത്രമല്ല പ്രേക്ഷകരെയും അവതരണത്തിന്റെ സന്നി ഹിതസന്ദർഭങ്ങളെയും പരിഗണിച്ചേ പറ്റൂ. ഷെഹനറും ടർണറുമൊ ക്കെ പെർഫോർമൻസ് സ്റ്റഡീസിനെ നരവംശശാസ്ത്രത്തോടൊപ്പം വികസിപ്പിച്ചെടുത്തത് ഇതുകൂടി കണക്കിലെടുത്തായിരുന്നു. ജീവ നകലയുടെ സംസ്കാരികാധാരമായി നില്ക്കാൻ പെർഫോർമൻസി നെപ്പോലെ മറ്റൊന്നില്ല. എന്തെന്നാൽ ഏത് ഉച്ചാരണത്തിനും ഒരു വ്യക്തി ആവശ്യമാണ്. മാത്രമല്ല ജീവിതത്തിലെപ്പോലെതന്നെ ഏതു ശബ്ദവും പുറപ്പെടുവിക്കുന്നത് ഒരു ക്രിയയോടൊത്താണ്. ക്രിയയും ഭാഷണവും തമ്മിലുള്ള സാംസ്കാരികാർഥംകൂടി അവിടെ പ്രാധാന്യ മർഹിക്കുന്നു. ഈ സാംസ്കാരിക പരിണാമത്തിന്റെ ടച്ച്സ്റ്റോണായി നിലകൊള്ളുന്നത് അവതാരകരല്ല, കാണിയാണ്. ഈ രണ്ടുകൂട്ടരു ടേയും ചേർച്ചയെക്കുറിച്ചുകൂടി സംയോഗമെന്ന പ്രയോഗത്തിലൂടെ ഭരതൻ വിവക്ഷിക്കുന്നുണ്ട്. എന്നാൽ കാലബദ്ധമായും ചരിത്രപര മായും അവരും നിരന്തരപരിണാമിയാണെന്നതാണ് മറ്റൊരുകാര്യം. ആകയാൽ ജൈവികവും നിരന്തരപരിണാമിയുമായ അരങ്ങുസംവേദ നത്തെ അടയാളപ്പെടുത്തുവാനുള്ള യത്നം ക്ഷിപ്രസാദ്ധ്യമല്ല. എങ്കിലും അവയെ പരിത്യജിക്കുന്ന മീമാംസാചർച്ചകൾ അപൂർണങ്ങളത്രേ!

കാണിയും അരങ്ങും തമ്മിലുള്ള സംവാദാത്മകബന്ധത്തെ പ്ര യോഗിക്കുവാനായിരുന്നു എപിക് നാടകസങ്കല്പത്തിലൂടെ ബ്രെഹ്ത് ശ്രമിച്ചത്. അവിടെകേവലസ്വീകർത്താവെന്ന നിലയിൽനിന്നും

തിരുത്തൽശക്തിയാകാൻ പ്രാപ്തനായ പ്രേക്ഷകനെ സങ്കല്പിച്ചെട്ടുക്കുന്നുണ്ട്. അർത്തോയെപ്പോലുള്ളവരിലെത്തുമ്പോൾ നാടോടി അനുഷ്ഠാനങ്ങളിലേതിനു സമാനമായ പങ്കാളിത്തമുള്ള പ്രേക്ഷകനോളം അത് വികസിക്കുന്നു. അരങ്ങിലെക്രിയയോടൊത്ത് ഇളകിയാടുന്ന, അതിന്റെ ഭാഗമായിത്തീരുന്ന ഘടകമാണയാൾ. സൈബർ തിയേറ്ററിന്റെ പ്രയോഗം കാണിയെക്കൂടാതെ അസാധ്യമാവുകതന്നെ ചെയ്യും. ചുരുക്കത്തിലിവിടെല്ലാം കാണിയുടെ സർഗാത്മകതയെയും പങ്കാളിത്തത്തെയും കാര്യമായിത്തന്നെ ഉൾക്കൊള്ളുന്നു.

റൊളാങ് ബാർത്തിന്റെ പരികല്പന, A text consist of multiple writings, issuing from several cultures and entering into dialogue with each other into parody, into contestation, but there is one place where the multiplicity is collected, united, and this place is not the author, as we had hitherto said it was, but the readerപരിഗണിക്കുമ്പോൾ കാണിയാണ് കേന്ദ്രത്തിൽ വരേണ്ടത്. സാഹിത്യകൃതികളിലെ വായനക്കാരനിൽ നിന്നും വ്യത്യസ്തനാണ് ഈ വ്യക്തി. എന്തെന്നാൽ നാടകത്തിലെ കാണിക്കും അവതരണത്തിനുമിടയിൽ നട/നടി യെന്ന ഘടകമുണ്ട്. അവതരണത്തിന്റെ എണ്ണമറ്റ ഉപാധികളുണ്ട്. കൃതിയ്ക്ക് രംഗപാഠം ചമയ്ക്കുന്ന സംവിധായകന്റെ വ്യാഖ്യാനമുണ്ട്. അവയെ പരമാവധി പകർന്നാടാൻ തുനിയുമ്പോഴും സ്വവ്യാഖ്യാനത്തിലൂടെ മാത്രമേ അവതരിപ്പിക്കാനാവൂ എന്ന നടീനടന്മാരുടേതായ പരിമിതിയുമുണ്ട്. അങ്ങനെ സങ്കീർണമായ വ്യാഖ്യാനങ്ങളുടെ മിശ്രണമായി രൂപംകൊള്ളുന്ന അരങ്ങുവ്യാഖ്യാനമാണ് ഓരോകാണിയെയും അഭിമുഖീകരിക്കുന്നത്. അതാവട്ടെ അയാളുടെ സർഗാത്മകതയുമായി സംവദിച്ചാണ് അർഥത്തെയുല്പാദിപ്പിക്കുന്നത്. അയാൾ നിലകൊള്ളുന്ന സന്നിഹിതസന്ദർഭവും സാംസ്കാരിക നിലകളുമെല്ലാം ആസ്വാദനത്തിൽ നിയാമകങ്ങളാവുകയും ചെയ്യും.

മലയാളനാടകത്തിന്റെ പ്രേക്ഷകർ ആരായിരുന്നു?എന്തു സമീപനമായിരുന്നു അവർക്ക് നാടകത്തോടുണ്ടായിരുന്നത്? ഇവയുടെ അവതരണസന്ദർഭങ്ങളേതായിരുന്നു?ഇത്യാദി ആലോചനകളിലൂടെമാത്രമേ ഇന്നത്തെ പ്രേക്ഷകരെക്കുറിച്ചും അവരിൽ വന്നുചേർന്ന പരിവർത്തനത്തെക്കുറിച്ചും പറയാനാവുകയുള്ളു.

ആധുനികനാടകരംഗം സജീവമാകുന്നതിനുമുൻപുതന്നെ നാടോടിയും ക്ലാസിക്കലുമായ അവതരണങ്ങൾ നമുക്കുണ്ടായിരുന്നു. നമ്മുടെ നാട്ടരങ്ങാവട്ടെ ദേശം പ്രതിമാത്രമല്ല, ജാതിപരമായും അത്യന്തവ്യത്യസ്തങ്ങളായ അഭിനയവിധികളും ചമയചലനരീതികളും പുലർത്തുന്നവയായിരുന്നു. അവയുടെ കഥയ്ക്കും ഭാഷണത്തിനുംപോലും

കൃത്യതയോ ഐക്യരൂപ്യമോയില്ലായിരുന്നുവെന്നതാണ് മുഖ്യം. അവയുടെ അരങ്ങുകളും പ്രേക്ഷകരും തികച്ചും വ്യത്യസ്തരായ ആൾക്കൂട്ടങ്ങളായിരുന്നു. കേരളത്തിലേറ്റവുംകൂടുതൽ അവതരണത്തിനായി ആശ്രയിക്കുന്ന കാളി-ദാരികവധം മിത്തിനെ ഓരോജാതിക്കൂട്ടവും അരങ്ങിലേറ്റുന്നത് തികച്ചും വ്യത്യസ്തങ്ങളായാണ്. നാടകീയതമുറ്റിയ മുടിയേറ്റിന്റെ അരങ്ങും പാത്രങ്ങളും ചമയങ്ങളുമല്ലല്ലോ കാളിയൂട്ടിലേത്? കാക്കാരിശ്ശിയിലേയും പൊറാട്ടിലേയും അവതരണങ്ങളും സമാനതകളേക്കാൾ വൈജാത്യം നിറഞ്ഞതാണ്. പരിമിതമായ ഒരുദേശത്തിൽ നിജപ്പെട്ട ഒരു ജാതിക്കൂട്ടായ്മയുടെ ഉത്സവാഘോഷത്തിന്റെയും അനുഷ്ഠാനത്തിന്റെയും ഭാഗമായി അരങ്ങേറുന്ന ഈ അവതരണങ്ങളുടെ പ്രേക്ഷകർ ന്യൂനികരിക്കപ്പെട്ട ഒരു ചെറുസമൂഹമാകുന്നു. ദേവീപ്രീതിക്കായും അവരുടെ പൊതുനന്മയ്ക്കായും ആവിഷ്ടരായ വേഷക്കാരോടൊത്ത് എല്ലാവരും അനുഷ്ഠാനങ്ങളിൽ മുഴുകുകയാണ്. അത്തരം അവതരണങ്ങൾക്ക് മറ്റെന്ത് ലക്ഷ്യങ്ങളുണ്ടെങ്കിലും വിനോദധർമ്മം തെല്ലുമില്ല, ലൗകികാനന്ദം ലക്ഷ്യവുമല്ല. ആകയാൽ അനുഷ്ഠാനത്തിലെ പങ്കാളിയായ പ്രേക്ഷകന് നാമിന്നുവിവക്ഷിക്കുന്ന അർഥം ഉണ്ടാവാൻ തരമില്ല.

കൂടിയാട്ടംപോലുള്ള ക്ഷേത്രകലകളുടെ കാര്യം കുറച്ചുകൂടി കർക്കശമായിരുന്നുവെന്നും കാണാം. പൊതുപ്രേക്ഷകനെയോ പൊതുആസ്വാദനത്തെയോ ഇവ ഗണിച്ചിരുന്നില്ല എന്നുതന്നെയല്ല, ആസ്വാദനത്തേക്കാൾഭക്തിയും രസാനുഭൂതിയെക്കാൾ ആത്മനിർവൃതിയുമായിരുന്നു വഴിപാടായിനടത്തിയ ഇത്തരം ക്ഷേത്രകലാരൂപങ്ങളുടെ ലക്ഷ്യം. അതിനാലാണ് കേരളം കണ്ട മഹാനായ കൂടിയാട്ടക്കാരൻ അമ്മന്നൂർ മാധവചാക്യാർ, തന്റെ അവതരണത്തിന് കാണികളില്ലെങ്കിലും ഒരുവിളക്കുമാത്രം മതിയെന്ന് പ്രഖ്യാപിക്കുന്നത്. മാത്രമല്ല കലയുടെ സംസ്ഥാപനവും പ്രചരണവും പഠനങ്ങളുമെല്ലാം നിഗൂഢവത്ക്കരിക്കുകയും പാരമ്പര്യമായിമാത്രം കൈമാറ്റം ചെയ്യപ്പെടുകയും ചെയ്തുപോന്നതും അതിന്റെ ആചാരപ്പെരുമയ്ക്കുള്ള ആക്കം ഒന്നുകൊണ്ടുമാത്രമാണ്. കേരളത്തിലെ ഒട്ടുമിക്ക നാട്ടറിവുകളും ഇമ്മാതിരി നിഗൂഢവത്ക്കരിക്കപ്പെട്ടതിനാലാണ് കാലോചിതമായി പ്രവർത്തനക്ഷമമാകാതെ മിക്കതും മുരടിച്ചുപോയതും.

ആധുനിക മലയാളനാടകത്തിന്റെ ചരിത്രം ആരംഭിക്കുന്നത് മറിയാമ്മനാടകത്തിൽ നിന്നാണെന്ന വസ്തുത ഇന്ന് ഏറക്കുറേ അംഗീകരിക്കപ്പെട്ടുകഴിഞ്ഞു. 1878-ൽ കൊച്ചീപ്പൻ തരകൻ എഴുതുകമാത്രമല്ല, മനോരമപത്രമോഫീസിൽ ജോലിസമയത്തിനുശേഷം ഒത്തുകൂടി സഹപ്രവർത്തകരോടൊത്ത് റിഹേഴ്സൽ നടത്തി

അവതരിപ്പിക്കുകയും ചെയ്തു ഇത്. സാമൂഹ്യവിമർശനപരമായ ഈനാടകത്തിന്റെ പ്രേക്ഷകർ പൊതുജനമായിരുന്നു. കേരളത്തിലെ ക്രിസ്ത്യാനികൾക്കിടയിൽ നടന്നുവരുന്ന അമ്മായിയമ്മപ്പോരെന്ന പുതിയൊരു സാമൂഹികവിഷയമായിരുന്നു (ഇന്നുമിതിന് മാർക്കറ്റുണ്ട്) പ്രമേയം. കാണാനെത്തുന്ന പൊതുപ്രേക്ഷകരിൽ വീണ്ടുവിചാരമുണ്ടാക്കുകയും അവരുടെ മനസ്സ് പരിവർത്തിപ്പിക്കുകയുമായിരുന്നു രചയിതാവിന്റെ ലക്ഷ്യം. നാടോടി /സംഗീതനാടക/ പാശ്ചാത്യനാടകം എന്നുവേണ്ട തനിക്കുപരിചിതമായിരുന്ന നാടകരൂപങ്ങളുടെയെല്ലാം മിശ്രഘടനയിലായിരുന്നു രചന.

എന്തുതന്നെയായാലും മുൻമാതൃകയില്ലാത്ത ഈ അവതരണം ബഹുജനസമ്മതിയാർജിച്ചതായാണ് ചരിത്രം. തുടർന്ന്, കൊല്ലം (തിരുവട്ടാർ)നാരായണപിള്ളയുടെ മനോമോഹനം നാടകക്കമ്പനിയുടെ സംഘടിതമായ ശ്രമഫലമായി ശാകുന്തളം പോലുള്ള നാടകങ്ങൾ രാജസദസ്സുകളിലും പുറംവേദികളിലുമൊക്കെ അവതരിപ്പിച്ച് തെക്കൻകേരളത്തിൽ പുതിയൊരു പ്രേക്ഷകസമൂഹത്തെ സൃഷ്ടിച്ചെടുക്കുന്നുണ്ട്. ഇങ്ങനെ പുതുതായുണ്ടായ പ്രേക്ഷകരാണ് ആധുനിക മലയാളനാടകത്തിലെ പ്രേക്ഷകർ. ജാതി, മത, വർഗ, വർണ, ലിംഗ വ്യത്യാസമില്ലാത്ത കേവല ആസ്വാദകർ. സി.വി., ഇ.വി. മുതലായ പ്രഹസനകാരന്മാരുടെ പ്രവർത്തനഫലമായി വായനശാലാവാർഷികങ്ങളിലും സൗഹൃദസദസ്സുകളിലും നാടകങ്ങൾ അരങ്ങേറുന്നശീലമുണ്ടായി. തദ്ഫലമായി പൊട്ടിച്ചിരിക്കുന്ന പ്രേക്ഷകൻ സാധ്യമായി. കൂടിയാട്ടത്തിൽ പരിഹാസമാണ് പലപ്പോഴും ഹാസ്യമായി വിലയിരുത്തപ്പെടുന്നത് എന്നോർക്കണം. ഏതാണ്ട് അതിനോടടുത്ത നിലയാണ് തുള്ളലിലും. എന്നാൽ പ്രഹസനങ്ങൾക്ക് ദൈനംദിനജീവിതസന്ദർഭങ്ങളെ ഫലിതമായി ആവിഷ്കരിക്കാനാകുന്നു എന്നതാണ് വ്യത്യാസം. വി.ടി. ഭട്ടതിരിപ്പാട്, സി.വി. യുടെ നാടകാവതരണങ്ങൾ കണ്ടിരുന്നു. അതിൽനിന്നാണ് നാടകാവതരണത്തിന്റെ വിനിമയശക്തി അദ്ദേഹത്തിന് ബോധ്യമാകുന്നത്. അതേത്തുടർന്ന് സമുദായപരിഷ്കരണനാടകങ്ങളുടെ വിപുലമായൊരു ശാഖ കേരളത്തിലുടലെടുക്കുകയുണ്ടായി. മറിയാമ്മ നാടകം മുന്നോട്ടുവച്ച സമൂഹ്യപരിഷ്കരണതാല്പര്യം തന്നെയാണ് ഏറിയുംകുറഞ്ഞും ആ നാടകങ്ങളെല്ലാം മുന്നോട്ടുവച്ചത്. നാടകത്തിന്റെ ബോധനശക്തിയിലായിരുന്നു അവ ഊന്നിയത്. ഒരുമാസ്സ് പെഡഗോഗിക്കൽ ഇൻസ്ട്രുമെന്റ് എന്ന നിലയിൽ നാടകത്തിന് പ്രേക്ഷകരുടെ മേലുള്ള സ്വാധീനശക്തിയെ പ്രയോജനപ്പെടുത്തുകയെന്നതാണ് അവയുടെ സമീപനം. പ്രഹസനങ്ങൾ അതല്ല വിനിമയംചെയ്യുന്നത്. കേവലം വിനോദമാണ്. ശ്ലഥ/കല്പിതകഥകൾ പറയുന്നിടത്ത് മേമ്പൊടിയായി

കൊച്ചുകൊച്ച് പൊങ്ങച്ചങ്ങളോ അബദ്ധങ്ങളോ സാമൂഹ്യ വിമർശ നങ്ങളോ അതിലുണ്ടാവാം. എന്നാലും ലാഘവബുദ്ധിയോടും രസി കതയോടുമെത്തുന്ന കാണിയെയാണ് അവിടെ പ്രതീക്ഷിക്കുന്നത്. തത്സമയപൊട്ടിച്ചിരികളാണ് ലക്ഷ്യം. ആലോചനാമൃതങ്ങളല്ല.

പാട്ടബാക്കി മുതലുള്ള രാഷ്ട്രീയനാടകങ്ങളുടെ ഉദ്ദേശ്യം സാമൂഹ്യപ രിവർത്തനമായിരുന്നു. പ്രേക്ഷകരെ നിലവിലുള്ള അസമത്വങ്ങളെയും അനീതികളെയും കുറിച്ച് ഉദ്ബുദ്ധരാക്കുകമാത്രമല്ല അതിനെതിരേ സമരംചെയ്യുവാൻ പ്രേരിപ്പിക്കുകകൂടി ഇത്തരം നാടകങ്ങൾ ലക്ഷ്യ മാക്കി. കൃത്യമായ സംഘാടനത്തോടും ലക്ഷ്യബോധമുള്ള നേതൃത്വ ത്തോടും പ്രവർത്തന ഫണ്ടോടുംകൂടി ഇമ്മാതിരി നാടകങ്ങൾ ആദ്യം അരങ്ങേറിയത് കെ. പി. എ. സിയാണ്. സ്ഥിരം സംഘാംഗങ്ങളുണ്ട് എന്നതുമാത്രമല്ല ദീർഘകാലത്തേയ്ക്കുള്ള പദ്ധതികളും അതിനുള്ള സന്നാഹങ്ങളും അവർക്കുണ്ടായിരുന്നുവെന്നതും ശ്രദ്ധിക്കണം. എൻ. കൃഷ്ണപിള്ളയിലാരംഭിക്കുന്ന സുഘടിതനാടകങ്ങൾ നാടകത്തിന്റെ ഘടനാപരമായ കാര്യങ്ങളിൽ ഇതരങ്ങളെക്കാൾ ഊന്നൽ നല്കിയി രുന്നെങ്കിലും അവയുടെ ലക്ഷ്യവും സാമൂഹ്യപ്രശ്നങ്ങളുടെ പോംവഴി അരങ്ങിലൂടെ അന്വേഷിക്കുകയും പ്രേക്ഷകരെ ഉദ്ബുദ്ധരാക്കുകയും തന്നെയായിരുന്നു. സ്വാമിബ്രഹ്മവ്രതൻ കരുണയെ സംഗീതനാടക മായി അരങ്ങിലെത്തിക്കുമ്പോഴോ കൈനിക്കര കാൽവരിയിലെ കല്പപാദപം അവതരിപ്പിക്കുമ്പോഴോ ഉള്ള പ്രേക്ഷകരിൽനിന്നും തികച്ചും ഭിന്നമാണ് സുഘടിത-പ്രശ്നനാടകങ്ങളുടെ ഗൗരവപ്രകൃതം. എന്നാൽ, ശൈലീകൃതമായ നാട്യവഴിയിലൂടെ കരുണയെന്ന ആശാന്റെ വിഖ്യാത കവിത പ്രേകഷകരോട് പറയുമ്പോൾ നാടകീ യതയ്ക്കായി അനുനിമിഷം പ്രേക്ഷകരിൽ നിന്നും ആവശ്യപ്പെടുന്ന ജിജ്ഞാസയെന്ന ഘടകത്തിന് സ്ഥാനമില്ല. അതുപോലെ മെലോ ഡ്രാമയുടെ അതിവൈകാരികതയുടെ ആട്ടത്തറ അദ്ഭുതാനന്ദത്തിന പ്പുറത്തേയ്ക്ക് പ്രേക്ഷകനെ ജാഗ്രത്താക്കുന്നുമില്ല. എന്നാൽ ഇവകളിൽ നിന്നുംഭിന്നമായതും മുകളിൽസൂചിപ്പിച്ചവിധത്തിലുള്ളതുമായ സാമൂ ഹ്യപ്രതിപത്തിയുള്ള നാടകങ്ങളുടെ ശാഖയാണ് കേരളത്തിൽ തുടർന്നും പ്രബലമായത്. കേരളത്തിലന്ന് പ്രചലിതമായ സാമുദാ യികപരിഷ്കരണോദ്യമങ്ങൾ, നവോത്ഥാനാശയങ്ങൾ, രാഷ്ട്രീയ പ്രചരണയത്നങ്ങൾ എന്നിങ്ങനെ നാനാവിധത്തിലുള്ള പ്രവർത്ത നങ്ങളോട് തോളുരുമ്മിയോ ഉപകരണമായോ ആണ് നാടകരംഗം വർത്തിച്ചത്. പരമാവധി ആളുകളിലേയ്ക്ക് അവ എത്തിക്കുവാനും സംഘാടകർ യത്നിച്ചു. ഉത്സപ്പറമ്പുകളിലും വായനശാലാവാർഷികങ്ങ ളിലും പാർട്ടിസമ്മേളനങ്ങളിലുമെല്ലാം നാടകം ഒഴിച്ചുകൂടാനാവാത്ത ഇനമായി. പള്ളികളെന്നോ അമ്പലങ്ങളെന്നോ ഉള്ള ഭേദമില്ലാതെ

അവ അരങ്ങേറി. ആൾക്കൂട്ടത്തിന്റെ രസനകൾ തൃപ്തിപ്പെടുത്താനെന്ന വണ്ണം ഇവയുടെ മുഖ്യപ്രചാരകരായ കൊമേഴ്സ്യൽ നാടകങ്ങൾ പുതിയ ഫോർമുല പോലുമുണ്ടാക്കി. സംഗീതനാടക/കെട്ടുകാഴ്ചകളുടെ സ്വാം ശീകരണം (അവതരണഗാനം മുതലുള്ള നാടകഗാന ധാരാളിത്തവും അവയുടെ ചിത്രീകരണങ്ങളും, നിർബന്ധബുദ്ധ്യാതിരുകിക്കയറ്റുന്ന നൃത്തരംഗങ്ങളും തമാശക്കഥാപാത്രങ്ങളും രംഗക്രിയകളുടെ ക്രമീക രണങ്ങളും ഇടവേളകളും കള്ളത്തൊണ്ടയിലുള്ള ഘനഗാംഭീര്യവും, അരങ്ങിന്റെ വലുപ്പം, വിന്യാസം, ഭാവചാപല്യം, നായകവിജയം എന്നുവേണ്ട യുവതിയായ നായിക, അമ്മ, സഹനടീകഥാപാത്രം എന്നീ മട്ടിൽ സ്ത്രീകഥാപാത്രങ്ങളുടെ എണ്ണം നിജപ്പെടുത്തുന്നതിൽ വരെ ഇതുകാണാം) ഇതായിരുന്നു നമ്മുടെ ജനപ്രിയ-മുഖ്യധാരാ നാടകങ്ങളുടെ വിജയരഹസ്യം.

വിശാഖം തിരുനാളിന്റെ കാലത്ത് (1865-70)തിരുവനന്തപുരത്ത് തമ്പടിച്ച പാഴ്സിനാടകസംഘമാണ് ആദ്യമായിഇവിടെയെത്തിയ ടൂറിംഗ് കമ്പനി. തുടർന്ന് വന്ന തമിഴ് സംഗീതനാടകങ്ങളുടെ അവതര ണങ്ങൾ നടന്നിരുന്നത് മിക്കപ്പോഴും നാട്ടുപ്രമാണിമാരുടെ മേൽനോട്ട ത്തിലായിരുന്നു. താത്ക്കാലികമായി കെട്ടിയുയർത്തിയവേദികളിൽ 14-ാം നമ്പർ പാട്ടവിളക്കിന്റെ വെളിച്ചത്തിലായിരുന്നു അവതരണം. നാടകം നടക്കുന്നതിനിടയിലെ പൊലിവ് എന്നറിയപ്പെടുന്ന, പാത്ര ത്തിൽ സമാഹരിക്കുന്ന സംഭാവനയാണ് സംഘത്തിനു ലഭിക്കുക. സ്വാമിബ്രഹ്മവ്രതന്റെ നേതൃത്വത്തിൽ സെബാസ്റ്റ്യൻകുഞ്ഞുകുഞ്ഞുഭാ ഗവതരും ഓച്ചിറവേലുക്കുട്ടിയുമൊക്കെച്ചേർന്ന് ഓച്ചിറപരബ്രഹ്മോ ദയം നടനസഭയുടെ സംഗീതനാടകങ്ങൾ ടെന്റുകെട്ടി, ടിക്കറ്റുവച്ച് അവതരിപ്പിച്ചിരുന്നുവെങ്കിലും ക്രമേണ അതിന് കാണികളില്ലാതാവു കയും നാടകസമിതി പൂട്ടേണ്ടിവരികയും ചെയ്തു. പിന്നീട് കൊമേഴ്സ്യൽ നാടകങ്ങളുടെ പ്രവർത്തനങ്ങൾ വ്യാപകമാകുമ്പോഴേയ്ക്ക് മുൻകൂട്ടി യുള്ള ബുക്കിംഗും നാടകാവതരണത്തിനുമുൻപേ സംഘാടകരിൽ നിന്നും മുഴുവൻ പ്രതിഫലവും സ്വീകരിക്കുന്ന നിലയിലേയ്ക്കുമെത്തി. കൃത്യമായ ബുക്കിംഗ് ഏജൻസികളും അതിനുണ്ടായി. തൊണ്ണൂറുക ളുടെ ഒടുവിലുണ്ടായ ഫൈനാർട്സ് സൊസൈറ്റികൾ സ്ഥിരാംഗ ത്വഫീസേർപ്പെടുത്തി അംഗങ്ങൾക്കായി നാടകം നടത്തിയിരുന്നു. അറുപതുകളുടെ ഒടുവിലാണ് നിലവിലെ നാടകപ്രവർത്തനങ്ങളോടു വിയോജിക്കുന്ന താത്വികമായ ചില പര്യാലോചനകൾ ഇവിടെ സജീവമാകുന്നത്. ആ വിഷയം ചർച്ചചെയ്യുന്നതിനുമുൻപായി ഇക്കാ ലയളവിലെ പ്രേക്ഷകനെ വിലയിരുത്തേണ്ടതുണ്ട്.

കൃഷ്ണൻനായരുടെ കലാനിലയം മാത്രമായിരുന്നു അന്നത്തെ

ഒരേയൊരു സ്ഥിരം നാടകവേദി. അതിന്റെയർഥം, ഒരു പ്രത്യേക സ്ഥലത്ത് കൊട്ടക കെട്ടി, എല്ലാദിവസവും നാടകമവതരിപ്പിക്കുന്ന, അതിനായി പ്രൊഫഷണലായി നിലകൊള്ളുന്ന സമിതിയെന്നാണ്. രക്തരക്ഷസ്സും കടമറ്റത്തുകത്തനാരുംപോലുള്ള അദ്ഭുതകഥകളാണ് അവർ അരങ്ങിലെത്തിച്ചിരുന്നത്. വിമാനത്തിൽനിന്നിറങ്ങി മുന്ന രങ്ങിലേയ്ക്കെത്തുന്ന കഥാപാത്രങ്ങളെയും ഇരുനിലമാളികയിൽ ഒരേസമയം നടക്കുന്ന ക്രിയകളെയും പാതാളത്തിൽ നിന്നുയരുന്ന കഥാപാത്രങ്ങളെയും അവതരിപ്പിക്കത്തക്ക വലിപ്പവും സാങ്കേതി കവിദ്യയും അവർക്കുണ്ടായിരുന്നു. നമ്മളെ സംബന്ധിച്ചമുഖ്യമായ കാര്യം ഈനാടകങ്ങളുടെ കാണി ടിക്കറ്റെടുക്കണമെന്നതാണ്. നാട കസംഘത്തിന്റെ ഏകവരുമാനമാണിത്. ഇതിന്റെ കാണിയൊഴികെ മറ്റുനാടകപ്രേക്ഷകർ നാടകത്തിന് തിരിച്ചുനല്കിയതെന്ത്? ഇരുകൂട്ടരും തമ്മിലുള്ള ബന്ധമെന്ത്? അവർചെയ്യേണ്ടത് ഇത്രമാത്രം, നാടകം കണ്ടാലുടൻ പ്രബുദ്ധരാവുക! സമൂഹത്തെ മാറ്റിമറിക്കുക!അതെ ങ്ങനെയെന്ന് സംശയമുണ്ടെങ്കിലോ, എന്നുസംശയിച്ച് അതിനു പരിഹാരമായി ഒരന്ത്യരംഗംകൂടി (ആ കൊടിയിങ്ങുതായെന്നു പറയുന്ന പരമുപിള്ളയെപ്പോലെ) ഈ നാടകങ്ങളിൽ പലപ്പോഴും തുന്നിച്ചേർക്കാറുമുണ്ട്. സുനിശ്ചിതമായ ഈ നാടകഘടനയ്ക്ക് പി.ജെ. ആന്റണിയായാലും കെ.ടി. മുഹമ്മദായാലും എൻ.എൻ. പിള്ളയായാ ലും വ്യത്യാസമില്ല. ഇവിടുത്തെ പ്രധാനപ്പെട്ട പ്രശ്നം നാടകത്തിന് പ്രേക്ഷകരെക്കുറിച്ചുള്ള മുൻവിധിയാണ്. കേവലം അജ്ഞരും ലോല ചിത്തരും ദുർബലരുമാണ് അവരെന്നാണ് നാടകത്തിന്റെ വിവക്ഷ. സർഗാത്മകമായ പങ്കാളിത്തം അവരിൽ നിന്നു പ്രതീക്ഷിക്കേണ്ട ആവശ്യമില്ല എന്നാണ് മുൻവിധി. ഇരുട്ടിലിരുന്നു, അരങ്ങിലെ വെളിച്ചത്തോടൊപ്പം തെളിഞ്ഞുവരുന്ന സംഭവങ്ങളിലൂടെ പുതിയ തിരിച്ചറിവുകളിലേയ്ക്ക് എത്തിച്ചേരാൻ നിയുക്തരായ പഠിതാക്കളാണ് അവർ. പൊതുനന്മലക്ഷ്യം വച്ചുള്ള സന്നദ്ധപ്രവർത്തനത്തിന്റെ തുടർച്ചയാണ് ഇവിടെയും നാടകാവതരണം. പ്രേക്ഷകർക്കാകട്ടെ പ്രത്യേകിച്ച് യാതൊരു മുന്നൊരുക്കവും വേണ്ട. മാത്രമല്ല, ഒരുചെ ലവുമില്ലാതെ വേണ്ടത്രമാത്രം കണ്ട്, തിരികെ പോകയും ചെയ്യാം.

അനുഷ്ഠാനകലയിലെ പങ്കാളിയുടെ മുന്നറിവോ/മുന്നൊരുക്കമോ സന്നദ്ധതയോ പോലുമാവശ്യമില്ലാത്ത ഈ പ്രേക്ഷകത്വം പക്ഷേ, ജാതി/മത/ദേശസങ്കുചിതത്വങ്ങളിൽ നിന്നും മുക്തമായ ഒന്നായി രുന്നു. പത്രപ്രവർത്തനത്തിലൂടെയും സാമൂഹ്യപരിവർത്തനങ്ങളി ലൂടെയും രൂപമെടുത്തുതുടങ്ങിയ കേരളീയപൊതുമണ്ഡലത്തിന്റെ രൂപീകരണം നാടകങ്ങളുടേയും ലക്ഷ്യമായിരുന്നുവെന്നതാണ് കാരണം. അതിലൂടെയാണ് പൊതുഅഭിരുചികളുള്ള കാണി

രൂപംകൊള്ളുന്നത്. നാടകരംഗം പൊതുവേ പങ്കുവച്ചിരുന്ന സമീപനമെന്നത്, ത്യാഗപൂർണമായ ഒരു സന്നദ്ധപ്രവർത്തനമാണ് നാടകമെന്നതാണ്. ഈ മനോഭാവം സാമൂഹ്യദൃഷ്ട്യാ ആദരണീയമാണെങ്കിലും ഒരു കലാപ്രവർത്തനമെന്ന നിലയിലുള്ള നാടകത്തിന്റെ നിലനില്പിനെ പ്രതികൂലമായി ബാധിക്കാതെ തരമില്ല. ഈ പ്രതിസന്ധി രൂക്ഷമായ ഭാഷയിൽ ബഷീർ 'കഥാബീജ'ത്തിലൂടെ അവതരിപ്പിച്ചിട്ടുമുണ്ട്. കാൽക്കാശില്ലാതെ നരകിക്കുന്ന നാടകക്കത്തിന്റെ ഗതികേടിനെ അവിടെ കൃത്യമായി വരച്ചിടുന്നു. ഉത്സവാവസരങ്ങളിലും മറ്റും പ്രതിഫലം പറ്റിനാടകമവതരിപ്പിച്ചിരുന്ന സ്ഥിരം കൊമേഴ്സ്യൽസമിതികൾ ഉണ്ടായിരുന്നെങ്കിലും കമ്മറ്റിക്കാരുടെ ചതികളെപ്പറ്റി പി.ജെ. ആന്റണി വിവരിക്കുന്നുണ്ട്, ഇവിടെയും നാടകം കാണുവാൻ കാണിസ്വന്തമായി ടിക്കറ്റെടുത്തുവരേണ്ട ആവശ്യമുണ്ടായിരുന്നില്ല. ചുരുക്കത്തിൽ, മുന്നൊരുക്കമൊന്നുമേ ആവശ്യമില്ലാത്തതും കാലണനഷ്ടപ്പെടേണ്ടാത്തതും എന്നാൽ ജ്ഞാനസംവർധകവുമായ ഒരു കെട്ടുകാഴ്ചയായിരുന്നു ആൾക്കൂട്ടത്തിന് നാടകാസ്വാദനം. തന്മൂലം, സംവാദസന്നദ്ധരായ പ്രേക്ഷകരെ വിഭാവനചെയ്ത സിജെയുടെ 1128-ൽ ക്രൈം 27 ന് ഇടം ലഭിക്കാതെപോയി എന്നതും ചരിത്രം.

ഇരുപതാംനൂറ്റാണ്ടിന്റെ ആദ്യപാദങ്ങളിലുണ്ടായ നായർ റഗുലേഷൻപോലുള്ള ഭരണപരിഷ്കാരങ്ങൾ കൂട്ടുകുടുംബവ്യവസ്ഥയെ അസ്ഥിരപ്പെടുത്തുകയും വ്യക്തിസ്വാതന്ത്ര്യത്തിന് പരോക്ഷ പിന്തുണയേകുകയും ചെയ്തു. വീടുവിട്ട് വ്യക്തി പുറപ്പെട്ടുപോകുന്ന ഇക്കാലത്താണ് പ്രണയമെന്ന ആശയം കേരളപൊതുബോധം ഒരു അഭയമായി ഏറ്റെടുത്തത്. അതേത്തുടർന്ന് മലയാളത്തിലെഴുതപ്പെട്ട ഒട്ടുമിക്കസാഹിത്യരൂപങ്ങളും അതിന്റെ പ്രഘോഷണങ്ങളായി. നമ്മുടെ മുഖ്യധാരാനാടകങ്ങളും സിനിമയും അടുത്തകാലം വരെ ചുറ്റിത്തിരിഞ്ഞത് ഈ പ്രണയക്കുറ്റിയിലാണ്. സക്രിയ പ്രേക്ഷകന്റെ അസാന്നിധ്യമാണ് അവിടെ സ്ഥാപിതമായത്.

പ്രാദേശീയോത്സവങ്ങൾക്കപ്പുറം കേരളമൊട്ടുക്ക് നാടകാവതരണത്തിലൂടെ സവിശേഷമായൊരു സംവേദനം നടത്തുവാനുള്ളശേഷി ആദ്യകാലത്ത് കെ.പി.ഏ.സിയ്ക്കുമാത്രം അവകാശപ്പെട്ടതായിരുന്നു. കെ.പി. കറുപ്പന്റെയോ കേളുനായരുടേയോ നാടകങ്ങൾക്കോ ചെറുകാടിന്റെയും മറ്റും നേതൃത്വത്തിലുണ്ടായ മലബാർ കേന്ദ്രകലാസമിതിയ്ക്കോ തെക്കൻ കേരളത്തിൽ പറയത്തക്ക സ്വാധീനം ചെലുത്താനായില്ല. കേരളപ്പിറവിക്കുശേഷം, അവിഭക്ത കമ്മ്യൂണിസ്റ്റുപ്രസ്ഥാനം പിളർപ്പിലേയ്ക്കുപോവുകയും ഓ.എൻ.വിയും ദേവരാജനും സി.പി.

എം.ലേയ്ക്ക് ചേക്കേറുകയും ചെയ്തിട്ടും തോപ്പിൽഭാസി കെ.പി.ഏ.സി. -യെ സി.പി.ഐ.-യോടൊപ്പം നിറുത്തി. അപ്പോഴേയ്ക്കും അവരുടെ മുൻകാല നാടകപ്പെരുമയ്ക്ക് കോട്ടമുണ്ടായി. തോപ്പിൽഭാസിയുടെ അശ്വമേധമുൾപ്പെടെ ഒട്ടുമിക്കനാടകങ്ങളുടേയും ആദ്യാവതരണം നടത്തിയിരുന്ന ശൂരനാട്ടെ കുഷ്ഠരോഗാശുപത്രിയിലെ ഒന്നിലേറെ ഓഡിറ്റോറിയങ്ങൾ ഇന്ന് നിലംപൊത്താറായി കാടുപിടിച്ച് കിടക്കുന്നതിന്റെ കാരണവും മറ്റൊന്നല്ല.

നമ്പൂതിരിയെ മനുഷ്യനാക്കാൻ നമ്പൂതിരിയും നായരെ മനുഷ്യനാക്കാൻ നായരും മുസ്ലിമിനെ മനുഷ്യനാക്കാൻ മുസ്ലീമും യത്നിച്ചുകൊണ്ടിരുന്നപ്പോഴാണ് എല്ലാവരും മനുഷ്യരാകണമെന്ന് മുഖ്യധാരാനാടകങ്ങൾ ആഹ്വാനം ചെയ്തത്. അവയുടെ സംഘാടകർ സ്വാഭാവികമായും പുരോഗമനാശയക്കാരാകാതെ വയ്യ. ആ വാക്കുകളിലാവേശപ്പെട്ടെത്തിയവരിലേറെയുംപേർ കേരളത്തിലെ ദരിദ്രരും ദളിതുകളും കീഴാളരുമായിരുന്നു. നാടകങ്ങളിലെ വാക്കുകളവർക്കരുമായിരുന്നു. ഈ നാടകങ്ങൾ അവർക്കാവേശം നല്കിയിരുന്നു. അവരെ പഠിപ്പിക്കുവാനും ദൃഢപ്പെടുത്തുവാനുമായി അരങ്ങേറിയതായിരുന്നു ഇവ. എന്നാലവയിൽലീനമായ സാമൂഹ്യാബോധം പലപ്പോഴും വിപരീതഗുണം ചെയ്യുന്നതായിരുന്നു. സവർണനായകന്റെ വിജയം കീർത്തിക്കുന്ന ഈ വിപ്ലവനാടകങ്ങളിൽപോലും കീഴ്ജാതിക്കഥാപാത്രങ്ങളും സ്ത്രീകളും ഹാസ്യപാത്രങ്ങളോ നിഴലുകളോ ആയി പരിമിതപ്പെടുകയായിരുന്നു പതിവ്. ബഹുഭൂരിപക്ഷം വരുന്ന കാണികളെ അവരുടെ സാമൂഹ്യപദവിയെക്കുറിച്ച് നിന്ദാകരമായി ഓർമ്മിപ്പിക്കുകയോ സവർണത്വം സ്വാംശീകരിച്ച് ആദർശാത്മകരായിത്തീരുകയോ ചെയ്യണമെന്ന പരോക്ഷ പാഠമാണ് അവനല്കിയത്. പരമ്പരാഗത സമൂഹത്തിന്റെ രാഷ്ട്രീയാബോധ(Political unconcious)ത്തിന്റെ പുനരായനമായിരുന്നു അത്. ഇടപെടാനശക്തനായ, സർഗാത്മകമായ കൊടുക്കൽവാങ്ങലെന്ന ഉടമ്പടിയില്ലാത്ത സൗജന്യപ്രേക്ഷകന്റെ നിലയാണ് ഇതിനാധാരം. പ്രത്യേകിച്ചും വളരെ പരിമിതമായ ആളോഹരിവരുമാനം മാത്രമുണ്ടായിരുന്ന ഒരു സമൂഹത്തിൽ. (നാനാവിധസൗജന്യങ്ങൾ, സർക്കാർക്ഷേമ പദ്ധതികൾ മാത്രമല്ല, അമേരിക്കൻ ചോളപ്പൊടിയും സോവിയറ്റ്യൂണിയൻ മാസികയും ഒരുപോലെ സ്വീകരിച്ചുകൊണ്ടിരിക്കുന്ന കേരളമാണതെന്നുമോർക്കണം.)

സ്വാതന്ത്ര്യാനന്തരം സംസ്ഥാപിതമായ ദേശരാഷ്ട്ര സങ്കല്പവും പൗരബോധവും നെഹ്രുവിന്റെ ക്ഷേമരാഷ്ട്ര സങ്കല്പവും സർക്കാർ മെഷനറികളിലൂടെ പ്രവർത്തിച്ചുതുടങ്ങുന്നതും ഇക്കാലത്താണ്.

നാനത്വത്തിലേകത്വമെന്ന ഔദ്യോഗികമുദ്ര്യാവാക്യപ്രചരണനത്തിനായി സ്ഥാപനങ്ങളുണ്ടാകുന്നതും അക്കാദമികൾ, സാംസ്കാരികസ്ഥാപനങ്ങൾ, ഭാഷാ-വിദ്യാഭ്യാസ നയങ്ങൾ എന്നിവ രൂപമെടുക്കുന്നതും പ്രത്യക്ഷ രാഷ്ട്രീയലക്ഷ്യത്തോടുകൂടിത്തന്നെ. അവയും പൊതുമണ്ഡലത്തെ രൂപപ്പെടുത്താൻ അവയുടേതായ വ്യവസ്ഥാപിതമാർഗങ്ങൾ അവലംബിച്ചു. ദേശരാഷ്ട്രത്തിന്റെ പൗരസ്വത്വം സ്ഥാപിതമായി. കേരളത്തിലധികാരമേറ്റ ഇ എം എസിന്റെ നയങ്ങളും ദരിദ്രരോടുള്ളകൂറും നമ്മുടെ സമൂഹത്തെ പരിവർത്തിപ്പിച്ചു. ഇവയെല്ലാംചേർന്ന് കേരളീയ സമൂഹം ചെറിയതോതിലെങ്കിലും വിഭവശേഷിയിൽ മുന്നേറുന്നതിനിടവരുത്തി. വ്യവസായമേഖലയിലും തൊഴിൽമേഖലയിലും മാത്രമല്ല ബഹിരാകാശ ഗവേഷണത്തിലേയ്ക്കും ക്രമേണ കേരളം നടന്നുനീങ്ങി. അറിവ്, പാരമ്പര്യത്തിൽ നിന്നും പുറത്തുകടക്കാനുള്ള ഉപാധിയും ഭാവിജീവിതത്തിനുള്ള ഉപകരണവുമെന്നനിലയിൽസ്വീകാര്യമായി. വിദ്യകൊണ്ട് പ്രബുദ്ധരാകാൻ സമൂഹം ഉത്സുകരായി. നാടകത്തെയും ഗൗരവബുദ്ധിയോടുകൂടി പഠിക്കണമെന്നും അതിന് സൗന്ദര്യശാസ്ത്രപരമായും അക്കാദമികമായും ഒരു തലമുണ്ടെന്നുമുള്ള വാദം ഉയരുന്നത് ഈ ഘട്ടത്തിലാണ്.

1967-ലെ നാടകക്കളരി പ്രസ്ഥാനം നാടകത്തിനുവേണ്ടിമാത്രമുള്ള കൂട്ടായ്മയായി ഉടലെടുത്തു. നാടകത്തിന്റെ നാനാവിധങ്ങളായ വശങ്ങൾ പരിചിന്തയ്ക്കെടുത്തു. അരങ്ങും അവതരണവും കാണിയുമെല്ലാം ശിക്ഷണം നേടേണ്ടവരാണെന്നവാദം ഉന്നയിക്കപ്പെട്ടു. കഥകളിയിലേതുപോലെ മുദ്രാഭിനയത്തിന്റെ സങ്കേതങ്ങളിൽ ഉപസ്ഥിതിയുണ്ടാക്കുവാനുള്ള പരിശീലനമായിരുന്നില്ല, നിരന്തരാനുശീലനത്തിലൂടെ പ്രേക്ഷകനിൽ രൂപപ്പെടേണ്ടുന്ന സൗന്ദര്യാത്മക സംവേദനസംസ്കാരമായിരുന്നു അവിടെ വിവക്ഷ. കളരിയുടെ തുടർപ്രവർത്തനങ്ങളുടെ ഭാഗമായി 1980-കളോടെ കേരളത്തിലെ നാട്ടുമൂലകളിലെല്ലാം സജീവമായ അമച്വർ നാടകസംഘങ്ങൾ വ്യാപിക്കുകയും അഖിലകേരള നാടകോത്സവങ്ങൾ അരങ്ങേറുകയുമുണ്ടായി. പ്രൊ. ജി. ശങ്കരപ്പിള്ള ഇത്തരം പ്രവർത്തനങ്ങൾക്ക് പ്രേരകശക്തിയായി വർത്തിച്ചു. ആദ്യകാല കുമാരകൗശലസംഘത്തെപ്പോലെ ലാഭാധിഷ്ഠിതമല്ലാതെ, നാടകത്തോടുള്ള പ്രതിപത്തികൊണ്ട് മാത്രം ഇറങ്ങിത്തിരിച്ച ചെറുപ്പക്കാരായിരുന്ന മിക്കപ്പോഴും ഇതിലുണ്ടായിരുന്നത്. പരിമിതമായ അരങ്ങേറ്റങ്ങളാണ് അവയ്ക്കുണ്ടായിരുന്നതെങ്കിലും മുഖ്യധാരാനാടകങ്ങളുടെ ശീലവഴക്കങ്ങൾക്കുവെളിയിലേയ്ക്ക് പോകുവാൻ അവർക്കായി. പ്രമേയത്തിൽ മാത്രമല്ല അരങ്ങിലും വെളിച്ചത്തിലും ചമയത്തിലും ഭാഷയിലുമെല്ലാം വ്യത്യസ്തമായ പരീക്ഷണങ്ങൾ അവർ നടത്തി. നാടോടിയും ക്ലാസിക്കലുമായ നമ്മുടെ ഈടുവയ്പ്പുകളെ

കാലോചിതമായി പ്രയോഗിക്കുവാനും അവർ ശ്രമിച്ചു. പ്രേക്ഷകനിലേയ്ക്കിറങ്ങിച്ചെല്ലുന്ന കഥാപാത്രങ്ങളും ഉത്തരംപറയുകയോ ചെറുതായെങ്കിലും പ്രതികരിക്കുകയോ ചെയ്യുന്ന കാണിയും ആ പ്രതികരണത്തെക്കൂടി കണക്കിലെടുത്തു വികസിക്കുന്ന നാടകവും ഇക്കൂട്ടരൊരുക്കി. കൂടുതൽ സാർഥകമായ കാണിയെ അവർ വിഭാവനംചെയ്തു. അപ്പോഴും നാടകവും കാണിയുമായി ടിക്കറ്റെന്ന ഉടമ്പടിയില്ലായിരുന്നു. എങ്കിലും കാണിയുടെ സർഗാത്മകസാന്നിധ്യം ആവശ്യമായിരുന്നു. ഈ പ്രവർത്തനങ്ങളുടെ തുടർച്ചയായിട്ടാണ് ഇവിടെ സ്കൂൾ ഓഫ് ഡ്രാമ പോലുള്ള സ്ഥാപനങ്ങളാരംഭിക്കുന്നത്.

തൊഴിൽശാലാനാടകങ്ങളും അവയുടെ മത്സരങ്ങളും അമച്വർനാടകവേദിക്ക് അവരുടേതായ സംഭാവനകൾ നല്കിയിട്ടുണ്ട്. തൊഴിൽശാലയിലേയ്ക്ക് എന്നപേരിൽ സ്ത്രീക്കൂട്ടായ്മ നാടകമൊരുക്കിയിരുന്നുവെങ്കിലും കൃത്യമായ തൊഴിലാളിനാടകങ്ങൾ എഫ്.എ.സി.ടി.യുടേയും കെ.എസ്.ആർ.ടി.സി.യുടേയും കെൽട്രോണിന്റെയും ബാങ്കുകളുടേയും തോഷിബയുടേയും തൊഴിലാളികളുടേതാണ്. സജീവമായി അരങ്ങേറിയിരുന്ന അവരുടെ മത്സരനാടകങ്ങൾ പുത്തൻപരീക്ഷണങ്ങൾക്ക് സാധ്യതയൊരുക്കിയിരുന്നു. അവയുടെ പ്രേക്ഷകരും ഒട്ടുമിക്കപേരും തൊഴിലാളികളും നാടകപ്രവർത്തകരുമായിരുന്നു. ഇവരായിരുന്നു കേരളത്തിലെ യഥാർത്ഥ തൊഴിലാളിനാടകപ്രവർത്തകരെങ്കിലും രാഷ്ട്രീയാശയപ്രചരണം അവരുടെ ലക്ഷ്യമായിരുന്നില്ല. ആകയാൽ ഇക്കൂട്ടരെ ആ ഗണത്തിൽ നാടകചരിത്രം രേഖപ്പെടുത്തിയിട്ടുമില്ല. സ്കൂൾ നാടകമത്സരങ്ങളും അമച്വർ നാടകാവതരണങ്ങളുടെ വേദിയായി. അവതാരകർ വിദ്യാർഥികളാണെങ്കിലും അണിയറ പ്രവർത്തകർ മിക്കപ്പോഴും മുതിർന്നവരായിരുന്നുവെന്നതും നാടകാവതരണത്തിന്റെ ലക്ഷ്യം ആസ്വാദനമല്ല ഗ്രേഡായിരുന്നു എന്നതും ഓർക്കണം. എങ്കിലും കഴിവതും ആകർഷകമായി അരങ്ങേറേണ്ടത് വിജയത്തിനാവശ്യമാണ്. കുട്ടികളാണ് പ്രേക്ഷകരെന്നതിനാൽ ഭാവിയിലേയ്ക്കുകൂടി നീണ്ടുചെല്ലുന്ന ഭാവുകത്വരൂപീകരണമിവിടെ നടക്കും.

ഭരണകൂടത്താൽ വിലക്കപ്പെട്ട നാടകങ്ങളുടെ കാണിക്ക് നാടകം കാണാൻ പോകുന്നതു തന്നെ വെല്ലുവിളിയാണ്. തിരുവിതാംകൂർ ഗവൺമെന്റിന്റെ നാടകനിരോധന ഉത്തരവിന്റെ ഭാഗമായി നിങ്ങളെന്നെ കമ്യൂണിസ്റ്റാക്കി നാടകസംഘത്തെ കസ്റ്റഡിയിലെടുത്തപ്പോൾ പോലീസ് സ്റ്റേഷൻവളപ്പിൽ പ്രതിഷേധത്തിന്റെ ഭാഗമായി നാടകമവതരിപ്പിച്ച കാര്യം നമുക്കറിയാം. വിലക്കു നീങ്ങിയതിനുശേഷമാണ് ആ നാടകത്തിന് കാണികളേറിയതെന്നും നമുക്കറിയാം. എന്നാൽ

പിൽക്കാലത്തെ രാഷ്ട്രീയ നാടകങ്ങൾ തെരുവരങ്ങിലേയ്ക്ക് ഗറില്ലാ യുദ്ധംപോലെ കടന്നുവന്നു. കേരളപൊതുസമൂഹം അവഗണിക്കുന്ന ആദിവാസികളുടെ ദുരിതങ്ങളവതരിപ്പിച്ച കെ.ജെ. ബേബിയുടെ നാട്ടുഗദ്ദികയിലൂടെയായിരുന്നു അതിന്റെ തുടക്കം. ആദിവാസികൾ തന്നെ അരങ്ങേറിയ ആ നാടകത്തിന്റെ രാഷ്ട്രീയം മാത്രമല്ല, അതരങ്ങേറുന്ന ഘട്ടത്തിലെ കേരളത്തിലെ നക്സൽസമരങ്ങളുടെ പശ്ചാത്തലത്തിൽക്കൂടിയാണ് അത് നിരോധിക്കുകയും നാടകാം ഗങ്ങളെ അറസ്റ്റുചെയ്യുകയുമുണ്ടായത്. ഭീതിയുടെ ഇരുട്ടിലായിരുന്ന കേരളസമൂഹത്തിൽ വസന്തത്തിന്റെ ഇടിമുഴക്കപ്രതീക്ഷകൾ വിറ്റ തീവ്രവികാരികളായ ഒരുപറ്റം രാഷ്ട്രീയക്കാർക്ക് പിന്തുണയാകും നാട കമെന്ന നിലയിലാണ് അത് തടയപ്പെട്ടത്. മുതലക്കുളത്തെത്തിയ നാട്ടുഗദ്ദികയുടെ കാണികൾക്കും പോലീസ് മർദ്ദനമേല്ക്കേണ്ടിവന്നു അന്ന്. പിന്നീട് വിലക്കു നീക്കിയപ്പോൾ നാടകം പ്രൊസീനിയം സ്റ്റേജിലും അരങ്ങേറി. മഞ്ഞുമലൈമക്കൾ അവതരിപ്പിച്ചിരുന്ന ആദ്യ അവതരണത്തിൽനിന്നും സാംസ്കാരികവേദിയുടെ തെരുവരങ്ങിൽ നിന്നും അവവ്യത്യാസപ്പെട്ടത് മുഖ്യമായും നാടകവും പ്രേക്ഷകനും തമ്മിലുള്ള വിന്യാസത്തിന്റെയും തദ്വാരായുള്ള വിനിമയത്തിന്റെയും അടിസ്ഥാനത്തിലായിരുന്നു.

1930-കളിൽ നാമ്പിട്ട കോളനിവിരുദ്ധ രാഷ്ട്രീയ തെരുവുനാട കങ്ങൾക്ക് ഉൽപൽദത്ത്, പ്രബീർദത്ത് തുടങ്ങി പോലീസ് വെടി യേറ്റുമരിച്ച ആശിഷ് ചാറ്റർജിയുൾപ്പെടെയുള്ളവരാണ് ബംഗാളിൽ അടിത്തറയിട്ടത്. ആന്ധ്രയിലത് പ്രജാമണ്ഡലിയിലൂടെമുന്നേറി. സഫ്ദർഹശ്മിയുടെ ജനനാട്യമഞ്ചിന്റെ നാടകങ്ങളിലൂടെയും അദ്ദേഹ ത്തിന്റെ രക്തസാക്ഷിത്വത്തിലൂടെയും ഇന്ത്യയാകെ ചലനങ്ങളുണ്ടാ ക്കി. അടിയന്തരപ്രാധാന്യമുള്ള രാഷ്ട്രീയസാമൂഹ്യവിഷയങ്ങൾക്കുള്ള പ്രതികരണവേദികളായി അവ മാറി. പ്രേക്ഷകപങ്കാളിത്തം അവർ പരമാവധി ഉറപ്പിക്കാനാശിച്ചു. അവർക്കുനടുവിലായി അവതരണം. ശാസ്ത്രസാഹിത്യപരിഷത്തിന്റെ കലാജാഥകളും സ്ത്രീപക്ഷവാദികളുടെ തെരുവുനാടകങ്ങളും ഇതേച്ചുവടുപിടിച്ച് ഇവിടെ അരങ്ങേറി. ഇലക്ഷ നുകളോടനുബന്ധിച്ച കേവലാശയപ്രചരണത്തിനായുള്ള സ്കിറ്റുകളും ഇക്കൂട്ടത്തിലുണ്ടായി. ബാദൽസർക്കാരിന്റെ അളിഞ്ഞവാർത്തയും ഭോമയും പോലുള്ള നാടകങ്ങൾ തെരുവുകളെ മൂന്നാംതിയേറ്ററായിക്ക ണ്ട സർഗാത്മകഅരങ്ങുകളായിരുന്നു. പതിവുപ്രേക്ഷകരായിരുന്നില്ല അവിടെ. പി.എം. ആന്റണിയുടെക്രിസ്തുവിന്റെ ആറാംതിരുമുറിവ് തടയപ്പെട്ടത് മതവികാരം വ്രണപ്പെട്ടുമെന്നു പറഞ്ഞാണ്. അതിന്റെ പ്രേക്ഷകരോട് ഭരണകൂടത്തോടൊപ്പം ക്രിസ്ത്യൻ സമൂഹവും ശത്രുത പുലർത്തി.

നരസിംഹറാവു ഇന്ത്യൻ പ്രധാനമന്ത്രിയായിരിക്കെ ഗാട്ട് കരാറൊപ്പിട്ടു. ആഗോളവത്ക്കരണ-ഉദാരവത്ക്കരണ സാമ്പത്തികനയങ്ങളുടെ വഴിതുറന്നു. വജ്പേയ് അതേ നയങ്ങൾ തുടർന്നു. മൻമോഹൻസിങ്ങിലെത്തുമ്പോഴേയ്ക്കും ഗ്ലോബലൈസേഷനു വേഗതയേറി. ഇന്ത്യയുടെ സാമൂഹ്യഘടനയെ അത് മാറ്റിപ്പണിതു. സാമ്പത്തികാടിത്തറയും വികസനമാതൃകകളും പരിവർത്തിക്കപ്പെട്ടു. ഒട്ടുമിക്ക ക്ഷേമപദ്ധതികളിൽനിന്നും ക്രമേണ സർക്കാർ പിൻമാറി. പൊതുമേഖലാസ്ഥാപനങ്ങൾ വിറ്റു. വിദ്യാഭ്യാസം, ആരോഗ്യം തുടങ്ങിയ അടിസ്ഥാനരംഗങ്ങളിൽപോലും ഉദാസീനരായി. ക്ഷേമരാഷ്ട്രസങ്കല്പം അവഗണിച്ചു. കോർപ്പറേറ്റുകൾക്കായി, അവരുടെ കമ്പോളമായി ഇന്ത്യ അതിവേഗം പരിണമിച്ചു. തുടർന്നുണ്ടായ വൻഅഴിമതികൾ കല്ക്കരിയുടേയും സ്പെക്ട്രത്തിന്റേയും പേരിലുള്ളതായി. ആകാശവും ഭൂമിയും ആരുടേയോ അധീനതയിലായി. അഴിമതിക്കുള്ള വിഭവങ്ങളായി. പട്ടണങ്ങളും മാളുകളും അപരിചിതഗന്ധങ്ങളുടെയും ആർഭാടത്തിന്റേയും കെട്ടുകാഴ്ചകളായി. ഖനികളേറിയപ്പോൾ ആദിവാസികൾ കുടിയൊഴിക്കപ്പെട്ടു. സബ്സിഡി നിറുത്തലാക്കിയപ്പോൾ കർഷകർ ആത്മഹത്യചെയ്തു. പൊതുമേഖലയെ കൈവിട്ടപ്പോൾ പട്ടികജാതി-പട്ടികവർഗ-ദുർബലവിഭാഗങ്ങൾക്ക് നല്കിയിരുന്ന നാമമാത്രമായ ഭരണകൂടപരിരക്ഷകൂടി ഇല്ലാതായി. മോദിയിലെത്തുമ്പോൾ വർഗീയഭീകരതയും സജീവമായി.

തൊഴിലധിഷ്ഠിത വിദ്യാഭ്യാസം മാത്രം ആകർഷകമായി. സമ്പൂർണമായി ഉപഭോഗസംസ്ഥാനമായിക്കഴിഞ്ഞ നമുക്ക് ക്രയശേഷി മറ്റെല്ലാമൂല്യത്തിനും ഉപരിയായ യോഗ്യതയായി. കൃത്രിമമായ സമ്പദ്ഘടനയെങ്കിലും ഉപരിതലത്തിലെ സമ്പന്നത, കേരളത്തിലേയ്ക്ക് അന്യസംസ്ഥാനത്തൊഴിലാളികളെ ആകർഷിക്കാനുള്ള പ്രാപ്തിയുണ്ടാക്കി. രാഷ്ട്രീയ-സാമൂഹ്യ പ്രസ്ഥാനവൃദ്ധനേതൃത്വങ്ങൾ ഈ പ്രതിസന്ധിയെ അഭിസംബോധനചെയ്യാൻ അശക്തരായി. ഇതിനെല്ലാം അടിത്തറയായി ഹൈ-ടെക് വിപ്ലവം ജനജീവിതത്തെ വിഭ്രാമകരമായ അന്ധാളിപ്പിലെത്തിച്ചു. റിയലും വിർച്വലുമായ രണ്ടുവള്ളത്തിൽ കാലുറപ്പിച്ച് മലയാളിയും സഞ്ചരിച്ചു. സാംസ്കാരികവ്യവസായവും വിനോദവ്യവസായവും ശക്തമായി എന്നുമാത്രമല്ല ആഴത്തിൽ മാധ്യമീകൃതമായ കേരളത്തിലേയ്ക്ക് മറഡോക്കും കടന്നുവന്നു. കൂണുപോലെമുളച്ച വിവിധ ഏജൻസികൾ എല്ലാമേഖലയും കയ്യടക്കി. മുൻകാലങ്ങളിൽ സമൂഹമേറ്റെടുത്തു പൊതുവായിനിവർത്തിച്ചകാര്യങ്ങൾ പെയ്ഡ് സർവീസുകളായി. സാമൂഹ്യമാധ്യമങ്ങളുടെ അനൗദ്യോഗിക ഇടപെടലും ദൈനംദിനജീവിതത്തെ നിർണയിച്ചു. ഉന്നതമൂല്യങ്ങളും അറുവഷളനാശയങ്ങളും അവിടെ കൂടിക്കുഴഞ്ഞു.

വിവരങ്ങളും വ്യാജവിവരങ്ങളും ഒരേ ഊക്കോടെ വ്യാപിക്കപ്പെട്ടു. ഒറിജിനലിനേക്കാൾ ഒറിജിനലായ പകർപ്പുകൾ സാർവത്രികമായി. ഗ്ലോക്കലൈസേഷനിലൂടെ രുചികളും അഭിരുചികളും ഏകീകരിക്കാനുള്ളശ്രമങ്ങളുണ്ടായി. ഇവയെല്ലാംചേർന്ന് ശുദ്ധിവാദമസാധ്യമാക്കിയ പുതിയൊരു മലയാളിമനസ്സ് രൂപപ്പെടുത്തി. പുതിയകാണി അയാളാണ്. ദേശീയവും സാർവദേശീയവുമായ ഘടകങ്ങളുൾച്ചേർന്നതും പ്രാദേശീയസംസ്കാരമിശ്രിതവുമായ ഒന്നാണത്.

ഇരുപത്തിയൊന്നാം നൂറ്റാണ്ടാകുമ്പോഴേയ്ക്കും കേരളത്തിലെ നാടകപ്രേക്ഷകന് ITFOK-ലൂടെയും മറ്റും ലോകനാടകവേദിയുടെ ദൈനംദിന അവതരണങ്ങൾ നേരിട്ടുകാണുവാനുള്ള അവസരം ലഭ്യമായി. നാടകം അക്കാദമികമായി അഭ്യസിച്ച വിദഗ്ധരായ ചെറുപ്പക്കാരുടെ ഒരുസംഘം അപ്പോഴേയ്ക്കും ഇവിടെയും ഉടലെടുത്തു കഴിഞ്ഞു. പ്രൊഫഷണലായി നാടകത്തെ സമീപിക്കുന്ന ഇക്കൂട്ടരെ ഉൾക്കൊള്ളുത്തക്കവിധമുള്ള ഇൻഡസ്ട്രിയായി കേരളത്തിലെ നാടകരംഗം അപ്പോഴും വളർന്നിട്ടുണ്ടായിരുന്നില്ല. ആകയാൽ ഇത്തരക്കാരിലധികവും വിദേശഅക്കാദമികളിലോ ടൂറിംഗ് നാടകസംഘങ്ങളിലോ അന്യസംസ്ഥാനങ്ങളിലെ സ്ഥാപനങ്ങളിലോ ഒക്കെ ചേക്കേറുകയുണ്ടായി. അതിനുമുൻപുള്ള തലമുറയിലേറെപ്പേരും സിനിമാമേഖലയിലേയ്ക്കായിരുന്നു പലായനം ചെയ്തിരുന്നതെന്ന കാര്യംകൂടി ആനുഷംഗികമായി പറയേണ്ടതുണ്ട്.

ഫുട്സ്ബാനെപ്പോലെ ഇവിടെത്തിയ ടൂറിംഗ് നാടകസംഘങ്ങളും മൾട്ടിക്കൾച്ചറലായ അവതരണങ്ങളാണ് അധികവും തിരഞ്ഞെടുത്തത്. രഘൂത്തമൻ അവതരിപ്പിക്കുന്ന പ്രോസ്പെരോ ഇംഗ്ലീഷുമാത്രമല്ല സംസ്കൃതവും മലയാളവും പറയും. ശങ്കർവെങ്കിടേഷിന്റെ വാട്ടർസ്റ്റേഷനിൽ സംഭാഷണമില്ലെങ്കിലും വ്യത്യസ്തവേഷക്കാരായ പല രാജ്യക്കാരുമൊത്തുകൂടുന്നു. ശ്രീജിത്തിന്റെയും പ്രഭാതിന്റെയും നാടകങ്ങളിൽ വിവിധരാജ്യങ്ങളിലെ കൂട്ടായ്മയുണ്ടെന്നതുകൊണ്ടുമാത്രമല്ല ഇങ്ങനെ സംഭവിക്കുന്നത്. പിന്നയോ ലോകത്തെവിടെയുമുള്ള കാണിയ്ക്കായാണ് അവർ അത് ചിട്ടപ്പെടുത്തുന്നത് എന്നതുകൊണ്ട് കൂടിയാണ്. മാത്രമല്ല നാടകത്തിന്റെ എല്ലാഘടകങ്ങളിലും അത്യന്തം ശാസ്ത്രീയമായും ശ്രദ്ധയോടുംകൂടിയായിരുന്നു അവരുടെ അവതരണങ്ങൾ. നാടകത്തെ പരമാവധി സർഗാത്മകമായും കണിശതയോടുംകൂടി സൗന്ദര്യാത്മകസൃഷ്ടിയായി അവതരിപ്പിച്ചുവിജയിപ്പിക്കുവാനുള്ള അവധാനത അവർ പുലർത്തി. മികച്ച ഉല്പന്നമുണ്ടാക്കി, മികച്ചപ്രതിഫലവും സാമൂഹ്യപദവിയും വീണ്ടെടുക്കുവാൻ ഇത്തരം നാടകപ്രവർത്തകർക്കായി. പ്രൊഫഷണലിസം അതിന്റെ നല്ല

അർഥത്തിൽ മലയാളനാടകവേദിയിൽ സ്ഥാനംപിടിച്ചു. ദീപൻശിവരാമന്റെ ഖസാക്കിന്റെ ഇതിഹാസം നാടകാവതരണം (500 രൂപ ടിക്കറ്റ് നിരക്കിൽ) ഇതിനുള്ള അടുത്തകാലത്തെ ഉദാഹരണമാണ്.

ഉപഭോക്താ(Customer)വിനെ മുഖ്യസ്ഥാനത്ത് അവരോധിക്കുന്നുവെന്നതാണ് ഉപഭോക്തൃസമൂഹത്തിന്റെ പ്രലോഭനം. അയാളുടെ ഇഷ്ടാനിഷ്ടങ്ങളാണ് പരിഗണിക്കുന്നതെന്ന് മാർക്കറ്റ് നിരന്തരം പ്രചരിപ്പിക്കുന്നു. അയാൾക്കിണങ്ങുന്നതുമാത്രമേ അയാൾ തെരഞ്ഞെടുക്കുന്നുള്ളൂ എന്നും ധരിപ്പിക്കപ്പെടുന്നുണ്ട്. എന്തായാലും ഏതെങ്കിലുമംശങ്ങളിൽ അയാളെ ആകർഷിക്കുകയെന്നത് ഏതുല്പന്നത്തിന്റേയും പ്രാഥമികാവശ്യമായിമാറുന്നു. നാടകത്തിന്റെ കാര്യത്തിലും ഇത് ശരിതന്നെ. ഗ്ലോക്കലൈസേഷനുശേഷമുള്ള ആകർഷകമായ നാടകങ്ങൾ ആസ്വദിക്കാനെത്തുന്ന ഈ പുതിയ Customer സ്വാഭിലാഷങ്ങളുള്ള വ്യക്തിയാണ്. നാടകവുമായി അയാൾക്കുള്ള ബന്ധവും ഇത്തരത്തിൽ ചരിത്രബദ്ധമാണ്, സന്നിഹിതസന്ദർഭങ്ങളിലുരുവം കൊള്ളുന്നതുമാണ്. ആകയാൽ ഭരതനും അരിസ്റ്റോട്ടിലും വിവക്ഷിച്ച കേവലാസ്തിത്വമുള്ള കാണി (Spectator)യല്ല, അഗസ്റ്റോബോൾ വിളിച്ച Spect-Actor-റുമല്ല ഇന്നത്തെ നമ്മുടെ നാടകകാണി.

മറ്റെല്ലാമൂല്യങ്ങളുമെന്നപോലെ കാണിമൂല്യവും പരിവർത്തിതമായിട്ടുണ്ടിവിടെ. ഞാനവരെ Spect-Customer എന്നു വിളിക്കാനാണിഷ്ടപ്പെടുന്നത്. ഒരു പരിധിവരെ ലോകമെമ്പാടുമുള്ള നാടകത്തെ സമഗ്രമായിത്തന്നെ സ്വാധീനിക്കുവാനുള്ള പ്രാപ്തി ഈ Spect -Customer-ന് കൈവന്നിട്ടുണ്ടെന്നകാര്യവും പ്രസ്താവ്യമാണ്.

പീറ്റർബ്രൂക്കിന്റെ മഹാഭാരതാവരണം ലോകഭൂഖണ്ഡങ്ങളെയെല്ലാം വസുധൈവകുടംബകമാക്കാനാശിച്ചിരുന്നു. മുൻകാലത്തെപ്പോലെ ഏതെങ്കിലുംസവിശേഷ സ്വത്വത്തെ പ്രതിനിധീകരിക്കുക ഇവയുടെ ഉദ്ദേശ്യമല്ല. (തനിമാവാദം പരിലാളിക്കുന്ന ഭൂതകാലശുദ്ധിവാദംഅയുക്തികമാണല്ലോ?) എങ്കിലും ഇതോടൊത്ത് പുതിയൊരു സാംസ്കാരികവ്യവസായം ഉടലെടുക്കുന്നുണ്ട്. അതിന്റെ അടിത്തറ, വൈവിധ്യമാർന്ന സ്വത്വപ്രതിനിധാനങ്ങളെ കോർത്തൊരുക്കിയിട്ടുള്ളതാണ്. വിവിധ ഭൂഖണ്ഡങ്ങളുടെ മാത്രമല്ല വിവിധ വംശീയതകളുടേയും പ്രതിനിധാനങ്ങൾ അവിടെ ഒളിഞ്ഞും തെളിഞ്ഞും വിന്യസിച്ചിരിക്കും. ഫോക് ലോറിസമായി മാറിയ രൂപങ്ങളും ദേശരാഷ്ട്രനിർമ്മിതിയുടെ ഭാഗമായി രൂപപ്പെടുത്തിയ നവപ്രതിനിധാനങ്ങളും അതിനായി ഉപയോഗപ്പെടുത്തും. MNOUCHKINEന്റെ HOUSE OF ATREUS നാടകം അവതരിപ്പിച്ച ഫ്രഞ്ച് സംഘം, കഥകളിയിലെ വേഷവിധാനങ്ങളെയും ആട്ടച്ചിട്ടകളെയും സ്വാംശീകരിക്കുന്നതിലൂടെ

കിഴക്കും പടിഞ്ഞാറുംസംസ്കാരങ്ങളെ വിളക്കിച്ചേർക്കുകയാണ്. ലോകമെമ്പാടും സ്വീകാര്യമായൊരു നാടകമുണ്ടാക്കുകയെന്നലക്ഷ്യത്തിൽ ലോകമെമ്പാടുമുള്ള കാണിയെ പരിഗണിക്കുകയും ആധുനികമായ സ്വത്വപ്രതിനിധാനത്തിലൂടെ അവർക്കൊരിടം നല്കുകയുംചെയ്യുകയാണിവിടെ. അതിനുവേണ്ടി നാടകപ്രവർത്തകർ ലോകമെമ്പാടും സഞ്ചരിച്ച് ഇതരസംസ്കാരങ്ങൾ പഠിക്കുന്നുമുണ്ട്. മൾട്ടിക്കൾചറലായ ഇത്തരമൊരന്തരീക്ഷത്തിലാണ് കേരളത്തിലെ അരങ്ങും കാണിയും എത്തിനില്ക്കുന്നത്. അത്തരം പ്രമേയങ്ങളോ അവതരണശ്രമങ്ങളോ ഇല്ലാത്ത നാടകങ്ങൾക്കുപോലും ഈ സാംസ്കാര-വാണിജ്യ വ്യവഹാരത്തിന്റെയും സൗന്ദര്യാത്മകസംവേദനത്തിന്റെയും അരങ്ങുചിത്രങ്ങളുടെ രുചിമൂല്യങ്ങളുടെയും പൊതുമണ്ഡലത്തിനു വെളിയിൽ നില്ക്കാനാവില്ല. നാടകാവിഷ്കാരത്തിലും നാടകവും കാണിയും തമ്മിലുള്ള ബന്ധത്തിലും മുൻപ് കാണിയ്ക്ക് നാടകരംഗത്തുണ്ടായിരുന്നതേക്കാൾ പ്രാമുഖ്യം ഇന്ന് ലഭ്യമാണ്. സർഗാത്മകസാന്നിധ്യമെന്നനിലയിൽ മാത്രമല്ല, സാമ്പത്തികമായും അതിൽപങ്കാളിയാകാൻ മലയാളി പ്രേക്ഷകൻ സന്നദ്ധനാണ്. ചുരുക്കത്തിൽ മലയാളനാടകത്തിൽ കാണിമൂല്യത്തിൽ ഗുണപരമായ വ്യതിയാനം സംഭവിക്കുന്നുണ്ട്.

2017

●

* ISTR ഗോവ സെമിനാറിൽ അവതരിപ്പിച്ചത്.

ശരീരഭാഷയും മലയാള നാടകവും

ഒരു ചെറിയ ഔട്ട് ലൈൻ മാത്രമാണ് ഞാൻ പറയാനുദ്ദേശിക്കുന്നത്. ഏറ്റവും ചുരുക്കിപ്പറഞ്ഞാൽ, കാണാൻ വരുന്ന ഒരുക്കൂട്ടം ശരീരത്തിന്റെ മുന്നിൽ കാണിക്കപ്പെടുന്ന മറ്റൊരു സംഘം ശരീരങ്ങളുടെ പ്രകടനകലയാണ് നാടകം. അരങ്ങിൽ കുറച്ച് ശരീരങ്ങൾ സവിശേഷമായ രീതിയിൽ വിന്യസിക്കുകയും അതിലേയ്ക്ക് ഉറ്റുനോക്കുന്ന അനവധി ശരീരങ്ങൾ ചലന ചിഹ്നങ്ങളിലൂടെ ചില അർത്ഥബോധ്യങ്ങളിലേക്ക് എത്തപ്പെടുകയും ചെയ്യുകയാണ് എല്ലാ പെർഫോർമൻസിലും എല്ലാ അരങ്ങിലും സംഭവിക്കുന്നത്. സ്വാഭാവികമായും ശരീരങ്ങളുടെ വിനിമയം ആകുന്നതുകൊണ്ടുതന്നെ കാലബദ്ധമായ ഓരോ സവിശേഷ സാംസ്കാരിക അർത്ഥങ്ങളും അതിന്റെ പിന്നിൽ അറിഞ്ഞോ അറിയാതെയോ നിലകൊള്ളും.

നമ്മുടെ രംഗകലാപാരമ്പര്യത്തെ മുൻനിർത്തി കണിശമായി ആലോചിച്ചാൽ, ചരിത്രാതീതകാലം മുതലുള്ളവയുടെ ഉദാഹരണമായി വിചാരിക്കാവുന്ന നാടോടിരംഗകലകളും അതിന്റെ തുടർച്ചയോ വികസിതരൂപമോ ആയിട്ടുള്ള ക്ലാസ്സിക്കൽ രംഗകലകളും കൃത്യമായും രണ്ട് തരത്തിലുള്ള ശരീരവിന്യാസങ്ങളുടെ ആട്ടത്തറയായിരുന്നു പ്രയോജനപ്പെടുത്തിയിരുന്നത് എന്ന് മനസ്സിലാക്കാൻ കഴിയും. ഉദാഹരണത്തിനായി തുള്ളലിനെയും കഥകളിയെയും താരതമ്യപ്പെടുത്തിയാൽ മതിയാവും. തുള്ളൽ എന്നു പറയുന്നത്, നമ്മുടെ വിപുലമായിട്ടുള്ള നാടോടികലാരൂപങ്ങളെ ക്രോഡീകരിച്ച്, അവയുടെ അന്തഃസത്തയുൾക്കൊണ്ട് വിപുലപ്പെടുത്തിയ ഒരു കലാരൂപം അഥവാ നാടോടി പാരമ്പര്യത്തോട് കൂടുതൽ ചേർന്നുപോവുന്ന

ഒരു പെർഫോർമൻസാണ്. ക്ലാസ്സിക്കൽ എന്നുപറയുന്ന കൂടിയാട്ടം പോലെയും കഥകളി പോലെയുമുള്ള കലാരൂപങ്ങളാവട്ടെ കുറച്ചുകൂടി Sofisticated ആയിട്ടുള്ള, ശുദ്ധീകരിച്ചെടുത്തിട്ടുള്ള സവിശേഷമായി സംസ്കൃതീകരിച്ചിട്ടുള്ള ഒരു കലാവിശേഷവും.

നാടോടിക്കലകളായ ഓട്ടനായാലും ശീതങ്കനായാലും പറയനായാലും ദളിതരായിട്ടുള്ള ജാതിസമൂഹങ്ങളുടെ കലാരൂപങ്ങളിൽനിന്ന് നമ്പ്യാരെപ്പോലുള്ള ഒരു ആർട്ടിസ്റ്റ് ക്രോഡീകരിച്ച് വിപുലപ്പെടുത്തിയ കലാരൂപമാണ്. ഈ ജനതകളുടെ പ്രത്യേകമായ സവിശേഷത എന്താണ്? നിശ്ചയമായും Suppressed ആയിട്ടുള്ളവരാണവർ, അടിമത്തമനുഭവിച്ചിട്ടുള്ള, സാമൂഹികവും സാംസ്കാരികവുമായി പരിത്യക്തരായിട്ടുള്ള, പീഡിതരായിട്ടുള്ള, കീഴോട്ട് അമർത്തപ്പെട്ടിരുന്ന ഒരു ജനതയുടെ പെർഫോർമൻസാണ് തുള്ളലായി പരിവർത്തിക്കപ്പെടുന്നത്. ഈ അമർച്ച മുകളിലേയ്ക്കുള്ള പ്രതിരോധത്തിന്റെ തള്ളലും ഉണ്ടാക്കും എന്നത് സ്വാഭാവികമാണ്. അങ്ങനെ താഴേക്കുള്ള അമർച്ചയും അതിനോടുള്ള ചെറുത്തുനിൽക്കലുമായി വിരുദ്ധദിശകളിലേയ്ക്ക് പ്രവഹിക്കുന്ന ഊർജ്ജത്തിന്റെ ചലനവ്യവസ്ഥയാണ് തുള്ളൽ. അതുകൊണ്ട് അതൊരു verticular movement ആണ്, ലംബമാനമായ ചലനം! അതുകൊണ്ട് തുള്ളൽക്കാരൻ മുകളിലേയ്ക്ക് ചാടുകയും തുള്ളുകയും ചെയ്യും. 'മാറിക്കിടക്കെടാ മർക്കടാ ശഠാ' എന്ന് അവന്റെ ശബ്ദവിന്യാസവും ചലനവിന്യാസവും നിലവിലുള്ള തിരശ്ചീനമായ എല്ലാ വ്യവഹാരങ്ങളെയും പ്രതിരോധിക്കുന്ന മട്ടിൽ ഉയരുവാനുള്ള, ചെറുക്കുവാനുള്ള, ചരിത്രത്തിന്റെയും പാരമ്പര്യത്തിന്റെയും യാഥാർത്ഥ്യത്തിൽനിന്നും പറന്നുപോകുവാനുള്ള വ്യഗ്രതയാണ് ഈ Body Movement കാണിക്കുക. അതേ സമയം ഇതിന്റെ ടീളശേശെരമലേറ രൂപമായിട്ടുള്ള കഥകളിയെ ആട്ടമെന്നാണ് നമ്മൾ പറയുക. കൃത്യമായി ആട്ടുക എന്നത് Horizontal ആയിട്ടുള്ള ചലനവ്യവസ്ഥയാണ്. Suspended ആയിട്ടുള്ള ഒരു പെൻഡുലം കണക്കെ തിരശ്ചീനമായി ചലിക്കുന്ന വിശ്രാന്തിയുടെ, ലാസ്യത്തിന്റെ, ആലസ്യത്തിന്റെ, സ്ഥിരമായിട്ടുള്ളതിനെ സംരക്ഷിക്കുന്നതിന്റെ ഒരു ചലനവ്യവസ്ഥയാണ് കഥകളിയുടെ ആധാരം. ഇതാണ് അടിസ്ഥാനപരമായി ആട്ടത്തിലെ ചലന രീതി. ഇതിൽനിന്ന് വ്യത്യസ്തമായ ഒന്നായിട്ടാണ് ആധുനിക നാടകവും അതിന്റെ ശരീരഭാഷയും വികസിച്ചുവന്നതും നിലനിൽക്കുന്നതും.

പെർഫോർമൻസിന്റെ ആദിമരൂപം അന്വേഷിച്ചുപോയപ്പോൾ മുമ്പ് ഞാൻ ഒരു രംഗകലാരൂപത്തിന്റെ മുന്നിൽ എത്തപ്പെട്ടു. അത് വാചികാംശത്തെ ഉപേക്ഷിച്ച ഒന്നാണ്. 'ഭാരതക്കളി' എന്നാണ്

അതിന്റെ പേര്. ഇത് ഞാൻ ഡോക്യുമെന്ററി ചെയ്തിട്ടുണ്ട്. ഇത് നെറ്റിൽ ലഭ്യമാണ്. Rhodes Universityയുടെ സൈറ്റിൽ അവർ മുമ്പത് ഇട്ടിരുന്നു. ഇത് അവതരിപ്പിക്കുന്നത് മലങ്കുറവ സമുദായത്തിലുള്ള ആളുകളാണ്. ഈ കുറവ, ആദിവാസി ജനതയുടെ അനുഷ്ഠാനപരമായ ആരാധനയുടെ ഭാഗമായിട്ടാണ് ഭാരതക്കളി എന്ന പെർഫോർമൻസ് അരങ്ങേറുന്നത്. ഇത് അവരുടെ ഉത്സവത്തിൽ അവരുടെ ഈശ്വര നമുന്നിലാണ്. അവരുടെ അപ്പൂപ്പൻ എന്നു പറയുന്നത് ശകുനിയാണ്. ശകുനിയെയാണ് അവർ ആരാധിക്കുന്നത്. ലോകത്ത് ഇവിടെ മാത്രമാണ് ശകുനിയെ ആരാധിക്കുന്നത് എന്നെനിക്കു തോന്നുന്നു. എന്താണ് കാരണമെന്ന് ചോദിക്കുമ്പോൾ അവർ പറയുന്ന കാരണം, ഞങ്ങൾ കുറവരാണ്. കൗരവരിൽനിന്നുമാണ് കുറവപദനിഷ്പത്തിയെന്ന് അവർ വിശ്വസിക്കുന്നു. ഞങ്ങൾ കൗരവരുടെ ബന്ധുക്കളാണ് എന്നാണ് അവരുടെ വ്യാഖ്യാനം. എങ്കിലും ശകുനി ഒരു നെഗറ്റീവ് ക്യാരക്ടറല്ലേ നിങ്ങളെന്തിനാണ് അതിനെ ആരാധിക്കുന്നത് എന്ന് പറഞ്ഞപ്പോൾ, അവർ അത്ഭുതപൂർവ്വം എന്നോട് ചോദിച്ചു. ശകുനി ഞങ്ങളുടെ വംശത്തിനുവേണ്ടി, ഞങ്ങളുടെ അമ്മാവനായിട്ടുള്ള ശകുനി ഞങ്ങൾക്കുവേണ്ടി ജീവിതംപോലുമുപേക്ഷിച്ച ഒരുപക്ഷേ കള്ളനായ, ദുഷ്ടനായ കുടിലബുദ്ധിക്കാരനായ കൃഷ്ണനെക്കാളും എത്രയോ യോഗ്യനായിട്ടുള്ള ഒരു മനുഷ്യനാണ്. അഞ്ച് പേർക്ക് വേണ്ടി നിൽക്കുന്ന കൃഷ്ണനാണോ കേമൻ, നൂറുപേർക്കുവേണ്ടി നിൽക്കുന്ന ശകുനിയാണോ ജനാധിപത്യവാദി എന്ന അവരുടെ ചോദ്യം വളരെ സ്വാഭാവികവും അർത്ഥപൂർണവുമാകുന്നു. ഇത് ചോദിക്കുന്നതും ആരാധിക്കുന്നതും ഈ ശകുനിക്കുമുന്നിൽ വട്ടംചുറ്റിനിന്ന് ശരീരംകൊണ്ട് പുതിയൊരു കലാരൂപത്തിനെ, ഒരു പെർഫോർമൻസിനെ ഒരുക്കിയെടുക്കുന്നതും ഈ ആദിമജനതയായിട്ടുള്ള മലങ്കുറവർ എന്ന സമൂഹമാണ്. ഇപ്പോഴും എല്ലാ വർഷവും ഇത് ഉണ്ട്. അത്ര നിഗൂഢമായിട്ടുള്ള വനാന്തർഭാഗത്തു നടക്കുന്ന ഒരു സംഭവമല്ല. പതിനായിരക്കണക്കിനാളുകൾ വരുന്ന വലിയ ഉത്സവമാണ് ഈ പറയുന്ന കൊല്ലംജില്ലയിലെ മലനടയിലെ ശകുനിയുത്സവം.

മലനടയിൽ ശകുനി, ദുശ്ശള, ദുശ്ശാസനൻ, ദുര്യോധനൻ, കർണ്ണൻ തുടങ്ങിയ കഥാപാത്രങ്ങളെ ഈശ്വരന്മാരായി ആരാധിക്കുന്നത് ഇപ്പോഴും തുടരുന്നു. പക്ഷേ കുരുവംശത്തിലെ നൂറുപേരുടെയും വിഗ്രഹങ്ങളും ക്ഷേത്രങ്ങളും ഉണ്ടായിരുന്നു എന്നു പറയുന്നുണ്ടെങ്കിലും എല്ലാം ലഭ്യമല്ല. ലഭ്യമായവയിലേറെയും ചാത്തനും മറുതയും പോലുള്ള മൂർത്തികൾ മാത്രമായിരുന്നുവെന്നതും പ്രസ്താവ്യമാണ്. ഒരുപക്ഷേ ഇത് ഇപ്പോൾ കേട്ടുകേൾവിയിലൂടെ ആ ജനത വിശ്വസിക്കുന്ന ഒരു പാരമ്പര്യലക്ഷ്യമായിരിക്കാം. ഒരുപക്ഷേ അതിനും

മുമ്പുള്ള ട്രൈബൽ ഓർമ്മകൾ ഈ ജനതയ്ക്ക് നഷ്ടമായതായിരിക്കാം. ഇടയ്ക്കുവരുന്ന ആര്യവത്ക്കരണത്തിന്റെ ഏതോ ഒരു ഓഫ്ഷോട്ട് ആയിവരുന്ന ഓർമ്മകൾ ഇവരുടെ പാരമ്പര്യസ്വപ്നങ്ങളുമായി സന്ധിചേർന്നിട്ട്, അങ്ങനെ രൂപപ്പെടുത്തിയ നിശ്ശബ്ദമാക്കിയിട്ടുള്ള ഓർമ്മകളെ പുനർവ്യാഖ്യാനിച്ചെടുത്ത ഒരു വിശ്വാസമായിരിയ്ക്കാമത്.

എന്തുതന്നെയായാലും നിലവിൽ കേരളത്തിന്റെ ഏറ്റവും ആദിമമായിട്ടുള്ള Non Verbal Performance, ശബ്ദികമായിട്ടുള്ള ഭാഷാക്രമത്തിനപ്പുറത്തേക്ക് ശരീരത്തിനെ മാത്രം വിന്യസിച്ച് വെറും നിലത്ത് ശകുനിയുടെ മുമ്പിൽ-ശകുനിപ്രതിഷ്ഠ വിശാലമായ ഒരു പ്രതിഷ്ഠയൊന്നുമല്ല- വെറുമൊരു പനങ്കുട മാത്രമാണ്. (പനയോല വെച്ചുള്ള ഒരു കുട മാത്രമായിരുന്നു മുമ്പ് അവിടെ വെച്ചിരുന്നത്. ആ കുടയുടെ മുമ്പിലായിരുന്നു ഈ ആരാധനാക്രമങ്ങളെല്ലാം നടന്നിരുന്നത്. പക്ഷേ ഈയടുത്തകാലത്ത് അവിടെയുള്ള ഒരു ഡ്രോയിങ്ങ് മാഷ് ശകുനിയുടെ പടം വരയ്ക്കുകയും അതൊരുതരം ഹിന്ദിസീരിയലിലെ വില്ലനെപ്പോലെയായിരിക്കുകയും അതിന്റെ മുമ്പിൽ ഈ കാര്യങ്ങൾ നടക്കുകയും ചെയ്യുന്നുണ്ട്). പറഞ്ഞുവരുന്നത് ഈ തരത്തിലുള്ള നമ്മുടെ പെർഫോർമെൻസിന്റെ ചരിത്രത്തിൽ തിരശ്ചീനവും ലംബമാനവുമായിട്ടുള്ള രണ്ട് പെരുമാറ്റരീതികളായിരുന്നു ആദിമകാലഘട്ടത്തിൽ കേരളത്തിൽ ഉണ്ടായിരുന്നത്. പക്ഷേ ആധുനികമായിട്ടുള്ള നാടകമെന്ന സംജ്ഞ ഒരു പുതിയ അർത്ഥത്തിൽ രൂപം കൊള്ളുന്നത് കൊളോണിയൽ ആധിപത്യത്തിന്റെ വരവിന് ശേഷമാണ്. അതിനുമുമ്പുള്ളത് ബൃഹത്തായ ദശരൂപങ്ങൾക്കുള്ളിൽ പറയുന്ന സവിശേഷമായിട്ടുള്ള ഒരു കലാരൂപമാണ്. അത് പൂർണ്ണാർത്ഥത്തിൽ കലാരൂപം പോലുമല്ല എന്ന് നമുക്ക് പറയേണ്ടിവരും എന്തുകൊണ്ടെന്നാൽ ചുമർചിത്രങ്ങളും കളമെഴുത്തും അനുഷ്ഠാനപരമായിരുന്നു. ചുമർചിത്രങ്ങളുണ്ടായിരുന്നത് അമ്പലങ്ങൾക്കുള്ളിലായിരുന്നു. അല്ലെങ്കിൽ രാജാക്കൻമാരുടെ അന്തപ്പുരങ്ങളിലായിരുന്നു അതൊന്നും Publicന് വേണ്ടിയായിരുന്നില്ല. കലാപരമായി പെരുമാറുന്ന പൊതുഇടങ്ങളിലേയ്ക്കായിരുന്നില്ല. അതുകൊണ്ട് ക്ഷേത്രപ്രവേശനം 1936-ലുണ്ടാകുമ്പോൾ അതിനുമുമ്പ് ക്ഷേത്രത്തിൽ വരച്ചുവെച്ചിരിക്കുന്ന ചിത്രങ്ങൾ ആരാണ് ആസ്വദിച്ചിരിക്കുക അഥവാ ആസ്വദിക്കാനാണോ അവ വരച്ചിരിക്കുക? ആസ്വാദ്യതയുടെ കലാപരമായിട്ടുള്ള ഏതു ധർമ്മമാണ് അവ പരിപാലിക്കുക എന്നൊക്കെ ആയിരക്കണക്കിന് ചോദ്യങ്ങൾ വരുന്നുണ്ട്. ഈയർത്ഥത്തിൽ പണ്ടുണ്ടായിരുന്ന ക്ലാസ്സിക്കലായ കലാരൂപങ്ങൾപോലും, കൂടിയാട്ടം പോലും വളരെ പരിമിതാർത്ഥത്തിൽ മാത്രമേ കലാപരമായ ധർമ്മം നിവർത്തിച്ചിരുന്നുള്ളൂ എന്നു പറയേണ്ടിവരും. (സന്താന ലബ്ധിക്കും

ശത്രുസംഹാരത്തിനും മറ്റുമായി 2000 രൂപ അടച്ച് ഗുരുവായൂരമ്പലത്തിൽ ഇന്നും നടന്നുവരുന്ന വഴിപാട് ഇനമാണ് കൃഷ്ണനാട്ടം.) നടകുലമായിട്ട് ഒരു ജാതിസമൂഹം തന്നെ; ചാക്യാർ എന്നു പറയുന്ന വംശസമൂഹംതന്നെ ഉണ്ടായിരുന്ന ഒരു വലിയ പാരമ്പര്യം നമുക്കുള്ളപ്പോൾ തന്നെ ഈ പെർഫോർമേഴ്സ് എല്ലാം ശുദ്ധമായ അർത്ഥത്തിൽ രംഗപ്രകടനത്തിനുവേണ്ടിയുള്ള Performativityയ്ക്ക് വേണ്ടിയുള്ള അനുഭൂതിപരമായിട്ടുണ്ടാകുന്ന കലാസ്വാദനത്തിനോ രസനീയതയ്ക്കോ അതിന്റെ സങ്കല്പനങ്ങൾക്കോ വേണ്ടിയുള്ള ഒരു കാര്യമായിരുന്നില്ല ചെയ്തിരുന്നത് എന്ന് നമ്മൾ മനസ്സിലാക്കേണ്ടതുണ്ട്.

ഈയർത്ഥത്തിലാണ് ആധുനികനാടകവേദിയെന്നത് കോളണിസേഷനുശേഷമുണ്ടായ, നവോത്ഥാനന്തരമായി കേരളത്തിൽ വ്യാപരിച്ച ഒരു സംജ്ഞയാണ് എന്ന് തിരിച്ചറിയേണ്ടിവരുന്നത്. ഇവിടെ അടിസ്ഥാനപരമായി സംഭവിച്ചത്; നടൻ കാലിൽ നിന്നും വായിലേയ്ക്ക് പരിവർത്തിക്കപ്പെട്ടുകയായിരുന്നു. ആടിക്കൊണ്ടിരുന്ന, ചവിട്ടിയുറച്ചുകൊണ്ടിരുന്ന ശരീരം മണ്ണിൽനിന്നും കുതറിച്ചാടാനും മണ്ണിൽ ലസിച്ച് വിരിയാനും മുതിർന്നു. തുടർന്ന് ശരീരം അപ്രധാനമാവുകയും 'വായ' മുഖ്യമാവുകയും ചെയ്തു. വാചികം മുഖ്യമാകുമ്പോൾ വാക്കുകളിലൂടെയുള്ള, ശബ്ദങ്ങളിലൂടെയുള്ള അവതരണം മുഖ്യമായി. അങ്ങനെ നടനത്തിന്റെ ഒരു ഘട്ടത്തിൽ കേന്ദ്രമായിരുന്ന ശരീരത്തിനെ അവഗണിക്കുകയും വാചിക-മുഖാഭിനയങ്ങളിലേക്ക് അഭിനയത്തിന്റെ സാധ്യതകളെ ചുരുക്കുകയും ചെയ്യുന്ന ഒരു വിന്യാസക്രമമുണ്ടാവുകയും ചെയ്തു. ഇതിന്റെ തുടർച്ചയായാണ് പിൽക്കാലത്ത് വന്നിട്ടുള്ള കേരളത്തിലെ മുഴുവൻ നാടകസമ്പ്രദായങ്ങളും. അതിന്റെ തുടർച്ചയായി വരുന്ന സിനിമയിലും രൂപപ്പെട്ടത് അഭിനയമെന്നത് മുഖാഭിനയം മാത്രമായി ചുരുങ്ങി, കാലുകൊണ്ടും കൈകൾ കൊണ്ടും നിങ്ങൾക്ക് ചിരിക്കുവാനോ കരയുവാനോ കഴിയാത്തവിധത്തിൽ അഭിനയത്തിന്റെ ഊർജ്ജകേന്ദ്രങ്ങൾ ശരീരത്തിൽ എല്ലാ പേശികളിൽനിന്നും ക്രമമായി, ഒതുങ്ങിവരികയും വാചികത്തിലേയ്ക്ക് പരിവർത്തിക്കപ്പെട്ടുകയും ചെയ്യുന്ന ഒരു ഘട്ടവും സംഭവിക്കുന്നുണ്ട്. ആധുനിക നാടകവേദി അപ്പോൾ തിരശ്ചീനമോ ലംബമോ ആയിട്ടുള്ള ശരീരവിന്യാസങ്ങൾക്കുപകരം പരന്നു കിടക്കുന്ന ഒരു പ്രതലത്തെ പ്രത്യേകിച്ച് ദ്വിമാനം ആയിട്ടുള്ള ഒരു ഫ്രെയിമിലേയ്ക്ക്, ചിത്രസമാനമായിട്ടുള്ള ഒരു രംഗവേദിയിലേയ്ക്ക് രണ്ട് മാനങ്ങൾ മാത്രമുള്ള- Two dimensions മാത്രമുള്ള ഒരുതരം കാഴ്ചാവിശേഷമായിട്ട് ചുരുക്കുകയാണുണ്ടായത്. ഈ കാഴ്ചയ്ക്കുള്ളിൽത്തന്നെ ഏതൊക്കെ ശരീരങ്ങൾ വിന്യസിക്കപ്പെട്ടുന്നു, അവരുടെ പ്രതിനിധാനങ്ങളെന്ത് എന്നൊക്കെ നമ്മൾ സൂക്ഷിച്ച് പരിശോധിയ്ക്കേണ്ടതുണ്ട്. അങ്ങനെ

വരുമ്പോൾ പലപ്പോഴും ആദ്യം പറഞ്ഞ മട്ടിലുള്ള ബഹുഭൂരിപക്ഷം വരുന്ന-ദളിതരോ കീഴാളരോ പാർശ്വവത്കൃതരോ ആയിട്ടുള്ള-ഇത് മൂന്നും പലപ്പോഴും ഒരേ അർത്ഥത്തിലാണ് ഇവിടെ ഉപയോഗിച്ച് കാണുക. പക്ഷേ, കൃത്യമായ വ്യത്യസ്തമായ അർത്ഥങ്ങൾ തന്നെയാണ് കീഴാളനും ദളിതനും മറ്റ് പാർശ്വവത്കൃതരായ ജനതയ്ക്കുമൊക്കെയു ള്ളത്. ജനത അതിന്റെ സൗന്ദര്യ സങ്കല്പനങ്ങളിലും ജീവിതസാഹച ര്യങ്ങളിലുമൊക്കെത്തന്നെ പാർശ്വവത്ക്കരിക്കപ്പെടുന്നു. കലയിലും അത് തന്നെ ആവർത്തിക്കപ്പെടുന്നു എന്ന് സൂക്ഷിച്ചുനോക്കിയാൽ നമുക്ക് കാണാൻ കഴിയും. ഇനി അങ്ങനെയല്ലാതെ അവതരിപ്പിക്കു ന്നതുപോലും ഒരു സവിശേഷമായ സ്റ്റീരിയോടൈപ്പ് എന്ന നിലയിൽ പ്രേക്ഷകന്റെ നോട്ട(Gaze)ങ്ങൾക്കു പാകമായ വിധത്തിൽ, അവന്റെ മുൻവിധിയെ തൃപ്തിപ്പെടുത്തുന്ന വിധത്തിൽ സാമൂഹികമായി ഇവർക്ക് അംഗീകൃതവും അനുവദിച്ചുകൊടുത്തിട്ടുള്ളതുമായ സ്റ്റാറ്റസിനെ ഉറപ്പിക്കുന്ന മട്ടിലാണ്. ദൃഷ്ടാന്തമായി, ലോകത്തെ ഫെമിനിസ്റ്റ് നാടകചിന്തകൾ വിഷയമായിട്ടവതരിപ്പിക്കുമ്പോഴും കാഴ്ചക്കാരന്റെ പക്ഷപാതിത്വം പുരുഷകേന്ദ്രിതമായിട്ടുള്ള, Musculine ആയിട്ടുള്ള നോട്ടങ്ങൾക്ക് അനുസൃതമാകയാൽ ഈ അരങ്ങിലവതരിപ്പിക്കപ്പെ ടുന്നതോ പ്രഘോഷിക്കപ്പെടുന്നതോ ആയ ഭാഷകൾ വിപരീതമായി ഗ്രഹിക്കപ്പെടാം. പറഞ്ഞുവന്നത് കുറച്ചുകൂടി വ്യക്തമാക്കാൻ വേണമെ ങ്കിൽ നമ്മുടെ 'അടുക്കളനാടകം' തന്നെ പരിശോധിക്കാവുന്നതാണ്. വിപ്ലവാത്മകമായ ആശയങ്ങൾ മുന്നോട്ടുവെക്കുകയും അടുക്കളയിൽ നിന്ന് അരങ്ങത്ത് എത്തപ്പെടേണ്ടുന്ന സ്ത്രൈണപക്ഷപാതിത്വത്തി ന്റെ പ്രമേയം അവതരിപ്പിക്കുകയും ചെയ്യുന്ന നാടകം തന്നെ അതിലെ സ്ത്രീ കഥാപാത്രങ്ങളുടെ പെരുമാറ്റങ്ങളെ അവരുടെ സദാചാരസങ്കല്പ ങ്ങളെ, അവരുടെ ഇടങ്ങളെയൊക്കെ എത്രമാത്രം ന്യൂനീകരിക്കുന്നു എന്ന് നോക്കിയാൽ മതിയാവും. അതിൽ പലപ്പോഴും കാഴ്ചക്കാരനും കേൾവിക്കാരനും അരങ്ങിൽവരുന്ന ഓരോ കഥാപാത്രങ്ങളും ആണു ങ്ങളുടെ നോട്ടത്തിലൂടെ സൃഷ്ടിക്കപ്പെടുന്നതും ആണുങ്ങളുടെ മുൻവി ധിയിൽ മാത്രം അനുവദിക്കപ്പെടുന്നത്രമാത്രം വിപ്ലവം പറയുന്നവരും അനുവദിക്കപ്പെടുന്നിടങ്ങളിൽ മാത്രം സ്വതന്ത്രരാകുന്നവരുമായ സവി ശേഷമായ ഒരു സ്റ്റീരിയോടൈപ്പ് കഥാപാത്രങ്ങളാവുന്നു. ഇതിന് കാരണമെന്തെന്ന് ചോദിച്ചാൽ കലയിൽ അല്ലെങ്കിൽ പെർഫോമൻ സിൽ ഒരു പരിഷ്കാരമോ ഏയ്സ്തെറ്റിക്കലായ ചോദ്യമോ ഉയർത്താൻ ശ്രമിക്കുമ്പോൾ, പ്രശ്നവൽക്കരണത്തിന്റെ ഗഹനത, അതിന്റെ എപ്പിസ്റ്റമോളജിക്കലായ വൈതരണികൾ ഏറ്റെടുക്കുവാനും, അത് പരിഹരിക്കുവാനുമുള്ള കാഴ്ചക്കാരന്റെ ബാധ്യത നോട്ടകോണുക ളുടെ പ്രത്യേകതയിലേക്ക് പരിവർത്തിക്കപ്പെട്ടിട്ടില്ല എന്നതാവുന്നു.

നോട്ടങ്ങൾ പഴയതായിരിക്കുമ്പോൾ വിപ്ലവാത്മകമായ നിലപാടുകൾ പോലും വിപരീതഗുണമേ ചെയ്യുകയുള്ളൂ നിങ്ങൾ കടലിൽ പോവാതെ അക്വേറിയത്തിലെ മത്സ്യത്തെ കാണുന്നതുപോലെ വളരെ സുരക്ഷിതമായി, വളരെ സുഭിക്ഷമായി നിങ്ങളുടെ ഇഷ്ടത്തിനനുസരിച്ച് മാത്രം നോക്കുന്ന, മാത്രം വിചാരിക്കുന്ന, മാത്രം വ്യാഖ്യാനിക്കാവുന്ന ഒരുതരം വ്യവഹാരമായി അരങ്ങ് മാറുന്നു. ഇതിന്റെ, ഈ ശരീരവിന്യാസത്തിന്റെ ഏറ്റവും വ്യക്തമായ ദൃഷ്ടാന്തം പറയുവാനായിട്ട് 'കൂട്ടുകൃഷി'യിലെ ആരംഭം തന്നെ നമുക്കെടുത്തുനോക്കാം. വളരെ ശ്ലാഘനീയമായിട്ടുള്ള, കേരളചരിത്രത്തിലും രാഷ്ട്രീയചരിത്രത്തിലും വളരെ നിർണായകസ്ഥാനമുള്ള നാടകമാണ് ഇടശ്ശേരിയുടെ 'കൂട്ടുകൃഷി'. കലാസൃഷ്ടിയെന്ന നിലയിൽ അതിനുള്ള മൂല്യം ആദരണീയമാണ്. 'കൂട്ടുകൃഷി'യുടെ ആരംഭത്തിൽ കമ്മത്തിന്റെ വീട്ടിലേക്ക് കടന്നുവരുന്ന വേലു എന്ന കാരക്കൂർ ഉണ്ട്. ഈ കാരക്കൂർ ഈഴവനായ കഥാപാത്രമാവുന്നതുകൊണ്ടുതന്നെ, അന്നത്തെ ജാതിപ്പെരുമാറ്റങ്ങളുടെ ഇടയിൽ അയാൾക്കുള്ള സ്ഥാനത്തെ നിർണയിക്കുവാൻ തീയേറ്റർ സ്വീകരിക്കുന്നത്, ചില സവിശേഷരീതികളാണ്. ഇവിടെ ശ്രീധരൻ കമ്മത്തുണ്ടോ എന്ന് അന്വേഷിച്ചുവരുന്ന വേലുവിന് അകത്തുനിന്ന് മറുപടി കിട്ടാതെ വരുമ്പോൾ ആ കിട്ടാത്ത മറുപടിയിൽനിന്ന് അകത്തിരിക്കുന്ന ആളുകളെക്കുറിച്ച് അദ്ദേഹം വെറുപ്പ് പുലമ്പുകയും പിറുപിറുക്കുകയും ചെയ്യുന്നു. അപ്പോൾ അകത്തുനിന്ന് ഒരു നായികാകഥാപാത്രം ഇറങ്ങിവരികയും-ലക്ഷ്മിയമ്മ-അവർ ഒരു പുല്പായ ഇട്ടുകൊടുക്കുകയും ചെയ്യുന്നു. ഇരിക്കു എന്ന് പറഞ്ഞിട്ടും വേലു ഇരിക്കുന്നില്ല. വേലുവിന് ഇരിക്കാനാവുന്നില്ല. "ഇപ്പോൾ ശ്രീധരൻ കമ്മത്തൊക്കെ പരിഷ്കാരിയായതുകൊണ്ട്, പുതിയ കമ്മ്യൂണിസ്റ്റ് ആദർശങ്ങൾ പറയുന്നതുകൊണ്ട് ഈഴവർക്കൊക്കെ ഇരിക്കാം. നീയും കയറിയിരിക്കു വേലൂ..." എന്ന് ലക്ഷ്മിയമ്മ പറയുന്നു.

ഇരിക്കണമെന്ന് ആഗ്രഹമുള്ളപ്പോഴും വേലു ഇരിക്കുന്നില്ല. അടുത്തതായി കയറിവരുന്ന ശ്രീധരൻ കമ്മത്തിന്റെ സാന്നിധ്യത്തിൽ വേലു അവിടെ ഇരിക്കുന്നുണ്ട്. അതിനുമുമ്പ് അവിടെ കസേരയിലാണ് ലക്ഷ്മിയമ്മ ഇരിക്കുന്നത്. ഈ നാടകത്തിന്റെ തന്നെ അടുത്തരംഗത്തു ഒരു മുസ്ലീം കഥാപാത്രത്തിന്റെ വീട്ടിലേക്ക് വേലു ചെല്ലുകയാണ്. പുരോഗമനപക്ഷപാതിയായിട്ടുള്ള കഥാപാത്രത്തിനുവേണ്ടി പിന്നീട് നിലകൊള്ളുന്ന, പുരോഗമനപക്ഷപാതിയായിട്ടുള്ള കഥാപാത്രത്തിനുമുന്നിൽ വരുമ്പോഴും വേലുവിന് കസേര നീക്കിവെക്കുന്നു. അയാൾ ചാരുകസേരയിൽ ഇരിക്കുന്നു. വേലു പറയുന്നു. "വേണ്ട, ഞാൻ ആ മരപ്പലകയുണ്ടെങ്കിൽ അതിൽ ഇരിക്കാം" ഇങ്ങനെ മൂന്നുവിധത്തിലുള്ള ഇരുത്തങ്ങളിലൂടെ ശരീരനിലയുടെയാണ് സാമുദായിക

അർത്ഥം സ്ഥാപിച്ചെടുക്കുന്നത് സ്വത്വം എന്നത് ആത്മീയമായിട്ടുള്ള അനുഭവമോ അരൂപമായിട്ടുള്ള ജ്ഞാനപദ്ധതിയോ പരികല്പനയോ ആവുമ്പോഴും അതിന്റെ പ്രയോഗം വരുന്നത് ശരീരം എന്ന വസ്തുനിഷ്ഠയാഥാർത്ഥ്യത്തിലൂടെയാണ്. ആത്മാവ് കേമമാണെങ്കിലും അല്ലെങ്കിലും ശരീരമാണ് നാം ചുമക്കേണ്ടത്. ഈ ശരീരത്തിലൂടെയാണ് സമൂഹത്തിൽ പ്രതിനിധാനങ്ങൾ ഉള്ളതും പരിപാലിക്കപ്പെടുന്നതും, വിലക്കിയും വിധിച്ചും നിയന്ത്രിക്കപ്പെടുന്നതും ആക്രമിക്കപ്പെടുന്നതും ശരീരത്തെത്തന്നെയാണ്. ലോകത്താരും ആത്മാവിനെ മണ്ണെണ്ണയൊഴിച്ച് കത്തിച്ചു എന്നു നമ്മൾ കേൾക്കുന്നില്ല. അപ്പോൾ ശരീരം തന്നെയാണ് സ്വത്വകേന്ദ്രമാകുന്നതും ജാതീയമായിട്ടും അല്ലാതെയുമൊക്കെ തകർക്കപ്പെടുന്നതും. അതിപ്പോൾ പാപ്പിലിയോ ബുദ്ധയുടെ കാര്യം മാത്രമല്ല, ആരോപിതരായ DHRMന്റെയോ ഏതോ അക്രമികളുടേതോ പ്രവർത്തനഫലമായിട്ട് വെറുതെ പ്രഭാതസവാരിക്കിറങ്ങിയ ഒരാളെ വെട്ടിക്കൊന്നതിന്റെ ഭാഗമായി പോലീസുകാർ കൊല്ലത്തുള്ള കോളനികളിലെ നിരവധി പാവം കുട്ടികളെ പിടിച്ചുകൊണ്ടുപോയി. അവരുടെ ലിംഗത്തിൽ മുളകുപൊടി തേച്ച് പീഡിപ്പിച്ചെന്ന കഥ കേൾക്കുന്നു. ഇവിടെ ശരീരം തന്നെയാണ് ആക്രമണത്തിന്റെ ഭൂപടം. ഇങ്ങനെയുള്ള ശരീരത്തിനെ അരങ്ങിൽ ആവിഷ്കരിക്കുമ്പോൾ സവിശേഷമായിട്ടുള്ള അർത്ഥം വന്നുചേരും. സ്വാഭാവികമായിട്ടുള്ള ഒന്ന് അംശബന്ധം ഒന്ന് എന്ന മട്ടിലുള്ള ബന്ധമല്ല പെർഫോർമൻസിന്റേത്. ശരീരം സവിശേഷമായി ചിത്രീകരിക്കുകയും സവിശേഷമായി പരിവർത്തിപ്പിക്കുകയും ശൈലീകരിക്കുകയും സ്റ്റീരിയോടൈപ്പാക്കുകയും ചെയ്തതിനുശേഷമാണ് ഓരോ പെർഫോർമൻസിലും അവതരിപ്പിക്കുക.

നമുക്ക് നിരവധി ഉദാഹരണങ്ങൾ അറിയാം. എപ്പോഴും അദ്രുമാൻ എന്ന കഥാപാത്രത്തിന്റെ പേര് കേൾക്കുമ്പോൾ അടഞ്ഞശബ്ദവും വെള്ള ബനിയനും ഒരു ബെൽറ്റും കള്ളിമുണ്ടും ഒക്കെ ഉടുക്കുന്ന ഒരു മുസ്ലീം കാരക്ടർ അവിടെ സ്റ്റീരിയോടൈപ്പായിട്ടുണ്ട്. ഒരു ട്രേഡ് യൂണിയൻ നേതാവ്, ഒരു ചുമട്ടുതൊഴിലാളിഎന്നു കേൾക്കുമ്പോൾ മുഖത്ത് മൂന്ന് വസൂരിക്കലയും തലേക്കെട്ടും മടക്കിയുടുത്ത മുണ്ടുമുള്ള സ്റ്റീരിയോടൈപ്പുകൾ നമ്മുടെ ഉള്ളിലുണ്ട്. ഈ സ്റ്റീരിയോടൈപ്പുകളുടെ മുകളിലാണ് പലപ്പോഴും കലാരൂപങ്ങൾ പണികഴിക്കുക. എങ്കിലും സവിശേഷമായ സന്ദർഭങ്ങളിൽ ചിലതിനെ പൊളിക്കുകയും മാറ്റിമറിക്കുകയും ചെയ്യാറുണ്ട് അനുവദിക്കാതിരുന്ന പ്രതലങ്ങളിലേക്ക് കടന്നെത്തുന്ന സംക്രമണത്തിന്റേതും പരിവർത്തനത്തിന്റേതുമായിട്ടുള്ള രംഗഭാഷയും സ്വാഭാവികമായി ഉണ്ടായെന്നും വരാം. ഞാനൊരു ചെറിയ അനുഭവത്തിന്റെ ഉദാഹരണം പറയാം. ഞാൻ

നിരന്തരമായി നാടക ജഡ്ജ്മെന്റിന് പോയ്ക്കൊണ്ടിരുന്ന എന്റെ വിദ്യഭ്യാസകാലത്ത് ഞങ്ങളുടെ നാട്ടിൻപുറത്ത് ഇഷ്ടംപോലെ നാടകങ്ങളുണ്ടായിരുന്നു. അങ്ങനെ ഒരു നാടകം, പി. ബാലചന്ദ്രൻ എഴുതിയിട്ടുള്ള കല്യാണസൗഗന്ധികം എന്ന നാടകമാണ്. ആ നാടകം തനതുനാടകങ്ങളുടെ മട്ടിൽ അവതരിപ്പിച്ചിരുന്ന ഒരു ഏകാങ്കനാടകമാണ്. ഇതിലെ പ്രധാന കഥാപാത്രം ഭീമനാണ്. ഭീമന്റെ രംഗപ്രവേശമാണ് പറയാനൊരുങ്ങുന്നത്. തനതു നാടകമാവുന്നതുകൊണ്ടുതന്നെ വായ്ത്താരിയും താളമേളവുമൊക്കെയുണ്ട്. തകധിമി തകജണുമൊക്കെപ്പാടി ചവുട്ടിത്തിരിഞ്ഞ് കഥാപാത്രം പ്രവേശിക്കുകയാണ്. ആദ്യം തിരിഞ്ഞു നിൽക്കുകയാണ്. ഉഗ്രനായിട്ടുള്ള ഒരു 6 1/2 യടി നീളമുള്ള അതിനൊത്ത ഭൂഷിതനായി ഭയങ്കര തിളക്കമുള്ള സ്വർണ്ണത്തൊപ്പിയും തോൾവളയും കാൽച്ചിലമ്പും അരപ്പട്ടയും സ്വർണ്ണഗദയുമൊക്കെ എടുത്തിട്ട്, തകധിമി തകജണമടിച്ചിട്ട് വളരെ ഗംഭീരമായി പ്രവേശിക്കുന്നു. ഉഗ്രനായിട്ടുള്ള ഒരു 6 1/2യടി നീളമുള്ള അതിനൊത്ത വണ്ണമുള്ള നടൻ സർവാഭരണ വിഭൂഷിതനായി ഭയങ്കര തിളക്കമുള്ള സ്വർണ്ണത്തൊപ്പിയും തോൾവളയും കാൽച്ചിലമ്പും അരപ്പട്ടയും ഒക്കെയിട്ട് സ്വർണ്ണഗദയുമൊക്കെ എടുത്തിട്ട്, തകധിമി തകജവുമടിച്ചിട്ട് വളരെ പ്രതാപിയായി പ്രവേശിക്കുന്നു. ചെണ്ടത്താളം നിലയ്ക്കുന്നതോടൊപ്പം ഭീമൻ അട്ടഹസിക്കുന്നതാണു രംഗം. അയാൾ ഇങ്ങനെ ചവിട്ടിയുറഞ്ഞ് ടെൻഷൻ മുറുകി, അരങ്ങിലെ ടെമ്പോ മൂത്ത് കഴിഞ്ഞപ്പോൾ തിരിഞ്ഞുനിന്ന് ഗംഭീരനായി എല്ലാരെയും നോക്കി.... ആളുകളൊക്കെ കിടുങ്ങിയിരിക്കുകയാണ്. അപ്പോളയാൾ സ്ത്രൈണനാദത്തിൽ ഹി...ഹി...ഹി... എന്നൊരു നേർത്ത ചിരി. നിങ്ങൾക്ക് കേൾക്കുമ്പോഴും അരോചകമായിത്തോന്നും ഇത്ര ചടുലമായിട്ടുള്ള രംഗത്തിൽ ഭീമസേനൻ വന്നിട്ട് ഇങ്ങനെയാണോ ചിരിക്കുക! അതു തെറ്റാണെന്ന് നമുക്ക് തോന്നും. ആരു പറഞ്ഞു അത് തെറ്റാണെന്ന്. നിങ്ങളാരെങ്കിലും ഭീമനെ കണ്ടിട്ടുണ്ടോ? ഭീമന് അങ്ങനെ ചിരിച്ചുകൂടെ? പക്ഷേ നമ്മൾ ആഗ്രഹിക്കുന്നത് ഘനഗംഭീരമായി അട്ടഹസിക്കുന്ന ഭീമനെയാണ്. എങ്ങനെയാണ് ഇയാളുടെ ശബ്ദത്തെക്കുറിച്ച് നമുക്ക് മുൻവിധിയുണ്ടായത്. കാരണം, യാഥാർത്ഥ്യമല്ല അരങ്ങ് ആവശ്യപ്പെടുന്നത്. മറിച്ച് യാഥാർത്ഥ്യത്തെക്കുറിച്ച് നിലവിലുള്ള സ്റ്റീരിയോടൈപ്പായിട്ടുള്ള ചില സാക്ഷാത്ക്കരണങ്ങളാണ് അരങ്ങിൽ വേണ്ടത്. അതുകൊണ്ടാണ്, അതങ്ങനെ ആയില്ലല്ലോ എന്നതുകൊണ്ടാണ് ഒരുപക്ഷേ അദ്ദേഹത്തിന്റെ ശബ്ദത്തെക്കുറിച്ചുപോലും നമുക്ക് വിഷമമുണ്ടാവുന്നത്. തദ്ഫലമായാണ് ഈ കഥാപാത്രത്തിന്റെ Presence അനുചിതമാണ് എന്ന് നമുക്ക് തോന്നുന്നത്. ഞാൻ പറഞ്ഞുവരുന്നത്

ഇത്തരം നിരവധി ദൃഷ്ടാന്തങ്ങൾ അറിഞ്ഞോ അറിയാതെയോ സാംസ്കാരിക ധാരണയിൽ, സൗന്ദര്യാത്മക ധാരണയിൽ ചില stereotypeകളിലൂടെ നമ്മൾ നമ്മിൽ ഉറപ്പിച്ചിട്ടുണ്ട്. ഏറ്റവും പുതിയ കാലത്ത് കെ.പി.എ.സിയുടെ ഏറ്റവും പുതിയ നാടകത്തിന്റെ പേര് ശുദ്ധികലശം എന്നാണ്. ഈ 'ശുദ്ധികലശം' നാടകം അവതരിപ്പിക്കുന്നത് ഈ അടുത്തകാലത്ത്, സംസ്കൃതരും പരിഷ്കൃതരും ജാതിരഹിതരുമാണെന്ന് വിചാരിക്കുന്ന നമ്മുടെ ഇടയിൽ സംഭവിച്ച അത്യന്തം ഹീനമായ ഒരു വിഷയത്തെക്കുറിച്ചാണ്. വളരെ ഉയർന്നപദവിയിൽ, Registrar ആയിട്ടുള്ള SC വിഭാഗത്തിൽപ്പെടുന്ന ഒരാൾ പിരിഞ്ഞുപോയപ്പോൾ പകരം വന്ന ആൾ ആ സീറ്റിൽ ഇരിക്കുന്നതിനുമുമ്പായി ചാണകവെള്ളം തളിച്ച് സർക്കാരോഫീസിലെ ആ കസേര ശുദ്ധി ചെയ്തു. കേരളത്തിൽ നടന്ന ഏറ്റവും നിന്ദ്യമായ ഒരു കാര്യമാണത് ഗവൺമെന്റ് ഓഫീസിൽ ഒരു സ്ഥാനത്തുനിന്നു മാറി ഒരാൾ പോയിക്കഴിയുമ്പോൾ ശുദ്ധികലശം നടത്തിയിട്ട് ആ സീറ്റിൽ ഇരിക്കുക. ഇങ്ങനെ അപമാനിതവും വളരെ അപലപനീയവുമായിട്ടുള്ള ഒരു വിഷയത്തെ കെ.പി.എ.സി. നാടകമാക്കി മാറ്റിയപ്പോൾ അതിനേക്കാളും അപകടകരമായ ഒരു പരിമിതിയിലേക്ക് സംഗതി ചുരുക്കുകയാണ് ചെയ്തത്. എങ്ങനെയെന്നു ചോദിച്ചാൽ രണ്ടരമണിക്കൂറുള്ള നാടകം ആരംഭിക്കുമ്പോൾ ആദ്യത്തെ പത്ത് മിനിട്ടിനകത്ത് ഈ കഥ പറയുന്നു. ഈ കഥാപാത്രം ജോലി കഴിഞ്ഞ് വീട്ടിലേക്ക് വരുന്നതാണ് നാടകാദി. വീടാണ് അരങ്ങ്. "എന്റെ സഹപ്രവർത്തകരായ പോറ്റിയും നമ്പ്യാരുമൊക്കെ എത്ര നല്ല മനുഷ്യരാണ്. എന്തെല്ലാം നല്ലവാക്കുകളാണ് എന്നോടു പറഞ്ഞത്. ഞാൻ ചെയ്ത സേവനങ്ങളെ എത്രമാത്രം അവരഭിനന്ദിച്ചു എന്നൊക്കെപ്പറഞ്ഞ് ഭാര്യയെയും മക്കളെയുമൊക്കെ അയാൾ ഉത്സാഹിതരാക്കുന്നു. തുടർന്ന് വേറൊരാൾ-ഇയാളുടെ സുഹൃത്ത് -ഒരു പത്രവുമായി വരുന്നു. പിരിഞ്ഞിട്ട് രണ്ട് ദിവസം കഴിഞ്ഞിരുന്നു. നിങ്ങൾ ഇന്നലത്തെ പത്രം കണ്ടില്ലേ. നിങ്ങൾ ഇറങ്ങിപ്പോയപ്പോൾ അവിടെ ശുദ്ധി കലശം ചെയ്തു. ഇതു കേൾക്കുമ്പോൾ ഇയാളുടെ മുൻധാരണകൾ മൊത്തം പൊളിഞ്ഞുപോവുകയും അയാൾ നെഞ്ചത്തടിച്ച് വിലപിക്കുകയും ചെയ്യുന്നു. തുടർന്ന് Flashbackലേക്ക് പോവുകയും ചെയ്യുന്നു. ഫ്ലാഷ്ബാക്കിലേയ്ക്ക് പോകുമ്പോൾ 'കാരി' എന്നു പറയുന്ന തന്റെ അച്ഛൻ പണ്ട് ജന്മിത്വത്തെ എതിർത്തതിന്റെ മിത്തിഫലൊയ കഥ പാളത്താറുടുത്ത് പാളത്തൊപ്പി വെച്ച് ജന്മി കുടിയാൻ ബന്ധത്തിന്റെ എത്രയോ പറഞ്ഞു പഴകിയ മുന തേഞ്ഞ ഒരു കഥ സ്റ്റേജിലാടുന്നു. നാടകമങ്ങനെ തീരുന്നു.

ഇവിടെ സംഭവിച്ചതെന്താണ്. അൻപത്തിയഞ്ച് വയസ്സുവരെ

ജോലി ചെയ്ത് പെൻഷനായ ഈ മനുഷ്യന്റെ ഔദ്യോഗികമായ ജീവിതത്തെയും വ്യക്തി ജീവിതത്തെയും നാടകം അഭിമുഖീകരിക്കാതെ പോയി എന്നതാണ്. അതിനെ പ്രശ്നവൽക്കരിക്കുവാൻ നാടകം ശ്രമിക്കുന്നില്ല. മറിച്ച് പശുവിനെക്കുറിച്ചുള്ള പത്ത് വാക്യങ്ങളിൽ പശുവിനെയഴിച്ച് തെങ്ങിൽ കെട്ടിയെന്നും ബാക്കി ഒൻപത് വാക്യം തെങ്ങിനെക്കുറിച്ച് പറയുകയും ചെയ്യുന്നതുപോലെ, ഈ മനുഷ്യന്റെ വർത്തമാനജീവിതത്തെ അഭിമുഖീകരിക്കാതിരിക്കുകയും ഉടനടി ഹൊയ്യാരോ! ഹൊയ്യാരൊഹൊയ് എന്ന് പറഞ്ഞ് കറ്റ, കൊയ്ത്ത്, മെതി, പിന്നെ ജന്മിയുടെ അകാരണമായിട്ടുള്ള ആക്രോശം അപ്പോൾ അതിനോട് പ്രതികരിക്കുന്ന കാരിയുടെ മെലോഡ്രമാറ്റിക്കലായിട്ടുള്ള പെരുമാറ്റങ്ങൾ, അരങ്ങിൽ കാരി നേരെ നിൽക്കില്ല. വളരെ അരോചകമായിട്ടുള്ള വാസ്തവവിരുദ്ധമായ നേരത്തെ പറഞ്ഞ സ്റ്റീരിയോടൈപ്പിനെ ഊതിവീർപ്പിക്കലിലൂടെ അതിന്റെ അന്തസാരം നശിച്ചുപോയ ശരീരങ്ങളുടെ വിന്യാസം നിറഞ്ഞ അതിഭാവുകത്വത്തിന്റെ ആട്ടത്തറയാക്കി നാടകത്തെ മാറ്റി.

ഇവിടെയെന്തു സംഭവിച്ചു എന്നറിയണം. അൻപത്തഞ്ച് വർഷം ജീവിച്ച, കേരളീയ സമൂഹത്തിന്റെ പ്രശ്നങ്ങളിൽ നിന്നും സൂത്രത്തിൽ ഒഴിഞ്ഞുമാറുകയും നാടകപ്രവർത്തകർ കലാപരമായിട്ടുള്ള ബാധ്യതകളിൽ വേണ്ടവിധത്തിൽ ഉത്തരവാദിത്തത്തോടെ പ്രവർത്തിക്കാതിരിക്കുകയും ചെയ്യുന്നു. ഞാൻ പറഞ്ഞുവരുന്നത് നമ്മുടെ രംഗവേദി ശരീരത്തെക്കുറിച്ചും ശരീരത്തിന്റെ പ്രതിനിധാനത്തെക്കുറിച്ചും അരങ്ങിൽ ആലോചിക്കേണ്ടുന്ന ഒരു കാര്യമാണ്. അതിന്റെ എല്ലാ വ്യാപ്തിയിലും പറയുവാനും അന്വേഷിക്കാനുള്ള ഒരു വേദിയല്ല ഇത്. അത്തരം തുടരന്വേഷണങ്ങൾ ആവശ്യമുണ്ട്. നമുക്കറിയാം നമ്മുടെ സാമൂഹികചരിത്രത്തിൽത്തന്നെ തമസ്കൃതരായിട്ടുള്ള ബഹുശതം ജനങ്ങളുടെ Representations സ്വാഭാവികമായും ഉണ്ടാകാൻ തരമില്ല. അഥവാ ഉണ്ടാകുമ്പോൾ KPAC യുടെ നാടകങ്ങളിലായാലും അതു കഴിഞ്ഞുവന്ന ബഹുഭൂരിപക്ഷം സിനിമകളിലായാലും സൂക്ഷിച്ചുനോക്കിയാലറിയാം താഴേക്കിടയിലുള്ള ആളുകളെയും ഇത്തരം കഥാപാത്രങ്ങളെയും കോമഡിയ്ക്കുവേണ്ടിയാണ് ഉപയോഗിച്ചിരുന്നത് എന്ന്. ഹീറോ എന്നത് സവർണ്ണ മൂല്യങ്ങളെ പരിപാലിയ്ക്കുന്നവനുമാണ്. അത്തരം ഉത്തമപാത്രങ്ങൾ നായകസ്ഥാനത്തുനിൽക്കുമ്പോൾ പലപ്പോഴും കോമഡി കഥാപാത്രങ്ങളായും സഹകഥാപാത്രങ്ങളായും മാത്രമാണ് മറ്റുള്ളവരുടെ സ്ഥാനങ്ങൾ അടയാളപ്പെടുത്തുക. ഇവർ തമ്മിലുള്ള ശരീരവിന്യാസവും കണ്ണുകളുടെ നോട്ടവുമൊക്കെ വളരെ ഗൗരവമായിട്ടുള്ള ശരീരഭാഷയും അരങ്ങ്ഭാഷയും ഒരുക്കുന്നുണ്ട്. ഒരു ചെറിയ കാര്യം പറഞ്ഞാൽ നിങ്ങൾക്കതു കുറച്ചുകൂടി മനസ്സിലാവും.

നിങ്ങളെവിടെയെങ്കിലും ഒറ്റയ്ക്കു നിൽക്കുകയാണെന്നു വെയ്ക്കൂ. രണ്ട് പേർ നിങ്ങളുടെ തൊട്ടടുത്ത് വന്ന് നിങ്ങളെ ഉറ്റുനോക്കിക്കൊണ്ട് അരമണിക്കൂർ നിൽക്കുന്നു. ഒന്നും പറയുന്നില്ല. വളരെയടുത്തുനിന്ന് വെറുതെ നിങ്ങളുടെ കണ്ണിലേക്ക് നോക്കിനിൽക്കുകയാണ്. എന്തു തോന്നും? എന്തു തോന്നുമെന്ന് നിങ്ങൾക്കിപ്പോൾ പറയാൻ പറ്റില്ല. കാരണം അത്രമാത്രം. നിങ്ങൾ Agitated ആവും. നിങ്ങൾക്ക് പിടിച്ചുനിൽക്കാൻ പറ്റാതെയാവും. നോട്ടം ഒരു അധികാരത്തിന്റെ പ്രയോഗമാണ് ശരീരഭാഷയുടെ ഏറ്റവും സമർത്ഥമായ ഒരു പ്രയോഗമാണ്. ഒരാൾ കുനിഞ്ഞുനിൽക്കുന്നതും നിവർന്നു നിൽക്കുന്നതും, മാറിനിൽക്കുന്നതും, അകലം സൂക്ഷിക്കുന്നതും ലെവലുകൾ വ്യത്യാസപ്പെടുന്നതും ഒക്കെ ശരീരഭാഷയുടെ പ്രയോഗവിശേഷവുമായി ബന്ധപ്പെട്ടാണ്. അതുകൊണ്ടാണ് ക്ലാസ്സ്റൂമിൽ അധ്യാപകൻ എപ്പോഴും എഴുന്നേറ്റ് നിൽക്കുകയും വിദ്യാർത്ഥികൾ ഇരിക്കുകയും ചെയ്യുന്നത്. ഉയരങ്ങൾക്ക് അധികാരം കൂടുതലുണ്ട് എന്നും താഴെയുള്ളവർ അത് കേൾക്കണമെന്നും എപ്പോഴും സാമൂഹ്യശാസ്ത്രപരമായ ശരീരവിന്യാസം അറിയിച്ചുകൊണ്ടേയിരിക്കുന്നു. അതുകൊണ്ടാണ് പ്രസിഡന്റ് മുകളിൽ നിൽക്കുകയും അല്ലെങ്കിൽ സ്പീക്കർ മുകളിൽ നിൽക്കുകയും പി.സി. ജോർജ് താഴെയിരിക്കുകയും ചെയ്യുക. പറഞ്ഞുവരുന്നത് ശരീരങ്ങളുടെ വിന്യാസക്രമം തന്നെ.

എവിടെയിരുത്തണം, എങ്ങനെ നോക്കണം, എങ്ങനെ കാണണം, എങ്ങനെ കേൾക്കണം, എങ്ങനെ പ്രതികരിക്കണം. ഒറ്റയൊറ്റ ശരീരങ്ങൾ മാത്രമല്ല അരങ്ങിലുള്ളത്. ശരീരങ്ങളുടെ പരസ്പരമുള്ള കൊടുക്കൽ വാങ്ങലുകളിലൂടെയാണ് ഒരു പെർഫോർമൻസ് നീണ്ടുപോവുക. Co-actors relation-ഒരു നടൻ പ്രതികരണമില്ലാതെ മുന്നിൽ നിന്നാൽ അയാൾക്ക് നിങ്ങളോട് ഒന്നും പറയാൻ പറ്റില്ല. നടൻ വേണ്ട, വീട്ടിൽ നിൽക്കുമ്പോൾ നിങ്ങൾ നിങ്ങളുടെ ഭാര്യയോട്, മകനോട്, സുഹൃത്തിനോട് ഒരു കാര്യം പറയുമ്പോൾ അവർ നിങ്ങളുടെ മുഖത്തെ നോക്കുന്നില്ല. അവർ കുനിഞ്ഞിരിക്കുന്നു. വിരൽ ചൊറിഞ്ഞുകൊണ്ടിരിക്കുന്നു, പെൻസിൽ ഇളക്കിക്കൊണ്ടിരിക്കുന്നു എങ്കിൽ, അതിനർത്ഥം നീ കടന്നുപോ എന്നോടിപ്പോൾ പറയണ്ട എന്നതാകുന്നു. പറഞ്ഞുവരുന്നത് ശരീരം വാക്കുകൾക്കപ്പുറത്തേയ്ക്ക് നിരന്തരമായി ചിഹ്നങ്ങളെ വിക്ഷേപിച്ചുകൊണ്ടേയിരിക്കുന്നു. ഈ ബോഡിയുടെ നോട്ടത്തിന്റെ ചലനത്തിന്റെ, തിരിവിന്റെ, മറവിന്റെ അർത്ഥത്തിന്റെ സമഗ്രതയിലാണ് തിയേറ്റർ ഉണ്ടാവുക. ഈ സാധ്യതയെ അന്വേഷിച്ചുപോയ യൂറോപ്യൻ തിയേറ്റർ Corporeal mime പറയുന്ന വിപുലമായിട്ടുള്ള ഉടലോട്ടത്തിന്റെ രംഗവേദി തന്നെ സങ്കൽപ്പിച്ചെടുക്കുകയും ആവിഷ്കരിക്കുകയും ചെയ്യുന്നു.

അവർ പറയുന്നത് എന്റെ ശരീരം ഒരു ഉപകരണമാണ്. ദൈവത്തിന്റെ സംഗീതവിദ്യയിലെ ഒരുപകരണം. ഒരു കീ മാത്രമാണ് ഞാൻ. അയാളുടെ ചലനത്തിനനുസരിച്ച് ഞാൻ അനങ്ങുന്നു. ഈ ചലനത്തിലൂടെയുണ്ടാകുന്ന അതിശക്തവും നേരിട്ടുള്ളതുമായ ഒരു കമ്മ്യൂണിക്കേഷൻ ഒരു Verbal language-ലും കിട്ടില്ല. വാചികമായിട്ടുള്ള ഭാഷ ഓരോ Boundary മാത്രമാണ്. ഭാഷ അടയുന്ന വാതിൽ കൂടിയാണ്. മലയാളം ഒരു തുറക്കുന്ന വാതിലാവുക മലയാളികൾക്കാണ്. ഇംഗ്ലീഷ് അറിയുന്ന ഒരാൾക്ക് മാത്രമാണ്. ഇംഗ്ലീഷ് ഭാഷയിലൂടെ വാചികമായി Communicate ചെയ്യാൻ സാധിക്കുക. അറിയാത്തവരെ സംബന്ധിച്ച് ഭാഷ നിശ്ചയമായും ഉപരോധമാണ്. ഭാഷ തുറവല്ല, അടവാണ്. പക്ഷേ ശരീരം അങ്ങനെയല്ല. അവശനായി വീണുകിടക്കുന്ന ഒരാളിനെ ഏതു ഭാഷക്കാരനായിക്കോട്ടെ, നിങ്ങൾ വാരിപ്പുണർന്നാൽ അത് ഒരു വെളിവാകുന്നു. ഒരറിവാകുന്നു, ഒരു കമ്മ്യൂണിക്കേഷനാകുന്നു. ഇത്തരം ശരീരത്തിന്റെ സമൃദ്ധമായിട്ടുള്ള വിന്യാസത്തിലും പ്രയോഗത്തിലുമാണ് നാടകം എക്കാലത്തും ഊന്നുക. വിശദമായി അന്വേഷിച്ചാൽ മലയാള നാടകവേദിയിൽ ഇത്തരം പാർശ്വവത്കൃതരായ ജനതയുടെ സ്വാഭാവികമായ എക്സ്പ്രഷനുകൾ പലപ്പോഴും അനുവദിക്കപ്പെട്ടിട്ടില്ല. അതിന് അതിന്റേതായിട്ടുള്ള ഭാഷയുണ്ടായിട്ടില്ല. അഥവാ ഉണ്ട് എങ്കിൽ അത് സ്റ്റീരിയോടൈപ്പ്ഡ് ആയിട്ടുള്ള ഭാഷയാണ്. അത് നോട്ടക്കാർ കല്പിച്ചുകൊടുത്ത ഭാഷയാണ്.

ഇന്ന് ഏറ്റവും പുതിയ പെർഫോർമൻസിന്റേതായിട്ടുള്ള വേദി സൈബർനെറ്റിക്സിന്റേതായ വേദിയാണ് എന്ന കാര്യം കൂടി ഇവിടെ സൂചിപ്പിക്കാൻ ആഗ്രഹിക്കുന്നു. ഉടലാട്ടത്തിന്റെ സമഗ്രമായ ശരീരാന്വേഷണം നടന്നു കഴിഞ്ഞപ്പോൾ സാങ്കേതികവിദ്യയുടെ വികാസത്തോടൊപ്പം സൈബർ സ്പേസിന്റെ, വെർച്വലായിട്ടുള്ള പെർഫോർമൻസിന്റെ വിപുലമായിട്ടുള്ള Entertainment Industry വികസിപ്പിച്ചതിന്റെ ഭാഗമായി ലോകമെമ്പാടും ദേശകാല അതിരുകൾക്കപ്പുറത്തേയ്ക്കുള്ള ഒരു സംവേദനവും കലാവ്യാപാരവും വികസിച്ചുവന്നിട്ടുണ്ട്. അതുകൊണ്ട് അതിന്റെ ഏറ്റവും പുതിയ രൂപം അടുത്തകാലത്ത് NSDയിൽപ്പോലും ഡൽഹിയിലുള്ള അമിതേഷ് ഗ്രോവറിന്റെയും മറ്റും നേതൃത്വത്തിൽ നടന്നിട്ടുള്ള രംഗാവതരണങ്ങളിലും പെർഫോർമൻസുകളിലും വെർച്വൽ പെർഫോർമൻസുകളിലും ഉണ്ടായിട്ടുണ്ട്. ഇത് പലപ്പോഴും സൈബർ ഗെയിമിങ്ങുമായി ബന്ധപ്പെട്ട് വികസിച്ചുവന്നവയാണ്. അവതാരങ്ങളെന്നു (Avatars) പറയുന്ന അത്തരം ആനിമേറ്റഡ് രൂപങ്ങളുടെ, ത്രീഡി ഇഫക്ടുകളുടെ പല നെറ്റവർക്കുകളിൽനിന്നും ഒരുമിച്ച് ഹാക്ക് ചെയ്ത് ഒരു

മോണിറ്ററിലേയ്ക്കോ ഒരു ഹാളിലേയ്ക്കോ ഡിസ്‌പ്ലേ ചെയ്യുന്ന ഒരുതരം രംഗാവിഷ്കാരം ഇപ്പോൾ ലോകത്തെമ്പാടും നടക്കുന്നുണ്ട്. ഇവിടെ ശരീരമെന്നത് അത്ര പ്രധാനമല്ലാതാവുകയും ശരീരത്തിന്റെ പരിമിതികളെ ഉല്ലംഘിക്കുവാൻ പ്രാപ്തമായ സാങ്കേതികവിദ്യ അതിന് സഹായിക്കുകയും ചെയ്യുന്നു.

തന്റെ പെർഫോർമൻസിനെക്കുറിച്ച് ഗ്രോവർ പറഞ്ഞത് ഇങ്ങനൊണ്, ഒരു തുറന്ന വലിയ ഹാളിൽ വശങ്ങളിലെ മോണിറ്ററുകളിൽ, സ്ക്രീനുകളിൽ തെളിയുന്ന മട്ടിലാണ് അദ്ദേഹം രംഗസജ്ജീകരണം ഉണ്ടാക്കിയത്. അവിടെയ്ക്കു കടന്നുവരുന്ന പ്രേക്ഷകർ സ്ക്രീനിലേക്ക് നോക്കുമ്പോൾ ആ സ്ക്രീനിൽ തെളിയുന്ന ഇവരുടെ തന്നെ നിഴലിൽ ചിത്രങ്ങൾ തെളിഞ്ഞുവരികയും അവരുടെ നിഴലുകളോടൊപ്പം അവ ചലിക്കുകയും ചെയ്യും എന്നും ഈ ചിത്രങ്ങളിൽ ഒരേസമയം പല പട്ടണങ്ങളിൽ, പല രാജ്യങ്ങളിലുള്ള ലൈവ് ചിത്രങ്ങൾ സന്നിവേശിപ്പിക്കപ്പെടാമെന്നുമാണ് ആ തരത്തിൽ ഒരു പെർഫോർമൻസ് നൂറ് ശതമാനവും പ്രേക്ഷപങ്കാളിത്തമുള്ള, പ്രേക്ഷകന്റെ സാന്നിധ്യം കൊണ്ടുമാത്രം സംഭവിക്കുന്ന ഒരവസ്ഥയുണ്ട്. ഇവിടെ നേരത്തെ പറഞ്ഞ ക്ലാസ്സിക്കലായ ചില പ്രശ്നങ്ങൾ Challenge ചെയ്യപ്പെടുന്നു. എങ്ങനെയെന്നാൽ സാമ്പ്രദായികമായ നമ്മുടെ വിശ്വാസം Unity of time and Space ആണ് ഏറ്റവും പ്രധാനമെന്നതായിരുന്നു. ഇവിടെ Space എന്നത് ആടുന്ന 'തറ'യല്ലാതെ ആയിപ്പോവുന്നു എന്നതാണ് ഒന്നാമത്തെ കാര്യം. കാരണം ലണ്ടനിലെ ഒരു ടൗണിനെയോ അമേരിക്കയിലെ ഒരു സ്ട്രീറ്റിനെയോ കൊറിയയിലെ മാളിനെയോ ഒരേ സമയം ഈ ഭിത്തിയിൽ സന്നിവേശിപ്പിക്കാൻ കഴിയും. ഇതു പക്ഷേ നടക്കുന്നത് കൊച്ചിയിലെയോ കോഴിക്കോട്ടെയോ ഭൗതികസ്ഥലത്ത് ആവുകയും ചെയ്യും. അവിടെത്തന്നെ സമയവും കാലവും തമ്മിലുള്ള അകലംകൂടി സംഭവിക്കുന്നു. പുതിയ ആഗോളവത്കൃത സൈബർ നെറ്റിക്സിന്റെ കാലത്തിരിക്കുന്ന നമ്മൾ ഏകകാലത്ത് ജീവിക്കുവാൻ കഴിയാത്തവരാകുന്നു. ഒരേ കാലത്തുതന്നെ പല സമയബോധങ്ങളാൽ നിയന്ത്രിതമാകുന്നു. നിങ്ങൾ ഇന്ന് ഇപ്പോൾത്തന്നെ ഇവിടെനിന്ന് ഒരു മെയിൽ അമേരിക്കയിലേക്കയച്ചാൽ ഇപ്പോൾത്തന്നെ അവർ മറുപടി അയയ്ക്കുമ്പോൾ അത് ഇന്നലെത്തെ തീയതിയിലാണ് അവർ അയയ്ക്കുക. അങ്ങനെ സമയമെന്നത് രണ്ട് ദിവസവും രണ്ട് സമയവും ആവുകയും ഇരുപത്തിയൊന്നാം തീയതിയും ഇരുപത്തിരണ്ടാം തീയതിയും ഇപ്പോൾത്തന്നെയാവുകയും പക്ഷേ കാലം എന്നത് ഞാൻ ഇവിടെ നിൽക്കുന്ന സെമിനാർ ഹാളിലെ അരമണിക്കൂറാവുകയും സ്ഥലമെന്നത് നമ്മുടെ ഈ ഹാൾ മാത്രമാവുകയും ചെയ്യുന്ന അതീവസങ്കീർണ്ണമായിട്ടുള്ള ഒരു

യാഥാർത്ഥ്യത്തിലാണ് നമ്മളിവിടെ നിൽക്കുന്നത്. അതുകൊണ്ട് കൻവെൻഷണലായ, ക്ലാസ്സിക്കലായ സ്ഥലകാലയുക്തമായിട്ടുള്ള ട്രൂത്ത് എന്നത്, റിയാലിറ്റി എന്നത് Challengable ആയിക്കഴിഞ്ഞു. റിയൽ അല്ല, പെർഫോർമൻസ് എന്ന വാദം ആ തരത്തിലാണ് പലരും ഉന്നയിക്കുക. അവർ പറയുന്നത് റിയൽ അല്ല ഞങ്ങൾക്ക വേണ്ടത് യാഥാർത്ഥ്യത്തേക്കാൾ വലിയ സത്യത്തെയാണെന്നാണ്.

സത്യം എന്താണ്? പണ്ട് പരമമായ സത്യം, സ്ഥലവും കാലവും തമ്മിലുള്ള ബന്ധത്തിലായിരുന്നു. ജീവന്റെ പരമമായ സത്യം ഞാൻ എന്ന ശരീരവും ഈ സ്ഥലവും ഞാൻ ശ്വസിക്കുന്ന കാലവുമായിരുന്നു. ഈ കാലമെത്തുമ്പോഴാണ് കാലൻ വരികയും ഞാൻ കാഞ്ഞു പോവുകയും കാലം ചെയ്യുകയും ചെയ്യുക!. സ്ഥലം കാലവുമായി ചേർന്ന് അത്ര അഭേദ്യമായി അർത്ഥത്തെ ഉല്പാദിപ്പിച്ചിരുന്നു. പക്ഷേ ഇപ്പോൾ കാലമെന്നത് കാലമല്ലാതായിരിക്കുകയും അനവധി സമയങ്ങളുടെ കൂട്ടമായി പല ആംഗിളുകളിൽ ഭിന്നമാവുകയും ചെയ്യുന്നു. ഇങ്ങനെയുള്ള സവിശേഷഘട്ടത്തിലാണ് നേരത്തെ പറയുന്ന ഒരു അരങ്ങ് പെരുമാറ്റത്തിന്റെ ഒരു പുതിയ സാധ്യത, ദേശപരിമിതിയ്ക്കകത്തും, ജാതിപരിമിതിയ്ക്കകത്തും നിന്ന് ദളിത് മുദ്രാവാക്യമുയർത്തുന്ന, നിലകൊള്ളുന്ന ആളുകൾ കാണാതെ പോവുന്നതും. എന്നാൽ ഏറ്റവും അടിയന്തരമായി ശ്രദ്ധിക്കേണ്ട ഒരു വ്യവഹാരമണ്ഡലമാണ് ശരീരത്തിന്റെ അരങ്ങ്. ഇനി വരാൻ പോകുന്ന കാലത്തെ നാടകത്തിന്റെ ഏറ്റവും ഗൗരവമായ അഭിമുഖീകരണം ഇതാണ് എന്നും നവസാങ്കേതിക വിദ്യയ്ക്കും അതിൽ സ്ഥാനമുണ്ടെന്നും പറഞ്ഞുകൊണ്ട് തൽക്കാലത്തേക്ക് ഞാൻ നിർത്തുന്നു.

●

കാലിക്കറ്റ് സർവ്വകലാശാലയിൽ, ദളിത് ആദിവാസി സൗന്ദര്യശാസ്ത്ര സെമിനാർ (യുജിസി) 2013ൽ നടത്തിയ പ്രഭാഷണം

'എം.ടി' അരങ്ങിലും സദസ്സിലും

ദേശാഭിമാനി പുരസ്കാരസമർപ്പണത്തിന്റെയും എം.ടി. സാഹിത്യോത്സവത്തിന്റെയും ഭാഗമായി, ശ്രീ. വാസുദേവൻ നായരെ ആദരിക്കുന്നതിനായി അദ്ദേഹത്തിന്റെ സാഹിത്യജീവിതത്തെ ആധാരമാക്കി, കോഴിക്കോട് ടാഗോർ തിയേറ്ററിൽ 'മഹാസാഗരം' എന്ന രംഗാവിഷ്കാരം അരങ്ങേറുകയുണ്ടായി. ശ്രീ. പ്രശാന്ത് നാരായണന്റെ സംവിധാനത്തിൽ, കേരളത്തിലെ വിവിധജില്ലകളിലുള്ള നടീനടന്മാരാണ് അത് രംഗത്തവതരിപ്പിച്ചത്. ദേശാഭിമാനിയുടെ മേൽനോട്ടത്തിലാണ് അവതരണമെന്നതിനാലും കോഴിക്കോടിന്റെ സ്വന്തമായ എം.ടി. യെക്കുറിച്ചായിരുന്നതിനാലും വൻജനാവലിതന്നെ രംഗാവിഷ്ക്കാരത്തിനു സാക്ഷ്യം വഹിച്ചു. 'ഛായാമുഖി' പോലുള്ള വമ്പൻ സൂപ്പർ സ്റ്റാർ നാടകങ്ങളിലൂടെ ശ്രദ്ധേയനായ പ്രശാന്ത് നാരായണന്റെ സർഗരചന ആവിഷ്കാരത്തിന് ചാരുതയേറ്റി. ഒരു മണിക്കൂറോളം ദൈർഘ്യമുള്ള നാടകചിത്രീകരണത്തിന്റെ രചന നിർവഹിച്ചിരുന്നത് പ്രസിദ്ധ കഥാകൃത്തായ വി.ആർ. സുധീഷായിരുന്നു. കെ.എൽ.എഫും. ഇറ്റ്ഫോക്കും എല്ലാം ചേർന്നൊരുക്കുന്ന സർഗാത്മക സജീവതയിലേയ്ക്ക് കോഴിക്കോടിന്റെ അരങ്ങിൽനിന്നും ജനകീയമായ ഒരുകൂട്ടിച്ചേർപ്പുകൂടി എം.ടി.യുടെ അരങ്ങുജീവിതത്തിലൂടെ സംഭവിച്ചു.

എം.ടി. യുടെ ഓർമ്മകളിലൂടെ ആദ്ദേഹത്തിന്റെ തന്നെ കഥാപാത്രങ്ങളും സന്ദർഭങ്ങളും കടന്നു പോകുന്ന വിധമായിരുന്നു രംഗപാഠം ചിട്ടപ്പെടുത്തിയിരുന്നത്. ബഷീർകൃതികളെ ഉപജീവിച്ചുകൊണ്ട് ഇമ്മട്ടിലുള്ള ഒട്ടേറെ അവതരണങ്ങൾ കഴിഞ്ഞ വർഷങ്ങളിൽ കേരളത്തിലങ്ങോളമിങ്ങോളം അരങ്ങേറുകയുണ്ടായി. പക്ഷേ അത്

കാണുവാനുള്ള ഭാഗ്യം മലയാളത്തിലെ ആ മഹാപ്രതിഭയ്ക്കുണ്ടായില്ല. എന്നാൽ ഈ അരങ്ങിനു സാക്ഷിയായി ജ്ഞാനപീഠകാരനുണ്ടായിരുന്നു. എഴുത്തുകാരന്റെ മനസ്സായി ആട്ടത്തറ പരിവർത്തിതമാകുകയും അവരോടൊത്ത് കഥാപാത്രമായി അയാൾ നിലകൊള്ളുകയും അതിനുസാക്ഷിയായി സദസ്സിൽ എഴുത്തുകാരൻ ഉണ്ടാവുകയും ചെയ്തുവെന്ന അപൂർവതയും ഈ ആവിഷ്കാരത്തിന്റെ സവിശേഷതയായിരുന്നു.

ചിത്രകാരൻ വരയ്ക്കുന്ന എം.ടി. യുടെ രേഖാചിത്രത്തോടുകൂടിയാണ് നാടകാരംഭം. തുടർന്ന് അരങ്ങിലെത്തുന്ന കുട്ടിക്കഥാപാത്രം എം.ടി. കൃതികളിലൂടെ എം.ടി. യെന്ന കഥാപാത്രത്തിന് അരങ്ങിലെത്തുവാൻ അവസരമൊരുക്കുന്നു. സാക്ഷാൽ എം.ടി. വാസുദേവൻനായരുടെ ശബ്ദ വിന്യാസവും നാടകത്തിൽ പ്രയോജനപ്പെടുത്തിയിട്ടുണ്ട്.

ഓർമ്മകളുടെ മഴയിലേയ്ക്കിറങ്ങിനടക്കുന്ന എം.ടി. ക്കുപിന്നാലെ ഇരുട്ടിന്റെ ആത്മാവിലെ ഭ്രാന്തനും കുട്ടിയേടത്തിയും കാലത്തിലെ സേതുവും മഞ്ഞിലെ വിമലയുമെല്ലാം കടന്നുവരുന്നു. കഥകളിലെയും സിനിമയിലെയും നോവലിലെയും നാടകത്തിലെയും കഥാപാത്രങ്ങൾ പുനർജീവിക്കുന്നു. ദയയിലെയും വടക്കൻ വീരഗാഥയിലെയും കഥാപാത്രങ്ങൾ അവരവരുടെ കാര്യമാത്രപ്രസക്തമായ കർമ്മങ്ങളാടുന്നു. രണ്ടാമൂഴത്തിലെ പരിത്യക്തനാകുന്ന വൃകോദരന്റെ അകനാടകങ്ങളും കയ്യൊതുക്കത്തോടെ അരങ്ങിലെത്തിക്കുന്നുണ്ട്. ഗോപുരനടയിലെന്ന അദ്ദേഹത്തിന്റെ ഏകനാടകത്തിലെ ഭാവാത്മക കഥാപാത്രങ്ങളും അരങ്ങിലെത്തുന്നു. നാടകാന്തത്തിലേയ്ക്കു കരുതിവച്ചത്പി.ജെ. ആന്റണി അനശ്വരമാക്കിയ നിർമ്മാല്യത്തിലെ വെളിച്ചപ്പാടിനെയാണ്. ദാരിദ്ര്യംമൂലം സ്വകുടുംബത്തിന്റെ മാനംപോലും പോയതിനെയോർത്ത് സ്വവിധിയ്ക്കുമുന്നിൽ പകച്ചുപോയ ദുരന്തനായകനായ വെളിച്ചപ്പാട്, അന്നേവരെ ജീവിതം നേദിച്ചിരുന്ന, പരദേവതയുടെ മുഖത്ത് കാർക്കിച്ചുതുപ്പുന്ന രംഗത്തെ, കാലികമായ ഭേദഗതിയോടുകൂടി അവതരിപ്പിക്കുന്നു. വെളിച്ചപ്പാടിന്റെ വെളിപ്പെടലിൽ തെളിയുന്നത്... 'നയിച്ചുണ്ടാക്കിയ പണത്തിനായി... വരച്ചവരയിൽ നിറുത്തി... ഞങ്ങളെ എരപ്പാളികളാക്കിയില്ലേ' യെന്ന പ്രതിഷേധസ്വരമാണ്... ഉറഞ്ഞുതുള്ളലിനൊടുവിൽ വിഗ്രഹത്തിനെ നോക്കി കാറിത്തുപ്പി പുതുവെളിച്ചപ്പാട് ക്ഷുഭിതനായി അരങ്ങൊഴിയുന്നു. 500, 1000 നോട്ടുകൾ പിൻവലിച്ച മോദി ഗവണ്മെന്റിന്റെ വിവേകശൂന്യമായ തീരുമാനത്തെയും അതിലൂടെ സാധാരണക്കാർ അനുഭവിച്ച ദുരിതത്തെയും ഭംഗ്യന്തരേണ അവിടെ ഓർമ്മപ്പെടുത്തി. നാടകാന്ത്യത്തിൽ അവതാരകരെടുത്ത ഈ മനോധർമ്മമാണ് അവതരണത്തെ രാഷ്ട്രീയ പ്രയോഗമാക്കിയത്. അതിലൂടെ രംഗാവിഷ്കാരം പുനർസൃഷ്ടിയായി

മാറപ്പെടുകയും ചെയ്തു.

പ്രൊസീനിയം തിയേറ്ററിന്റെ പരിമിതിയിലേയ്ക്കാണ് നാടകസങ്കല്പനം പിറന്നുവീണത്. എന്നിരുന്നാലും കൊമേഴ്സ്യൽ നാടകങ്ങളുടെ കെട്ടുകാഴ്ചകളല്ല, അമച്വർ അരങ്ങുകളുടെ സർഗാത്മകലാവണ്യമാണ് അവർ പങ്കുവയ്ക്കുന്നത്. എം.ടി.യുടെ രചനാലോകം ആവശ്യപ്പെടുന്ന വൈകാരികമണ്ഡലം മുഴുനീളം നിലനിർത്തുവാൻ സംവിധായകൻ ശ്രദ്ധിച്ചിട്ടുണ്ട്. മഞ്ഞിലെ ഹൃദ്യമായ മുഹൂർത്തത്തെ അവതരിപ്പിക്കുന്ന രംഗം അതിന് ദൃഷ്ടാന്തമാണ്. വൈകാരികതമുറ്റിയ ഭാവാത്മക മുഹൂർത്തങ്ങൾ അയാളതിനായി കൊരുത്തുവയ്ക്കുന്നുണ്ട്. തടാകത്തിലെ പൂക്കളും മഞ്ഞുവീഴുന്ന പശ്ചാത്തലവും ഒരിക്കലും വരാത്തവരെ കാത്തിരിക്കുന്ന ബുദ്ദുവും നരകയറിയ വിമലയും അന്തരീക്ഷത്തെ ചിത്രസമാനമാക്കുന്നു. 'ദ ഡെഡ് അവേക്കന്' രത്തൻതിയ്യം ഒരുക്കിയ ചിത്രസമാനമായ താഴ്വാരത്തെ അത് ഓർമ്മിപ്പിക്കുന്നു.

തുച്ഛമായ രംഗവസ്തുക്കൾ ഉപയോഗിച്ച് അത്യാകർഷകമായ രംഗശില്പങ്ങളൊരുക്കുവാൻ സംവിധായകൻ കാണിച്ച മിടുക്ക് എടുത്തുപറയേണ്ടതാണ്. ലൈബ്രറിയായും സർക്കസ്സ് അരീനയായും അറേബ്യൻ മാളികയായും പടവുകളായുംഗോപുരനടയായും കാടായും എന്തിനേറെ അരയന്നത്തോണിയായും മാറുവാൻ അവയ്ക്ക് നിമിഷങ്ങളേ വേണ്ടിവന്നുള്ളൂ. ഡോ. ശ്രീ ജനാർദ്ദനന്റെ ലൈറ്റ് ഡിസൈനിംഗ് അരങ്ങിനുനല്കിയ ചാരുത അഭിനന്ദനീയമായിരുന്നു. അഭിനേതാക്കളിൽ പല തലമുറയുണ്ടായിരുന്നുവെന്നതും അവരെല്ലാം തന്നെ തങ്ങളുടെ റോളുകളോട് നീതിപുലർത്തിയെന്നതും പ്രസ്താവ്യമാണ്. നാടകേതരകൃതികളെ ആധാരപ്പെടുത്തി, അവയുടെ അനുവർത്തനങ്ങളായി രംഗാവിഷ്കാരം നടത്തുന്ന പ്രവണത നമുക്കിന്ന് സാർവത്രികമായിക്കഴിഞ്ഞിട്ടുണ്ട്. അത്തരമൊരു ഉദ്യമത്തിന്റെ ഏറ്റവും പുതിയ ഉദാഹരണമായി മഹാസാഗരത്തെയും വിലയിരുത്താനാവും. നാടകമറിഞ്ഞ ഒരുസംഘത്തിന്റെ പരിശ്രമവും അതിനുപിന്നിലുണ്ട്.

നാടകാനന്തരം അരങ്ങിലെത്തിയ എം.ടി. അഭിനേതാക്കളെയും സംഘാടകരെയും അഭിനന്ദിച്ചതിനുപുറമേ, ഒരിക്കൽക്കൂടി തന്റെ തന്നെ കഥാപാത്രങ്ങളുടെ കൂടൊത്തുജീവിക്കാനും അവരുടെ മനസ്സിലൂടെ കടന്നുപോകാനും കഴിഞ്ഞതിലുള്ള സന്തോഷവും പങ്കുവച്ചു. ചുരുക്കത്തിൽ, കോഴിക്കോടൻ നാടകപ്രേമികളുടെ കയ്യടിയേറ്റുവാങ്ങി മഹാസാഗരം അരങ്ങൊഴിഞ്ഞുകഴിഞ്ഞാലും കൂടല്ലൂരിന്റെ നാട്ടുമഴകളുടെ ഗൃഹാതുരത പ്രേക്ഷകനെ അനുഗമിക്കും. നമ്മുടെ ഭാവുകത്വവിളംബത്തിന്റെ ഓർമ്മത്താഴപോലെ.

2017

●

ബ്രെഹ്ത്:
വിചാരം, നടനം, വിമോചനം

അഭിനയസമ്പ്രദായത്തിൽ വരുത്തിയ പ്രകടമായ വ്യത്യാസമാണ് ബ്രെഹ്തിന്റെ പ്രത്യേകത. അരങ്ങിൽ ഇരട്ടവ്യക്തിത്വമുള്ള നടന്മാരെ അദ്ദേഹം ആവശ്യപ്പെടുന്നു. അതിജീവനപഠനം നാടകത്തിലൂടെ പ്രദാനം ചെയ്യുവാൻ ആഖ്യാതാവായ നടൻ കൂടിയേതീരൂ. അയാൾ സമൂർത്ത സത്യമെന്താണെന്ന് പ്രേക്ഷകനെ, ബോധ്യപ്പെടുത്തേണ്ടവനാണ്. കേവലം സൗന്ദര്യാത്മകാനുഭൂതിവിശേഷം പകരുകയല്ല ഇവിടെ നാടകദൗത്യം. പ്രേക്ഷകനെ ചോദ്യം ചെയ്യാൻ പ്രേരിപ്പിക്കുകയാണ്, പ്രാപ്തനാക്കുകയാണ്, അതിലൂടെ സമൂഹത്തെ ഒന്നടങ്കം മാറ്റിപ്പണിയുകയാണ്. സമൂഹത്തെ പരിവർത്തിപ്പിക്കുന്ന ക്രിയ സാധ്യമാക്കുന്ന നാടകത്തിന്റെ ഘടനയും ഉപാധികളും മാറുമെന്നതും സ്വാഭാവികം. അതിനാൽ, തന്റെ കൃതികളെ provitional scripts എന്നാണ് ബ്രെഹ്ത് വിളിച്ചത്. ഓരോ അവതരണത്തെയും എക്സ്പിരിമെന്റെന്നോ എഫേർട്ടെന്നോ ആണ് അദ്ദേഹം ഗണിച്ചത്. ഈ അവതരണങ്ങളിൽ സർവ്വാധികാരിയായ രചയിതാവോ സംവിധായകനോ പാടില്ലെന്ന് അദ്ദേഹത്തിന് നിർബന്ധമുണ്ടായിരുന്നു. അതിനാൽ നാടകം, അവതരണത്തോടുകൂടി അവസാനിക്കുന്ന ഒരു ക്രിയയായി അദ്ദേഹം കണ്ടില്ല. അവതരണവേളയിൽ പ്രേക്ഷകനോടു നടത്തുന്ന സംവാദവും അനന്തരമുള്ള നാടകചർച്ചയും കൃതിയെ പരിവർത്തിപ്പിക്കുവാനും പരിഷ്കരിക്കുവാനുമുള്ള സന്ദർഭങ്ങളായി. അവിടെനിന്നും പുറത്തേക്കിറങ്ങുന്ന പ്രേക്ഷകനും നാടകം നൽകുന്ന തുടർപാഠങ്ങളുണ്ട്, അവന്റേതായ പ്രവൃത്തികളുണ്ട്.

ഇവയ്ക്കാധാരം നടൻ തന്നെ. അങ്ങനെ വിപുല ദൗത്യമുള്ള നടൻ മതിഭ്രമത്തിന്റെ ഹൈലൈറ്റ് വേദികളിലല്ല, പ്രേക്ഷകനോട് സമാനനിരപ്പിലെ നിരന്നവെട്ടത്തിൽതന്നെയാണ് പെരുമാറേണ്ടത്. മറ്റ കഥാപാത്രങ്ങളുടെ നിലപാടുകൾകൂടി ചിലപ്പോൾ അയാൾക്ക വെളിപ്പെടുത്തേണ്ടിവരുന്നു. പൗരസ്ത്യനാടകവേദിയിൽ - നാട്യധർമ്മിയിൽ - ഇതിനുള്ള ഉപാധികൾ ഉണ്ട്. ജപ്പാനിലെ നോ നാടകത്തിൽ ഇടത്തു നിന്നും വലത്തേക്കുള്ള ദൃഷ്ടിചലനത്തിലൂടെ മാത്രം കർഷകപാത്രം നാടകപാത്രമായി പകർന്നാടുന്ന സങ്കേതമുണ്ട്. സാങ്കേതികമായ - ശൈലീകൃതമായ - ഈ പകർന്നാട്ടസങ്കല്പം ബ്രെഹ്തിനെ സ്വാധീനിച്ചു. ക്ലാസിക്കൽ രംഗവേദി കടംകൊണ്ട ഈ സമ്പ്രദായം ഏഷ്യൻ നാടോടിനാടകങ്ങളിൽ സുലഭമാണ്. ഇന്ത്യൻ ഗ്രാമീണനാടകങ്ങളിൽ ഇവ പരിചിതമാണ്. കേരളത്തിലെ കാക്കാരശ്ശി, പൊറാട്ട്, സീതകളി, പടേനികളിലും ഇതിനു സമാനമായ അഭിനയസങ്കേതം കാണാം. കൂടിയാട്ടത്തിൽ വസ്ത്രാഞ്ചലം മടക്കിത്തിരുകുമ്പോൾ ഒരു കഥാപാത്രം മറ്റൊന്നായി മാറുമെന്ന് നമുക്കറിയാം. എന്നാൽ ഇത്തരം പകർന്നാട്ടങ്ങളിലൂടെ നമ്മുടെ അരങ്ങിൽ പ്രയോഗിച്ചിരുന്നത് സാമൂഹ്യസത്യദർശനത്തിന് ഉപയുക്തമായപ്രമേയങ്ങളായിരുന്നില്ല. ഇതിഹാസസന്ദർഭങ്ങളും പൗരാണിക പ്രമേയങ്ങളുമായിരുന്നു നമ്മുടെ രംഗകലയിൽ നിറഞ്ഞുനിന്നിരുന്നത്. കഥകളിയിൽ നളന്റെ ശൃംഗാരം അരങ്ങേറുമ്പോൾ ആട്ടവിളക്കിൽ എണ്ണ പകരുന്നവൻ രംഗക്രിയയ്ക്കു വിഘ്നമാകാതെ കരുതി നാം സംവദിച്ചിരുന്നുവെങ്കിലും രസാസ്വാദനത്തിനും ലാവണ്യസങ്കല്പത്തിനും വിളംബമുണ്ടാകാൻ നാം ആഗ്രഹിച്ചിരുന്നില്ല. കഥാർസിസിനും നാച്വറലിസത്തിനും സമാനമായ പ്രേക്ഷകനെത്തന്നെ നമ്മളും പരിരക്ഷിച്ചു.

"ഏവം ഭവാനുകരണേ
യോ യസ്മിൻ പ്രവിശേന്നരഃ
സ തത്ര പ്രേക്ഷകോ യജ്ഞയോ
ഗുണൈരേഭിരലം കൃത്വ"

എന്നാണ് ഭരതപ്രമാണവും. ഇത് തകർക്കുവാനാണ്, അതിലൂടെ ചോദ്യംചെയ്യാൻ പ്രാപ്തനായ, വിചാരശീലനായ പ്രേക്ഷകനെ സൃഷ്ടിക്കുവാനാണ് ബ്രെഹ്ത് ആഗ്രഹിച്ചത്.

നാടോടിനാടകത്തിന്റെ വ്യാവർത്തനശേഷിയും നടനവിധികളും സംഗീതാംശവും കടമെടുത്ത് നിരന്തരം പരിഷ്കരിക്കപ്പെടുന്നതും വാച്യാർത്ഥത്തിൽ തന്നെ ചലനാത്മകവുമായൊരു രംഗവേദി കല്പിച്ചെടുക്കുകയായിരുന്നു അദ്ദേഹം. ഇബ്സനിസത്തിന്റെ ഗൃഹാന്തർഭാഗത്തുനിന്നും പൊതുസ്ഥലത്തേക്ക് പ്രമേയത്തെയും അരങ്ങിനെയും

അദ്ദേഹം കൈപിടിച്ചുകൊണ്ടെത്തിച്ചു. ചൂഷണത്തെയും മുതലാളിത്തത്തെയും കുറിച്ച് പ്രേക്ഷകരെയും നടന്മാരെയും കഥാപാത്രങ്ങളെയും കൊണ്ടു സംസാരിപ്പിച്ചു. വാഗ്വാദങ്ങൾ നടത്തിച്ചു. അതിനായി വസ്തുതകൾ പ്രക്ഷേപിക്കുകയും കണക്കുകൾ എഴുതിക്കാട്ടുകയും പഴയ സംഭവങ്ങളെ അരങ്ങിൽ വിചാരണ ചെയ്യുകയും ചെയ്തു. നാടോടിത്തത്തിന്റെ ഈണവും ചലനവും യാത്രയും നിർദ്ദേശാത്മക രംഗോപകരണങ്ങളും പ്രമേയങ്ങളും കണ്ടെടുത്തു. തുറന്നവെട്ടത്തിൽ അരങ്ങിനെയും സദസ്സിനെയും ഇരുത്തിയാലോചിപ്പിച്ചു. സംഘക്രിയയുടെ സർഗ്ഗാത്മകതയ്ക്ക് ഇടംതേടി. അതിലൂടെയാണ് സാമൂഹ്യമാറ്റം സൃഷ്ടിക്കപ്പെടുകയെന്നു വിശ്വസിച്ചു. ചുരുക്കത്തിൽ ലാവണ്യശാസ്ത്രത്തെ ബൗദ്ധികമായി എതിരിടുമ്പോൾ ഒരുപരിധിവരെ അതിനേക്കാൾ ശ്രമകരമായൊരു അവതരണക്രമം കണ്ടെടുക്കുകയായിരുന്നു, നാടോടിത്തത്തിന്റെ കൂട്ടായ്മയും സംഘചലന(കോറസ്)ത്തിന്റെ താളലയങ്ങളും മിത്തുകളുടെ പ്രയോഗവുമെല്ലാം സമകാലികമാക്കുന്നതിലൂടെ ഒരു ബോധനനാടകവേദി സൃഷ്ടിച്ചെടുക്കുകയായിരുന്നു അദ്ദേഹം. ആ നാടകവേദിക്ക് അടിയന്തരപ്രാധാന്യമുള്ള ദൈനംദിന രാഷ്ട്രീയനിലപാടുകൾ അവിഭാജ്യമാണുതാനും.

മലയാള രംഗവേദിയിൽ ബ്രെഹ്തിനെ അവതരിപ്പിച്ചതും പരിഗണിച്ചതും മറ്റൊരു വിധത്തിലായിരുന്നു. ഗ്രന്ഥരൂപത്തിലും നാമമാത്രമായ അവതരണങ്ങളിലും നവഅഭിജാത സദസ്സുകളിലാണ് അവ എത്തിപ്പെട്ടത്. ഫ്രിറ്റ്സ് ബെനവിറ്റ്സിന്റെയും മായാതാങ്ങ്ബർഗിന്റെയും പ്രസന്നയുടെയും സ്കൂൾ ഓഫ് ഡ്രാമയുടെയും രംഗപാഠങ്ങളൊക്കെ, തൊഴിലാളി വർഗ്ഗത്തിന്റെ അടിയന്തരോദ്ധാനത്തെ ഉന്നംവെക്കുന്നവ എന്നതിനേക്കാൾ ഒരു മ്യൂസിയംപീസ് എന്നതരത്തിലാണ് പ്രചരിപ്പിക്കപ്പെട്ടത്. ഇവിടുത്തെ ഒരു പൊറാട്ടുനാടകക്കാരനോ, വെള്ളരി നാടകക്കാരനോ, ചുമട്ടുതൊഴിലാളിയോ അത്തരം അവതരണത്തിൽ പങ്കാളികളായില്ല. ആദിവാസിക്കും അടിസ്ഥാനവർഗ്ഗത്തിനും അവിടെ ഇടമുണ്ടായില്ല, മാത്രമല്ല, പുറത്തുനിന്നെത്തുന്ന പുതുപ്രമാണങ്ങളെ - കലാദർശനമായാലും സാഹിത്യസിദ്ധാന്തമായാലും മൂല്യസങ്കല്പമായാലും - തെല്ലൊരാദരവോടുകൂടി ബൗദ്ധികമായി ഏറ്റുവാങ്ങുകയും, സ്വകാര്യ - പ്രായോഗിക ജീവിതത്തിൽ സാമ്പ്രദായികശീലവഴക്കങ്ങളെത്തന്നെ പുണരുകയും ചെയ്യുന്ന കേരളീയന്റെ സാംസ്കാരിക പ്രതിസന്ധിയും ഇതിനുള്ള കാരണങ്ങളിലൊന്നാണ്. ദർശനത്തിലും മൂല്യബോധത്തിലും വന്നുകൂടിയ ഈ അവ്യവസ്ഥിതാവസ്ഥയിലാണ് കച്ചേരിയും അപ്പാച്ചിഇന്ത്യനും ഒരേസമയം ആസ്വദിക്കപ്പെടുക. മാർക്സിസത്തിലും പലിശയിലും മതമൗലികവാദത്തിലും ഒരേസമയം വിശ്വസിക്കുവാൻ നമ്മുടെ ബൗദ്ധികമായ സത്യസന്ധത

നമ്മെ അനുവദിക്കുക. മാത്രമല്ല ശക്തമായ ഇടതുരാഷ്ട്രീയ പ്രചരണത്തിനുവേണ്ടി നാം കണ്ടെടുത്ത രംഗരീതി ബ്രെഹ്തിന്റേതിനു പകരം ക്ലിഫോർഡ് ഓഡറ്റി (Waiting for Lefty)ന്റേതായിരുന്നു. ബർലിനർ എൻസെംബിളിനേക്കാൾ മലയാളിക്ക് കാമ്യമായത് വോൾക്സ്ബൺ ആയിരുന്നു. കെ.പി.എ.സി. യായിരുന്നു. നിങ്ങളെന്നെ കമ്മ്യൂണി സ്റ്റാക്കി'യുടെ വൈകാരികവിജയത്തെയും പ്രത്യയശാസ്ത്ര പരാധീനതയെയും പൈങ്കിളിത്തത്തെയും ഫലപ്രദമായി മറികടക്കുവാൻ, നാടകാനന്തരം പ്രേക്ഷകനിൽ സ്രഷ്ടമാകുന്ന പ്രശാന്തതയുടെ അകർമ്മണ്യത്തിൽനിന്നും ഇടപെടലിന്റെ ക്രിയാത്മകതയിലേക്ക് എത്തിച്ചേരാൻ മലയാളനാടകവേദിയ്ക്കായില്ല. (പ്രതിഭാദരിദ്രമായ ഒരു പകപോക്കൽപോലെ നിങ്ങളാരെ കമ്മ്യൂണിസ്റ്റാക്കിയെന്നൊരു പുനർവായനായത്നം ഉണ്ടായി എങ്കിൽപ്പോലും.)

സ്വന്തം വഴിയിലൂടെ, ബ്രെഹ്തിന്റേതിനു സമാനമായ രംഗശീലത്തിൽ എത്തിപ്പെടാനായ നമ്മുടെ നാടകകൃത്ത് സി.ജെ. തോമസാണ്. വ്യക്തിവാദത്തിന്റെ ഭദ്രമായ ഒരടിത്തറയിൽ രചനാപരമായി നടത്തിയ ഒരു പരീക്ഷണമായിരുന്നു അദ്ദേഹത്തിന്റെ '1128ൽ ക്രൈം 27'. രംഗരീതികളിലും അവതരണവിധികളിലും പ്രജ്ഞാപരമായ സംവേദനമെന്ന കണക്കുകൂട്ടലുകളിലും മറ്റും എപിക് വേദിയോട് സി.ജെ.യുടെ ആട്ടത്തറ അടുത്തുനിൽക്കുന്നുവെങ്കിലും അവതരണങ്ങളുടെ കുറവുമൂലം പ്രേക്ഷകസംവാദത്താൽ വീണ്ടും വീണ്ടും പരിവർത്തിതമാകുന്ന ഒരു രചനാശില്പം അതിനുണ്ടായില്ല. ചൂഷിതരുടെ ഉത്ഥാനത്തിനായി ഉയിർത്തെഴുന്നേല്ക്കുന്ന പ്രേക്ഷകവൃന്ദം ഇവിടെ വിവക്ഷിതവുമല്ല. സി.ജെ. യുടെ പരീക്ഷണത്തെ നമ്മുടെ രംഗവേദി തിരസ്കരിച്ചതു മാത്രമല്ല, കഥകളിയെ ഊമക്കളിയെന്നു പരിഹസിച്ച സി.ജെ.യ്ക്ക് നാടോടികലകളുടെ പ്രയോഗസാധ്യത കണ്ടെടുക്കാനായില്ല എന്നതും ഇവിടെ സ്മരണീയമാണ്. സമൂഹത്തിന്റെ സർഗ്ഗാത്മകതയിലൂടെ ബോധനരംഗവേദി സൃഷ്ടിച്ച ബ്രെഹ്തിന്റേതിൽ നിന്നും വ്യക്തിവാദത്തിന്റെ ദർശനം ഭിന്നമായിരുന്നതിനാലുമാ ലാണ് സി.ജെ.യുടെ ബോധനവേദിക്കും വ്യത്യാസം സംഭവിച്ചത്.

ഏറ്റവും പുരോഗമനപരമായ, അടിയന്തര പ്രാധാന്യമുള്ള പ്രമേയത്തെ ആവിഷ്കരിക്കാൻ നാടോടി അംശങ്ങളെ ആധാരമാക്കാൻ ബ്രെഹ്ത് മടിക്കുന്നില്ല. അത്തരം അഭിനയവിധികളും ഇതരഘടകങ്ങളും സുലഭമായി നമുക്കുണ്ടെങ്കിലും അവയെ കാലാനുസൃതം പ്രയോഗിക്കാനുള്ള പ്രതിഭാവലിപ്പം നമുക്കില്ലാതെപോയി. തനതംശങ്ങൾ നിലനിർത്തിക്കൊണ്ടുതന്നെ സാർവ്വദേശീയമായ നാടോടിഘടകങ്ങളും സാർവ്വലൗകികമായ സമൂർത്തപ്രശ്നങ്ങളും അരങ്ങിലെത്തുമ്പോഴേ

പുതിയൊരു അന്യവത്കൃതനാടകവേദി നമുക്കു സൃഷ്ടിക്കാൻ കഴിയൂ. ഒരുപക്ഷേ മലയാളനാടകത്തിന് ഇനി ആവശ്യം അത്തരമൊരു വേദിയാണ്. നമ്മുടെ നാട്ടിൻപുറങ്ങളിലും ചന്തകളിലുമാണ് അതിനു വേരുകൾ. തൊഴിലാളിക്കൂട്ടായ്മകളിലും തൊഴിലില്ലാത്ത ചെറുപ്പക്കാരിലുമാണ് അവ പ്രചരിക്കേണ്ടത്. അവരുടെ അവകാശ സമരങ്ങൾ ആവിഷ്കരിക്കാനുള്ള ഉപാധികൾ വെള്ളരി-പൊറാട്ട്-കാക്കാരിശ്ശികളിൽനിന്നുമാണ് കണ്ടെടുക്കേണ്ടത്. അഥവാ സമകാലീനമായ നാടോടി രംഗാവതരണങ്ങളിൽ നിന്നുമാണ് കടംകൊള്ളേണ്ടത്. എന്നാലിവിടെ കശുവണ്ടിത്തൊഴി ലാളിയും കൂലിപ്പണിക്കാരനും ചൂഷിതരായ ബഹുഭൂരിപക്ഷവും, അവശതയനുഭവിക്കുന്നവരാരുംതന്നെ അറിയാതെ - അവർക്കു പങ്കാളിത്തമില്ലാതെ ബൗദ്ധികവ്യവഹാരങ്ങളിലും അക്കാദമിക സെമിനാറുകളിലും ബ്രെഹ്ത് തളഞ്ഞുപോകുന്നു. (അക്കാദമിക വ്യവഹാരങ്ങളുടെ മൂല്യത്തെ വിസ്മരിക്കുന്നില്ല.) ചൂഷിതനെ ചോദ്യംചെയ്യാൻ പ്രാപ്തനാക്കണമെന്ന് ഉദ്ഘോഷിച്ച രംഗവേദി അവനിൽനിന്നും തട്ടിയെടുക്കപ്പെടുന്നു. അഭിജാതവും മനോഹരവുമായ ബൗദ്ധികകിരീടം ബ്രെഹ്തിന്റെ ശിരസ്സിൽ ചാർത്തി സാധാരണക്കാർക്ക് അദ്ദേഹത്തെ അപ്രാപ്യനാക്കുന്നു. കളിക്കാരനും കാണിയുമായിക്കൂടുന്ന ജനക്കൂട്ടത്തിന്റെ സജീവമായ സർഗ്ഗാത്മകത തമസ്കരിക്കപ്പെടുന്നു. അതിന്റെ വിചാര-നടന-വിമോചനവിവക്ഷകൾ ഉൾക്കൊള്ളാൻ കഴിയാതെ വരുന്നു. എന്തെന്നാൽ പ്രായോഗികാർത്ഥത്തിൽ നമുക്ക് ബ്രെഹ്തിനെ ഇനിയും മനസ്സിലാക്കാൻ കഴിഞ്ഞിട്ടില്ല.

●

ആധാരം:

1. Brecht Bertolt (Tr. John Willet), Brecht on Theatre, Hill & Wang, New York, 1964.
2. ശങ്കരപ്പിള്ള ജി., ബെർതോൾട്ട് ബ്രെഹ്ത്, ബോധി പ്രസാധനം, തൃശ്ശൂർ, 1996.
3. ലേഖനം പ്രസിദ്ധം ചെയ്തതിനു ശേഷം, ഞാൻ 2005ൽ കാലിഫോർണിയയിൽവച്ച് മദർകറേജും കൊക്കേഷ്യൻ ചാക്സർക്കിളും നേരിട്ടുകണ്ടു. അവ അന്യവത്കരണം ഉപേക്ഷിച്ചാണ് അവതരിപ്പിച്ചത്.

2001

അന്റോണിൻ അർത്തോയുടെ ക്രൂരതയുടെ നാടകവേദി

1931 ആഗസ്റ്റ് മാസം പാരീസിൽ ഒരു കൊളോണിയൽ എക്സ്പോ (1931 Exposition Internationale Coloniale de Paris, നടന്നു. അവിടുത്തെ ഡച്ച് പവലിയനിൽ വൻതീപിടുത്ത മുണ്ടാവുകയും അത് വിവാദമാവുകയും ചെയ്തു. ലോകമെമ്പാടുമുള്ള കൊളോണിയൽ ശക്തികൾ ക്ഷയിച്ചുതുടങ്ങുന്ന ഈ ഘട്ടത്തിൽ തങ്ങളുടെ സാഹസികതയെയും അപ്രമാദിത്വത്തെയും യൂറോപ്പിനു പരിചയപ്പെടുത്തിക്കൊടുക്കുവാനും സ്വന്തനാട്ടുകാർക്ക് കൗതുകകര മായ കൊളോണിയൽ കാഴ്ചകളും സൈനികനടപടികളും കാട്ടിക്കൊ ടുക്കാനുമൊക്കെ ലക്ഷ്യം വയ്ക്കുന്ന ഒരു കൊളോണിയൽ വിനോദമായി രുന്നു ഈ എക്സിബിഷൻ. അതോടോപ്പം വിപണനവും ആഘോഷങ്ങ ളും ഘോഷയാത്രയും കലാപരിപാടികളുമുണ്ടായിരുന്നു. മായികമായ പ്രദർശനം പാരീസിന്റെ ദൈനംദിനജീവിതത്തെത്തന്നെ മാറ്റിമറിച്ച ഗംഭീരവിജയമായിരുന്നു. 'ലോകരംഗവേദി'യെന്നാണ് സംഘാടകർ അതിനുപേരിട്ടത്. യൂറോപ്പാണ് ലോകത്തിൽ ഏറ്റവും ശ്രേഷ്ഠമെന്നു പ്രഖ്യാപിക്കുവാനും, കാലിന്നടിയിൽനിന്നു ചോരുന്ന മണ്ണിനെ മറച്ചു വയ്ക്കുവാനും ആഗ്രഹിച്ചൊരുക്കിയ ആഢംബരക്കെട്ടുകാഴ്ചകളും പ്രകട നങ്ങളുമായിരുന്നു അവിടെ. ആഫ്രിക്കയിൽ നിന്നും ഏഷ്യയിൽനി ന്നും നിരവധി തദ്ദേശീയകലാകാരന്മാരും അടിമകളും അതിൽ നിർ ബന്ധിതമായി പങ്കെടുക്കപ്പെട്ടു. ആദ്യമായി യൂറോപ്പിലേയ്ക്ക് ബാലിനീ സ് നർത്തകരെത്തുന്നതും ഇതോടൊപ്പമാണ്. അവരുടെ നൃത്തവി ശേഷങ്ങളവതരിപ്പിക്കുകമാത്രമല്ല, ഖെമർകലാചാതുര്യത്തിന്റെ

മാസ്റ്റർപീസായ കംബോഡിയൻക്ഷേത്രം അങ്കോർവാട്ടിന്റെ വിശാലപ്രതിരൂപവും കുളങ്ങളും പഗോഡകളും ടവറുകളും നിറഞ്ഞ ഭൂപ്രദേശങ്ങളും ഗ്രാമങ്ങളും മാത്രമല്ല ജാവയിലെ പെൻഡോപോയെന്ന കൂത്തമ്പലംപോലും അതിന്റെ ഭാഗമായി നിർമ്മിക്കപ്പെട്ടു. 110ഹെക്ടർ ച.വി. യിലായിരുന്നു അത് ഒരുക്കിയത്. പാരീസിലെ ഏറ്റവും പഴയ മെട്രോപോലും അവിടംവരെ നീട്ടിക്കൊടുത്തു. അതിനുചുറ്റുമായും ഉള്ളിലും തടാകങ്ങളും വാഹനസൗകര്യങ്ങളുമൊരുക്കി. നാലുവർഷത്തോളം ആയിരക്കണക്കിനാളുകൾ ചേർന്നാണ് അത് കെട്ടിപ്പൊക്കിയത്. 'ഒറ്റദിവസംകൊണ്ട് ലോകസഞ്ചാര'മെന്നതായിരുന്നു മുദ്രാവാക്യം. ആറുമാസത്തോളം നീണ്ടുനിന്ന പ്രദർശനം എട്ടുദശലക്ഷത്തോളംപേർ വീക്ഷിച്ചു. കൊളോണിയൽ അപ്രമാദിത്വത്തിന്റെ അന്ത്യകാല മേനിനടിപ്പായിരുന്നു ലക്ഷ്യമെങ്കിലും കലുഷിതമായ ലോകസാഹചര്യങ്ങളുടെ പേരിൽ, പ്രത്യേകിച്ചും ഗാന്ധിജിയുടെ നിസ്സഹകരണപ്രസ്ഥാനത്തിന്റെ പേരിൽ ഇംഗ്ലണ്ടിനുവിട്ടുനിൽക്കേണ്ടിവന്നു. എക്സ്പോയ്ക്ക് നേതൃത്വം നല്കിയ ഡച്ചുകാർക്ക് തന്മൂലം കൂടുതൽ സാമ്പത്തികബാധ്യതയുണ്ടാവുകയും ചെയ്തു. സാമ്പത്തികനഷ്ടം കുറയ്ക്കുവാനായി, ഹോളിവുഡ് കമ്പനികളുമായി രഹസ്യധാരണയുണ്ടാക്കുകയും പെട്ടെന്നു കത്തുന്നമെഴുകും തടികളുമുപയോഗിച്ച് പൗരാണിക ക്ഷേത്രം ഒരുക്കുകയുമാണുണ്ടായത്. പ്രദർശനാനന്തരം ത്രില്ലർഹോളിവുഡ് സിനിമയ്ക്കായി അവ അഗ്നിക്കിരയാക്കാമെന്നുമായിരുന്നു ധാരണ. എന്നാൽ പ്രദർശനാരംഭത്തിനുമുന്നേ ജൂൺ 28 രാത്രി, നർത്തകരുറങ്ങവേയത് അഗ്നിക്കിരയായി. അവരുടെ വസ്ത്രങ്ങളും ചമയങ്ങളുമെല്ലാം കത്തിക്കരിഞ്ഞു പോയി. ജീവനും കൊണ്ടോടിയ നർത്തകർ നിസ്സഹായരായി. കോളിളക്കമുണ്ടാക്കിയ ഈ തീപിടുത്തത്തിനുപിന്നിൽ ഷോർട്ട്സർക്യൂട്ടാണെന്നും സർറിയലിസ്റ്റുകളോ അരാജകവാദികളോ കൊളോണിയൽവിരുദ്ധശക്തികളോ ഫ്രഞ്ച്കമ്മ്യൂണിസ്റ്റുകളോ ആണെന്നും സംശയങ്ങൾ വ്യാപിച്ചു. കോളനികളുടെ റിപ്ലിക്കയുണ്ടാക്കാനായി അവിടുത്തെ ടോപ്പോഗ്രഫി കൃത്രിമമായി സൃഷ്ടിക്കുകമാത്രമല്ല, അവിടുത്തെ മനുഷ്യരെയും ജന്തുജാലങ്ങളെപ്പോലും കൊണ്ടുവരുകയും തടവിൽ വയ്ക്കുകയുമായിരുന്ന കൊളോണിയൽ മേലാളർ. കലാകാരന്മാർ അശരണരും അസ്വതന്ത്രരുമായിരുന്നു. പാരീസിലെ സ്വതന്ത്രബുദ്ധിജീവികളിൽ അത് അസ്വാരസ്യങ്ങളുണ്ടാക്കി. അവിടെ അരങ്ങേറിയ ബാലിനീസ് നൃത്തം കാണുവാൻ അന്റേണിൻ അർത്തോ (Antonin Artaud)യും പോയിരുന്നു. അരങ്ങിന്റേതുമാത്രമായൊരു ഭാഷതേടി അലയുകയായിരുന്ന അദ്ദേഹത്തെ അത് സ്വാധാനിച്ചു. ഡച്ചുപവലിയനിലിൽ കലാരൂപങ്ങളോടും ഭരണനേട്ടങ്ങളോടുമൊപ്പം പ്രദർശിപ്പിച്ചിരുന്ന

മലേറിയയേയും പ്ലേഗിനേയും നേരിട്ടതെങ്ങനെയെന്നുവിവരിക്കുന്ന മെഡിക്കൽ പവലിയനും അർത്തോയെ ആകർഷിച്ചിരുന്നു. ഉടൻ പ്രതികരണമെന്ന നിലയിൽ ഒക്ടോബറിൽതന്നെ അതേക്കുറിച്ച് അദ്ദേഹം നൗവെല്ലെ റിവ്യൂ ഫ്രാൻചെയ്സെയിൽ കുറിപ്പെഴുതിയിരുന്നു. ഏഴുവർഷങ്ങൾക്കുശേഷം കൂടുതൽ സങ്കീർണമായതും ഏകാന്തമായതുമായ നാടകസിദ്ധാന്തമായി അത് രൂപപ്പെട്ടു അതാണ് Theatre and Its Double. Theatre of Cruelty എന്ന നാടകസങ്കല്പം അതിലാണ് അവതരിപ്പിക്കപ്പെടുന്നത്.

അർത്തോ അവിടെ കണ്ടിരിക്കാനിടയുള്ളത്, ബാലിയിലെ ഹൈന്ദവപാരമ്പര്യത്തിലെ പുരാണനൃത്തരൂപങ്ങളുടെ സ്വാഭാവികാവിഷ്കാരമായിരിക്കില്ലയെന്നും റാക സൊക്കാവതി (Prince Tjokorda Gde Raka Soekawati)യുടെ നേതൃത്വത്തിലുള്ള പെലിയാത്തൻഗ്രാമത്തിലെ നർത്തകരുടെ ഗാമെലൻ (gamelan)നർത്തന (janger)മായിരിക്കുമെന്നും കരുതപ്പെടുന്നു. ക്ഷേത്രത്തിനുള്ളിൽ, പരിസരത്തിൽ, വെളിയിൽ എന്നിങ്ങനെ എവിടെ അവതരിപ്പിക്കുന്നുവെന്നതിനെ അടിസ്ഥാനമാക്കിയായിരുന്നു അവയുടെ ശുദ്ധിയും മേന്മയും കണക്കാക്കിയിരുന്നത്. ടൂറിസ്റ്റുകൾക്കും മതേതരസന്ദർഭങ്ങൾക്കുമായി അവയിൽ പരിഷ്കരണങ്ങൾ വരുത്തിയിട്ടുണ്ടായിരുന്നു. എങ്കിലും സ്വശരീരത്തിലേയ്ക്കുള്ള ആയുധപ്രയോഗങ്ങളടങ്ങിയ, രാക്ഷസകഥകളുടെ പിൻബലമുള്ള മാന്ത്രികവും പൗരാണികവുമായ ആഭിചാരക്രിയപോലുള്ള ശൈലീകൃതാവതരണം പാരീസിന് അദ്ഭുതമായി, അതവരെ ആദിമവും ശുദ്ധവുമായൊരു രംഗഭാഷയെ ഓർമ്മിപ്പിച്ചു. ഏഷ്യൻ അനുഷ്ഠാന രംഗാവതരണങ്ങളെക്കുറിച്ചുള്ള ചില ഉൾക്കാഴ്ചകൾ അത് അർത്തോയ്ക്ക് നല്കിയിട്ടുണ്ടാവമെന്ന് ലിയനാർഡോ പ്രോങ്കോ (Leonardo Pronko)യെപ്പോവുള്ള കബൂക്കി പണ്ഡിതനടൻ നിരീക്ഷിക്കുന്നുണ്ട്.

In fact the strange thing about all these gestures, these angular, sudden, jerky postures, these syncopated inflexious formed at the back of throat, these musical phrase cut short, the shared flights, rustling branches, hollo drum sounds, robot creaking annimated puppet dancing, is the feeling of a bodily language no longer based on words but on signs which emerges through the maze of gestures, postures, airbone cries, through their gyrations and turns, leaving not even the smallest area of stage space unused. എന്നിങ്ങനെ ആവേശത്തോടുകൂടി എഴുതുമ്പോൾ, വാചികത്തിനപ്പുറമുള്ള അരങ്ങുഭാഷയെക്കുറിച്ച് ഒനീൽ

മുതൽ പാശ്ചാത്യനാടകവേദിയിലുയർന്ന ചോദ്യങ്ങൾക്ക് പൗരസ്ത്യ രംഗവേദിയിലൂടൊരു മറുപടി കണ്ടെത്തുകയായിരുന്നു അർത്തോ. അതിനുകാരണം പാശ്ചാത്യരംഗപാരമ്പര്യത്തോടുള്ള വിയോജിപ്പാണ്, പൗരസ്ത്യാഭിനിവേശമല്ല എന്നഭിപ്രായപ്പെടുന്ന നിക്കോളാസവാരസിനെപ്പോലുള്ളവരുമുണ്ട്. എങ്കിലും ആ അന്വേഷണം അത്യന്തം പ്രസക്തമായിത്തീരുന്നതാണ് പിന്നീട് നാം കാണുന്നത്.

കഴിഞ്ഞനൂറ്റാണ്ടിൽ നാടകലോകത്തുണ്ടായിരുന്ന ഏറ്റവും പ്രധാനപ്പെട്ട ചോദ്യമെന്നത് സാഹിത്യവും വേദിയും തമ്മിലുള്ള ബന്ധത്തെപ്പറ്റിയുള്ളതായിരുന്നു. അരങ്ങിലാണ് നാടകസായൂജ്യമെന്ന് മുൻപുതന്നെ അംഗീകരിക്കപ്പെട്ടിരുന്നുവെങ്കിലും എഴുത്തുകാരനെ ആധാരമാക്കിയുള്ള വിശകലനങ്ങളും വിലയിരുത്തലുകളുമായിരുന്നു നിലവിലുണ്ടായിരുന്നത്. എഴുത്തുകാരൻ കൃതിയിലൊളിപ്പിച്ചുവച്ചിരിക്കുന്ന പൊരുളിനെ കണ്ടെത്തി, തദനുസൃതമായി ധ്വനിപാഠം നിർമ്മിച്ചെടുക്കുകയായിരുന്നു നാടകാവതരണത്തിന്റെ ലക്ഷ്യം. സ്റ്റാനിസ്ലാവ്സ്കിയെപ്പോലുള്ള സംവിധായകരെത്തുമ്പോഴേയ്ക്കും ധ്വനിപാഠത്തെ വിജയകരമായി ആവിഷ്കരിക്കുവാനുള്ള നടനശരീരത്തെ തിയേറ്റർ ലബോറട്ടറികളിൽ നിർമ്മിച്ചെടുക്കുവാനുള്ള ചിട്ടകളും പരിശീലനങ്ങളും വികസിപ്പിക്കുന്നുണ്ട്. അതിനുമുമ്പുതന്നെ നടന്റെ സർഗാത്മകതയ്ക്കും ആവിഷ്കാരത്തിന്റെ പ്രാമാണ്യത്തിനും പ്രാമുഖ്യം നല്കുന്ന നിരവധി നാടക പരീക്ഷണങ്ങൾ നടന്നിരുന്നു. ലൂയി പിസ്കേറ്ററും ശിഷ്യൻ ബ്രെഹ്ത്തും എപിക് തിയേറ്ററിലൂടെ വൈചാരികതയെ മുന്നിൽവയ്ക്കുമ്പോൾ എഴുത്തിൽ നിന്നും വേദിയിലേയ്ക്കുള്ള ഊന്നൽ പ്രകടമാക്കുന്നുണ്ട്. എന്നാൽ അന്റോണിൻ അർത്തോയുടെ നാടകസംരംഭങ്ങൾ ഈ ദിശയിലുള്ള തീവ്ര പരിശ്രമങ്ങളായിരുന്നു. പിൽക്കാലത്ത് ഇത്തരമൊരഭിനിവേശം ഗ്രോട്ടോവ്സ്കിയും മറ്റൊരുവിധത്തിൽ തിയേറ്റർ ഓഫ് പോവർട്ടിയെന്ന പേരിൽ നിർവഹിക്കുന്നുണ്ട്. ക്രൂരതയുടെ നാടകവേദിയുടെ കാതലായ വിവക്ഷ അരങ്ങിനെ സാഹിത്യത്തിൽനിന്നും മോചിപ്പിക്കുകയും അതിലൂടെ അവാച്യമായ അരങ്ങിന്റെ സിദ്ധിവിശേഷങ്ങൾ അനുഭവവേദ്യമാക്കുകയുമായിരുന്നു. അരങ്ങ് ഒരു രോഗമാണ്എന്തെന്നാൽ അത്യുന്നതമായൊരു തുലനാവസ്ഥയാണത്, വിധ്വംസകമായല്ലാതെ അത് സ്വായത്തമാക്കാനാവില്ല. എന്നാണ് അർത്തോയുടെ അഭിപ്രായം. പ്ലേഗും അരങ്ങും തലച്ചോറിലും ശ്വാസകോശത്തിലുംമാത്രമേ ബാധിക്കൂ. ആന്തരാവയവങ്ങളിൽ അസംഖ്യം രക്തസ്രവങ്ങളുണ്ടാക്കും. ആ വ്രണങ്ങളെ ശുശ്രൂഷിക്കലാണ് തിയേറ്ററും ചെയ്യുന്നത്. അനുഷ്ഠാനപരമോ മാന്ത്രികമോ ആയ ഒരു അന്ത്യകർമ്മം പോലെ അത് വിശുദ്ധവും നേരിട്ടുള്ളതുമാകുന്നു. അരങ്ങിലേയ്ക്കുള്ള കൈപ്പുസ്തകങ്ങൾക്കവിടെ

സ്ഥാനമില്ല. കാവ്യബിംബങ്ങളുടെ ആത്മീയശക്തിയിലൂടെയാണ് അവിടെ സംവേദനം. സർവനാശത്തിലേയ്ക്ക് നാമടുത്തുകൊണ്ടിരിക്കുമ്പോൾ, ഇരുണ്ടശക്തികളുടെ കൊട്ടംവിപത്തുക്കളാൽ വലയംചെയ്യപ്പെട്ടുമ്പോൾ അരങ്ങ് അസാധ്യമായതിനെയും അപരിചിതമായതിനെയും പരിചയപ്പെടുത്തുന്ന, തീക്ഷ്ണസൂര്യതാപത്തെവർഷിച്ചുതരുന്ന ഒരിടമായിമാറും. അരങ്ങിന്റെ ഭൗതികതയിൽ നിന്നുരുവപ്പെടുന്ന കൂടുതൽ സമൂർത്തവും ദൃശ്യവുമായൊരു ഭാഷയിലൂടെ മാത്രമേ അത് കരഗതമാകൂ. വാചികഭാഷയുടെ പരിമിതികളെ അതിവർത്തിക്കുന്ന ഇന്ദ്രിയബദ്ധമായ ഒരു കാവ്യഭാഷയാണത്. ദുഷിച്ചുപോയിട്ടില്ലാത്ത ചില നാടോടി പാന്റോമൈമുകളിൽ മാത്രം കാണുന്ന ആംഗികത്തിലൂടെയും മനോഭാവത്തിലൂടെയും ചിഹനസൂചനകളിലൂടെയും സംവദിക്കുന്ന വാഗതീതമായ ആ നടനഭാഷയെ അരങ്ങ് വീണ്ടെടുക്കുകയാണ് വേണ്ടത്. അരങ്ങിന്റെ ഭൗതികപ്രലോഭനമാണ് അത്തരമൊരുഭാഷയ്ക്കാധാരം. അദ്ദേഹമെഴുതുന്ന

I say this concrete language (of stage), intended for the senses and independent of speach has first to satisfy the senses, that there is a poetry of the senses as there is a poetry of language, and that the concrete physical language to which I refer is truly theatrical only to the degree that the thoughts it express are beyond the reach of the spoken english.

അദ്ദേഹം തന്റെ വേദീചിന്തകളവതിപ്പിച്ചത് താഴെക്കൊടുത്തിട്ടുള്ള രംഗാവിഷ്കാരങ്ങളിലൂടെയും തിയേറ്റർ ആൻഡ് ഇറ്റ്സ് ഡബിളിലും മറ്റുമാണ്. പക്ഷേ അവ അന്ന് വേണ്ടത്ര സ്വീകരിക്കപ്പെട്ടിരുന്നില്ലയെങ്കിലും അവയുടെ ആക്രമണോത്സുകതയും ചടുലതയും നൂറ്റാണ്ടുകളോളം നിലനിന്നു.

THE SPURT OF BLOOD, PAUL THE BIRD-LIKE, THE BUTCHERS REVOLT, THE SCALLAPP AND THE CLERGYMAN, THE DREAM PLAY, THE GHOST ZONATA, CENCI

ആദ്യനാടകമായ ദി സ്പർട്ട് ഓഫ് ബ്ലഡ് 1925-ലാണ് അവതരിപ്പിച്ചത്. അരങ്ങിന്റേതു മാത്രമായ ഭാഷകണ്ടെത്താനുള്ള പരീക്ഷണം അതിലുണ്ടായിരുന്നു. നിരവധി ദൃശ്യബിംബങ്ങൾ കോർത്തൊരുക്കുന്ന മൊണ്ടാഷായിട്ടാണ് അത് ചിട്ടപ്പെടുത്തിയിരുന്നത്. മൊണ്ടാഷും മീസെൻസീനും പുതിയൊരു ദൃശ്യ ഭാഷതേടാനുള്ള ഉപാധികളായി അന്ന് വികസിച്ചു വന്നിരുന്നു. നാടകാദിയിൽ പ്രണയ ജോഡികൾ പ്രത്യക്ഷപ്പെടുന്നു. പൊടുന്നനെ ആകാശത്തിൽനിന്നുള്ള അതീത ശക്തികൾ അവർക്കിടയിൽപേമാരിയാകുന്നു. മനുഷ്യാവയവങ്ങളും

കീടങ്ങളും ചിതറിയവസ്തുക്കളും അവരെ വീർപ്പുമുട്ടിക്കുന്നു, ഭ്രമാത്മമായ വെളിച്ചം അതിനകമ്പടിയാകുന്നു. കൊടുങ്കാറ്റിനുശേഷം കമിതാക്കൾഅരങ്ങൊഴിയുമ്പോഴേയ്ക്കും യോദ്ധാവും നഗ്നയും എത്തുന്നു. ലൈംഗികച്ചുവയുള്ള സംഭാഷണങ്ങൾക്കും പെരുമാറ്റങ്ങൾക്കും ശേഷം പുരുഷൻപോകുന്നു. പുരോഹിതനുമായി അവൻ നടത്തുന്ന സംവാദം അവസാനിപ്പിക്കുവാൻ ദൈവം തന്നെ ഇറങ്ങിവരുകയാണ്. വന്നപാടെ ദൈവം, രംഗത്തെത്തിയ വേശ്യയെ കടന്നുപിടിക്കുന്നു. അവന്റെ കൈത്തണ്ടകടിച്ചുമുറിച്ച് അവൾ രക്ഷപ്രാപിക്കുന്നു. അതോടെ ചോരപ്രളയമാകുന്നു. ഇടിമിന്നലുകൾവർഷിച്ച് ദൈവം ശിക്ഷ നടപ്പിലാക്കുന്നു. അരങ്ങ് ലൈംഗികതയുടെയും സങ്കല്പശേഷിയുടെയും പരമകാഷ്ഠയിലെത്തുന്നു. നഗ്ന സ്വന്തം മുലകൾ ഉയർത്തി പ്രകടിപ്പിക്കുന്നതും അവളുടെ വസ്ത്രത്തിനടിയിൽനിന്നും തേളുകൾ ഇറങ്ങിവരുന്നതും യോദ്ധാവിന്റെ ലിംഗത്തിൽപൊതിയുന്നതുമടക്കം അപ്രതീക്ഷിതവും പ്രകടനപരവുമായ രംഗങ്ങൾ അതിലൊരുക്കിയിരുന്നു. ശബ്ദങ്ങളും താളങ്ങളും വെളിച്ചക്രമീകരണങ്ങളുമെല്ലാം അപരിചിതമായ ഡിസൈനിലൂടെ മാറ്റപ്പെടുത്തുകയായിരുന്നു അർതോ. അതുവരെ അനുഭവിച്ചിട്ടില്ലാത്ത ഒരു ഭാവമേഖലയിലേയ്ക്ക് പ്രേക്ഷകരെത്തുമെന്നായിരുന്നു കരുതിയിരുന്നതെങ്കിലും അവതരണം പരാജയമായിരുന്നു. മനുഷ്യജന്തുവിന് സംഭാഷണത്തിനുപരിയായ സംവേദനം സാധ്യമാണെന്നും യുക്ത്യതീതവും സാരോപദേശങ്ങൾക്കപ്പുറത്തുള്ളതുമായ ശക്തിമത്തായ അരങ്ങനുഭവം സൃഷ്ടിക്കുകയുമാണ് നാടകലക്ഷ്യമെന്നും അപ്പോഴും അദ്ദേഹം വിശ്വസിച്ചു. പോൾ ദി ബേഡ്-ലൈക്ക് എന്ന അടുത്ത അവതരണം അതുദ്ദേശിച്ചായിരുന്നു. അതിനുശേഷം ബാലീ നർത്തകരെ കാണുമ്പോഴാണ് അരൂപമായി അകത്തുണ്ടായിരുന്നവയ്ക്ക് അരങ്ങിലൊരു ദൃഷ്ടാന്തം അയാൾക്ക് ലഭിക്കുന്നത്.

വാക്കുകൾ ചിന്തയെ തളർത്തുകയേയുള്ളുവെന്നുവിശ്വസിച്ചിരുന്ന അർതോ ആദ്യകാലത്ത് സംഗീതത്തെയാണ് അരങ്ങിൽ പകരംവയ്ക്കുവാൻശ്രമിച്ചത്. യുക്തിക്കുമീതേ നിലകൊള്ളുവാനും അബോധത്തെ സ്വതന്ത്രമാക്കുവാനും സംഗീതത്തിനാവുമെന്നും തദ്വാരാ പ്രാപഞ്ചിക സത്യത്തെ അറിയുവാൻ അത് വ്യക്തിയെ പ്രാപ്തമാക്കുമെന്നും അയാൾവിശ്വസിച്ചു. കവിതകളാണ് അദ്ദേഹം അരങ്ങിൽ അവതരിപ്പിച്ചവയിൽ കൂടുതലുമെന്നതും ശ്രദ്ധേയമാണ്. സിലബിളുകളുടെ ആവർത്തനത്തിലും താളാത്മകയിലും വ്യത്യസ്ത സ്വരിക്കലിലുമൊക്കെ എണ്ണമറ്റ മനോരൂപകങ്ങളെ സൃഷ്ടിക്കാമെന്നും മായികവും മാന്ത്രികവുമായൊരു അപരസംവേദനം അതിലൂടെ സാധ്യമാക്കാമെന്നും അയാൾ കരുതി. അതിനായി ആവർത്തിച്ചുച്ചരിച്ച്

അർഥമുണ്ടാക്കുവാനായി ചില വിചിത്രശബ്ദമൂലകച്ചേരുവകൾപോലും അദ്ദേഹം ഉണ്ടാക്കി. ഷിറ്റ് ഓൺ ദ സ്പിരിറ്റി(1947)നുവേണ്ടി അദ്ദേഹമുണ്ടാക്കിയ ചിലവ താഴെ കൊടുക്കുന്നു.

lo kundum

a papa

da mama

la mamama

a papa

dama

അരങ്ങിന്റേതുമാത്രമായ ഭാഷതേടിയുള്ള അർത്തോയുടെ യാത്രയുടെ കൂട്ടിച്ചേർക്കലുകളായിരുന്നു കഴിഞ്ഞനൂറ്റാണ്ടിലെ ലോകനാടകവേദിയിലെ സാർഥകമായപരിശ്രമങ്ങൾ. മറ്റൊരു തരത്തിലും സാധ്യമാകാത്തതും അരങ്ങിന്റേതുമാത്രമായതുമായ ആ സംവേദനശക്തിവിശേഷം മനുഷ്യന്റെ ആദിമമായ വൈകാരികതയാണെന്നും യുക്തിയ്ക്കും മുൻപുള്ള പ്രാപഞ്ചികമായ വ്യാവഹാരികത അതിന് ആധാരമാണെന്നും പുരാതനസംസ്കൃതികളിലും അനുഷ്ഠാനങ്ങളിലും അവയുടെ അടയാളങ്ങൾ സംരക്ഷിതമാണെന്നും അവയെ വീണ്ടെടുക്കുന്നതിലൂടെ മാത്രമേ പുതിയൊരു രംഗഭാഷരൂപീകരിക്കപ്പെടുകയുള്ളൂവെന്നും അന്റോണിൻ അർത്തോ കരുതി. ആഭിചാരകർമ്മംപോലെ ആയിത്തീരേണ്ടുന്ന ആ അരങ്ങിൽ പ്രേക്ഷകരോ അവതാരകരോ ഇല്ലെന്നും മനുഷ്യകുലമൊന്നാകെ പങ്കെടുക്കുന്ന സർഗവിനിമയത്തിന്റെ മാന്ത്രികതമാത്രമേ അവിടെ സംഭവിപ്പിക്കുന്നുള്ളൂവെന്നും അനുഭവത്തിന്റെ അത്തരം ഉജ്വലമുഹൂർത്തമാണ് തിയേറ്റർ സൃഷ്ടിക്കേണ്ടതെന്നുമാണ് അയാൾ കരുതുന്നത്. അതിന്റെ തീവ്രവും ക്രൂരവും മതാത്മകവുമായ പങ്കിടൽ നാടകാനുഭവത്തിന്റെ ഉദാത്തയിടങ്ങളിലേയ്ക്ക് പ്രേക്ഷകരെ ഉയർത്തും. വാക്കുകൾക്കപ്പുറമുള്ള നാടകമാത്രസാധ്യമായ സംവേദനമാണ് ക്രൂരതയുടെ നാടകവേദി ലക്ഷ്യം വയ്ക്കുന്നത്. അനുഷ്ഠാനസമവും ശൈലീകൃതവും പ്രാക്തനവും സമൂഹ - അബോധങ്ങളെ ചൂഴ്ന്നുനില്ക്കുന്നതുമായ ഒന്നാണ് അതിന്റെ അവതരണസങ്കേതങ്ങൾ. നാടകത്തിന്റെ പ്രാക്തനതയിലും മനുഷ്യരാശിയുടെ വാഗതീതസംവേദനത്തിലുമുള്ള വിശ്വാസമാണ് വചനത്തിൽ നിന്നും മാംസത്തെ വിടർത്തിയെടുക്കാനുള്ള വ്യഗ്രതയാണ് ക്രൂരതയുടെ നാടകവേദി പ്രകടിപ്പിച്ചത്. തികഞ്ഞ ഓക്സിഡന്റലിസ്റ്റുകളുടെ പ്രദർശനവേദിയിൽ നിന്നുമാണ് ഇത്തരമൊരു ഓറിയന്റൽ ചായ് വിന് വിത്തുവീണതെന്നത് യാദൃച്ഛികതയും. എന്തായാലും

പൗരസ്ത്യദേശത്തേയ്ക്ക് നാടകാന്വേഷകരും പഠിതാക്കളും പ്രവഹിക്കുന്ന കാഴ്ചയാണ് തുടർന്നുകാണാവുന്നത്. നമ്മുടെ അനുഷ്ഠാനങ്ങളെയും ക്ലാസിക്കുകളെയും മറ്റൊരുതരത്തിൽ നോക്കിക്കാണുവാൻ നമ്മുടെതന്നെ നാടകപ്രവർത്തകരെയും അത് ഉണർത്തി. തിയേറ്റർ ടൂറിസത്തിലേയ്ക്കുപോലും ഇന്നത് വികസിച്ചിട്ടുമുണ്ട്. ചുരുക്കത്തിൽ കിംബർലി ജന്നരോൺ (Kimberly Jannarone)ചൂണ്ടിക്കാട്ടുന്നപോലെ നിരന്തരം മനോരാഗത്തിനടിപ്പെട്ട, ക്ഷീണിതനായ മന്ത്രവാദിയെപ്പോലുള്ള അർത്തോയുടെ അരങ്ങ് ഭാഷതേടിയുള്ള വിശുദ്ധ അന്വേഷണങ്ങളാണ് ഈനൂറ്റാണ്ടിലെ വിപ്ലവാത്മകമായ അരങ്ങിലെ പ്രതിരോധങ്ങൾക്കും, സ്വതന്ത്രവും ഉദാരവും നവീനവുമായ സാമൂഹ്യാശയങ്ങൾക്ക് വേണ്ടിയുള്ള ധീരമായ നാടകപരീക്ഷണങ്ങൾക്കും ആധാരശിലയായത്.

●

Ref.

1. Theatre and Its Double:Antonin Artaud, Grove Press, NY.
2. Antonin Artaud SeesBalinees Theatre at the Paris Colonial Exposition-Nicola Savarese.

അരങ്ങാഴങ്ങളിലേയ്ക്ക് ചൂണ്ടുന്ന ഉടലുകൾ

മലയാള പ്രേക്ഷകർക്ക് അപരിചിതമായ ഉടലാട്ടം(Corporeal mime കാലിക്കറ്റ് സർവകലാശാലയിൽ 2016 ഡിസംബർ 15ന് വൈകിട്ട് 6-30ന് അരങ്ങേറി. യൂറോപ്പിലും അമേരിക്കയിലും തിയേറ്റർ പര്യടനം ചെയ്തുകൊണ്ടിരിക്കുന്ന സംഘത്തിന്റെ പ്രഥമ ഇന്ത്യൻ യാത്രയാണിത്. അമേരിക്കയിൽ ജനിച്ചുവളർന്ന എന്റെ സുഹൃത്ത് ഇർഫാനാ മജുംദാരും (Irfana Majumdar)അവരുടെ ഭർത്താവ് ഗൗരവ് സായ്നി(Gaurav Saini)യും ഫ്രഞ്ചുകാരിയായ സീലിയ ഡൂഫോർന(Celia Dufournet)യുമായിരുന്നു സംഘാംഗങ്ങൾ. നിർമ്മാണെന്നപേരിൽ വാരണാസിയിൽ ഒരു തിയേറ്റർ ഗ്രൂപ്പും ഇർഫാനയ്ക്കുണ്ട്. അവരൊരുക്കിയഏകാംഗ (Solo)രംഗാവതരണത്തിന്റെ അനുഭൂതി, വാക്കുകൾക്കതീതമായിരുന്നു. വ്യത്യസ്തമായൊരു ലാവണ്യാത്മക കലാനുഭവമായി കാമ്പസ് സമൂഹം അതേറ്റുവാങ്ങി. അഭിനേതാവിന്റെ ശരീരത്തിലൂന്നിയുള്ള രംഗരചനയാണ് ഉടലാട്ടം. നടിയുടെ ശരീരം അരങ്ങിന്റെ തലങ്ങളിൽ നിറയുന്നതും ശില്പസമാനമായ പട്ടുതികളിലും അസാധാരണ ചലനമാതൃകകളിലും അസാധ്യമായ നിലകളിലുംകൂടി സവിശേഷമായൊരു കാവ്യാനുഭവം സൃഷ്ടിക്കുന്നതിനും അവർക്കായി.

ഇർഫാനയുടെ രംഗാവതരണം ജാക് വെതർഫോർഡ് എഴുതിയ ചെംഖിസ്ഥാന്റെ ചരിത്രത്തെ മുൻനിർത്തിയുള്ള മനോധർമ്മ പ്രകടനമായിരുന്നു. ആധുനിക ലോകനിർമ്മിതിയിൽ പങ്കാളികളായ ചെംഖിസ്ഥാൻ, ബാബർ, ഗാന്ധി മുതലായ ചരിത്രപുരുഷന്മാരെ

ആസ്പദമാക്കി വികസിപ്പിച്ച വാർലോഡ്സ് -ലെ ഒരു ശകല മായിരുന്ന പ്രമേയം. എറ്റിനിഡിക്രു(Etienne Decroux)വിന്റെ ശിഷ്യനും ഇന്ന് ജീവിച്ചിരിക്കുന്ന കോർപ്പറിയൽമൈമിന്റെ മുഖ്യ പ്രയോക്താവുമായ തോമസ് ലിബ്ഹാർട്ട് (Thomas Leabhart) ന്റെ പരിശീലന/വ്യായാമശൈലിയാണ് അതിന് അവലംബിച്ചത്. ചലനത്തിനും നിശ്ചലതയ്ക്കുമായി മുളക്കഷണത്തെ പ്രയോജനപ്പെടു ത്തി, വിപുലമായ ബിംബാവലികളുണ്ടാക്കുകയാണ് അതിന്റെ രീതി. പശ്ചാത്തലത്തിലെ ആകാശവും അതിരായ് വിതറിയ പുല്ലുകളും അവതരണത്തിലിടംപിടിക്കും. നീലത്തുണി നദിയായും പുടവയായും പരിണമിക്കും. ചെംഖിസ്ഥാൻ കണ്ട കാല്പനികമായ മംഗോളിയൻ പ്രകൃതിദൃശ്യങ്ങളിലെ വന്യവും സുന്ദരവുമായ ബുർഖാൻ ഖാൽദുൽ മലനിരകളും ഒനോൻ നദിയും നീലാകാശവും പുൽത്തകിടികളും അരങ്ങിലെത്തിക്കുവാനുള്ള ഉപാധികളാണവ.

പ്രകൃതിയുടെ ഭാഗമായിനിന്ന്, അതിന്റെ തന്നെ വൈരുദ്ധ്യ ങ്ങളിൽപെട്ട് നീങ്ങുന്ന അവസ്ഥയെ, കഠിനഹൃദയനെന്ന് വിളി ക്കപ്പെടുന്ന ചെങ്കിസ്ഥാനും അദ്ദേഹത്തിന്റെ മകളും തമ്മിലുള്ള അതിതരളമായബന്ധത്തെ മുൻനിർത്തി ഭാവനാത്മകമായി സങ്കല്പിച്ചെടുക്കുകയായിരുന്നു താനെന്ന് ഇർഫാനാ പറഞ്ഞു. ക്രൂര നെന്നു ചരിത്രം പറയുന്ന ചെങ്കിസ്ഥാന്റെ സ്ത്രീകളോടുള്ള സമീപനം അത്യന്തം പുരോഗമനകരമായിരുന്നുവെന്ന തിരിച്ചറിവാണ് പുതിയ പഠനങ്ങൾ നല്കുന്നത്. ദൃഢവും അതേസമയം വഴങ്ങുന്നതുമായ ചെമ്പുകമ്പിയെ രൂപകാത്മകമായി പ്രയോഗിച്ചാണ് അത് അരങ്ങി ലെത്തിച്ചത്. ജനനസമയത്തും വിവാഹത്തിന് മുന്നോടിയായും പാടുന്ന ഭോജ്പുരി നാടോടിപ്പാട്ടോടുകൂടിയാണ് ആരംഭിക്കുന്നത്. ഭൂകമ്പത്തിന് സാക്ഷിയായ വൃദ്ധയുമായുള്ള അഭിമുഖവും ഞാനിതിൽ പരീക്ഷിച്ചിട്ടുണ്ട് എന്നവർ പറഞ്ഞു. ഒരുമുളങ്കഷണത്തിന്റെ മുകളിൽ കയറിനിന്നുള്ള ചടുലവും ഭീതിദവും അതേസമയം സന്തുലിതവുമായ ശരീരപ്രയോഗം അതിനായി അവലംബിച്ചു. അവയെല്ലാം സവിശേ ഷവിധത്തിൽ ബന്ധപ്പെടുന്നുവെന്നാണ് എന്റെ അനുഭവം എന്നും അവർ വിശദമാക്കി. പ്രമേയമെന്നത് കേവലം ഒരുതുടക്കം മാത്രമാ ണെന്നും അത് അങ്ങനെ സംവദിക്കുകയല്ല, മറിച്ച് കാഴ്ചക്കാരനെ അവന്റെ തന്നെ അനുഭവത്തിലേയ്ക്കും സങ്കല്പത്തിലേയ്ക്കും സർഗാത്മക ചാർച്ചകളിലേയ്ക്കും നയിക്കുകയാണ്, അതിനു ചലനത്തിലൂടെയും സംഗീതത്തിലൂടെയും പ്രത്യക്ഷരംഗപാഠത്തിലൂടെയും നിമിത്തമാ കുകയാണ് ഉടലാട്ടത്തിന്റെ ലക്ഷ്യമെന്നും അവർ പറഞ്ഞു.

സീലിയയുടെ അവതരണം, ഗ്രിംസഹോദരന്മാരുടെ സ്നോവൈറ്റും

ഏഴുകുള്ളന്മാരും എന്ന പ്രഖ്യാത നാടോടിക്കഥയെ ആസ്പദമാക്കി യുള്ളതായിരുന്നു. യൂറോപ്പിന്റെ ഫോക് ലോർ പഠനങ്ങൾക്കെല്ലാം ആധാരമായ ഈ കൃതി പ്രേക്ഷകർക്കും സുപരിചിതമാകയാൽ സംവേദനം കൂടുതൽ സാധ്യമായി. വെൺപാവയെപ്പോലെ നടന്ന ടുക്കുന്ന നടിയുടെ അസാമാന്യ മെയ് വഴക്കവും സന്തുലിതത്വവും ഉടലാട്ടത്തിന്റെ അവാച്യമായ അനുഭൂതിവിശേഷം പകർന്നു. രാജ്ഞിയുടെ ആശപോലെ, മഞ്ഞുപോലെസുന്ദരിയും ചുവന്ന കവിളുകളും കരിവീട്ടിനിറമുള്ള തലമുടിയുമുള്ള ഏറ്റവും സുന്ദരിയായ കുട്ടി ജനിച്ചെങ്കിലും അപ്പോൾത്തന്നെ അവളുടെയമ്മ ലോകത്തോടു വിടപറഞ്ഞു. അസൂയാലുവായ രണ്ടാനമ്മയ്ക്ക് അവളോട് അനിഷ്ടമുണ്ടാ കുവാനും അവളുടെ സൗന്ദര്യം കാരണമായി. ലോകത്തിലെ ഏറ്റവും സുന്ദരിയാര് എന്ന രണ്ടാനമ്മയുടെ ചോദ്യത്തിന് സ്നോവൈറ്റ് എന്നാ യിരുന്നു കണ്ണാടിയുടെ മറുപടി . അതുകേട്ട് അവളെ കൊന്ന് നാവും കരളും കൊണ്ടുവരാൻ വേട്ടക്കാരനോടാവശ്യപ്പെടുകയാണ് രാജ്ഞി. എന്നാലവളോട് ദയതോന്നി അയാളവളെ കാട്ടിലുപേക്ഷിക്കുകയും പന്നിയെക്കൊന്ന് നാവും കരളുമെടുത്ത് രാജ്ഞിക്കുകൊടുക്കുകയും ചെയ്യുന്നു. വീണ്ടും കണ്ണാടിയുടെ മുന്നിൽ പഴയ ചോദ്യം ചോദിക്കുന്ന രാജ്ഞിക്കു പഴയ ഉത്തരം തന്നെ ലഭിക്കുന്നു. ദുർമന്ത്രവാദത്തിന്റെ സഹായത്തോടുകൂടി അവളെത്തിരയുന്ന രാജ്ഞി, ഏഴുകുള്ളന്മാരാൽ സംരക്ഷിക്കപ്പെടുന്ന സ്നോവൈറ്റിനെ വനമധ്യത്തിൽ കണ്ടെത്തുകയും പല ഉപായങ്ങളിലൂടെ കൊല്ലാൻ ശ്രമിക്കുകയും ചെയ്യുന്നു. ഒടുവിൽ അതിനെയെല്ലാം അതിജീവിച്ച് സ്നോവൈറ്റ് അയൽ രാജ്യത്തെ രാജ കുമാരന്റെ പത്നിയായിത്തീരുന്നതും ദുർമന്ത്രവാദിനിയും ദുഷ്ടയുമായ രണ്ടാനമ്മശിക്ഷിക്കപ്പെടുകയും മരിക്കപ്പെടുകയും ചെയ്യുന്നതുമാണ് നാടോടിക്കഥ. അവരോടുള്ള യുദ്ധത്തിനൊരുങ്ങുന്ന സ്നോവൈറ്റ്, ഫേയ്സ്ബുക്ക് -വാട്സാപ്പുകൂട്ടായ്മകളെക്കൂടി തന്നോടൊപ്പംകൂട്ടുന്ന മട്ടിലാണ് ഉടലാട്ടം ചിട്ടപ്പെടുത്തിയിരിക്കുന്നത്. പകർന്നാടുമ്പോ ഴൊക്കെ കഥാപാത്രത്തിനനസൃതമായി, മറ്റൊരുപാധിയുമില്ലാതെ സ്വന്തം ശരീരം പരിണമിക്കുന്ന അഭിനയത്തിന്റെ രാസവിദ്യയ്ക്കും പ്രേക്ഷകർ സാക്ഷിയായി. പരിമിതമായ രംഗവസ്തുക്കളും ലഘുവായ ഭാഷണങ്ങളും അപരിമിതമായശരീരഭാഷയുമായിരുന്നു അവർ പ്ര യോഗിച്ചത്. കാലുകളും ഉടലുകളും സംവേദനത്തിനായി പ്രയോജന പ്പെടുത്തുമ്പോൾ കായികാഭ്യാസിയും ചിന്തകനും കവിയുമായിത്തീ രുന്ന നടനെയാണ് ഡിക്രു സ്വപ്നം കാണുന്നത്. അരങ്ങിൽ ശരീരം കൊണ്ട് കവിതയെഴുതുമ്പോൾ, ഒരുപിയാനോയിലെ കട്ടകളിൽ നിന്നെന്നപോലെ ഉയരുന്ന സംഗീതമാണ് സാധ്യമാകേണ്ടത്. മനുഷ്യപുരോഗതിയെക്കുറിച്ചുള്ള വ്യത്യസ്തമായൊരു കാഴ്ചപ്പാടിൽ

നിന്നുകൊണ്ടാണ് നടനശരീരത്തെക്കുറിച്ചുള്ള ദർശനം അദ്ദേഹം പടുത്തുയർത്തുന്നത്. പുരോഗമിച്ച് പുരോഗമിച്ച് നാമിന്ന് കൂടുതൽ പരിമിതിയിലേയ്ക്കെത്തിച്ചേർന്നിരിക്കുന്നുവെന്നും അതേറ്റവും ബാധിച്ചത് ശരീരത്തെയാണെന്നും അദ്ദേഹം സിദ്ധാന്തിക്കുന്നു. സ്വയം പൂർണനായിരുന്ന ആദിമമനുഷ്യനെ കായികമനുഷ്യൻ (man of Sports) എന്നാണ് അദ്ദേഹം വിശേഷിപ്പിക്കുന്നത്. ആ മനുഷ്യനിൽ നിന്നു നാമിന്നു drawing room man ആയി പരിണമിച്ചിരിക്കുന്നു. മനുഷ്യാധ്വാനത്തിനുപകരമായി മൃഗോർജ്ജം ഉപയോഗിച്ചുതുടങ്ങിയ ശേഷമാണ് ഈ അപചയം സംഭവിക്കുന്നത്. കായികമനുഷ്യന് തന്റെ ശരീരത്തെ സമ്പൂർണമായും പ്രയോഗിക്കുവാൻ കഴിയുമായിരുന്നു. അവന്റെ ശരീരം ബലിഷ്ഠവും കാര്യക്ഷമവും ധീരവുമായിരുന്നു. ജന്തുശക്തി മനുഷ്യാദ്ധ്വാനത്തിനു പകരമായ് വരുമ്പോൾ അവന് മുമ്പെന്നപോലെ അവന്റെ കഴിവുകളെ പ്രയോഗിക്കേണ്ടിവരായ്കയാൽ അത് ക്രമേണെ നഷ്ടമാവുകയാണുണ്ടായത്. ആവിയെഞ്ചിനും യന്ത്രസംവിധാനങ്ങളും കൂടുതൽ കൂടുതൽ പരിമിതികളിലേയ്ക്ക് അവനെ തള്ളിയിട്ടു. ഡ്രോയിംഗ് റൂമിൽ സ്വസ്ഥനായിരിക്കുന്ന ആധുനികമനുഷ്യന് ഉപചാരങ്ങളും പരിമിതികളും മാത്രമേയുള്ളു. അതിഥിയെ പരിചരിക്കുമ്പോഴും മുറിക്കുള്ളിൽ പെരുമാറുമ്പോഴും എല്ലാം അയാൾ നിയന്ത്രിതനാണ്. സ്വാഭാവികത നഷ്ടമായ ചലനങ്ങളാണ് ആ മനുഷ്യന്റേത്. ഇതേ ഉപചാരങ്ങളുടെ പുതിയ അനുഷ്ഠാനങ്ങളുടെ ആവർത്തനം തന്നെയാണ് റെയിലിലും ബസിലും കോഫിഹൗസിലുമെല്ലാമായി ആധുനികമനുഷ്യൻ അനുവർത്തിക്കുന്നത്. ഇരുന്നുകൊണ്ട് ലോകത്തെനേരിടുന്ന ഈ വ്യക്തിക്ക് സ്വന്തം ശരീരത്തിന്റെ സാധ്യതകൾ അജ്ഞാതമാണ്. നമ്മുടെ പുരോഗതി പരിമിതികളിലേയ്ക്കാണെത്തിനില്ക്കുന്നത്. എങ്കിലും ശരീരത്തിന്റെ ഓർമ്മകളുടെ ഭൂപടത്തെ കണ്ടെത്തുവാനും അതിന്റെ ശക്തിവിശേഷത്തെ പ്രയോഗിക്കുവാനും കഴിയും. സ്പോർട്സിലേയ്ക്കുനോക്കുകയാണ് ഒരുവഴി. പക്ഷേ ഇന്നത്തെസ്പോർട്സും സ്പെഷ്യലൈസേഷനിൽ എത്തിനില്ക്കുന്നു. ഓടുന്നവൻ ഓടുകയും ചാടുന്നവൻ ചാടുകയും എറിയുന്നവൻ എറിയുകയും മാത്രം ചെയ്യുന്നു. ആദിമവേട്ടക്കാരൻ ഓടുകയുംചാടുകയും എറിയുകയും ഒളിക്കുകയും എല്ലാം ഒന്നിച്ചു തന്നെചെയ്തിരുന്നു. ശരീരപേശികളുടെ സമഗ്രപ്രയോഗം അവിടെയുണ്ട്. അത് വീണ്ടെടുക്കേണ്ടതുണ്ട്. ഒരുവേള മുഖം മറച്ചും ഉടലാട്ടക്കാർ ഭാവംപകർന്നു. പാവകളിയും പ്രേക്ഷകരുടെയിടയിലേയ്ക്കുള്ള പ്രവേശനവും മാത്രമല്ല പ്രേക്ഷക പങ്കാളിത്തമുറപ്പുവരുത്താനുള്ള ഇടപെടലുകളുമെല്ലാം ഇവിടെയും പ്രയോഗിക്കപ്പെട്ടു. എങ്കിലും ശരീരത്തിന്റെ ഗുരുത്വകേന്ദ്രത്തെ ആധാരമാക്കിയുള്ള അസാധ്യചനങ്ങളുടെ

കോമ്പോസിഷനുകളായിരുന്നു മുഖ്യം.

ഈ സവിശേഷ അവതരണശൈലിയുടെ ഉപജ്ഞാതാവായ എറ്റിനി ഡിക്രോ(Etienne Decroux)വിന്റെ അരങ്ങുസമീപനത്തിന്റെ വ്യതിരിക്തത ലോകനാടക പരീക്ഷണങ്ങളിൽ വേറിട്ടുനില്ക്കുന്ന ഒന്നാണ്. കഠിനവും നിരന്തരവുമായ ശിക്ഷണത്തിലൂടെ രൂപപ്പെടുത്തിയെടുക്കുന്ന നടനശരീരത്തിന്റെ പ്രകാശനമാണ് അദ്ദേഹത്തിന് രംഗാവതരണം. ഗ്രോട്ടോവ്സ്കിയുടെ സമകാലീനനായ ഡിക്രോ പക്ഷേ ദരിദ്രനാടകവേദിയുടെ ഫിസിക്കൽ തിയേറ്ററിനോടും നിലവിലുണ്ടായിരുന്ന പാന്റോമൈമിനോടും തുല്യമായ അകലം പുലർത്തി, തന്റേതായ ഒരു കല കണ്ടെടുത്തതാണ് ഉടലാട്ടം. നൂറ്റാണ്ടുകളായി അരങ്ങിൽ നിലനിന്ന എഴുത്തുകാരന്റെ അപ്രമാദിത്വത്തോടുള്ള വിയോജിപ്പാണ് കാരണം. The cry of the actor against literature is the cry of the native against imperialism, of the Indian against England എന്നാണ് എറിക്ബെന്റിലിയോട് അദ്ദേഹം പറയുന്നത്. സാഹിത്യത്തിന്റെ തോളിലേറിയല്ല നാടകം നിലകൊള്ളേണ്ടതെന്നും നടന്റെ സർഗാത്മകതയ്ക്കാണ് അവിടെ പ്രഥമസ്ഥാനമെന്നും അദ്ദേഹം വാദിക്കുന്നു. അതിനായി വഴക്കവും ക്ഷമതയുമുള്ള പ്രകാശനസജ്ജമായ നടനശരീരത്തെ പരിശീലിപ്പിച്ചെടുക്കുകയാണ് പാരീസിലെ മൈം സ്കൂൾ ആദ്യം ചെയ്തത്.

സ്ഥാവരചലനം എന്നൊരു സങ്കല്പനവും ഡിക്രോമുന്നോട്ടുവയ്ക്കുന്നുണ്ട്. ശരീരമൊന്നടങ്കം ചിന്തയെ പ്രകാശിപ്പിക്കുന്നതെങ്ങനെയെന്നാണ് അദ്ദേഹമിവിടെ ആലോചിക്കുന്നത്. ആലോചനയിൽ മുഴുകുമ്പോൾ നാം തലചരിക്കാറുണ്ട്. ചിന്തയുടെ ഗുരുത്വമനുസരിച്ച് തലയുടെ ചരിവും വർധിക്കും. കേട്ടവാർത്തയുടേയോ കടന്നുപോയ ആലോചനയുടേയോ ഭാരം താങ്ങാനാവാതെ വരുമ്പോൾ നമ്മൾ നിലം പതിക്കുകയും ചെയ്യും. അപ്പോൾ ചിന്തയ്ക്കും ഭാരമുണ്ടെന്നത് നിസ്സാരക്കമാണ്. അരൂപമായ പിണ്ഡമായി അത് നിലകൊള്ളുന്നു. അതിചിന്ത വഹിച്ചു സീതപോയ് സ്ഥിതിചെയ്താൾ എന്നെഴുതുമ്പോൾ ആശാൻ ഇത് ഗ്രഹിച്ചിരുന്നു. ശരീരത്തിന്റെ നിലകളിലൂടെ അത് പ്രകാശിതമാകുന്നു. അവിടെയെല്ലാം ശരീരത്തിന്റെ ഗുരുത്വരേഖ മുഖ്യമാകുന്നു. തല ചരിഞ്ഞ്, കഴുത്ത് ചരിഞ്ഞ്, നെഞ്ച് ചരിഞ്ഞ് ഉദരവും കാലുകളും ചരിഞ്ഞ് വീഴുന്നതിനുതൊട്ടുമുമ്പുള്ള നിലവരെ നടന് പ്രകാശിപ്പിക്കാനാകണം. സൗന്ദര്യാത്മക ശില്പമായി അത് പരിവർത്തിക്കപ്പെടണം. man of songe അഥവാ പകൽക്കിനാവ് എന്ന മൂന്നാംപരികല്പനയിലൂടെ ഡിക്രോ വിവക്ഷിക്കുന്നത്, ചരിഞ്ഞനിലകളിലും അസ്വാഭാവിക പടുതികളിലും മാലാഖയെപ്പോലെ

ഗുരുത്വരഹിതമായി ചലിക്കാനാവുന്ന അഭിനേതാവിനെയാണ്. ഏതു നിലകളിലും അനായാസമായി ശരീരത്തെ ചലിപ്പിക്കുവാൻ അയാൾക്കാവുന്നു. അതി ലാഘവത്വത്തോടെ തലപൂർണവൃത്തത്തിൽ ചലിപ്പിക്കുവാനും, അസാധ്യമായ ഗുരുത്വ കേന്ദ്രങ്ങളിൽ നിലകൊള്ളുമ്പോൾ ഉറങ്ങുവാൻപോലും അയാൾ കഴിവുനേടുന്നു. കായികമനുഷ്യന്റെയും ഡ്രോയിംഗ്റൂം മനുഷ്യന്റെയും സോഞ്ജെയുടേയും സ്വഭാവരീതികളും സാധ്യതകളും വ്യത്യസ്തമാണ്. ഇവകളുടെ പരിശീലനത്തിലൂടെമാത്രമേ നടനശിക്ഷണം സാർഥകമാവുകയുള്ളുവെന്നാണ് അദ്ദേഹത്തിന്റെ വിശ്വാസം.

ശരീരത്തിന്റെ സന്തുലനം നേടാനായിമാത്രം സുദീർഘമായ പരിശീലനങ്ങൾ ഉടലാട്ടക്കാർ നല്കുന്നുണ്ട് . മുളങ്കഷണവും വസ്തുങ്ങളുമുപയോഗിച്ചുമുള്ള തുടർച്ചയായ ശിക്ഷണം അതിന്റെ ഭാഗമാണ്. സ്പർശനത്തിലൂടെയും ദൃഷ്ടിയൂന്നലുകളിലൂടെയും അവയവങ്ങളെ വ്യത്യസ്തദിശകളിലേയ്ക്ക് ഒരേസമയം ചലിപ്പിക്കുന്നതിലൂടെയും നടീനടന്മാരെ പാകമാക്കിയെടുക്കുകയാണ് ഉടലാട്ടം ചെയ്യുന്നത്. നിശബ്ദതയെ അറിയുക പരിശീലനത്തിന്റെ ഭാഗമാണ്. അനായാസമായും അയത്നലളിതമായും മനോധർമ്മാനുസാരിയായുമാണ് ഉടലാട്ടം ആവിഷ്കരിക്കപ്പെടുക. ഇന്റിമേറ്റ തിയേറ്ററുകളാണ് അവർക്കിഷ്ടം. അരങ്ങ് വിശുദ്ധസ്ഥലമാണ് ഡിക്രോവിന്, അവതരണം ആത്മാന്വേഷണവും. അതിനുള്ള ഉപാധി, മാനസികം മാത്രമല്ല കായികം കൂടിയാണെന്നതാണ് വ്യത്യാസം. ലക്ഷ്യം അരങ്ങിന്റേതുമാത്രമായ അനുഭവവും. ജാക്വിസ് കൊപ്പ്വ (Jacquers Copeau)യുടെ ശിഷ്യനും അഡോൾഫ് ആപ്പിയയുടെ സഹപ്രവർത്തകനുമായിരുന്ന എറ്റിനി ഡിക്രോ ജീൻലൂയി ബാരോയും (Jean louis Barrault) എലിയോനോ ഗ്രയോനുമായി ചേർന്ന് അവതരിപ്പിച്ച ഉടലാട്ട അനുഭവത്തെക്കുറിച്ച് പ്രസിദ്ധനാടകപ്രവർത്തകനും അവരുടെ ഗുരുതുല്യനുമായ ഗോർദൻ ക്രേജ് (Edward Gordon Craig)അഭിപ്രായപ്പെട്ടത്, വർഷങ്ങളായി താൻ നാടകങ്ങൾ കാണുന്നുണ്ടെങ്കിലും തിയേറ്ററിൽ നിന്നും തിയേറ്ററിനായി ഒരു സർഗസ്രഷ്ടാവ് ഇപ്പോൾ ഉണ്ടായിരിക്കുന്നുവെന്നാണ്. അദ്ദേഹം ആശംസിച്ചപോലെ, രംഗഭാഷാന്വേഷണത്തിനായുള്ള നാടകപരീക്ഷണങ്ങളുടെ പുതിയൊരു വഴി തദ്വാരാ തുറക്കുകയും ചെയ്തു.

●

* മലയാള-കേരള പഠനവിഭാഗവും അറബിവിഭാഗവും സംയുക്തമായി സംഘടിപ്പിച്ച രാജ്യാന്തരസെമിനാറിന്റെ ഭാഗമായിരുന്ന അവതരണം.

-2016

എറ്റിനി ഡിക്രോ
(Etienne Decroux)

കഴിഞ്ഞനൂറ്റാണ്ടിലെ നവരംഗാന്വേഷണങ്ങളിലെ തികച്ചും വേറിട്ടൊരു ശബ്ദമായിരുന്ന ഡിക്രോയുടേത്. സമകാലികനാടകത്തിലെ നാലുപ്രമുഖന്മാരിൽ ഒരാളെന്ന് പ്രശസ്ത നിരൂപകനായ എറിക് ബെന്റിലി വിശേഷിപ്പിച്ച ഡിക്രോയുടെ അന്വേഷണങ്ങൾ നടനെ കേന്ദ്രീകരിച്ചുള്ളതായിരുന്നു. മൂകാഭിനയത്തിന്റെ സാധ്യതകളെ അരങ്ങിലെത്തിക്കാനുള്ള അരങ്ങിന്റെ സത്ത ആക്ടർ ആക്ട് -ലാണെന്നും അത് വീണ്ടെടുക്കേണ്ടത് നടന്റെ ശരീരത്തിലൂടെയാണെന്നും ഡിക്രോ വിശ്വസിച്ചു. അരങ്ങിലെ സത്യാന്വേഷണങ്ങൾക്ക് ഏറ്റവും ഉപയുക്തമായത് ഉടലാട്ട(Corporeal Mime)മാണെന്നും അദ്ദേഹം നിരീക്ഷിച്ചു. മുഖാഭിനയത്തേയും വിരലുകളുടെ പ്രാധാന്യത്തെയും അയാൾ അപ്രസക്തമാക്കി. മുഖം മൂടിക്കളഞ്ഞ നടീനടന്മാരുടെ ശരീരാഭിനയത്തിലൂടെ അരങ്ങിന്റെ ഭാഷ കണ്ടെത്താനാഞ്ഞു, നിത്യജീവിതത്തിലെ ചലനങ്ങളിൽ നിന്നും ഭിന്നമായി അരങ്ങിന്റെ കവിത വിരിയിച്ചെടുക്കുന്ന വിസ്മയകരമായ സംരചന നടത്തി.

ഹോട്ടൽ തൊഴിലാളിയായും മേല്പുരത്തച്ചനായും കശാപ്പുകാരന്റെ സഹായിനായുമെല്ലാം ജീവിതവേഷമാടിയതിനിടയിലാണ് പലപ്പോഴും അഭിനയത്തിന്റെയും സർഗാത്മകതയുടേയും നൂതനാശയങ്ങൾ ഡിക്രോ വികസിപ്പിച്ചത്. ഗോർദൻ ക്രേജിന്റെ രംഗപരീക്ഷണങ്ങൾ അതിന് പ്രേരണയേകി. 1925 മുതലാണ് പാരീസിലെ കലാസംരംഭങ്ങളുമായി അദ്ദേഹം സഹകരിച്ചുതുടങ്ങുന്നത്. Gustan Baty, Louis Jouvet തുടങ്ങിയവരായിരുന്ന ആദ്യകാല സഹപ്രവർത്തകർ.

തുടർന്ന് Charles Dullin sâ Theatre de L'Atelier- ലും പിന്നീട് സ്വന്തം School Of Mime-ലും എത്തപ്പെട്ടു. പാരമ്പര്യാഭിനയവിധികളിൽ നിന്നെല്ലാം വഴിമാറി സഞ്ചരിച്ച ഉടലാട്ടം അന്നത്തെ രംഗവേദിയിൽ ദൂരവ്യാപകമായ ഫലങ്ങളുളവാക്കി. ശില്പസമാനമായ അരങ്ങുപെരുമാറ്റത്തിലൂടെ വാഗതീതനടനത്തിന്റെ സാധ്യത സ്ഥാപിച്ചെടുക്കും വിധമൊരു ആട്ടച്ചിട്ടയ്ക്ക് അവർ രൂപമേകി. Jean Louis Barrault മായിച്ചേർന്ന് അവതരിപ്പിച്ച La Vie Medieval ഉം, Le Enfants Du Paradis (സ്വർഗത്തിലെ കുട്ടികൾ) എന്ന സിനിമയും ഉടലാട്ടത്തിന്റെ സാധ്യതകൾബോധ്യപ്പെടുത്തി. പാശ്ചാത്യ അരങ്ങിൽ Thomas Leabhartനെപ്പോലുള്ള ശിഷ്യരിലൂടെ ഈ നൂറ്റാണ്ടിലും അരങ്ങിന്റെ സർഗാത്മകതതേടിയുള്ള, നടന്റെ ഉടലിന്റെ സാധ്യതതയിലധിഷ്ഠിതമായ രംഗപ്രയോഗം യഥേഷ്ടം മുന്നേറുന്നു. I have travelled far Europe, but till this day I have never seen anything comparable to this attempt... We were present at the creation of an alphabet -an ABC of Mime എന്നത്രേ ഡിക്രോയുടെ രംഗാവതരണത്തെ നാട്യഗുരു ക്രേഗ് തന്നെ വിശേഷിപ്പിച്ചത്.

2016

●

www.ingramcontent.com/pod-product-compliance
Lightning Source LLC
Chambersburg PA
CBHW021148160426
43194CB00007B/741
* 9 7 8 9 3 8 5 8 9 9 9 7 3 *